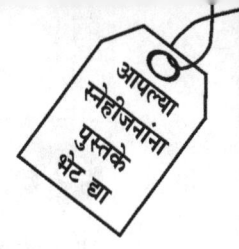

टॉक्सिन

लेखक
डॉ. रॉबिन कुक

अनुवाद
डॉ. प्रमोद जोगळेकर

D9900589

मेहता पब्लिशिंग हाऊस

✆ +91 020-24476924 / 24460313
Email : info@mehtapublishinghouse.com
production@mehtapublishinghouse.com
sales@mehtapublishinghouse.com
Website : www.mehtapublishinghouse.com

Translated into Marathi Language by Pramod Joglekar

टॉक्सिन / अनुवादित कादंबरी
TBC

अनुवाद : डॉ. प्रमोद जोगळेकर
४१-बी/९३, जाधवनगर, वडगाव (बु.), पुणे ४१.

मराठी अनुवादाचे व प्रकाशनाचे हक्क मेहता पब्लिशिंग हाऊस, पुणे ३०

प्रकाशक : सुनील अनिल मेहता, मेहता पब्लिशिंग हाऊस,
१९४१, सदाशिव पेठ, माडीवाले कॉलनी, पुणे - ४११०३०.

अक्षरजुळणी : एच. एम. टाईपसेटर्स, ११२०, सदाशिव पेठ, पुणे ३०.

मुखपृष्ठ : चंद्रमोहन कुलकर्णी

प्रकाशनकाल : प्रथमावृत्ती : ऑक्टोबर, २००५ / पुनर्मुद्रण : जून, २०१७

P Book ISBN 9788177666168

इ. कोलाय ०१५७ : एच ७ मुळे होणाऱ्या
आणि अन्नातून संसर्ग होणाऱ्या इतर
रोगांमुळे ज्या कुटुंबांना दुःख भोगावे
लागले आहे त्यांना अर्पण.

अभिप्राय

'टॉक्सिन' या थरारकथेचा एकूण भर अमेरिकेतील मांस प्रक्रिया उद्योगांवर आणि रुग्णालयातील संघटित सेवासुविधांच्या बाजारीकरणावर आहे; आणि हे काम त्यांनी अत्यंत आक्रमक अभिनिवेशाने केले आहे.

दै. पुढारी, ५-२-२००६

अन्नातून 'इ. कोलाय ०१५७ : एच ७' या विषाणूमुळे (टॉक्सिन) अकाली मृत्यू पावलेल्या आपल्या दहा वर्षांच्या मुलीच्या मृत्यूला कोण जबाबदार आहे, याचा एका कार्डियाक सर्जनने जीवघेण्या साहसातून लावलेला शोध ही या कादंबरीची मध्यवर्ती कल्पना आहे. हा शोध साधासुधा नसून भयचकित करणारा रहस्यपटच आहे.

ही 'झुंज' अंगावर शहारे आणणारी आहे. अमाप पैसा व सामर्थ्य असलेल्या बीफ उद्योगातील बेबंद भांडवलदारांशी सामना करणे म्हणजे साक्षात मृत्यूशी सामना करण्याइतके कठीण कर्म! पण, भविष्यात निष्पाप बालकांचा बळी जाऊ नये, या सद्हेतूने ते कठीण काम हे दाम्पत्य सगळे धोके पत्करून स्वतःच्या अंगावर घेते.

दै. लोकमत, ४-६-२००६

दुनियेतील सर्व सुखं, अमर्याद व्यक्तिस्वातंत्र्य असणाऱ्या या देशातला उपभोगवाद आता अशा थराला जाऊन पोचलाय, की त्यांना इतर कोणत्याही मानवी मूल्यांची कसलीही पत्रास उरलेली नाही. त्यांना फक्त एकच मूल्य माहीतेय – पैसा!

वाचकाला सुन्न करून टाकण्याची ताकद असलेली कादंबरी.

दै. सामना, १४-५-२००६

प्रारंभ

१ जानेवारी

आभाळ गच्च भरून आलेले होते. करडे ढग क्षितिजाच्या एका कडेपासून दुसऱ्या कडेपर्यंत पसरलेले दिसत होते. अमेरिकेतल्या मध्यपश्चिम भागात नेहमीच असं आकाश दिसतं. उन्हाळ्यामध्ये या भागात मका आणि सोयाबीनच्या रोपांचा सागर पसरतो, पण आत्ता हिवाळ्यात सगळीकडे गोठून गेलेले खुंट होते. काही ठिकाणी मळकट रंगाचे बर्फाचे काही पट्टे होते आणि काही निष्पर्ण झालेली सांगाड्यासारखी झाडं एकाकीपणे उभी होती.

दिवसभर थेंबथेंब पाऊस पडत होता. पाऊस म्हणण्यापेक्षा त्याला जाड धुकं म्हणणं अधिक योग्य ठरलं असतं. आता दुपारी दोनच्या सुमारास पाऊस थांबला होता. त्यामुळे दुरुस्त करून पुन्हा वापरात आणलेल्या त्या जुन्या डिलिव्हरी व्हॅनचा चालू असणारा एकमेव वायपर वापरण्याची गरज उरली नव्हती. ही जुनी व्हॅन एका चिखलाने भरलेल्या कच्च्या रस्त्यावरून जात होती.

"तो म्हातारा ओक्ले काय म्हणत होता?" बार्ट विनस्लोने विचारले. बार्ट व्हॅन चालवत होता. तो आणि त्याचा सहकारी विली ब्राऊन हे दोघे पन्नाशी उलटलेले होते. भाऊ-भाऊ आहेत असे वाटावे एवढे त्यांच्यांत साम्य होते. त्याच्या सुरकुत्या पडलेल्या चेहेऱ्यांवरून त्यांनी आयुष्यभर शेतीवाडीवर केलेल्या अपार काबाडकष्टांचा अंदाज करता येत होता. दोघांच्याही अंगावर मळके आणि फाटके ओव्हरऑल कोट होते. त्याच्याखाली त्यांनी स्वेटशर्टचे अनेक थर घातल्याचे दिसत होते. दोघेही तंबाखू चघळत होते.

"बेंटन ओक्लेने फारसं काही सांगितलं नाही." मनगटाने आपल्या हनुवटीवर आलेला थुंकीचा ओघळ पुसत विलीने उत्तर दिले." एवढंच म्हणाला की, त्याची एक गाय आजारी आहे."

"कितपत आजारी असेल?"

"मरगळून पडण्याएवढी आजारी असणार," विली म्हणाला, "बहुधा बराच संसर्ग झाला असेल."

गेल्या काही वर्षांमध्ये बार्ट आणि विली हे शेतीवाडीवरच्या हरकाम्या नोकरांपासून बदलत जाऊन आता स्थानिक शेतकऱ्यांच्या उपयोगी पडणारे असे झाले होते. हे दोघे आजारी, मरणपंथाला लागलेली आणि निकामी झालेली गुरे, विशेषतः गाई

घेऊन जात आणि त्यांची विल्हेवाट लावत असत. कोणी आवडीने स्वीकारावा असा काही हा उद्योग नव्हता. पण विली आणि बार्ट मात्र त्या कामात रमले होते.

व्हॅन एका कोपऱ्यावरून वळून कच्च्या आणि चिखलाने भरलेल्या रस्त्याला लागली. ह्या रस्त्याच्या दोन्ही बाजूंना काटेरी तारांची कुंपणे होती. मैलभर गेल्यानंतर हा रस्ता एका छोट्या फार्ममध्ये शिरत होता. बार्टने व्हॅन एका कोठीपाशी नेली आणि पूर्णपणे मागे वळवून घेतली. त्याने व्हॅन थोडी मागे घेऊन कोठीच्या उघड्या दाराजवळ खेटून लावली. बार्ट आणि विली खाली उतरून येईपर्यंत बेंटन ओक्ले दारापाशी आला होता.

"आफ्टरनून..." बेंटन पुटपुटला. तो देखील बार्ट आणि विली यांच्याप्रमाणेच कमी बोलणारा होता. बहुधा त्या ठिकाणच्या एकूण परिस्थितीमुळेच माणसं तुटक बोलणारी होत असावीत. बेंटन उंच आणि शिडशिडीत होता आणि त्याचे दात खराब दिसत होते. त्याने आपला कुत्रा शेप याच्याप्रमाणेच बार्ट आणि विलीपासून अंतर राखणे पसंत केले होते. बार्ट आणि विली व्हॅनमधून खाली उतरेपर्यंत शेप जोरजोरात भुंकत होता. आता मात्र तो आपल्या मालकाच्या मागे अंग चोरून उभा होता. त्याचे नाक फेंदारलेले होते. त्याला बहुधा मृत्यूचा वास लागला होता.

"आतमधे" बेंटन हाताने दिशा दाखवत म्हणाला आणि त्याने दोघांना कोठीमधे अंधाऱ्या भागात नेले. मग त्याने गाई ठेवण्याच्या एका जागेकडे बोट दाखवले.

बार्ट आणि विली जाळीपाशी गेले आणि त्यांनी आतमधे नजर टाकली. तात्काळ त्यांनी नाके मुरडली. त्या ठिकाणी शेणाचा तीव्र दर्प येत होता. आतमधे जमिनीवर त्यांना आडवी झालेली आजारी गाय दिसली. ती शेणामधेच वेडीवाकडी पसरली होती. जाळीपाशी उभ्या असलेल्या बार्ट आणि विलीकडे तिने डोके किंचित उचलून पाहिले. तिचा एक डोळा करड्या रंगाच्या गोटीसारखा निस्तेज दिसला.

"ह्या डोळ्याला काय झालं आहे?" विलीने विचारले.

"ती लहान कालवड होती तेव्हापासून तसाच आहे." बेंटन म्हणाला.

"केव्हातरी डोळ्याला काही इजा झाली असेल."

"ही काय फक्त आज सकाळपासूनच आजारी आहे?" बार्टने विचारले.

"होय. पण गेला महिनाभर मात्र तिने कमी दूध दिलं आहे. माझ्या इतर गाईंना संसर्ग होऊ नये म्हणून मला ती लवकरात लवकर येथून बाहेर काढायची आहे."

"ठीक. आम्ही तिला घेऊन जातो." बार्ट म्हणाला.

"तिला घेऊन जायला पंचवीस लागतील ना?" बेंटनने विचारले. "होय." विली म्हणाला, "पण तिला व्हॅनमधे टाकायच्या अगोदर तिला धुऊन काढता येईल का?"

"जरूर." बेंटन म्हणाला, "तिथं भिंतीजवळ होजपाईप आहे पाहा. आपलंच घर समजा."

विलीने जाऊन होजपाईप आणेपर्यंत बार्टने गाईच्या गोठ्याचे दार उघडले होते. आपण पाय कुठे ठेवतो आहे हे काळजीपूर्वक पाहात बार्टने गाईच्या ढुंगणावर थोडेसे फटके मारले. गाय अत्यंत नाइलाजाने उठून लटपटत उभी राहिली.

विलीने होजपाईपने गाईच्या अंगावर फवारे मारले. गाय आता बऱ्यापैकी स्वच्छ वाटते आहे असे पाहून तो थांबला. मग त्याने आणि बार्टने गाईच्या मागे जाऊन तिला हळूहळू बाहेर पडायला लावले. बेंटनची मदत घेऊन त्यांनी गाईला बाहेर काढून व्हॅनमधे चढवले. विलीने व्हॅनचे मागचे दार बंद करून घेतले.

"तिकडे काय झालंय?" बेंटनने विचारले, "चार गाई गेल्या की काय?"

"होय." विली म्हणाला, "सकाळी चार गाई खलास झाल्या होत्या. सिल्व्हरटन फार्मवर काहीतरी रोग उद्‌भवलेला दिसतोय."

"भयंकर..." बेंटन सावध होत असल्याच्या स्वरात म्हणाला. त्याने काही चुरगळलेल्या नोटा बार्टच्या हातात सरकवल्या, "त्यांना माझ्या फार्मपासून दूर ठेवा."

बार्ट आणि विली दोघांनी थुंकून व्हॅनच्या दोन्ही बाजूच्या आपापल्या जागा घेतल्या. जुन्या इंजिनाने ढेकर दिल्यासारखा आवाज करत, काळ्या धुराचा एक मोठा लोट सोडला आणि मग व्हॅन फार्मच्या बाहेर पडली.

व्हॅन कच्च्या रस्त्याला लागेपर्यंत बार्ट आणि विली एकही शब्द बोलले नाहीत. ही त्यांची नेहमीचीच सवय होती. बार्टने व्हॅनचा वेग वाढवला आणि ती चौथ्या गियरमधे टाकली.

"तू माझ्यासारखाच विचार करतो आहेस का?" बार्टने विचारले.

"बहुतेक." विली म्हणाला "आपण स्वच्छ केल्यानंतर ही गाय आधी वाटली तेवढी वाईट दिसली नाही. आपण मागच्या आठवड्यात कत्तलखान्याला जी विकली होती, त्यापेक्षा ही तर कांकणभर जास्तच बरी दिसतेय."

"ही तर चांगली उभी राहिली होती आणि जराशी चालूही शकते." विलीनं घड्याळावर नजर टाकली." चला, आता वेळही बरोब्बर जमणार."

व्हॅन एका मोठ्या जवळजवळ एकही खिडकी नसलेल्या व्यापारी इमारतीजवळ येईपर्यंत बार्ट आणि विली गप्प बसले होते. इमारतीपाशी एका मोठ्या बोर्डावर 'हिगीन्स आणि हॅनकॉक' ही अक्षरे होती. इमारतीच्या मागच्या बाजूला बरीच मोकळी जागा होती. तिथे सर्वत्र चिखल पसरलेला होता. चिखल चांगलाच तुडवलेला दिसत होता.

"तू इथेच थांब." बार्ट म्हणाला. त्याने व्हॅन थांबवली. त्या ठिकाणी आतमधे जाण्याचा रस्ता होता. बार्ट खाली उतरून आतमधे गेला. विली खाली उतरून व्हॅनच्या मागच्या दारापाशी रेलून उभा राहिला. पाच मिनिटांनंतर बार्ट बाहेर आला. त्याच्याबरोबर दोन दणकट बांध्याचे लोक होते. त्यांच्या अंगावर रक्ताचे डाग

पडलेले लांब पांढरे कोट होते. त्यांच्या डोक्यावर बांधकामावरचे मजूर वापरतात तशी प्लॅस्टिकची पिवळी हेल्मेट होती आणि पायांत पोटरीपर्यंत येणारे उंच, रबरी बूट होते. दोघांच्याही कोटावर त्यांची नावे लिहिलेल्या पट्ट्या होत्या. दोघांमधल्या वजनदार दिसणाऱ्याचे नाव 'जेड स्ट्रीट, पर्यवेक्षक' असे लिहिलेले होते. दुसऱ्या माणसाच्या नावाची पट्टी 'साल्वातोरे मोरानो, गुणवत्ता नियंत्रक' अशी होती. जेड स्ट्रीटच्या हातात एक क्लिप लावलेले पॅड होते.

बार्टने विलीला खूण केली. विलीने व्हॅनचे मागचे दार उघडले साल्वातोरे आणि जेड स्ट्रीट दोघांनी नाके झाकून घेत आतमधे नजर टाकली. आतमधल्या आजारी गाईने आपले डोके किंचित उचलले. जेड बार्टकडे वळला, "ती उभी राहू शकते का?"

"होय. इतकंच नाही तर थोडीफार चालूही शकते."

जेडने साल्वातोरेकडे नजर टाकली, "तुला काय वाटतं साल?"

"एस.एम.ई इन्स्पेक्टर कुठे आहे?"

"कुठं असणार आत्ता?" जेड म्हणाला, "तो आता लॉकररूममधे असेल. शेवटचा प्राणी झाला असं वाटताच तो लगेच निघून जातो." साल्वातोरेने पांढऱ्या कोटाचा खालचा भाग उचलून बेल्टमधे अडकवलेला रेडिओ बाहेर काढला आणि चालू करून म्हणाला, "गॅरी, मर्सर मीट्सकडे जाणारी कॉम्बो टाकी भरली का?"

"होय. जवळजवळ भरली."

"ठीक आहे." साल्वातोरे म्हणाला, "आम्ही आणखी एक प्राणी पाठवतो आहोत. तेवढं पुरेसं होईल.

साल्वातोरेने रेडिओ बंद केला नि तो जेडकडे वळला." चल, आपण काम उरकून टाकू."

जेट आता बार्टला उद्देशून म्हणाला, "तुमचा व्यवहार ठरला असं दिसतंय. पण आम्ही फक्त पन्नास डॉलर देऊ."

"पन्नास? ठीक आहे."

बार्ट आणि विली व्हॅनमधे मागच्या भागात चढत असताना साल्वातोरे आतमधे जाऊ लागला. खिशातून त्याने कानात घालायचे बोळे काढले नि कानात घट्ट बसवले. कत्तलखान्याच्या आतल्या भागात जात असताना त्याच्या मनातून आजारी गाईचा विचार पूर्णपणे निघून गेला होता. घरी जाण्याआधी त्याला कितीतरी फॉर्म भरून टाकायचे होते आणि त्याच्या मनात हेच विचार घोळत होते.

कानात बोळे असल्यामुळे साल्वातोरेला कत्तलखान्यामधल्या प्रत्यक्ष गुरे ठार करण्याच्या जागी असणाऱ्या प्रचंड कोलाहलाचा त्रास होत नव्हता. तो तिथे उभ्या असणाऱ्या मार्क वॉटसनपाशी आला आणि त्यानं त्याचे लक्ष वेधून घेतले. मार्क

वॉटसन लाईनवर काम करणारा पर्यवेक्षक होता.

''अजून एक प्राणी येतो आहे.'' साल्वातोरे कोलाहलापेक्षा मोठ्या आवाजात ओरडून म्हणाला, ''पण हा प्राणी फक्त बोनलेस बीफसाठी आहे. त्यामुळे सांगाडा असणार नाही. कळलं का?''

मार्कने अंगठा आणि मधलं बोट वापरून 'आपल्याला कळलं आहे' अशी खूण केली.

साल्वातोरे मग साउंडप्रूफ दारामधून पलीकडे इमारतीच्या प्रशासकीय विभागात शिरला. आपल्या ऑफिसात शिरल्यावर त्याने आपला रक्ताळलेला कोट आणि हेल्मेट खुंटीवर टांगले. मग तो डेस्कपाशी बसून रोजचे फॉर्म भरण्याचे काम करू लागला.

कामात गुंग झाल्याने साल्वातोरेला किती वेळ उलटला त्याचे भान उरले नव्हते. अचानक दारात जेड उभा राहिला आणि म्हणाला, ''एक छोटीशी अडचण निर्माण झाली आहे.''

''आता काय आणखी?''

''त्या आजारी वाटणाऱ्या गाईचं डोकं खाली पडलं.''

''इन्स्पेक्टरांपैकी कोणी पाहिलं का?''

''नाही.'' जेड म्हणाला, ''ते सगळे लॉकररूममधे आहेत आणि रोजच्याप्रमाणे एस.एम.ई. इन्स्पेक्टरबरोबर गप्पाटप्पा करत आहेत.'' ''ठीक आहे.'' साल्वातोरे म्हणाला, ''डोकं परत जागेवर ठेव आणि पाण्याचा फवारा मार.''

''ठीक तर मग. मला वाटलं की हे तुला सांगायला हवं.''

''अर्थातच.'' साल्वातोरे म्हणाला, ''आपली कातडी वाचवण्यासाठी मी हवं तर प्रक्रियेमधे कमतरता असल्याचा अहवाल लिहितो. मला त्या प्राण्याचा लॉट नंबर आणि हेडनंबर सांग.''

जेडने हातातल्या पॅडवर नजर टाकली, ''लॉट नंबर छत्तीस नि हेडनंबर सत्तावन्न.''

''कळलं.'' साल्वातोरे म्हणाला.

जेड साल्वातोरेच्या ऑफिसमधून बाहेर पडून पुन्हा गुरे मारण्याच्या भागात आला. त्याने जोसच्या खांद्यावर बोटांनी टकटक केलं. जोस झाडूवाला होता. त्याचं काम तिथली सगळी घाण लोटून एका गटारात टाकत राहाणे हे होतं. जोस तिथे फार काळ काम करत नव्हता. त्या ठिकाणाच्या कामाचं स्वरूपच असं होतं की, तिथं कोणी झाडूवाला टिकतच नसे.

जोसला फारसं चांगलं इंग्लिश बोलता येत नव्हतं आणि जेडला स्पॅनिश भाषा नीट कळत नव्हती. त्यामुळे दोघांमधला संवाद साध्या खाणाखुणांनीच चालत असे.

जेडने खुणा करून जोसला सांगितलं की, त्याने मॅन्युअलची मदत घेऊन कातडी सोललेल्या त्या गाईचं कोलमडून पडलेलं मुंडकं वरच्या बाजूला सरकणाऱ्या एका आकड्यात अडकवावं. मॅन्युअल हा कातडी सोलण्याच्या विभागात काम करणारा कामगार होता.

जोसच्या काम लक्षात आलं. जोस आणि मॅन्युअल दोघे एकमेकांशी व्यवस्थित संभाषण करू शकत होते. त्यांनी जे काम करायचं होतं ते चांगलंच अवघड होतं. प्रथम त्यांना ते चांगलं शंभर पौंडापेक्षा जास्त वजनाचं गाईचं मुंडकं वरच्या धातूच्या कॅटवॉकवर ठेवणं जरुरी होतं. त्यानंतर त्यांना स्वत: वर चढून ते मुंडकं वर सरकत जाणाऱ्या एका आकड्यात नीट अडकवून देणं भाग होतं.

जेडने धापा टाकणाऱ्या दोघा माणसांच्या दिशेने अंगठा उंचावून 'काम चांगलं झालं' हे समजल्याची खूण केली. त्या दोघांच्या हातून ते बुळबुळीत धूड जवळजवळ खाली घसरून पडणारच होतं. पण अखेर ते त्यांच्या कामात यशस्वी झाले होते.

जेडने मग त्या कातडी सोललेल्या मुंडक्यावर पाण्याचा फवारा मारून ते साफ केलं. ते मुंडकं आकड्यावरून पुढे सरकत असताना भयंकर दिसत होतं. जेड एवढा अनुभवी असूनदेखील त्याला त्या मुंडक्यावरचे गारगोटीसारखे डोळे हिडीस भासले, पण पाण्याच्या फवाऱ्यामुळे भरपूर घाण निघून गेली म्हणून त्याला जरा बरं देखील वाटलं. आता ते मुंडकं मारण्याच्या भागातून पलीकडच्या पुढील प्रक्रिया भागात जाताना बऱ्यापैकी स्वच्छ दिसत होतं.

❖

एक

शुक्रवार १६ जानेवारी

स्टर्लिंग प्लेस मॉलमधल्या उच्चप्रतीच्या दुकानांना लावलेल्या पितळी वस्तू, संगमरवर आणि पॉलिश केलेल्या लाकडांमुळे तो सारा भाग झगझगत होता. 'टिफनी', 'कार्टिए', 'नैमन-मार्क्स' वगैरे बडी दुकाने एकमेकांशी स्पर्धा करत होती. मॉलच्या रचनेत बेमालूमपणे दडवलेल्या स्पीकर्समधून मोझार्टच्या एका कॉन्सर्टचे सूर हलकेच पसरत होते. गुच्ची बूट आणि अर्मानी सूट वापरणारे उच्च वर्गातले सुंदर-सुंदर लोक ख्रिसमसनंतर सेलमधे काय काय मिळतंय हे बघत त्या दिवशी शुक्रवारच्या संध्याकाळी निवांतपणे हिंडत होते.

नेहमीची परिस्थिती असती तर केली अ‍ॅन्डरसनला त्या दिवशी काही वेळ मॉलमधे काढायला आवडलं असतं. संध्याकाळी सहा किंवा अकरा वाजताच्या बातम्यांसाठी एखादी चांगली मोठी स्टोरी करण्यासाठी केलीला त्या भागात सहसा काही ना काहीतरी मिळत असे. पण त्या दिवशी मात्र केलीला तिच्या मनासारखं काही मिळालेलं नव्हतं. "हे जरा फारच विनोदी झालं." केली त्या मोठ्या हॉलमधे कोणाची मुलाखत घेता येईल का याचा शोध घेत म्हणाली. पण कोणीही तिला योग्य वाटेना.

"मला वाटतं की, आपल्याला पुरेसं मिळालेलं आहे." ब्रायन म्हणाला. आफ्रिकन-अमेरिकन असणारा ब्रायन वॉशिंग्टन केलीचा आवडता कॅमेरामन होता. डल्बू.ई.एन.ई मधे तिच्या मते तो सर्वोत्तम कॅमेरामन होता. म्हणूनच केली नेहमी काही ना काही करून ब्रायनलाच आपल्याबरोबर घेत असे. काही वेळा ती त्यासाठी वरिष्ठांची खुशामत करी, तर काहीवेळा चक्क दमदाटी करत असे. पण काहीही करून ती वॉशिंग्टनलाच बरोबर घेण्यात यशस्वी होत असे.

केलीने गाल फुगवून दीर्घ श्वास घेतला आणि खिजवण्याच्या स्वरात निश्वास टाकत म्हणाली, "होय तर! पुरेसं झालं म्हणून तर आपण बूड चिकटवून बसलो आहोत."

चौतीस वर्षांची केली अ‍ॅन्डरसन, हुशार आणि चलाख होती. अत्यंत आक्रमक वृत्तीच्या केलीला राष्ट्रीय पातळीवर नाव काढण्याची इच्छा होती. अनेकांना वाटत होते की, जर योग्य स्टोरी मिळाली तर केली नक्कीच त्या पातळीवर चमकू शकते. कोरीव चेहरेपट्टी, दाट सोनेरी कुरळे केस आणि पाणीदार डोळे ही तिची जमेची बाजू

होती. तसेच ती नेहमी फॅशनप्रमाणे अत्यंत उच्च अभिरुचीचे पोशाख करत असे. त्यामुळे तिची प्रतिमा एक उमदी आणि सरळ स्वभावाची वार्ताहर अशी झालेली होती.

किती वाजले, हे पाहाण्यासाठी केलीने डाव्या हातातला मायक्रोफोन उजव्या हातात घेतला आणि म्हटले, ''आणि त्यात भर म्हणून आपल्यापाशी वेळ फार कमी उरलेला आहे. मला माझ्या मुलीला घ्यायला जायचं आहे. तिचा स्केटिंगचा लेसन संपला असणार.''

''हरकत नाही.'' ब्रायन म्हणाला. खांद्यावरचा कॅमकॉर्डर खाली घेत त्याची वायर काढून टाकत ब्रायन पुढे म्हणाला, ''मला देखील माझ्या मुलीला पाळणाघरातून घ्यायला जायचं आहे.''

केलीने खाली झुकून हातातला मायक्रोफोन खांद्यावर लटकवण्याच्या पिशवीत ठेवला आणि मग ब्रायनला त्याची उपकरणे सुटी करायला मदत केली. अनुभवी उंदरांसारख्या सफाईदार हालचाली करत दोघांनी भराभरा सगळ्या वस्तू खांद्यावरच्या पिशव्यांमधे व्यवस्थित ठेवल्या आणि मग दोघे मॉलच्या मध्यभागाकडे चालू लागले.

''हे आता नक्की दिसू लागलंय की, लोकांना अमेरिकेअरने युनिव्हर्सिटी मेडिकल सेंटर आणि समारिटन हॉस्पिटल यांचे विलीनीकरण केलं या विषयी काहीही देणंघेणं नाही.'' केली चालताचालता इकडे तिकडे पाहात म्हणाली, ''जर त्यांना गेल्या सहा महिन्यांत हॉस्पिटलमधे जायची वेळ आली नसेल तर असंच होणार म्हणा.''

''लोकांना पेटवण्यासाठी हा विषय पुरेसा नाही.'' ब्रायन म्हणाला, ''त्यात कुठेही हाणामारी नाही की काही सेक्सी भानगड नाही. शिवाय त्यात कोणी बडी धेंडंही नाहीत.''

''पण लोकांना या विषयाबद्दल काळजी वाटायलाच हवी'' केली तिरस्काराच्या स्वरात म्हणाली.

''हॅं...लोकांनी काय करायला पाहिजे आणि ते प्रत्यक्षात काय करतात याचा कधीतरी संबंध असतो का? आणि केली तुलाही ते माहिती आहे.''

''होय.. पण सध्या मला एवढीच काळजी आहे की, आता काय करायचं? मी हा विषय अकराच्या बातम्यांसाठी निवडायला नको होता. आता काय करावं ते कळेनासं झालं आहे.'' केली म्हणाली, ''ह्यामधे काहीतरी चविष्ट सेक्सीपणा कसा आणता येईल सांग.''

''ते मला सांगता येत असतं तर, मी असा कॅमेरामन राहिलो असतो का?'' ब्रायन हसत म्हणाला.

चकचकाट असणाऱ्या एका कॉरिडॉरमधून केली आणि ब्रायन मॉलच्या मध्यभागी

आले. मध्यभागात खूप मोठी मोकळी जागा होती. तिथे स्केटिंग करण्याची लंबवर्तुळाकार जागा होती. तिथले छत चांगले तीन मजले उंचीवर होते. स्केटिंगचा पृष्ठभाग बर्फाचा असल्याने झगझगीत प्रकाशात चमकत होता. स्केटिंगच्या रिंगणाबाहेर डझनभर मुलं आणि काही मोठी माणसं उभी होती. काही मुलं निरनिराळ्या दिशांनी बर्फावर मनसोक्त फिरत होती. नुकताच एक लेसन संपून गेला असल्याने, तिथे एवढा गोंधळ दिसत होता. आता पुढच्या पातळीवरचा लेसन सुरू होणार होता.

लाल पोशाख घातलेली आपली मुलगी दिसताच केलीने तिला हात हलवून हाक मारली. कॅरोलिन ॲन्डरसननेदेखील हात हलवला, पण ती सावकाशपणे स्केटिंग करत राहिली. कॅरोलिन अगदी आपल्या आईला शोभणारी होती-हुशार, तंदुरुस्त आणि जबरदस्त इच्छाशक्ती असणारी.

"लवकर पाय उचल पोरी." केली आपल्या मुलीजवळ जात म्हणाली, "लवकर घरी जायला हवं. मॉमला अडचणीत आणणारी परिस्थिती निर्माण झाली आहे..."

कॅरोलिन रिंगणाच्या बाहेर आली आणि स्केटिंगच्या ब्लेडच्या चवड्यांवर पावलं टाकत बाजूच्या बाकावर बसली. "मला भूक लागलीय. आपण बर्गरसाठी ओनियन रिंगमधे जाऊ या."

"ते काम तुझ्या वडिलांनाच करावं लागेल." केली म्हणाली. "हं...आता लवकर चल!"

केलीने मुलीचे बूट तिच्या पाठीवरच्या पिशवीतून काढून बाकावर तिच्याशेजारी ठेवले.

"तिथं फारच सुंदर स्केटिंग करणारी एकजण दिसते आहे." ब्रायन म्हणाला.

केलीने उठून उभे राहात प्रखर प्रकाशापासून बचाव करण्यासाठी डोळ्यांवर हात धरला, "कुठं?"

"मध्यभागी पाहा." ब्रायन बोट दाखवत म्हणाला, "ती गुलाबी पोशाख घातलेली मुलगी..."

ब्रायनने दाखवलेल्या ठिकाणी केलीने नजर टाकली. ब्रायन काय दाखवत आहे हे तिच्या ताबडतोब लक्षात आलं. साधारणत: कॅरोलिनच्याच वयाची एक मुलगी स्केटिंग करत होती. तिचं कौशल्य पाहून अनेकजण थबकून कौतुकानं बघत होते.

"वाहवा!" केली म्हणाली, "ती फारच छान स्केटिंग करते आहे. अगदी व्यावसायिक स्केटरसारखी सफाई तिच्यात आहे."

"ती एवढी काही छान स्केटर नाही." एक स्केट पायातून काढताना ओढाताण करत दात खात कॅरोलिन म्हणाली.

"मला तरी ती छान वाटली. कोण आहे ती?"

"तिचं नाव बेकी रेग्गीस." स्केट तसाच्या तसा काढण्याचा प्रयत्न सोडून देत, लेस मोकळी करत कॅरोलिन म्हणाली, "मागच्या वर्षी ती राज्याची ज्युनियर चॅम्पियन होती."

जणू आपल्याला कोणीतरी पाहात आहे हे जाणवल्याप्रमाणे त्या मुलीने लागोपाठ दोनदा दुहेरी गिरक्या मारल्या आणि मग वर्तुळाकार फेरी मारून ती सफाईदारपणे रिंगणाच्या दुसऱ्या बाजूला गेली. अनेकांनी उत्स्फूर्तपणे टाळ्या वाजवल्या.

"तिचं कौशल्य खरोखरच अप्रतिम आहे." केली म्हणाली.

"हं. या वर्षी तिला राष्ट्रीय स्पर्धेसाठी जाण्याचं निमंत्रण मिळालेलं आहे." कॅरोलिनने नाइलाजाने माहिती पुरवली. केलीने ब्रायनकडे पाहिलं, "ब्रायन. यातून काही स्टोरी करता येईल का?"

ब्रायनने खांदे उडवले. "सहा वाजताच्या बातम्यांसाठी चालू शकेल. पण अकराच्या बातम्यांसाठी नक्कीच नाही."

केलीने पुन्हा आपलं लक्ष त्या मुलीकडे वळवलं. "तिचं नाव काय म्हणालीस, रेग्गीस?"

"होय." कॅरोलिनने आता दोन्ही स्केट काढून टाकले होते आणि ती पिशवीमधे आपले बूट शोधू लागली होती.

"ती डॉ. किम रेग्गीस यांची मुलगी आहे का?"

"तिचे वडील डॉक्टर आहेत हे मला माहिती आहे."

"तुला कसं काय माहिती?"

"ती माझ्याच शाळेत आहे. माझ्यापुढे एक वर्ष."

"झक्कास!" केली म्हणाली, "हा योगायोग विलक्षणच दिसतोय."

"मला तुझे डोळे चमकू लागलेले दिसत आहेत." ब्रायन म्हणाला, "तू एखाद्या मांजरीसारखी कशावर तरी झडप घालायला टपून बसल्याप्रमाणे दिसते आहेस."

"मला माझे बूट सापडत नाहीत." कॅरोलिन तक्रार करत होती. बाकावर बाजूला ठेवलेले कॅरोलिनचे बूट तिच्या मांडीवर ठेवत केली ब्रायनला म्हणाली, "माझ्या डोक्यात एक कल्पना थैमान घालू लागली आहे. त्या दोन हॉस्पिटलसच्या विलिनीकरणाची स्टोरी बनवण्यासाठी डॉ. रेग्गीस अगदी उत्तम ठरतील. विलीन होण्याच्या अगोदर **समारिटन** हॉस्पिटलमधे कार्डियाक विभागाचे प्रमुखपद डॉ. रेग्गीसकडे होते आणि आता विलिनीकरणानंतर मात्र त्यांची अवस्था इतरांसारखा एक अशी झाली आहे. मला वाटतं डॉ. रेग्गीसना नक्कीच काहीतरी सेक्सी सांगायची इच्छा असेल."

"असेल. पण ते बोलायला तयार होतील का?'' ब्रायन म्हणाला, ''तू अगोदर केलेल्या त्या कार्यक्रमामधे त्यांनी मनापासून भाग घेतला नव्हता. 'त्या गरीब बिचाऱ्या श्रीमंत मुलं' या कार्यक्रमात.'' ''ठीक आहे. जे झालं ते झालं.'' केली हाताने विषय उडवून देत म्हणाली.

"तुला तसं वाटत असेल.'' ब्रायन म्हणाला, ''पण डॉ. रेग्गीसना त्या कार्यक्रमाबद्दल कसं वाटत असेल, याबद्दल मला शंका आहे.''

"मला खात्री आहे की, अखेर डॉ. रेग्गीसना सर्वकाही नीट कळलं असणार. पण तरीही एक गोष्ट मला समजूच शकत नाही. त्यांना हे कसं लक्षात येत नाही, की तुमचं उत्पन्न सहा आकडी असताना वाढत्या वैद्यकीय खर्चाचा मुद्दा लोकांच्या पचनी पडू शकत नाही.''

"ते काहीही असो. ते तुझ्याशी बोलायला तयार होतील असं मला वाटत नाही.'' ब्रायन म्हणाला.

"तू एक गोष्ट विसरतो आहेस. डॉ. रेग्गीस सारख्या सर्जन लोकांना प्रसिद्धी हवी असते. असो. आपण प्रयत्न करून पाहायला काही हरकत नाही. निदान त्यामुळे नुकसान तर नक्कीच होणार नाही.

"चालेल. पण वेळाचं काय?''

"वेळ मात्र आपल्यापाशी फारसा नाही.'' केली कॅरोलिनपाशी खाली वाकली आणि तिला विचारलं. ''स्वीटी...बेकीची आई इथं आहे का? तू तिला ओळखतेस का?''

"होय.'' कॅरोलिन म्हणाली आणि बोट दाखवत म्हणाली, ''ती बघ. कोपऱ्यात लाल स्वेटर घातलेली बाई आहे ना, ती.''

"हे अगदी छान झालं'' केली म्हणाली आणि बर्फाच्या पलीकडच्या बाजूला पाहू लागली,'' हा योगायोग केवळ विलक्षण आहे. ऐक, तू बूट घाल. मी तोवर येतेच. ती ब्रायनकडे वळली, ''जरा किल्ला लढव.''

"जा. तुझी शिकार साधायला जा.'' ब्रायन हसत म्हणाला. केली स्केटिंगच्या रिंगणाच्या पलीकडच्या बाजूला उभ्या असलेल्या बेकीच्या आईकडे गेली. ती साधारण केलीच्याच वयाची वाटत होती. ती आकर्षक आणि नीटनेटकी दिसत असली तरी तिचे कपडे मात्र काहीसे जुन्या वळणाचे होते. कॉलेजमधून बाहेर पडल्यापासून तिने पहिल्यांदाच कोणी बाईने पांढऱ्या कॉलरच्या शर्टावर गोल गळ्याचा स्वेटर घातलेला पाहिला होता. बेकीची आई कोणतंतरी पुस्तक वाचण्यात गर्क होती आणि ते पुस्तक काही नवीन बेस्टसेलर प्रकारातलं नव्हतं. ती हातातल्या पिवळ्या पेनाने मधेच काही ओळींखाली रेघा मारत होती.

"माफ करा.'' केली तिच्याजवळ जात म्हणाली, ''मी तुमच्या कामात फार व्यत्यय तर आणला नाही ना?''

बेकीच्या आईने वर पाहिलं. तिचा चेहरा रेखीव होता, पण एकूण आविर्भाव सौम्य होता आणि तिचा स्वभाव मिळून मिसळून वागण्याचा असावा हे जाणवत होतं.

"ठीक आहे." बेकीची आई म्हणाली, "मी तुमच्यासाठी काय करू शकते?"

"तुम्ही मिसेस रेग्गीस आहात ना?"

"मला नुसतं ट्रेसी म्हटलं तर चांगलं."

"धन्यवाद." केली म्हणाली, "स्केटिंगच्या रिंगणापाशी बसून वाचण्याच्या मानाने हे पुस्तक जरा जड विषयाचं वाटतंय..."

"मला मिळणाऱ्या प्रत्येक मिनिटाचा उपयोग करावाच लागतो."

"हे एखादं क्रमिक पुस्तक आहे की काय?"

"होय. मी पुन्हा मध्यम वयाच्या सुरुवातीला शिक्षण सुरू केलंय."

"हे कौतुकास्पद आहे."

"ते एक आव्हान आहे माझ्या दृष्टीने." ट्रेसी म्हणाली.

"पुस्तकाचं नाव काय आहे पाहू."

ट्रेसीने तिला पुस्तक उलट धरून कव्हर दाखवलं. त्यावर 'तरुणवयात प्रवेश करणाऱ्या मुलांच्या व्यक्तिमत्त्वाचे मूल्यमापन असं लिहिलेलं होतं.

"बापरे! हे खरोखरच फार जड आहे." केली म्हणाली.

"ते वाटतं तेवढं वाईट मात्र नाही. पुस्तक फार छान आहे."

"मला नऊ वर्षं वयाची मुलगी आहे." केली म्हणाली, "खरं तर अंगावर काहीतरी अचानक कोसळण्यापूर्वी मी असं काहीतरी वाचायला हवं."

"ते वाचून नुकसान तर होणार नाहीच." ट्रेसी म्हणाली, "आपण पालकांनी जेवढी शक्य असेल तेवढी माहिती मिळवायला हवी. वयात येण्याचा काळ खरोखरच फार अवघड असतो आणि मला पक्कं ठाऊक आहे की, आपण समस्यांना तोंड देण्यासाठी तयारीत असलेलं बरं असतं. माझा तसा अनुभव आहे."

"तुम्हाला सर्वकाही व्यवस्थित माहिती आहे हे दिसतंय." केली म्हणाली.

"थोडीफार आहे." ट्रेसी म्हणाली. "पण म्हणून आपण आत्मसंतुष्ट राहून चालणार नाही. मागच्या उन्हाळ्यात मी पुन्हा शिकायला सुरुवात केली. त्याच्या अगोदर मी लहान आणि तरुण मुलांवरच्या उपचारांमध्ये भाग घेतला होता."

"मानसशास्त्रज्ञ म्हणून?"

"सामाजिक कायकर्ती म्हणून."

"छान." केली विषय बदलत म्हणाली, "मी खरं म्हणजे इथं येण्याचं कारण निराळं आहे. मी केली ॲन्डरसन. मी डब्ल्यू. ई. एन. ई. न्यूजसाठी काम करते."

"तुम्ही कोण ते मला माहिती आहे." ट्रेसी किंचित तुच्छतेने म्हणाली.

"ओहो!" केली म्हणाली, "माझी प्रसिद्धी माझ्यापेक्षा जास्त वेगाने पुढे जाते

हे खरं आहे. तुमचं माझ्याविषयी वाईट मत नसावं अशी अपेक्षा आहे. विशेषत: मी कार्डियाक सर्जन आणि आरोग्यसेवेवर जी स्टोरी केली ती पाहून...''

''माझ्या मते तो फार कपटीपणाचा प्रकार होता.'' ट्रेसी म्हणाली, ''तुम्ही या विषयाबद्दल सहानुभूतिपूर्वक विचार करणाऱ्या आहात असं वाटलं म्हणून किम मुलाखत द्यायला तयार झाला होता.''

''माझी काही प्रमाणात सहानुभूती होती. पण अखेर मी प्रश्नाच्या दोन्ही बाजू लोकांसमोर आणल्या होत्या.''

''ते फक्त व्यावसायिकांचं उत्पन्न कमी होतंय या एकाच मुद्द्याच्या बाबतीत खरं आहे. तुम्ही तुमच्या कार्यक्रमात हाच मुख्य मुद्दा केला होतात आणि कार्डियाक सर्जनना अस्वस्थ करणाऱ्या अनेक गोष्टींपैकी ती केवळ एक गोष्ट आहे.''

केली आणि ट्रेसीच्या समोरून एक गुलाबी आकार वेगाने गेला. त्यामुळे दोघींचं लक्ष तिकडे गेलं. बेकीने वेग वाढवला होता आणि ती पुढची कसरत करण्यासाठी सज्ज झाली होती. बेकीने वेगामधेच तिहेरी गिरकी मारली आणि ते पाहून प्रेक्षकांनी टाळ्यांचा कडकडाट केला.

केलीने एक हलकेच शीळ घातली, ''तुमची मुलगी फारच सुंदर स्केटिंग करते.''

''धन्यवाद.'' ट्रेसी म्हणाली, ''ती खरोखरच विलक्षण मुलगी आहे.'' केलीने तिच्याकडे नजर टाकली, पण तिला या उद्‌गारांचा अर्थ कळू शकला नाही. ट्रेसीच्या चेहेऱ्यावरूनही काही समजायला मार्ग नव्हता.

''तिचा हा स्केटिंगचा गुण तुमच्याकडून तिला मिळालेला आहे वाटतं?''

ट्रेसी मोकळेपणाने हसू लागली. ती हसत हसत म्हणाली, ''छे! मला कधीही या बोजड पायात स्केट घालायला मिळाले नव्हते. तिला ते कुठून मिळाले कोण जाणे; पण एक दिवस ती म्हणाली होती की तिला स्केटिंग करायचं आहे. नंतरचं सगळं अगदी सरळसोट आहे.''

''माझी मुलगी सांगत होती की, या वर्षीच्या राष्ट्रीय स्पर्धेत बेकी भाग घेणार आहे....आमच्यासाठी ती एक उत्तम स्टोरी होऊ शकेल.

''मला तसं वाटत नाही. बेकीला निमंत्रण आलेलं आहे, पण तिनं मात्र जायचं नाही असं ठरवलं आहे.''

''अरेरे!...पण त्यामुळे तुमची आणि डॉक्टरांची कमालीची निराशा झाली असणार.''

''होय. तिच्या वडिलांना आनंद झालेला नाही....पण मला मात्र सुटल्यासारखं वाटतंय.'' ट्रेसी म्हणाली.

''का बरं?''

''त्या पातळीवरच्या स्पर्धेमधे भाग घेणाऱ्यांना फार किंमत चुकवावी लागते. ही तर अजून लहान कोवळी मुलगी आहे. अशा स्पर्धांमधे भाग घेणं नेहमीच

मानसिक दृष्टीने योग्य ठरत नाही. त्यामधे खूपच धोका आहे आणि त्यामानाने जमेची बाजू फार कमी आहे.''

''अं हं. मला याचा आणखी विचार करायला पाहिजे असं दिसतंय. पण ते नंतर. सध्या तरी माझ्यासमोर तातडीने विचार करायला लावणारी समस्या आहे. अमेरिकेअर कंपनीने युनिव्हर्सिटी मेडिकल सेंटर आणि समारिटन हॉस्पिटल यांचं विलिनीकरण केल्याला सहा महिने पूर्ण होत आहेत. त्या निमित्ताने मी आजच्या अकराच्या बातम्यांमधे एक कार्यक्रम करावा असं ठरवलं होतं. खरं म्हणजे मला या विषयी सामान्य लोकांना काय वाटतं, ते हवं होतं. पण मला कोणी फारसा प्रतिसाद दिला नाही. म्हणून माझी अशी इच्छा आहे की, या विषयावर तुमच्या नवऱ्याची मतं जाणून घ्यावीत. कारण त्यांचं निश्चित काहीतरी मत असणार याची मला खात्री आहे. आज ते इथं येण्याची काही शक्यता आहे का?''

''नाही.'' ट्रेसी खिदळली. जणू काही केलीने काहीतरी अशक्यप्राय बाब विचारली असा तिचा आविर्भाव होता, ''ते कधीही आठवड्याच्या कामाच्या दिवसांमधे संध्याकाळी सहा किंवा सातशिवाय बाहेर पडत नाहीत. कधीच नाही!''

''अरेरे...हे वाईटच म्हणायचं'' केली म्हणाली. मनातल्या मनात ती पुढे काय करावं, याची योजना भराभरा बनवत होती. ''बरं..एक सांगा, तुमचा नवरा माझ्याशी बोलायला तयार होईल का?''

''मला खरोखरच कल्पना नाही.'' ट्रेसी म्हणाली, ''असं पाहा..आमचा घटस्फोट होऊन बरेच महिने उलटलेले आहेत. त्यामुळे मी याविषयी फारसं काही सांगू शकणार नाही.''

''माफ करा.'' केली मनापासून बोलत होती,'' मला कल्पना नव्हती.''

''तुम्ही त्याबद्दल मनाला लावून घ्यायचं काही कारण नाही. जे झालं ते सर्वांच्याच भल्याचं होतं. हा काळाचा अटळ परिणाम आहे आणि त्यामधे अहंकाराचा झगडा होता.''

''होय. एखाद्या सर्जनबरोबर लग्न करणे, विशेषत: कार्डियाक सर्जनची बायको असणं ही काही गंमत नाही हे माझ्या लक्षात येतंय. म्हणजे मला असं म्हणायचं आहे की आपण जे करतो त्याच्यापुढे इतर सर्व गोष्टी दुय्यम महत्त्वाच्या असतात असं त्यांना वाटतं.''

''अं...हं...'' ट्रेसी काहीशी तटस्थपणे म्हणाली.

''मला नाही वाटत की मी देखील सारं सहन करू शकले असते...तो अहंकारी स्वभाव आणि स्वयंकेंद्रित वागणं...माझं कधीच अशा माणसाशी जमणार नाही.''

''कदाचित यामधून तुमच्या स्वभावाची एक बाजू दिसते आहे.'' ट्रेसी सुचवण्याच्या स्वरात म्हणाली.

"तुम्हाला तसं वाटतंय?" केली म्हणाली आणि क्षणभर थबकली. आपल्यासमोर सौम्य स्वभावाची दिसणारी पण एकदम चलाख स्त्री आहे हे तिच्या लक्षात आलं." बहुधा तुम्ही म्हणताय ते खरं आहे. असो. बरं आता मला असं सांगा की, तुमचा माजी नवरा आत्ता मला कुठे भेटू शकेल? मला त्यांची मुलाखत घेणं अगदी जरूर आहे."

"ते मला बहुधा सांगता येईल." ट्रेसी म्हणाली, "ते कदाचित आत्ता शस्त्रक्रिया विभागात असतील कारण तिथली सगळी व्यवस्था अशी आहे की, त्यांना आठवड्यात करायच्या तिन्ही शस्त्रक्रिया शुक्रवारीच कराव्या लागतात."

"धन्यवाद...मी ताबडतोब जाऊन डॉ. रेग्गीसना गाठण्याचा प्रयत्न करते."

"तुम्हाला पुन्हा भेटायला आवडेल मला." ट्रेसी म्हणाली. केली 'अच्छा' करून पाठमोरी झाली आणि रिंगणाच्या कडेने निघून गेली. "तिला माझ्या शुभेच्छा!" ट्रेसी स्वत:शी पुटपुटली.

❖

दोन

शुक्रवार, १६ जानेवारी

युनिव्हर्सिटी मेडिकल सेंटरमधल्या ऑपरेशन करण्याच्या सगळ्याच्या सगळ्या पंचवीस खोल्या अगदी एकीसारखा एक होत्या. त्याचं नुकतेच संपूर्ण नूतनीकरण झाले होते आणि अगदी जणू त्या मिनिटापर्यंतची सगळी अद्ययावत उपकरणे तिथे उपलब्ध होती. जमिनीवरच्या पांढऱ्या टाईल्सची रचना ग्रॅनाइटसारखा आभास करून देणारी होती. भिंतीला करड्या रंगाच्या टाईल्स लावलेल्या होत्या. दिवे आणि विजेची सगळी फिटिंग्ज स्टेनलेस स्टील किंवा चकचकीत निकेलची होती.

वीस नंबरची खोली, ओपन हार्ट शस्त्रक्रियांसाठी वापरल्या जाणाऱ्या दोन खोल्यांपैकी एक होती. सव्वाचार वाजता तिथे एक शस्त्रक्रिया अगदी भरात होती. तिथे रक्तपुरवठा सुरळीत ठेवणारे लोक, नर्सेस, भूल देणारे तज्ज्ञ, प्रत्यक्ष शस्त्रक्रिया करणारे सर्जन आणि सर्व तऱ्हेची उच्च तंत्रज्ञानावर आधारित उपकरणे यांमुळे खोलीत चांगलीच गर्दी दिसत होती. त्यावेळेस पेशंटचं हृदय उघडं केलेले होते आणि ते पूर्णपणाने रक्ताने माखलेल्या टेपमधे आणि नाना तऱ्हेच्या धातूच्या उपकरणांनी वेढलेले होते.

"ओके. झालं पूर्ण आता.'' डॉ. किम रेग्गीस म्हणाला आणि त्याने सुई धरण्याचा होल्डर एका नर्सच्या हातात दिला. अवघडलेली पाठ त्याने ताणून मोकळी करण्याचा प्रयत्न केला. त्या दिवशी सकाळी साडेसात पासून किम सतत शस्त्रक्रिया करत होता. ही त्याची त्या दिवशीची तिसरी आणि शेवटची केस होती, ''आपण आता कार्डियोप्लेजिया द्रव देणं थांबवू या. हे आता सुरू करून देऊ.''

किमने ही आज्ञा सोडल्यावर बायपास यंत्राजवळच्या पडद्यापाशी अचानक कामाची झुंबड उडाली. स्विच भराभरा दाबले जाऊ लागले. ''वॉर्मिंग सुरू.'' रक्तप्रवाहावर नियंत्रण ठेवणारा माणूस म्हणाला.

भूल देणारी तज्ज्ञ डॉक्टर उभी राहिली आणि पडद्याकडे नजर टाकत म्हणाली, ''अजून किती वेळ लागेल असं वाटतंय?''

''पाच मिनिटांत ही सगळीच कामं संपतील.'' किम म्हणाला, ''अर्थात या हृदयाने भरपूर सहकार्य केलं तर...आणि हे हृदय छान काम करताना दिसतंय...''

सुरुवातीला काही अनियमित ठोके पडल्यानंतर हृदयाची नेहमीच्या लयीत धडधड सुरू झाली होती.

''ओके.'' किम म्हणाला, ''चला आता बायपास उरकून घेऊ या.''

यानंतरच्या वीस मिनिटांत कोणी कोणाशी काहीही बोललं नाही. त्यावेळी तिथं काम करणाऱ्या सर्वांनाच आपापली नेमकी कामं ठाऊक असल्याने बोलण्याची गरजच नव्हती. दोन भाग केलेले स्टर्नम तारेने जोडून घेतल्यानंतर किम आणि डॉ. टॉम ब्रिजेस मागे झाले आणि त्यांनी अंगावरचे गाऊन, हातमोजे, चेहऱ्यावरची प्लॅस्टिकची आवरणे वगैरे काढून टाकायला सुरुवात केली. त्यावेळी हृदयरोग विभागात काम करणारे रेसिडेंट डॉक्टर त्यांच्या जागी आले.

''त्या जखमेच्या जागी प्लॅस्टिक रिपेअरी करा. समजलं ना?'' किमने रेसिडेंटला विचारले.

''होय. लक्षात आलं डॉ. रेग्गीस.'' टॉम हार्कली म्हणाला. टॉम हार्कली त्या विभागाचा मुख्य रेसिडेंट डॉक्टर होता.

''पण त्यासाठी सगळं आयुष्य खर्च करू नका.'' किम चिडवत म्हणाला, ''पेशंट मुळातच खूप काळ बेशुद्धीत आहे.''

किम आणि टॉम ब्रिजेस शस्त्रक्रिया संपवून खोलीतून बाहेर पडून बाजूच्या कॉरिडॉरमधे आले. त्यांनी हातावरची पावडर धुऊन टाकली. टॉम ब्रिजेसदेखील किम प्रमाणेच कार्डियाक सर्जन होता. दोघे कित्येक वर्षे शस्त्रक्रिया करताना एकमेकांना मदत करत होते. त्यांच्यात मैत्रीचे संबंध होते, पण त्यांचं स्वरूप मात्र सर्वस्वी व्यावसायिक होते. अनेकदा ते विकएंडमधे एकमेकांचे पेशंट पाहात असत.

''तुझं काम फारच सफाईदार झालं.'' टॉम म्हणाला, ''तू त्या झडपा इतक्या

सहज बंद कशा करू शकतोस ते मला कळत नाही. एवढं अवघड काम तू अगदी सहज वाटावं असं करतोस.''

गेल्या काही वर्षांत किम मुख्यत: हृदयातल्या झडपा बदलणे या शस्त्रक्रियेमधे तज्ज्ञ मानला जात होता. तर टॉमने मात्र बायपास पद्धतीचे कौशल्य हस्तगत केले होते.

''हे कसं आहे माहिती आहे का? 'मला देखील तू त्या इवल्याशा रक्तवाहिन्या कशा शिवतोस ते कधी कळत नाही ना, तसंच आहे.'' किम म्हणाला. तो सिंक पासून दूर झाला आणि त्याने बोटात बोटे गुंतवून हात डोक्यावर नेऊन ताणले. मग त्याने पाय सरळ करून खाली वाकून तळवे जमिनीवर टेकले. त्याने पाठ ताणली. सहा फूट तीन इंच उंचीचा किम एखाद्या खेळाडूसारखा सडपातळ आणि तंदुरुस्त होता. तो कॉलेजमधे असताना बास्केटबॉल, बेसबॉल आणि फुटबॉल खेळलेला होता. पण आत्ता वेळ कमी असल्याने, त्यांना व्यायामासाठी अधूनमधून टेनिस खेळणे आणि घरच्या घरी व्यायामाच्या सायकलवर व्यायाम करणे यावर भागवावे लागत होते.

टॉमदेखील कॉलेजमधे असताना फुटबॉल खेळत असे. पण आता मात्र त्याने व्यायाम अगदीच सोडून दिला होता. कित्येक वर्षांत व्यायाम न केल्यामुळे त्याच्या शरीरातल्या स्नायूंची जागा चरबीने घेतलेली होती. तो फार क्वचित बियर पित असूनही, त्याचं पोट मात्र बियर पिणाऱ्यांप्रमाणे होतं.

दोघेजण कॉरिडॉरमधून बोलत बोलत निघाले होते. त्यावेळी तिथे बऱ्यापैकी शांतता होती. फक्त नऊ खोल्यांमधे शस्त्रक्रिया चालू होत्या. खेरीज अगदीच वेळ आली तर तातडीच्या शस्त्रक्रियांसाठी आणखी दोन खोल्या तयार होत्या. तीन ते नऊच्या शिफ्टमधे नेहमीच हे चित्र दिसत असे.

किमने खुरटी दाढी असलेल्या आपल्या चेहऱ्यावर हात फिरवला. नेहमीच्या सवयीप्रमाणे त्याने सकाळी साडेपाच वाजता दाढी केली होती आणि आत्ता बारा तासांमधेच दाढी चांगली वाढली होती. किमने आपल्या लांब गडद तपकिरी रंगाच्या केसांमधून बोटं फिरवली. किम विशीमधे असताना त्याने खांद्यापर्यंत रुळणारे केस ठेवले होते. आत्तादेखील वयाच्या त्रेचाळिसाव्या वर्षी त्यामानाने त्याचे केस बऱ्यापैकी लांब होते. त्याच्या पोझिशनच्या इतर माणसांपेक्षा त्याच्या केसांची लांबी भरपूर होती.

किमने आपल्या स्क्रब पॅन्टला अडकवलेल्या घड्याळाकडे नजर टाकली. ''डॅम! आत्ताच साडेपाच वाजले आहेत आणि मी अजून माझी राऊंड सुरूदेखील केलेली नाही. खरं म्हणजे मला शुक्रवारी शस्त्रक्रिया करायला लागू नये असं वाटतं. कारण दर शुक्रवारीच माझं विकएन्डचं सगळं नियोजन बिघडून जातं.''

''पण निदान तुला तुझ्या केसेस एकापाठोपाठ एक तरी मिळतात हे काय कमी आहे. पूर्वी समारिटनमधे असताना विभाग प्रमुखपद तुझ्याकडे होतं त्यावेळी हे असं नक्कीच नव्हतं.''

"मला एक सांग..." किम म्हणाला. "अमेरिकेअर दणके देत असताना आणि आपल्या व्यवसायाची सध्याची परिस्थिती पाहाता मला नाही वाटत की, संधी मिळाली तर मी पुन्हा डॉक्टर होईन..."

"तूच काय, मी सुद्धा मुद्दाम पुन्हा डॉक्टर होईन असं वाटत नाही." टॉम म्हणाला, "विशेषत: आता ह्या औषधांच्या नवीन किमती पाहून तर नाहीच नाही. मी काल रात्री जागून थोडाफार हिशोब केला. ऑफिससाठी पैसे भरल्यानंतर माझ्यापाशी फार काही उरेल असं मला वाटत नाही. ही काय परिस्थिती आहे? आत्ताच परिस्थिती एवढी खराब झाली आहे की, नॅन्सी आणि मी दोघं चक्क घर विकायला काढायच्या विचारात आहोत."

"माझ्या शुभेच्छा" किम म्हणाला, "माझं घर तर गेली पाच महिने विक्रीसाठी तयार आहे. पण एवढ्यात एकही चांगली ऑफर आलेली नाही."

"मला अगोदरच मुलांना खाजगी शाळेतून काढून सरकारी शाळेत घालावं लागलं आहे. खाजगी शाळा मला परवडणारच नाही." टॉम म्हणाला, "पण सरकारी शाळा तशी वाईट नाही म्हणा. मी स्वत: सरकारी शाळेतच शिकलेला आहे."

"नॅन्सी आणि तुझं नीट जमतंय ना?"

"खरं सांगायचं तर, फार काही नीट जमतंय असं नाही." टॉम म्हणाला, "दोघांमधे बऱ्यापैकी दुरावा आलेला आहे."

"हे वाईट झालं." किम म्हणाला, "मी स्वत:ही त्यामधून गेलो असल्याने मी समजू शकतो. हा काळ फार तणावाचा आहे."

"आयुष्याच्या या टप्प्यावर गोष्टी अशा काही घडतील अशी माझी खरोखरच अपेक्षा नव्हती." टॉम सुस्कारा टाकत म्हणाला.

"मलाही तशी अपेक्षा नव्हती."

रिकव्हरी रूमच्या दारापाशी असणाऱ्या डेस्कपाशी दोघे थांबले. "तू विकएन्डमधे उपलब्ध असणार आहेस का?" टॉमने विचारले.

"होय...का बरं?" किम म्हणाला.

"तू मला मंगळवारी ज्या केसमधे मदत केली होतीस ना त्यामधे थोडी गडबड झाली आहे. काही प्रमाणात रक्तस्त्राव होतोय आणि तो थांबेपर्यंत मला काळजीपूर्वक नजर ठेवली पाहिजे. कदाचित मला तुझी मदत लागेल."

"मला पेजरवर कॉल कर." किम म्हणाला, "मी केव्हाही उपलब्ध आहे. माझ्या माजी बायकोला सगळा विकएन्ड मोकळा हवा आहे. बहुधा ती कोणालातरी भेटायला जाणार आहे. त्यामुळे मी आणि बेकी दोघं एकत्र दोन दिवस रमतगमत काढणार आहोत."

"तुमचा घटस्फोट झाल्यानंतर बेकी कशी आहे?"

"झकास." किम म्हणाला. "म्हणजे माझ्यापेक्षा नक्कीच जास्त चांगली आहे. या वेळी तर माझ्या जीवनात तोच आशेचा एकमेव किरण आहे."

"मला वाटतं आपण समजतो त्यापेक्षा लहान मुलं जास्त समजुतदार असतात."

"तसं वाटतं खरं." किम सहमती दर्शवत म्हणाला, "आज तू केलेल्या मदतीबद्दल आभार आणि आजच्या दुसऱ्या केसला अपेक्षेपेक्षा जास्त वेळ लागला त्याविषयी सॉरी."

"त्यात विशेष काही नाही." टॉम म्हणाला, "तू एखाद्या निष्णात वादकासारख्या कौशल्याने काम पूर्ण केलंस. माझ्यासाठी ही एक नवीन शिकण्याची चांगली संधी होती...बरं सर्जरीच्या लॉकररूममधे पुन्हा भेटू."

किमने रिकव्हरी रूममधे प्रवेश केला. दरवाजापाशी क्षणभर थबकून त्याने आपल्या पेशंटच्या बेडकडे नजर टाकली. त्याला प्रथम शीला डूनलून दिसली. ही त्याची सर्वांत नवीन पेशंट होती आणि या केसमधे खूप अडचणी उद्भवल्या होत्या. तिला एकाऐवजी दोन झडपा बसवाव्या लागल्या होत्या.

किम शीलाच्या बेडपाशी गेला. एक नर्स सलाईनची रिकामी झालेली बाटली बदलत होती. किमची अनुभवी नजर सर्वप्रथम पेशंटच्या रंगाकडे गेली आणि मग त्याने बाजूच्या मॉनिटरकडे पाहिलं. पेशंटच्या हृदयाचा ताल, रक्तदाब आणि रक्तवाहिन्यांमधील ऑक्सिजनचं प्रमाण व्यवस्थित दिसत होते.

"सर्वकाही ठीक आहे ना?" किम एक चार्ट उचलत म्हणाला.

"काहीच अडचण नाही." आपलं काम न थांबवता नर्स म्हणाली.

"सर्वकाही स्थिर आहे आणि पेशंट व्यवस्थित आहे."

किमने चार्ट पुन्हा जागेवर ठेवला आणि अंगावरची चादर हलकेच उचलून त्याने ड्रेसिंगकडे नजर टाकली. किम नेहमीच त्याच्या रेसिडेंट डॉक्टरांना कमीतकमी ड्रेसिंग करा म्हणून सांगत असे. त्यामुळे जखमेतून अनपेक्षित रक्तस्राव झाल्यास ते लवकर कळून येई. पेशंटच्या अंगावरची चादर जागेवर नीट घालत किमने वळून आजूबाजूला नजर फिरवली. साधारण अर्धेच बेड भरलेले होते, त्यामुळे त्याला पेशंटची नोंद घ्यायला वेळ लागला नाही.

"मि. ग्लिक कुठे दिसत नाहीत?" किमने विचारले. राल्फ ग्लिक हा किमचा पहिला पेशंट होता.

"मिसेस बेन्सन डेस्कपाशी आहे. तिला विचारा." नर्स म्हणाली. नर्स शीलाचा रक्तदाब मोजण्यात गर्क होती.

लगेच उत्तर मिळालं नाही म्हणून काहीसा वैतागून किम डेस्कपाशी गेला. मिसेस बेन्सनही कामात तेवढीच गर्क होती. प्रमुख नर्स असलेली बेन्सन त्यावेळी सफाई विभागाच्या लोकांना सूचना देत होती. ते तिथला एक बेड काढून टाकून

नवीन बसवणार होते.

"माफ करा..." किम म्हणाला, "मी..."

आपण कामात आहोत अशी खूण मिसेस बेन्सनने हाताने थांबवून केली. किम तिला सांगणार होता की त्याचा वेळ त्या सफाई कर्मचाऱ्यांच्या वेळापेक्षा जास्त किमती आहे, पण हे तिला न सांगता तो वळून पुन्हा आपला पेशंट शोधू लागला.

"मी आपल्याला काय मदत करू डॉ. रेग्गीस?" सफाई कर्मचाऱ्यांचं काम संपवून बेन्सनने विचारले.

"मला मि. ग्लिक कुठे दिसत नाहीत..." किम अजूनही आजूबाजूला नजर फिरवत म्हणाला. त्याला वाटत होतं की, तो पेशंट तिथंच आहे, पण त्याला घाईघाईमुळे सापडत नसावा.

"मि. ग्लिकना त्यांच्या जागी पाठवण्यात आलं आहे." मिसेस बेन्सन तुसडेपणाने म्हणाली. तिने डेस्कवरील रजिस्टर उघडून त्यातील योग्य ते पान काढलेले होते.

किमने मिसेस बेन्सनकडे विस्मयाने पहात डोळ्यांची उघडझाप केली." पण मी माझी शेवटची केस पूर्ण होईपर्यंत मि. ग्लिकने इथं राहावं अशी स्पष्ट सूचना केली होती."

"पेशंटची प्रकृती स्थिर होती." बेन्सन म्हणाली. "अशा पेशंटसाठी एक बेड विनाकारण अडवून ठेवण्याची गरज नव्हती."

किमने एक सुस्कारा सोडला, "होय. पण इथं तर हवे तेवढे बेड रिकामेच असताना.."

"माफ करा." मिसेस बेन्सन त्याचं बोलणं तोडत म्हणाली. "मि. ग्लिक वैद्यकीय दृष्टिकोनातून बाहेर जाण्यासाठी योग्य स्थितीत होते."

"पण ह्या पेशंटला इथंच ठेवावं अशी मी खास विनंती केली होती. त्यामुळे माझा वेळ वाचला असता."

"डॉ. रेग्गीस..." मिसेस बेन्सन सावकाशपणे म्हणाली. "तुमच्याबद्दल मला पूर्ण आदर आहे. पण तरीही एक गोष्ट लक्षात घ्या की, या रिकव्हरी रूममधील कर्मचारी तुमचे नोकर नाहीत. इथं काही विशिष्ट नियम आहेत. आम्ही अमेरिकेअरसाठी काम करतो...आणि यावर तुम्हाला काही म्हणायचं असेल तर मला वाटतं की, तुम्ही अमेरिकेअरच्या एखाद्या प्रशासकाशी बोलावं."

किमचा चेहरा लालसर झाला. आपण मिसेस बेन्सनला सर्वांनी मिळून काम करण्याच्या संकल्पनेबद्दल काहीतरी सुनवावं असं त्याला क्षणभर वाटलं. पण मग त्याने विचार बदलला. मिसेस बेन्सनचं लक्ष त्या अगोदरच दुसरीकडे म्हणजे तिच्या समोरच्या सुट्या पानांकडे गेलेले होते.

काही शेलके शब्दप्रयोग पुटपुटत किम रिकव्हरी रूमच्या बाहेर पडला. त्याला समारिटन हॉस्पिटलमधील जुने दिवस तीव्रतेने आठवले. शस्त्रक्रिया करण्याच्या

भागातल्या डेस्कपाशी जाऊन त्याने इंटरकॉम वापरून त्याच्या शेवटच्या पेशंटची चौकशी केली. टॉम हार्कलीने सर्वकाही काम ठीकपणे चालू असल्याचे सांगितले. किम मग तेथून निघून नवीन बनवलेल्या 'फॅमिली लाऊंज' मधे आला. किमच्या मते अमेरिकेअर कंपनीने तयार केलेली ही व्यवस्था खरंच चांगली होती. कंपनीने युनिव्हर्सिटी मेडिकल सेंटर विकत घेण्याअगोदर पेशंटच्या नातेवाइकांना थांबण्यासाठी जागाच नव्हती.

त्यावेळी तिथे फारशी गर्दी नव्हती. आपल्या बायकांची सिझेरियन होण्याची वाट पाहात थांबलेले काहीजण येरझाऱ्या घालत होते. तर काहीजण तिथे ठेवलेल्या मॅगेझिनची पाने अस्वस्थपणे चाळत बसलेले होते. कोपऱ्यात एका शोकग्रस्त जोडप्याशी बोलत एक धर्मगुरू बसलेला दिसला.

किम मिसेस गरट्रूड अर्नोल्डला शोधू लागला. मि. अर्नोल्ड त्याचा शेवटचा पेशंट होता. किमला मनोमन तिच्याशी बोलण्याची इच्छा नव्हती. तिचा नाजूक आणि चिरचिरा स्वभाव त्याला आवडत नव्हता. पण अखेर मि. अर्नोल्डची जबाबदारी आपल्यावर आहे हे त्याला कळत होतं. मिसेस अर्नोल्डची साठी उलटलेली होती. ती दुसऱ्या कोपऱ्यात एका मॅगेझिनची पाने चाळत बसलेली दिसली.

''मिसेस अर्नोल्ड...'' किम प्रयत्नपूर्वक स्मित करत म्हणाला.

एकदम दचकून मिसेस अर्नोल्डने वर पाहिले. क्षणभर तिच्या चेहेऱ्यावर आश्चर्य दिसले; पण किमची ओळख पटताच तिच्या चेहेऱ्यावर स्पष्टपणाने त्रासिक भावना दिसली.

''हं...आता आपण वेळेबद्दल बोलू या.'' मिसेस अर्नोल्ड फटकारत म्हणाली, ''काय झालं आता?...काही अडचण?''

''अडचण काही नाही.'' किम तिला आश्वासन देण्याच्या स्वरात म्हणाला ''खरं म्हणजे तुमच्या नवऱ्याने सगळ्या गोष्टी अगदी सहज सहन केल्या. ते आत्ता...''

''पण आता सहा वाजले आहेत.'' मिसेस अर्नोल्ड धारदारपणे म्हणाली, ''तुम्ही म्हणाला होतात, की सर्वकाही तीन वाजेपर्यंत उरकेल.''

''मिसेस अर्नोल्ड, तसा अंदाज केला होता.'' किम वैतागलेला असूनही आपला स्वर नेहमीचा वाटावा असा प्रयत्न करत म्हणाला, ''दुर्दैवाने असं झालं की, त्यांच्या अगोदरच्या केसमधे अनपेक्षितपणे जास्त वेळ लागला.''

''तसं असेल तर, माझ्या नवऱ्याचा नंबर आधी लावणं जरूर होतं.'' मिसेस अर्नोल्ड टोला मारत म्हणाली, ''मला तुम्ही इथं विनाकारण दिवसभर ताटकळत ठेवलंत. मला काय चाललंय याची काहीही कल्पना न देता...मी खचून गेले आहे.''

अत्यंत कसोशीने प्रयत्न करूनही किमचा स्वत:वरचा ताबा सुटला. त्याच्या चेहऱ्यावर अत्यंत कुत्सित स्मितहास्य प्रकट झालं.

''माझ्याकडे बघून असं हसण्याची गरज नाही तरुण माणसा!'' गरट्रूड एकदम अंगावर ओरडत म्हणाली, ''मला चांगलं ठाऊक आहे. तुम्ही डॉक्टर स्वत:ला फार उच्च समजता आणि त्यामुळे आमच्यासारखे सामान्य लोक ताटकळले तरी त्याबद्दल तुम्हाला काही देणंघेणं नसतं.''

''माझ्यामुळे तुम्हाला काही त्रास झाला असेल तर त्याबद्दल माफ करा...पण आम्ही आमच्या दृष्टीने जे काही शक्य आहे ते सर्व करत असतो.''

''होय तर!'' मिसेस अर्नोल्ड म्हणाली, ''मी तुम्हाला आणखी काय झालं ते सांगते. अमेरिकेअरचा कोणी एक प्रशासक माझ्याशी येऊन बोलून गेला. त्यानं सांगितलं की, अमेरिकेअर माझ्या नवऱ्याच्या हॉस्पिटलमधील पहिल्या दिवसाचा खर्च देणार नाही. कारण त्याने आज शस्त्रक्रियेच्या दिवशी सकाळी ॲडमिट होणं अपेक्षित होतं म्हणे. काल नाही. यावर तुमचं काय म्हणणं आहे?''

''होय. ही समस्या सध्या मला नेहमीच भेडसावणारी आहे. मी आणि प्रशासनात मतभेद उद्‌भवले आहेत. तुमचा नवरा प्रत्यक्ष शस्त्रक्रियेपूर्वी किती आजारी होता हे पाहून त्याने आज सकाळी ॲडमिट होण्याचा धोका पत्करू नये असं मला वाटलं.''

''पण ते त्याचा खर्च देणार नाहीत त्याचं काय?'' मिसेस अर्नोल्ड म्हणाली, ''आम्ही तो खर्च सहन करू शकत नाही.''

''जर अमेरिकेअरने आपली भूमिका बदलली नाही तर, तो खर्च मी सोसेन.''

''तुम्ही?'' मिसेस अर्नोल्ड आ वासत म्हणाली.

''असं पूर्वीही घडलेलं आहे. मी तसं केलेलं आहे.'' किम म्हणाला, ''आता मी सांगतो ते ऐका. लवकरच तुमच्या नवऱ्याला रिकव्हरी रूममधे आणलं जाईल. प्रकृती स्थिर होईपर्यंत मि. अर्नोल्ड तिथे राहतील आणि मग त्यांना कार्डियाक पेशंटच्या वॉर्डमधे हलवलं जाईल. त्यानंतर तुम्ही त्यांना भेटू शकाल.''

एवढं बोलून किम वळून बाहेर पडला. मिसेस अर्नोल्ड हाका मारत असूनही त्यानं तिकडे साफ दुर्लक्ष केलं. आपण ऐकलंच नाही असा बहाणा करत तो पुन्हा सर्जिकल लाऊंजमधे आला. तिथे काही नर्स, भूल देणारे डॉक्टर आणि इतर अनेक कर्मचारी काम करत होते. त्यामधल्या काहीजणांकडे पाहून किमने मान डोलावली. सहा महिन्यांपूर्वीच युनिव्हर्सिटी मेडिकल सेंटर आणि अमेरिकेअर एकत्र झाल्यामुळे त्याला सर्व कर्मचाऱ्यांचा परिचय नव्हता.

किम लॉकररूममधे आला. त्याने वरचा स्क्रब गाऊन काढून टाकला. मग लॉकरसमोरच्या बाकावर बसून त्याने कमरेच्या पट्ट्यात अडकवलेले घड्याळ काढले. टॉमचा शॉवर घेऊन झालेला होता आणि तो शर्ट घालत होता.

''पूर्वी एखादी केस पूर्ण झाली की, माझ्या मनात समाधानाची एक लहर पसरत होती. पण आता मात्र मला कसलीतरी काळजी वाटत राहाते.'' किम म्हणाला.

“मला ही भावना समजते.”

“माझं म्हणणं बरोबर आहे की नाही ते सांग...पण पूर्वी काम करताना मजा वाटत असे...”

टॉम आरशापासून मागे येत किमकडे वळत ‘चक्’ असा आवाज काढत म्हणाला, “मी हसलो म्हणून रागावू नकोस. पण तू हे असं म्हणालास की, जणू तुला हे आजच समजलं असावं.”

“मी निव्वळ यामधल्या पैशांबद्दल बोलत नाही.” किम म्हणाला व पुढे सांगू लागला,

“मी अनेक छोट्या-छोट्या गोष्टींबद्दल बोलतोय. म्हणजे इथल्या कर्मचाऱ्यांनी आणि पेशंटनी आदरानं पाहावं आणि आपल्या कामाची जाणीव ठेवावी...आजकाल आपण कोणाकडूनही अशी अपेक्षा ठेवू शकत नाही.”

“काळ बदलत चाललेला आहे.” टॉम सहमती दाखवत म्हणाला.

“आता विशेषत: आरोग्य हा विषय व्यवस्थापनाचा एक भाग झाला आहे आणि ते व सरकार दोघे मिळून तज्ज्ञ स्पेशालिस्ट डॉक्टरांची परिस्थिती जाणूनबुजून केविलवाणी करण्याचा प्रयत्न करू लागलेले आहेत तेव्हा हेच होणार...कधी कधी मला असं स्वप्न पडतं की एखादा मोठ्या पदावरचा अधिकारी माझ्याकडे बायपास करण्यासाठी यावा, आणि मग मी त्याला जनरल प्रॅक्टिस करणाऱ्या डॉक्टरकडे पाठवावं...”

किमने उभं राहात स्क्रब पॅन्ट काढून टाकली.” आणि यामधला विचित्र योगायोग असा आहे की, नेमकी लोकांना आपल्यासारख्या कार्डियाक सर्जनची जेव्हा जास्त गरज आहे तेव्हा हे घडतंय.”

किमने पॅन्ट काढून टाकली होती आणि ती तो हॅम्परवर फेकणार एवढ्यात दार उघडलं आणि डॉ. जेन फ्लॅनॅगन ही भूलतज्ज्ञ आत डोकावली. किमचं उघडं गोटीसारखं टणटणीत शरीर पाहून तिने हलकेच शीळ घातली.

“तुझ्या डोक्यावर हे घामट कपडे पडले असते ना!” किम म्हणाला.

“असं दृश्य पुन्हा दिसणार असेल तर तेदेखील चालेल.” जेन गंमत करण्याच्या अविर्भावात म्हणाली, “बरं मी वेगळ्याच कामासाठी आले आहे. बाहेर तुमची जनता तुमची वाट पाहात आहे.” जेन दार बंद करून निघून गेली.

“जनता?” किम टॉमकडे वळत म्हणाला, “ती कशाबद्दल म्हणत होती, काही कळत नाही.”

“मला वाटतं की तुला कोणीतरी भेटायला आलेलं असावं...आणि येणारी व्यक्ती सरळ आत आली नाही याचा अर्थ ती स्त्री असणार.”

किमने एक चांगली स्क्रबसूटची जोडी निवडली आणि वैतागून स्वत:शी

म्हणाला, "आता काय आणखी?" मग दारापाशी थांबून तो टॉमला म्हणाला, "बाहेर जर माझा शेवटचा पेशंट मि. अर्नोल्डची बायको आली असेल तर मी नक्कीच किंचाळणार बघ!"

किम बाहेरच्या लाऊंजमधे आला आणि लगेचच त्याच्या लक्षात आलं की, तिथे मिसेस अर्नोल्ड नसून केली ॲन्डरसन होती. ती कॉफी मशीनपाशी जाऊन स्वत:साठी कॉफी बनवून घेत होती. तिच्यामागे थोड्या अंतरावर उजव्या खांद्यावर कॅमकॉर्डर घेतलेला तिचा कॅमेरामन उभा होता.

"ओह! डॉ. रेग्गीस!" केली आश्चर्यचकित झालेल्या आणि बिलकूल आनंदी न दिसणाऱ्या किमकडे पाहात उद्‌गारली, "तुम्ही आमच्याशी बोलायला आलात म्हणून बरं वाटलं."

"पण तुम्ही येथवर येऊन कसे पोहोचलात?" किम उद्धटपणाने म्हणाला, "आणि मी इथं आहे तुम्हाला कसं कळलं?"

सर्जिकल लाऊंज हा भाग एकप्रकारे राखीव होता. इतर डॉक्टरही तिथे सहसा येत नसत. त्यामुळे किमला तिथे केलीला पाहून एकदम धक्का बसला होता.

"मला आणि ब्रायनला तुम्ही इथं आहात हे कळलं. तुमच्या माजी पत्नीला त्याबद्दल धन्यवाद दिले पाहिजेत...आणि आम्ही इथं कसे पोहोचलो हे हवं असेल तर सांगते. आम्हांला इथं येण्याचं आमंत्रण मिळालं आहे आणि आणि प्रत्यक्ष मि. लिंडसे नॉईस यांनी स्वत: आम्हाला इथंवर आणलेलं आहे." केलीने हॉलच्या दरवाजापाशी उभ्या असलेल्या एका माणसाच्या दिशेने खूण केली. करड्या रंगाचा सूट परिधान केलेला तो माणूस दरवाजातून आत येण्यामधे अनमान करत असावा असं दिसलं. "मि. नॉईस अमेरिकेअर आणि या हॉस्पिटलच्या जनसंपर्क विभागात आहेत."

"गुड इव्हिनिंग डॉ. रेग्गीस" लिंडसे नर्व्हसपणे म्हणाला, "आम्हांला तुमचं फक्त एखादं मिनिट हवं आहे. मिस ॲन्डरसन यांनी अमेरिकेअर आणि युनिव्हर्सिटी मेडिकल सेंटर एकत्र येण्याच्या सहा महिन्यांच्या वर्धापन दिनानिमित्ताने एक स्टोरी करायचं आनंदाने मान्य केलेलं आहे. साहजिकच आम्हांला त्यांना जेवढं सहकार्य करता येतील तेवढं करायची इच्छा आहे."

काही क्षण आपले काळे डोळे रोखून किम आळीपाळीने केली आणि लिंडसेकडे पाहात राहिला. त्याक्षणी आपल्याला त्या भोचक पत्रकार बाईचा की, नसती ढवळाढवळ करणाऱ्या त्या प्रशासकाचा जास्त राग आला आहे ते कळेना. अखेर त्याने जास्त विचार न करता म्हटलं, "तुम्हाला तिला मदत करायचीच असेल तर तुम्हीच तिच्याशी बोला." एवढं बोलून किम पुन्हा लॉकररूममधे जाण्यासाठी वळला.

"थांबा जरा डॉ. रेग्गीस." केली घाईघाईने म्हणाली, "अमेरिकेअरने सादर केलेली त्यांची बाजू मी पूर्णपणे ऐकलेली आहे. मला तुमचं वैयक्तिक मत जाणून

घ्यायचं आहे. म्हणजे प्रत्यक्ष काम करणाऱ्या लोकांना...''

लॉकररूमच्या अर्धवट उघडलेल्या दारापाशी थबकून किम काही क्षण विचार करत थांबला. ''केली ॲन्डरसनकडे वळून तो म्हणाला, ''तुम्ही पूर्वी एकदा 'कार्डियाक सर्जरी' विषयावर जी काही स्टोरी बनवली होती तेव्हाच मी स्वत:ला शपथ घालून घेतली आहे. मी तुमच्याशी पुन्हा कधीही बोलणार नाही.''

''का बरं?'' केली म्हणाली, ''ती एक मुलाखत होती आणि मी माझ्या मनचं काही तुमच्या तोंडी घुसडलेलं नाही.''

''तुम्ही मी दिलेल्या उत्तराचा काही भाग संदर्भाशिवाय वापरून आणि प्रश्नामधेच फेरफार करून वापरलात.'' किम फणफणत होता. ''आणि मी ज्या मुद्द्यांचा उल्लेख सर्वांत महत्त्वाचे म्हणून केला होता, नेमके तेच तुम्ही गाळून टाकलेत.''

''आम्ही नेहमीच आमच्या मुलाखतीचं संपादन करतो.'' केली म्हणाली, ''तसं करावंच लागतं.''

''तुम्ही दुसरं सावज शोधा.'' किम म्हणाला. तो दार उघडून जेमतेम एखादं पाऊल गेला असेल एवढ्यात केलीने पुन्हा हाक मारली, ''डॉ. रेग्गीस! फक्त एकच प्रश्न. एकाच प्रश्नाचं उत्तर द्या. अमेरिकेअर दावा करत आहे तेवढा खरोखरच या विलीनीकरणाचा समाजाला फायदा झालेला आहे का? त्याचं म्हणणं असं आहे की, त्यांनी हे काम निव्वळ जनहित लक्षात घेऊन केलेलं आहे. त्यांनी असंही ठामपणाने म्हटलंय की, या शहरातल्या आरोग्यसेवेमधे पेनिसिलिनच्या शोधानंतर प्रथमच एवढी उत्तम प्रगती झालेली आहे.''

किम पुन्हा थांबला. असले निरर्थक वाक्य ऐकून त्यावर काही प्रतिक्रिया देणं हे त्याला आता टाळून चालणारच नव्हतं. तो केलीकडे वळला आणि म्हणाला, ''मला एक गोष्ट कळत नाही की कोणी एवढं हास्यास्पद विधान करून रात्री नीट झोपू शकेल एवढी त्या व्यक्तीची सदसद्विवेकबुद्धी आहे. खरी गोष्ट अशी आहे की, विलीन होण्यामागचा मुख्य हेतू नफा मिळवणे हा आहे. इतर काही ते सांगत असतील तर, तो निव्वळ गाढवपणा आहे.''

किमने पाठीमागे दार बंद करून घेतले. केलीने ब्रायनकडे नजर टाकली. त्याने अंगठा उंचावून हसत हसत खूण केली. ''मला हवं ते मिळालं आहे.'' केलीने पुन्हा स्मितहास्य करून प्रतिसाद दिला, ''झकास! डॉक्टरांनी अगदी हवं ते दिलेलं आहे.''

लिंडसे तोंडावर हात ठेवून माफकपणाने खोकला. ''अर्थातच डॉ. रेग्गीस यांनी त्याचं वैयक्तिक मत मांडलेलं आहे. त्यांच्या या मताशी इतर लोक सहमत होणार नाहीत हे मी तुम्हाला खात्रीपूर्वक सांगतो.''

''खरंच?'' केली सर्वत्र नजर फिरवत म्हणाली, ''आणखी कोणाला डॉ.

रेग्गीस यांच्या विधानावर काही मत व्यक्त करायची इच्छा आहे?'' कोणीही जागचं हललं नाही.

"त्यांच्या बाजूने किंवा विरुद्ध बाजूने?''

कोणीही पुढे आले नाही. सर्वत्र शांतता होती. टी.व्ही. वरच्या भडक कार्यक्रमात असतो तसा हॉस्पिटलच्या पेजरचा आवाज पार्श्वभूमीवर येत होता.

"हं...'' केली उत्साहाने म्हणाली, "तुम्ही वेळ दिल्याबद्दल धन्यवाद.''

किमने लॉकररूममध्ये प्रवेश केला आणि कपडे काढायला सुरुवात केली. कपडे हॅम्परवर टाकून तो शॉवर घेऊ लागला. टॉमने त्या दरम्यान अंगावर हॉस्पिटलचा पांढरा लांब कोट चढवला होता आणि त्याने पेन्सिल, पेन आणि फ्लॅशलाईट वगैरे गोष्टी वरच्या खिशात भरल्या होत्या. किम शॉवरखाली जाईपर्यंत एकही शब्द बोलला नव्हता.

"बाहेर कोण होतं सांगणार नाहीस का मला?''

"डब्ल्यू.ई.एन.ई. ची वार्ताहर केली ॲन्डरसन होती.''

"ती आपल्या सर्जिकल लाऊंजमधे आली होती?''

"तुझाही यावर विश्वास बसत नाही ना? तिला आपल्या इथं काम करणाऱ्या प्रशासन विभागातल्या एकानं आणलं होतं. माझ्या पूर्वीच्या बायकोनं मी कुठं सापडेन ते तिला सांगितलं असं दिसतंय.''

"तू तिला तिने अगोदर केलेल्या त्या कार्यक्रमाबद्दल सांगितलंस का?'' टॉम म्हणाला, "कार्डियाक सर्जरीवरचा तो कार्यक्रम बघितल्यावर माझ्या मेकॅनिकने त्याचे रेट वाढवले...म्हणजे खरी परिस्थिती अशी आहे की, माझं उत्पन्न खुरटत चाललंय आणि सेवा पुरवणारे लोक मात्र त्यांचे रेट वाढवत चालले आहेत.''

"मी कमीतकमी बोललो होतो.'' किम म्हणाला.

"बरं...तू बेकीला घेण्यासाठी किती वाजता जाणार होतास?''

"सहा वाजता. आत्ता किती वाजले?''

"तू घाई केलेली बरी. जवळ जवळ साडेसहा होत आले आहेत.''

"डॅम!'' किम म्हणाला, "अजून मी माझे राउंड घेतलेले नाहीत. काय आयुष्य आहे हे!''

❖

तीन

शनिवार, १७ जानेवारी

सकाळी पेशंट पाहून मग रिकव्हरी रूममधे असलेल्या मि. अर्नोल्डला भेटून येईपर्यंत एक तास उलटला होता. युनिव्हर्सिटी असलेल्या भागात किमची माजी-बायको राहात असे. किम आपल्या दहा वर्षं जुन्या मर्सिडिस गाडीतून वेगाने तिकडे जात होता. त्याने त्या दिवशी अंतर विक्रमी वेळात कापलं होतं. तरीही ट्रेसीच्या घरासमोर पिवळ्या रंगाच्या लोंबोर्गिनी गाडीमागे आपली गाडी पार्क करेपर्यंत जवळजवळ आठ वाजले होते.

गाडीतून उडी टाकून किम धावत धावत घरासमोरच्या वाटेवर आला. ट्रेसी राहात असलेलं घर विसाव्या शतकाच्या सुरुवातीला बांधलेलं असून बऱ्यापैकी साधं होतं. घराच्या रचनेमधे काही प्रमाणात गॉथिक शैलीचा भाग दिसून येत असे. किमने दारापुढच्या पायऱ्या दोनदोन अशा उड्यांमधेच पार केल्या आणि बेलचं बटण दाबलं. हिवाळ्यातल्या त्या थंड हवेतही त्याचा श्वास गरम वाफेसारखा होता. उबदार राखण्यासाठी त्याने हातावर फुंकर घातली. किमच्या अंगावर त्यावेळी कोट नव्हता.

ट्रेसीने दार उघडले आणि तिने हात मागे बांधले. ती चिंतित आहे आणि वैतागलेली आहे हे उघड दिसत होते, "किम जवळ जवळ आठ वाजले आहेत. तू म्हणाला होतास की, जास्तीत जास्त सहापर्यंत येईन."

"माफ कर." किम म्हणाला, "माझा नाईलाज होता. दुसऱ्या केसमधे अपेक्षेपेक्षा जास्त वेळ लागला. अचानक काही नवीन समस्या उद्भवल्या."

"खरं म्हणजे मला आता या गोष्टीची सवय व्हायला हवी." ट्रेसी म्हणाली. तिने बाजूला होऊन किमला आत येण्यासाठी खूण केली आणि तो आत आल्यावर दार बंद करून घेतले.

किमने दिवाणखान्यात नजर टाकली. तिथे त्याला एक चाळीस ते पन्नास दरम्यान वय असणारा, स्मार्ट दिसणारा माणूस बसलेला दिसला. त्याने अंगात स्वेडचे जाकीट घातलेले होते आणि पायात शहामृगाच्या कातड्याचे काऊबॉय वापरतात तसे बूट होते. एका हातात ग्लासमधे ड्रिंक होते आणि दुसऱ्या हातात काऊबॉय हॅट होती. "एवढा उशीर होईल अशी मला कल्पना नव्हती. नाहीतर मी बेकीला काहीतरी खायला दिलं असतं. ती भुकेली असेल." ट्रेसी म्हणाली "यावर उपाय काढणं फार सोपं आहे." किम म्हणाला, "म्हणजे मला असं म्हणायचंय की, आम्ही जेवायला बाहेर जाणार आहोत."

"तू निदान मला फोन तरी करायला हवा होतास.''

"मी शस्त्रक्रिया करत होतो, आणि मला बाहेर पडायलाच साडेपाच झाले होते.'' किम म्हणाला, "मी काही गोल्फ खेळत किंवा मजा करत बसलो नव्हतो.''

"होय तर!'' ट्रेसी हताशपणे म्हणाली, "मला त्याची कल्पना आहे. तुझं काम उदात्त स्वरूपाचं आहे...पण मुख्य गोष्ट अशी आहे की, किती वाजता येणार ही वेळ तू ठरवली होतीस, मी नाही. आणखी एक गोष्ट लक्षात घे. मी वाट पाहात बसले होते की तू आत्ता येशील. प्रत्येक क्षणी मला वाटायचं की तू आलास. तरी एवढं बरं की आम्ही नेहमीच्या विमानांनी जात नाही.''

"विमान?'' किमने विचारलं, "म्हणजे तुम्ही कुठं बाहेर जाणार आहात?''

"ॲस्पेन.'' ट्रेसी म्हणाली, "माझ्याशी संपर्क साधण्यासाठी मी बेकीजवळ फोन नंबर देऊन ठेवला आहे.''

"ॲस्पेनला? दोन दिवसांसाठी?''

"होय. मला वाटतं की आता आयुष्यात थोडीफार मजा करायची हीच वेळ आहे. अर्थात शस्त्रक्रिया करणे याखेरीज जगात इतर काही करता येतं, याची तुला कल्पना नाही म्हणा!''

"हं...आपण असं चावरं आणि उपरोधिक बोलतोय तोपर्यंत मला ते कळणार नाहीच.'' किम म्हणाला, "आणि हो. केली ॲन्डरसनला माझ्याकडे पाठवण्याबद्दल आभार!''

"मी तिला पाठवलं नव्हतं.''

"ती तर तसं म्हणाली.''

"मी फक्त तिला एवढंच म्हणाले की, तू कदाचित शस्त्रक्रिया करत असशील त्या वेळी.''

"बरं. पण त्याचा अर्थ तोच.''

ट्रेसीला दिसलं की दिवाणखान्यात कोचावर बसलेला पाहुणा उठून उभा राहिला आहे. किम आणि त्याची माजी बायको यांच्यामधला संवाद त्याच्या कानावर पडल्याने तो अस्वस्थ झाला आहे हे तिच्या लक्षात आलं. तिने किमला दिवाणखान्यात येण्यासाठी खूण केली.

"ही बाचाबाची पुरे झाली.'' ट्रेसी म्हणाली, "किम. माझ्या मित्राला भेट. कार्ल स्टाल.''

दोघांनी हस्तांदोलन केलं आणि एकमेकांकडे सावधपणे पाहिलं. "तुम्ही दोघं इथं थांबा. तोपर्यंत वर जाऊन बेकीला लागणाऱ्या सगळ्या गोष्टी तिनं घेतल्या आहेत का ते पाहाते. मग आपण आपापल्या मार्गाने निघून जाऊ.''

ट्रेसी वरच्या खोलीकडे गेल्यावर किमची नजर तिच्या बॉयफ्रेंडकडे वळली. ती

परिस्थिती फारच चमत्कारिक होती. किमला मत्सर वाटला पण कार्ल त्याच्यापेक्षा चांगलाच बुटका आहे आणि त्याचे केसही विरळ आहेत हे त्याच्या लक्षात आल्यावर त्याला जरा बरं वाटलं. हिवाळा असूनही कार्ल चांगलाच रापलेला आहे आणि त्याची तब्येतही मजबूत आहे हे स्पष्ट दिसत होतं.

"मी तुमच्यासाठी काही ड्रिंक बनवू का?" कार्ल म्हणाला. त्याने बाजूच्या टेबलावरच्या बूरबाँच्या बाटलीकडे नजर टाकली.

"मी हो म्हणालो तर हरकत नाही ना," किम म्हणाला. किम तसा नेहमी पिणाऱ्यांमधला नव्हता. पण गेल्या सहा महिन्यांत मात्र रात्री कॉकटेल घेण्याची सवय त्याला लागली होती.

कार्लने हातातली हॅट बाजूला ठेवली आणि तो भिंतीजवळच्या कपाटाकडे गेला. किमला जाणवले की, त्याचे मॅनर्स चांगल्या प्रकारचे आहेत.

"साधारण एक महिन्यापूर्वी केली ॲन्डरसनने घेतलेली तुमची मुलाखत मी पाहिली होती." कार्ल जुन्या पद्धतीच्या ग्लासमधे बर्फाचे तुकडे टाकत म्हणाला.

"ओ हो...हे वाईट झालं. फार लोकांनी ती पाहू नये अशी माझी इच्छा होती."

कार्लने बर्फावर भरपूर दारू ओतली आणि मग ग्लास त्याच्या हातात देऊन तो कोचावर काऊबॉय हॅटशेजारी पुन्हा जाऊन बसला. किम त्याच्या समोरच्या खुर्चीत रेलला.

"तुम्हाला त्या मुलाखतीबद्दल राग येणं स्वाभाविक आहे." कार्ल मोठेपणाचा आव आणत म्हणाला, "तो प्रकार योग्य नव्हता. टी.व्ही. वरच्या अशा बातम्यांमधे वस्तुस्थिती उलटसुलट करतात हे फार वैतागाचं आहे."

"वाईट असलं तरी ते खरं आहे." किमने सहमती दर्शवली. त्याने त्या जळजळीत पेयाचा घोट घेतला आणि गिळून टाकण्याआधी क्षणभर वास घेतला. त्याला आपलं शरीर उबदार होत असल्याची सुखद जाणीव झाली.

"मला स्वत:ला काही तिचं सगळं म्हणणं मान्य नाही. तुम्ही लोक प्रत्येक पेनी अगदी कष्टानं मिळवता. म्हणजे मला असं वाटतं. मला तुम्हा डॉक्टर लोकांबद्दल आदर आहे."

"धन्यवाद" किम म्हणाला. "हे ऐकून बरं वाटलं."

"खरोखरच." कार्ल म्हणाला, "खरं म्हणजे मी काही सेमेस्टर मेडिकल कॉलेजमधे होतो."

"म्हणजे? काय झालं मग? तुम्हाला ते शिक्षण आवडलं नाही?"

"त्या शिक्षणालाच मी आवडलो नाही." कार्ल हसला. त्याच्या हसण्यामधे विशिष्ट असा फुस्स् आवाज होता, "त्या शिक्षणात खूप श्रम करावे लागत होते. त्यामुळे मला इतर काही करायला वेळच मिळेनासा झाला. मला लोकांमधे मिसळायलाही

वेळ मिळेना.'' कार्ल जणु काही आपण एखादा विनोदी किस्सा सांगितल्यानंतर हसतो तसा हसला.

ट्रेसीला ह्या माणसामधलं काय आवडलं ते किमला कळेना. ''तुम्ही काय काम करता?'' किम संभाषण चालू ठेवण्यासाठी म्हणाला. त्याला कार्लविषयी अधिक जाणून घेण्याची इच्छा होतीच. ट्रेसी राहात होती ती कनिष्ठ मध्यमवर्गाची वस्ती असल्याने तिच्या घरासमोर उभी असणारी महागडी लोंबार्गिनी कार्लचीच असणार हे उघड होतं. शिवाय ट्रेसी म्हणाली त्यामधील 'नेहमीच्या विमानानी जात नाही' हे शब्दही महत्त्वाचे होते. त्यामुळे किमला जराशी काळजीही वाटत होती.

''मी फूड्स्मार्टचा मुख्य कार्यकारी अधिकारी आहे.'' कार्ल म्हणाला, ''तुम्ही नक्कीच आमच्या कंपनीचं नाव ऐकलं असणार.''

''मी हे नाव ऐकल्याचं आठवत नाही.''

''आम्ही मुख्यत: शेती व्यवसायात आहोत. आमची कंपनी मोठी आहे आणि तिचा मुख्य भर शेतीवाड्यांची मालकी यावर आहे. खरं तर आमची कंपनी आपल्या राज्यात सर्वांत मोठी आहे.''

''होलसेल की रिटेल?'' किमने विचारले. अर्थात त्याला दोन्हींमधला फरक माहिती होता असं नव्हे.

''दोन्ही.'' कार्ल म्हणाला, ''मुख्यत: बीफ आणि धान्याची होलसेल निर्यात हा आमचा व्यवसाय आहे. खेरीज ओनियन रिंग बर्गरचेन या कंपनीच्या शेअर्सचा मोठा भाग आमच्या मालकीचा आहे.''

''ही कंपनी मला माहिती आहे. काही थोडे शेअर्स माझ्याकडेही आहेत.''

''छान.'' कार्ल म्हणाला. मग तो पुढे झुकला आणि जणू कोणी ऐकत नाही ना, याची खात्री केल्यासारखा इकडेतिकडे पाहात कुजबुजला, ''आणखी काही विकत घ्या. कंपनी आता देशभर विस्तारणार आहे. ही खास आतली बातमी आहे समजा. पण ती कुठून कळली ते मात्र कोणालाही चुकून सांगू नका म्हणजे झालं.''

''धन्यवाद.'' किम उपरोधिक स्वरात पुढे म्हणाला, ''नाहीतरी मी माझं छुपं उत्पन्न कुठे गुंतवावं याच्या फिकिरीत होतोच.''

''तुम्ही माझे हजारवेळा आभार मानणार हे नक्की.'' किमच्या बोलण्यामधला उपरोध कार्लच्या अजिबात लक्षात आलेला नव्हता.'' ओनियन रिंगच्या शेअरचे भाव गगनाला भिडणार आहेत. एखाद्या वर्षाच्या आतच कंपनी मॅकडोनाल्ड, बर्गरकिंग आणि वेंडी यांना आव्हान निर्माण करेल.''

''ट्रेसी म्हणत होती की, तुम्ही दोघं खासगी विमानाने ॲस्पेनला जात आहात.'' किम विषयांतर करण्यासाठी म्हणाला, ''कोणतं विमान आहे?''

''मी स्वत: काही ते चालवणार नाही. अजिबात नाही. मी स्वत: विमान

चालवणार ही कल्पनाही करू शकत नाही.'' कार्ल पुन्हा एकदा हलका स्फोट झाल्यासारखा हसला. हा माणूस नक्कीच घोरत असणार हा विचार किमच्या मनात डोकावून गेला.

''माझ्याकडे नवीन कोरं लिअरजेट आहे.'' कार्ल म्हणाला, ''तांत्रिक दृष्टीने पाहिलं तर ते फूड्स्मार्टचं आहे आणि तुम्हाला नक्कीच याची कल्पना असेल की, राष्ट्रीय विमान नियंत्रण प्राधिकरणाच्या नियमांनुसार अशा विमानासाठी दोन उच्च प्रशिक्षित पायलट असणं बंधनकारक आहे.''

''अर्थातच.'' किम जणू काही आपल्याला हे माहिती आहे अशा प्रकारे म्हणाला. आपलं त्या विषयातलं अज्ञान त्याला उघड करायचं नव्हतं. नुसते कागद इकडचे तिकडे करणाऱ्या या माणसाला अशी चैन करता येते आणि दररोज बाराबारा तास पेशंटसाठी खपूनही त्याला त्याची दहा वर्षं जुनी गाडी चालवावी लागते यामधले वैषम्य त्याला कार्लला जाणवू द्यायचे नव्हते.

जिन्यावर गालिचा नसल्याने पावलांचा खडखड आवाज आला. बेकी हातात एक छोटी बॅग घेऊन खाली आली. स्केट तिने आपल्या खांद्यावर लटकवले होते. दिवाणखान्यात येण्याअगोदर तिने ते बाहेरच्या हॉलमधल्या खुर्चीत फेकले.

किम बेकीला मागच्या रविवारनंतर भेटला नव्हता. त्या दिवशी दोघांनी जवळच्या स्की एरियामधे सगळा दिवस मजेत घालवला होता. बेकीने धावत येत किमला मिठी मारली. तिच्या धक्क्याने किमचा तोल जाणार होता. किमला तिच्या केसांचा वास आला. तिने नुकतीच अंघोळ केली होती आणि केसांना शांपूचा हलका सुगंध येत होता. किमला न सोडता बेकी जराशी मागे झुकली अणि लटक्या नाराजीच्या स्वरात म्हणाली, ''डॅड...तुम्ही किती उशीर केलात!''

आपल्या दहा वर्षांच्या उत्फुल्ल मुलीला पाहून किम दिवसभरातले सारे श्रम विसरला. तिच्या हालचालींमधे सळसळणारे चैतन्य होते. तिचे डोळे आनंदाने चमकत होते.

''माफ कर भोपळ्या.'' किम म्हणाला, ''मला वाटतं की, तुला खूप भूक लागली असावी...''

''भूक? मी तर चक्क उपाशी आहे. पण हे पाहा!'' बेकी म्हणाली. तिनं आपलं डोकं दोन्ही बाजूला वळवलं, ''पाहा माझ्या कानातले हे हिऱ्याचे डूल पाहा. मस्त आहेत की नाही? मला कार्लने दिले.''

''अं...विशेष काही नाही.'' कार्ल एकदम सावध होत म्हणाला, ''हे मी ख्रिसमसमधली भेट या स्वरूपात दिलं आहे. शिवाय तिनं मला विकएन्डसाठी आपली खोली वापरू दिली त्याचा मोबदला म्हणून आहे.''

किमने आवंढा गिळला. तो स्तिमित झाला होता, तरी कसाबसा म्हणाला,

"फारच छान आहेत.''

बेकीने किमला सोडलं आणि ती दरवाजाजवळच्या कपाटातून आपला कोट घेण्यासाठी पुढे झाली. किम तिच्या मागोमाग दारापाशी गेला. "बेटा. तू मला रोजच्या वेळेला झोपायला हवी आहेस. समजलं?'' ट्रेसी म्हणाली, "पुन्हा एकदा फ्ल्यूची साथ आलेली आहे.''

"ओह मॉम!'' बेकी तक्रारीच्या स्वरात म्हणाली.

"मी अगदी गंभीरपणानं सांगते आहे.'' ट्रेसी म्हणाली, "मला तुझी शाळा बुडालेली चालणार नाही.''

"शांतपणानं घे मॉम.'' बेकी म्हणाली, "तू मजा कर आणि माझ्या बाबतीत...''

"मी तर मजा करणारच आहे,'' ट्रेसी बेकीचं वाक्य मधेच तोडत म्हणाली. तिला बेकीनं आणखी काही चमत्कारिक बोलायला नको होतं. "जर तुझी काळजी करायची वेळ आली नाही तर जास्त बरं म्हणून मी...बरं. मी दिलेला फोन नंबर नीट ठेवलास का?''

"होय..होय,'' बेकी म्हणाली, "आणि मला मोठे स्की पाहिजेत...''

"ठीक आहे. मी लक्षात ठेवते.'' ट्रेसी म्हणाली, "पण आधी हा कोट घाल.''

"पण आम्ही गाडीमधे तर बसणार आहोत.'' बेकी म्हणाली.

"ते काही मला ऐकायचं नाही.'' ट्रेसी बेकीच्या अंगावर कोट चढवत म्हणाली.

दिवाणखान्याच्या दरवाजापाशी उभ्या असणाऱ्या कार्लकडे बेकी धावत गेली आणि त्याच्याजवळ मिठीत जात कानाशी म्हणाली, "ती जरा नर्व्हस झाली आहे. पण पुन्हा ठीक होईल...कानातल्याबद्दल आभार. मला ते खूप आवडले आहेत.''

"छान...छान, बेकी.'' कार्ल अवघडल्याप्रमाणे म्हणाला.

बेकी जोराने धावत ट्रेसीला बिलगली आणि मग किमने उघडून धरलेल्या दारातून बाहेर पडली. मग किमला जवळजवळ खेचत ती भराभरा पायऱ्या उतरून गेली. किमही पळत पळतच खाली उतरला. "काही अडचण आली तर फोन कर.'' पोर्चमधे उभी असलेली ट्रेसी ओरडून म्हणाली.

गाडीत बसता बसता किम आणि बेकीने हात हलवून अच्छा केलं. "ती खरोखरच फार चिंतातुर प्राणी आहे.'' बेकी म्हणाली. किम गाडी सुरू करत असताना तिने समोरच्या पिवळ्या गाडीकडे बोट दाखवले. "ती गाडी...लोंबार्गिनी आहे...ती कार्लची आहे. जबरदस्त आहे, नाही?''

"होय तर.'' किम आपल्याला विशेष काही वाटलं असं न दाखवता सहज स्वरात म्हणाला.

"डॅड. तुम्ही पण अशी घ्या ना.'' बेकी गाडीकडे पाहाण्यासाठी मान वळवून पाहात म्हणाली. किमने गाडी पुढे काढली.

"आपण आता जेवण्याच्या बेतासंबंधी बोलू." किम म्हणाला, "मी जिंजरला आपल्याबरोबर घ्यावं असं म्हणत होतो."

"मला जिंजरबरोबर जेवायचं नाही." बेकी तोंडाचा चंबू करत म्हणाली. किमने स्टिअरिंग व्हीलवर बोटांनी ताल धरला. हॉस्पिटलमधल्या दिवसभराच्या धावपळीचा आणि नंतरच्या कार्लबरोबरच्या भेटीचा त्याच्या मनावर ताण आला होता. आपल्याला थोडं टेनिस खेळायला मिळालं असतं तर बरं झालं असतं, हा विचार त्याच्या मनात डोकावला. त्याला आता बेकी आणि जिंजर यांच्यामधली धुसफूस नको होती. "बेकी." किम म्हणाला, "हे मी पूर्वी एकदा तुला सांगितलं आहे. जिंजरला तुझा सहवास आवडतो."

"मला फक्त तुमचा सहवास हवा आहे. तुमच्या त्या रिसेप्शनिस्टचा नकोय."

"पण मी तर बरोबर आहेच ना." किम म्हणाला, "आपण तिघे मिळून जाणार आहोत आणि शिवाय जिंजर निव्वळ माझी रिसेप्शनिस्ट नाही."

"मला त्या जुनाट आणि कोंदट रेस्टॉरंटमधे जेवायची अजिबात इच्छा नाही." बेकी ठासून म्हणाली.

"ठीक आहे. ठीक आहे." किम स्वत:वर नियंत्रण राखत म्हणाला, "आपण दोघंच प्रेअरी हायवेवरच्या ओनियन रिंगमध्ये गेलो तर कसं होईल?"

"धम्माल!" बेकी आनंदाने जवळजवळ ओरडली. सीट बेल्ट अडकवलेला होता तरीही तिने एकदम उसळी मारून किमच्या गालावर ओठ टेकवले. आपली मुलगी आपल्याला किती सफाईदारपणे गुंडाळू शकते हे लक्षात आल्यावर किम चकित झाला. बेकी पुन्हा उत्साहाने बोलायला लागलेली पाहून त्याला बरं वाटलं. पण गाडी काही मैल पुढे गेल्यावर मात्र त्याला बेकीने अगोदर उच्चारलेल्या शब्दांचा त्रास होऊ लागला. "बेकी, मला एक गोष्ट अगदी मनापासून सांग. तुला जिंजरविषयी एवढा तिरस्कार का वाटतो?"

"कारण तिच्यामुळे तुम्ही आणि मॉम यांच्यांत वितुष्ट आलं."

"काय?..." किम फटकारल्यासारखा म्हणाला, "हे तुला तुझ्या आईनं सांगितलं वाटतं?"

"नाही." बेकी म्हणाली, " ती म्हणाली की वितुष्ट येण्यामधल्या अनेक कारणांपैकी हे एक कारण होतं. पण मला नक्की वाटतं की चूक जिंजरची होती. ती येण्याअगोदर तुमच्या दोघांमधे फारसे वादविवाद सुद्धा होत नव्हते."

किम काही न बोलता स्टिअरिंग व्हीलवर बोटांनी ताल धरत राहिला. बेकी जरी नाही म्हणाली असली तरी त्याला खात्री वाटत होती की, ट्रेसीनेच तिच्या मनात या गोष्टी भरवल्या असणार.

ओनियन रिंगच्या पार्किंग लॉटमधे शिरताना किमने बेकीकडे नजर टाकली.

ओनियन रिंगच्या मोठ्या झगझगीत चिन्हाच्या प्रकाशाने तिचा चेहेरा उजळून निघाला होता. फास्टफूड घेण्याच्या कल्पनेमुळे ती आनंदात होती.

"मी आणि तुझी आई यांच्यामधे वितुष्ट येऊन आम्ही घटस्फोट घेण्याची कारणं खूप गुंतागुंतीची आहेत." किमने सांगायला सुरुवात केली, "आणि त्यामधे जिंजरचा सहभाग जवळपास...."

"समोर पाहा!" बेकी एकदम ओरडली.

किमने घाईघाईने नजर समोर टाकली. त्याला कोणीतरी छोटा पोरगा स्केटिंग करत पुढच्या बाजूने उजवीकडे आलेला पुसटसा दिसला. किमने एकदम गाडी डावीकडे वळवली आणि करकचून ब्रेक लावले. गाडी गचका देत थांबली, पण दरम्यान पार्क केलेल्या एका गाडीच्या मागच्या बाजूला धडक बसलेली होती. काच फुटल्याचा आवाजही आला. "तुम्ही धडक दिलीत त्या गाडीला!" बेकी ओरडली. तिचा आर्विभाव प्रश्न विचारल्यासारखा होता.

"होय. मला कळलं ते!" किमही जोरात ओरडला.

"ती माझी चूक नव्हती." बेकी उद्धटपणे म्हणाली. "माझ्यावर ओरडायचं काही कारण नाही!"

स्केटिंग करणारा पोरगा क्षणभर थांबून गाडीच्यापुढून निघून गेला. किमने त्याच्याकडे पाहिलं. तो पोरगा काहीतरी इरसाल शिवी हासडून पुढे गेला हे त्याच्या लक्षात आलं. स्वत:वर नियंत्रण ठेवण्यासाठी किमने क्षणभर डोळे मिटून घेतले.

"माफ कर.." किम बेकीला म्हणाला, "अर्थातच. तुझी काहीच चूक नव्हती. मीच अधिक काळजीपूर्वक गाडी चालवायला हवी होती...आणि मी तुझ्यावर विनाकारण ओरडलो."

"आता पुढे काय?" बेकी चिंताग्रस्त होत पार्किंग लॉटमधे नजर टाकत म्हणाली. इथे तरी आपल्याला आपली एखादी मैत्रीण भेटू नये अशी तिची इच्छा होती.

"मी जाऊन पाहातो, काय झालं ते." किम असं म्हणून खाली उतरला आणि काही सेकंदांतच परत आला. त्याने ग्लोव्ह कंपार्टमेंटमधून बेकीला गाडीचे कागदपत्र द्यायला सांगितलं.

"काय काय फुटलंय?"

"आपल्या गाडीचा पुढचा आणि त्या गाडीचा मागचा दिवा." किम म्हणाला, "मी तशी चिठ्ठी लिहून ठेवतो."

रेस्टॉरंटमधे शिरल्यानंतर बेकी तो छोटासा अपघात पूर्णपणे विसरली. शुक्रवारची रात्र असल्याने त्यावेळी ओनियन रिंगमधे तोबा गर्दी होती. गर्दीमधला मोठा भाग चमत्कारिक कपडे घातलेल्या आणि विचित्रपणे केस राखलेल्या विशीतल्या तरुणतरुणींचा

होता. काही कुटुंबही दिसत होती. त्यांच्यापैकी काहीजणांकडे लहान बाळंही होती. तिथे आवाजाची पातळी खूप वरची होती. किरकिर करणारी पोरं आणि प्रचंड आवाजाचे मोठे स्पीकर्स यामुळे जबरदस्त कोलाहल होता.

ओनियन रिंग रेस्टॉरंट मुलांमधे फार लोकप्रिय होतं. कारण या ठिकाणी मुलांना आपल्या मनाप्रमाणे "गॉर्मेट" बर्गर तयार करून मिळत असत. त्याचप्रमाणे त्यांना पाहिजे त्या प्रकारे आईस्क्रीम, फळे आणि त्यावरची टॉपिंग्ज निवडता येत होती.

"काय मजेशीर जागा आहे, नाही?" किम आणि बेकी एका रांगेमधे उभे राहात असताना बेकीने विचारले.

"होय तर! अगदी छानच आहे." किम चिडवण्याच्या स्वरात म्हणाला, "विशेषत: पार्श्वभूमीवर इतकं छान निवांत संगीत आहे की, काही विचारायलाच नको!"

"ओह! डॅड..." बेकीने उसासा टाकत डोळे फिरवले.

"तू या अगोदर कार्लबरोबर इथे आली होतीस का?" किमने विचारले. त्याला खरोखर उत्तर मिळावं ही अपेक्षा नव्हतीच. कारण तसं झालं असणार हे त्याला मनोमन वाटत होतं.

"होय." बेकी म्हणाली, "मी आणि मॉम, दोघींना तो इथं एकदोनदा घेऊन आला होता...खूप मजा आली होती. तो इथला मालक आहे."

"अगदी नेमकं तसं म्हणता येणार नाही." किम काहीशा समाधानानं म्हणाला, "खरं म्हणजे ओनियन रिंग ही सार्वजनिक मालकीची कंपनी आहे." त्याचा अर्थ तुला माहीत आहे का?"

"साधारणत: आहे."

"त्याचा अर्थ असा की, अशा कंपनीचे शेअर अनेक जणांकडे असतात. माझ्याकडेही या कंपनीचे काही शेअर आहेत. म्हणजे मी देखील एक मालक आहे."

"हं...तसं असेलही...पण कार्लबरोबर आम्ही आलो होतो तेव्हा आम्हांला असं रांगेत उभं राहावं लागलं नव्हतं..."

किमने एक खोलवर श्वास घेऊन सुस्कारा टाकला." आपण इतर कोणत्यातरी विषयावर बोलू...तू राष्ट्रीय स्पर्धेत स्केटिंग करण्याबाबत पुढे काही विचार केला आहेस की नाही? त्याची तारीख जवळ येतीय ना..."

"मी भाग घेणार नाही." बेकी तत्काळ म्हणाली.

"अस्सं?" किमने विचारले, "का बरं? तू एवढी छान स्केटिंग करतेस. आणि शिवाय मागच्या वर्षी तू ज्युनियर चॅम्पियनशिप अगदी सहज मिळवली होतीस."

"मला स्केटिंग करणं आवडतं आणि मला ते बिघडवून घ्यायचं नाही."

"पण तू सर्वांत छान कामगिरी नक्की करू शकशील."

"मला स्पर्धेत उतरून सर्वोत्तम व्हायची इच्छा नाही."

"ओह! बेकी!" किम म्हणाला, "मला खरोखरच वाईट वाटतंय. माझी निराशा झाली...तू यश मिळवलंस तर मला फार अभिमान वाटेल."

"तुम्ही असं काहीतरी म्हणणार हे मॉम अगोदरच म्हणाली होती."

"ओहो! फारच छान...तुझी ती सर्वज्ञानी आई खरोखरच धन्य आहे!"

"मॉम असंही म्हणाली की, मला जे चांगलं वाटतं तेच मी करावं."

किम आणि बेकी आता रांगेत सर्वांत पुढे आले होते. तिथं बसलेल्या आणि कंटाळलेल्या चेहेऱ्याच्या विशीतल्या कॅशियरने त्यांच्याकडे निर्जीव डोळ्यांनी नजर टाकली आणि त्यांना काय हवं ते विचारले.

बेकीने कॅशियरच्या मागच्या बाजूला लावलेल्या बोर्डवरच्या मेन्यूकडे पाहिलं. ओठाचा चंबू करून गालावर एक बोट ठेवून ती म्हणाली, "अं....मला काय घ्यावं ते लक्षात येत नाही."

"बर्गर घे." किम म्हणाला, "तुला ते आवडतं ना?"

"ओके." बेकी म्हणाली, "मला बर्गर, फ्राईज आणि व्हॅनिला शेक."

"मध्यम की मोठं?" कॅशियरने विचारले. त्याचा आवाज कंटाळलेला होता.

"मध्यम." बेकी म्हणाली.

"आणि तुमच्यासाठी काय सर?"

"ओह...मी पाहातो..." किम म्हणाला, "सूप डी ज्यूर आणि सॅलड... आणि आईसड् टी." मेन्यूवर नजर फिरवत किमने ऑर्डर दिली.

"सात डॉलर नव्वद सेंट" कॅशियर म्हणाला.

किमने पैसे दिल्यावर कॅशियरने त्याच्या हातात पावती दिली. "तुमचा नंबर सत्तावीस आहे."

किम आणि बेकी ऑर्डर देण्याच्या जागेपासून दूर जाऊन बसण्यासाठी जागा शोधू लागले. थोडी शोधाशोध केल्यावर त्यांना खिडकीपाशी काही खुर्च्या मोकळ्या दिसल्या. बेकी खुर्चीत बसल्यावर किमने तिच्या हातात पावती दिली आणि आपल्याला टॉयलेटला जायचं आहे असं म्हणाला. बेकीने मान डोलावली, पण तिचं लक्ष किमच्या बोलण्याकडे नव्हतं. तिला तिच्याच शाळेतला एक सुंदर मुलगा पलीकडच्या टेबलावर बसलेला दिसला. ती त्याच्याकडे पाहात होती.

किम त्या गर्दीतून कसाबसा वाट काढत पुरुष प्रसाधनगृहाकडे गेला. बाहेरच्या बाजूला दोन फोन होते, पण दोन्ही फोनवर कोणीतरी विशीतल्या पोरी बोलत होत्या. दोन्ही फोनपाशी रांगा होत्या. किमने खिशात हात घालून सेलफोन बाहेर काढला. नंबर दाबून तो फोन कानापाशी धरून भिंतीला रेलून उभा राहिला.

"जिंजर...मी बोलतोय." किम म्हणाला.

“कुठं आहेस तू?” जिंजर तक्रारीच्या स्वरात म्हणाली, “आपल्याला साडेसातला चेझ जीन हॉटेलात जेवायला जायचं होतं हे विसरलास की काय?”

“आपण तिथं जाणं रद्द झालं आहे.” किम म्हणाला, “मला माझा बेत बदलावा लागला. मी आणि बेकी आत्ता प्रेअरी हायवेवरच्या ओनियन रिंगमधे खाण्यासाठी आलो आहोत.”

जिंजर गप्प राहिली.

“हॅलो..” किम म्हणाला, “तू ऐकते आहेस ना जिंजर?”

“होय.”

“मी काय म्हणालो ते ऐकू आलं ना जिंजर?”

“अर्थातच! मी ऐकतेय.” जिंजर म्हणाली, “मी जेवलेली नाही. मी इथं वाट पाहात थांबलेली आहे. तू फोनदेखील केला नाहीस. तू मला प्रॉमिस केलं होतंस की, आपण चेझ जीनमधे जेवायला जाऊ.”

“ऐक जरा.” किम गुरगुरत म्हणाला, “तू देखील आता मला त्रास देऊ नको. मी सर्वांना खूष करू शकत नाही. मला बेकीला घ्यायला जायला उशीर झाला आणि तिला भूक लागलेली होती.”

“उत्तम!” जिंजर म्हणाली, “तुम्ही दोघं निवांत जेवण करा...”

“जिंजर ....मला हे ऐकून त्रास होतोय.”

“अच्छा? तर मग मी काय बोलावं अशी तुझी अपेक्षा आहे? एक वर्षभर तू मला बायकोचं नाव सोइस्करपणे सांगत होतास. आता त्या जागी तुझी मुलगी येणार असं दिसतंय.”

“हे आता पुरे झालं.” किम फटकारत म्हणाला.” मला आत्ता वाद नको आहे. बेकी आणि मी इथं खात बसलो आहोत. नंतर आम्ही येऊन तुला घेऊन जाऊ.”

“मी कदाचित घरी असेन किंवा नसेनही.” जिंजर म्हणाली, “मला आता गृहीत धरलं जाण्याचा कंटाळा आलेला आहे.”

“उत्तम! तू काय ते ठरव.” किम म्हणाला आणि त्याने फोन बंद करून जाकिटाच्या खिशात टाकला. दात खात त्याने मनोमन चार शिव्या हासडल्या. त्या संध्याकाळी कोणतीच गोष्ट मनासारखी होत नव्हती. त्याची नजर नकळत फोनसाठी रांगेत उभ्या असलेल्या एका तरुण पोरीकडे गेली. तिची लिपस्टिक एवढ्या लालगडद रंगाची होती की, ती जवळजवळ तपकिरीच वाटत होती. तिचा चेहेरा एव्हरेस्ट शिखरावरून ढकलून दिल्यासारखा भकास आणि फटफटीत होता.

त्या पोरीचं लक्ष किमकडे गेलं. तो आपल्याकडे पाहातोय हे लक्षात आल्यावर तिने आपलं रवंथ केल्यासारखं च्युईंगम चघळणं थांबवलं आणि जीभ बाहेर काढून

वेडावून दाखवलं. किम भिंतीपासून दूर झाला आणि पुरुष प्रसाधनगृहात शिरून त्याने तोंडावर पाणी मारून घेतलं.

रेस्टॉरंटमधे गर्दी असल्याने ओनियन रिंग रेस्टॉरंटच्या किचनमधेही भरपूर हालचाली चालू होत्या. तिथला गोंधळ मात्र नियंत्रित होता. रॉजर पोलो हा तिथला मॅनेजर तिशी उलटलेला असून, तो स्वत: प्रचंड काम करत असे आणि हाताखालच्या लोकांकडूनही जबरदस्त काम करून घेई. ओनियन रिंगच्या दृष्टीने शुक्रवार आणि शनिवार हे दोन दिवस प्रचंड उलाढालीचे असत. या दोन दिवशी रॉजर नेहमीच डबल शिफ्ट करत असे.

किम आणि बेकी वाट पाहात थांबलेले असताना रॉजर आतमधे देखरेख करत होता. तो बर्गर आणि फ्रेंच फ्राईजची ऑर्डर पॉल या हाताखालच्या शेफला देत असे, किंवा सॅलड आणि सूपची ऑर्डर तो भाग सांभाळणाऱ्या ज्युलिआला देत असे. तर पेयांची ऑर्डर तो क्लॉडियाला देई. लागणाऱ्या वस्तूंचा पुरवठा करणे आणि साफसफाई करणे ही कामे स्किप नावाच्या हरकाम्या नोकराकडे सोपवलेली होती. ''सत्तावीस नंबर येतोय.'' रॉजर भुंकल्यासारखा ओरडला, ''सॅलड आणि सूप हवं.''

''सॅलड आणि सूप.'' ज्युलिआचं उत्तर प्रतिध्वनीसारखं आलं.

''आईस्ड टी आणि व्हॅनिला शेक''

''दोन्ही तयार.'' क्लॉडियाचं उत्तर आलं.

''रेग्यूलर बर्गर आणि मध्यम आकारात फ्राईज.''

''समजलं.'' पॉल म्हणाला.

पॉल रॉजरपेक्षा वयाने बराच मोठा होता. त्याच्या चामड्यासारख्या राठ चेहऱ्यावर सुरकुत्या होत्या. तो आचाऱ्यापेक्षा शेतकरी म्हणून शोभून दिसला असता. आखाती देशात एका ऑईल रिगवर त्याने वीस वर्षं अशी आचाऱ्याची नोकरी केलेली होती. त्याच्या उजव्या दंडावर तेलविहिरीचं चित्र गोंदलेलं होतं आणि त्याखाली 'युरेका!'' ही अक्षरं होती.

कॅश काउंटरच्या रांगेमागे असलेल्या जागी मध्यभागी ग्रिल होतं. त्यामधे निरनिराळ्या ऑर्डरनुसार हॅम्बर्गरसाठी लागणाऱ्या पॅटी तयार होत होत्या. सर्व बर्गरमधे समप्रमाणात त्या शिजाव्यात म्हणून पॉल त्या फिरवून ठेवत असे. नवीन आलेल्या ऑर्डरसाठी पॉल मागे वळला आणि त्याने पाठीमागचा छातीएवढ्या उंचीवर असणारा फ्रीज उघडला.

''स्किप!'' पॅटी शिल्लक नाहीत हे पाहून पॉलने हाक मारली.

''आतून मला बर्गरचा एक खोका आणून दे.''

स्किपने हातातलं फरशी पुसण्याचं काम बाजूला ठेवलं, ''आलो!''

पॉलने स्किपला बर्गर आणायला पाठवलं तो 'वॉक-इन' फ्रीज बराच आतमधे किचनच्या मागच्या बाजूला होता. स्किप 'ओनियन रिंग'मधे फक्त आठवड्यापूर्वीच कामाचा लागलेला होता. त्याच्या कामासाठी त्याला वारंवार वॉक-इन फ्रीजमधून माल आणून द्यावा लागत असे. फ्रीजचं जाड दार उघडून स्किप आत शिरला. दाराला दणकट स्प्रिंग बसवलेली असल्याने दार पाठीमागे आपोआप बंद झालं. आतमधे साधारण दहा फूट बाय वीस फूट एवढी जागा होती. जाळीच्या आवरणामधे असलेल्या एकमेव बल्बमधून आत प्रकाश पडत होता. भिंतींना धातूचे पत्रे लावलेले होते आणि ते ॲल्युमिनियम फॉईल्ससारखे वाटत होते. आतली जमीन गुळगुळीत लाकडी होती. मधली मोकळी जागा वगळता आतमधे सगळीकडे पुठ्ठ्याची खोकी रचून ठेवलेली दिसत होती. डाव्या बाजूला हॅम्बर्गरची मोठी खोकी होती, तर उजवीकडे फ्रेंच फ्राईज, चिकनचे तुकडे आणि माशाचे काप वगैरे वस्तू असणारी खोकी होती.

आत खूप थंड असल्याने स्किप हात झटकत होता. त्याच्या श्वासामुळे तोंडासमोर थिजणाऱ्या बर्फाचे छोटे ढग तयार होत होते. तेथून लवकरात लवकर बाहेर पडून उबदार जागी जाण्यासाठी म्हणून स्किपने डावीकडच्या पहिल्या खोक्यावरचं लेबल पाहण्यासाठी ते खरडलं. त्यावर लिहिलेलं होतं :

मर्सर मीट्स, रजिस्ट्रेशन शून्य. एक. एल. बी., हॅम्बर्गर पॅटी, जास्त स्नायू लॉट नंबर ६, बॅच नंबर ९-१४ निर्मिती जानेवारी १२, एप्रिल १२ पूर्वी वापरण्यायोग्य.

हे खोकं बर्गरसाठी लागणाऱ्या पॅटीचंच आहे याची खात्री पटल्यावर स्किपनं आतील छोटी कार्डबोर्डची खोकी काढली. त्यातील एक एक छोटं खोकं घेऊन तो पॉलपाशी आला आणि ते त्याच्या मागच्या फ्रीजमधे टाकलं. या छोट्या खोक्यात पंधरा डझन पॅटी गोठवून ठेवलेल्या स्थितीत होत्या.

"तुमचं काम चालू देत." स्किप म्हणाला.

पॉलने यावर काही उत्तर दिलं नाही. तो तयार झालेली बर्गर नीट ठेवण्यामधे मग्न होता. एका बाजूला मनामधे तो रॉजरकडून आलेल्या नवीन ऑर्डर्स घोळवत होता. ते काम होताच तो फ्रीजकडे वळला आणि पॅटीचं खोकं उघडलं. आवश्यक तेवढी बर्गर काढून घेतल्यावर त्यानं फ्रीजचं दार बंद करण्यासाठी ढकललं. एवढ्यात त्याची नजर खोक्यावरच्या लेबलकडे गेली.

"स्किप!" पॉल ओरडला "गाढवा इकडं ये!"

"काय झालं?" स्किपने विचारले. तो अजून तिथेच होता. मध्यभागी असणाऱ्या कचरा गोळा करण्याच्या ठिकाणी लावलेली पिशवी बदलण्यासाठी तो वाकला होता.

"तू चुकीचं खोकं आणलंस मूर्खा." पॉल म्हणाला, "ही पॅटी तर आजच आलेली आहेत."

"त्यामुळे काय फरक पडतो?" स्किपने विचारले.

"भरपूर फरक पडतो. मी तुला ते एक सेकंदात दाखवतो." त्याने रॉजरला हाक मारली. "सव्वीस ऑर्डरनंतर किती बर्गर आहेत रॉजर?"

रॉजरने हातातल्या पावत्या पाहिल्या, "सत्तावीससाठी एक. अठ्ठावीससाठी चार आणि एकोणतीससाठी तीन. एकूण आठ."

"बरोबर. म्हणजे माझा हिशेब बरोबर होता." पॉल म्हणाला आणि त्याने हातातल्या आठ पॅटी ग्रीलवर टाकल्या. मग तो फ्रीजमधून खोकं बाहेर काढण्यासाठी मागे वळला. कामात गर्क असल्याने त्याच्या लक्षात आलं नाही की, पहिल्या पॅटीमुळे अगोदरच ग्रीलवर असणारी एक पॅटी अर्धवट झाकली गेली होती.

पॉलने स्किपला हाताने 'मागे ये' अशी खूण केली आणि तो वॉक-इन फ्रीजकडे चालू लागला, "आपल्या इथे काही आठवड्यांच्या अंतराने गोठवलेल्या हॅम्बर्गर पॅटी येतात...पण आपण नेहमी आधी आलेल्या वापरतो."

पॉलने वॉक-इन फ्रीजचे दार उघडले. त्याच्या समोरच स्किपने उघडलेले खोके होते. पॉलने हातातले पुठ्ठ्याचे खोके त्या मोठ्या खोक्यात टाकले आणि झाकण बंद करून घेतले.

"ही तारीख पाहा काय आहे?" पॉल लेबल दाखवत म्हणाला.

"होय. दिसली मला." स्किप म्हणाला.

"ती मागे जी खोकी आहेत ती अगोदरच्या तारखा असलेली आहेत. ती अगोदर उपयोगात आणायची असतात."

"मला हे कोणी तरी सांगायला हवं होतं." स्किप तक्रार करत म्हणाला.

"मी आता तुला सांगितलं ना." पॉल म्हणाला, "चल. ही पुढची खोकी मागे टाकायला आणि मागची पुढे आणायला मला मदत कर."

किम आता परत बेकी होती तिथे आला. बेकीच्या शेजारी आपला सहा फूटी तगडा देह कसाबसा कोंबून बसवण्यात त्याला यश आलं. टेबलाभोवती त्यावेळी इतर सहाजण बसलेले होते. त्यामधे दोन वर्षांचा एक लहान मुलगा होता. त्याचं तोंड केचपने बरबटून गेलेलं होतं आणि तो हातातल्या प्लॅस्टिकच्या चमच्याने अर्धवट खाल्लेलं हॅम्बर्गर चिवडत बसला होता.

त्या दोन वर्षांच्या पोराकडे दुर्लक्ष करत किम म्हणाला, "बेकी, जरा शहाण्यासारखा विचार कर. आपण आपलं खाणं संपल्यावर जिंजरला घ्यायला जाऊ. मी तिला तसं सांगितलेलं आहे."

बेकीने खोलवर श्वास घेतला आणि मोठा सुस्कारा टाकत ती खांदे पाडून बसली.

''म्हणजे असं बघ की, तुला जे हवं होतं ते आपण केलंय. आपण तुझ्या म्हणण्याप्रमाणे दोघंच इथं आलो आहोत, आणि मुख्य म्हणजे आपण चेझ जीन हॉटेलात गेलो नाही.''

''हे ठीक आहे. पण जिंजरला घ्यायचं की नाही हे तुम्ही कुठे मला आधी विचारलं होतं?'' बेकी म्हणाली, ''मला वाटलं की आज मला जिंजरला भेटावं लागणारच नाही.''

किमने नजर दुसरीकडे फिरवली. त्याच्या चेहऱ्याचे स्नायू घट्ट झाले. किमचं आपल्या मुलीवर प्रेम होतं. पण त्याला याचीही कल्पना होती की काही वेळा बेकी दुसऱ्याला हताश करण्याएवढी आडमुठी होत असे. त्याला तर सर्जन म्हणून काम करताना हाताखालच्या लोकांना हुकूम सोडायची सवय होती.

वॉक-इन फ्रीजमधल्या खोक्यांची नीट मांडणी करून झाल्यावर पॉल परत किचनमधे आला. अतिशय त्रासलेला रॉजर त्याची वाट पाहात होता. ''कुठं होतास तू? कामाचा केवढा खोळंबा झालेला आहे.''

''काळजी करू नको.'' पॉल म्हणाला, ''सर्व काही सुरळीत होईल.''

पॉलने हातातले उलथणे वापरून पूर्णपणे तयार झालेली बर्गर बनमधे भरायला सुरुवात केली. एकावर एक पडलेली पॅटी त्याने खाली ढकलली आणि खालची पॅटी वापरण्यासाठी घेतली. ''नंबर तीसची ऑर्डर घे.'' रॉजर ओरडला. ''दोन रेग्युलर बर्गर आणि एक जंबो.''

''येतंय.'' पॉल म्हणाला. तो मागे वळला आणि फ्रीजमधून त्याने पॅटी काढल्या आणि त्या ग्रिलवर टाकल्या. मग त्याने अगोदरची वरून खाली ओढलेली पॅटी उलटली. पुन्हा एकदा ती थोडी दुसऱ्या पॅटीवर पडली. यावेळीही ही पॅटी सपाट पडलेली नव्हती. पॉल ती नीट करणार होता एवढ्यात, रॉजरने त्याचं लक्ष वेधून घेतलं

''पॉल! पुन्हा घोटाळा केलास'' रॉजर फटकारत म्हणाला, ''आज तुला झालंय तरी काय?''

पॉल हातातले उलथणे तसेच धरून ठेवत पाहू लागला.

''पंचवीस नंबरसाठी दोन जंबो हवी होती, दोन रेग्युलर नव्हे.''

''माफ कर.'' पॉल म्हणाला. तो दोन जंबो पॅटी काढण्यासाठी फ्रीजकडे वळला. त्याने पॅटी काढून ग्रिलवर टाकल्या. जंबो पॅटींना तयार होण्यासाठी रेग्युलर पॅटींपेक्षा दुप्पट वेळ लागत असे.

''आणि नंबर पंचवीस बरोबर मध्यम फ्राईज हवे होते.'' रॉजर हातातली पावती फडकावत वैतागून म्हणाला.

“ठीक आहे. देतो आत्ता.” पॉलने भराभरा कागदी कोन भरला. रॉजरने कोन घेऊन पंचवीस नंबरच्या ट्रेमधे ठेवला आणि ट्रे पुढे सरकवला. “ठीक आहे. पॉल, आता सत्तावीस नंबर आला आहे. बर्गर आणि फ्राईज कुठे आहेत?...पॉल लवकर काम उरक.”

“होय..काम अगोदरच पूर्ण झालंय.” पॉल म्हणाला. त्याने मघाशी इतर पॅटींच्या वर पडलेली पॅटी उचलली, बनमधे सरकवली आणि हॅम्बर्गर कागदी प्लेटमधे ठेवलं. त्याने त्यावर थोडा चिरलेला कांदा पसरला आणि पाठोपाठ फ्राईजनी कोन भरला.

मायक्रोफोनवरून सत्तावीस नंबरची ऑर्डर तयार असल्याची घोषणा झाली, “नंबर पंचवीस आणि सत्तावीस. ऑर्डर तयार आहे.”

किम उठून उभा राहिला, “आपला नंबर आलाय. मी घेऊन येतो. पण आपलं खाणं झाल्यावर आपण जिंजरला घेण्यासाठी जाणार आहोत. ह्यावर आणखी चर्चा नको. आणि तू तिच्याबरोबर नीट वागावंस अशी माझी अपेक्षा आहे. समजलं?”

“ठीक आहे.” बेकी अनिच्छेने म्हणाली आणि उठून उभी राहिली.

“मी आणतो. तू बस.” किम म्हणाला.

“पण मला माझं बर्गर स्वत: बनवायचं आहे.”

“हो..हो..मी विसरून गेलो होतो.”

बेकीने आपल्या बर्गरवर तऱ्हेतऱ्हेची टॉपिंग्ज ओतून घेतली. किमने त्यातल्या त्यात कमी तिरस्करणीय वाटणारं सॅलड टॉपिंग निवडलं. मग दोघं टेबलापाशी परत आले. केचपने तोंड बरबटलेला तो मुलगा गेलेला पाहून किमला बरं वाटलं.

बेकीच्या शाळेतल्या त्या पोराने तिच्याकडून काही फ्रेंच फ्राईज मागून घेतल्या. त्यामुळे बेकी एकदम खुष झाली होती. किम आपल्या सूपचा एक घोट घेणार होता. एवढ्यात त्याचा सेलफोन वाजला. त्याने फोन काढून कानाशी धरला, “डॉ. रेग्गीस बोलतोय.”

“मी नॅन्सी वॉरेन बोलतेय.” नर्स म्हणाली, “मी फोन केला कारण मिसेस अर्नोल्ड म्हणत आहेत की तुम्ही ताबडतोब मि. अर्नोल्डना बघायला यावं.”

“कशासाठी?”

बेकीने दोन्ही हातांनी बर्गर उचललं. तरीही काही भाग खाली पडला. बेकीने त्याकडे लक्ष न देता मोठा लचका तोडला. तिने तुकडा थोडासा चघळला आणि मग ती लचका तोडलेल्या भागाचा पृष्ठभाग नीट निरखून पाहू लागली.

“मिसेस अर्नोल्ड फारच चिंताग्रस्त झाल्या आहेत.” नॅन्सी म्हणाली, “आणि मि. अर्नोल्डच्या मते वेदनाशामकाचा काहीही उपयोग होत नाही.”

बेकीने किमच्या दंडाला धरून त्याचं लक्ष वेधून घ्यायचा प्रयत्न केला. ती

त्याला बर्गरचा तुकडा तोडलेला भाग दाखवत होती. किमने तिला 'जरा थांब' अशी खूण केली आणि फोनवरचं बोलणं चालू ठेवलं.'' पोटॅशिअम चालू कर आणि वेदनाशामकाचा डोस दुप्पट कर. तिथले डॉक्टर आत्ता आहेत का कोणी?''

''होय. डॉ.सिल्वर आहेत. पण मला वाटतं की तुम्ही यावं. कारण मिसेस अर्नोल्ड काही ऐकायलाच तयार नाहीत.''

''तसं असणार याची मला कल्पना होतीच,'' किम विषय संपवावा अशा प्रकारे चॅक् आवाज करत म्हणाला, ''आपण पोटॅशिअमचा काय परिणाम होतोय ते पाहू. शिवाय त्याचं पोट नीट तपासून पाहा आणि ते सैल पडलेलं नाही याची खात्री करून घे.''

किमने फोन बंद करून टाकला. त्याला वाटलं होतं त्यापेक्षा मिसेस अर्नोल्ड जास्त वैताग देत होती.

''माझं हॅम्बर्गर पाहा.'' बेकी म्हणाली.

किमने नजर टाकली. त्याला हॅम्बर्गरच्या मध्यभागी गुलाबी रंगाची पट्टी दिसली. पण त्याचं मन इतरत्र व्यग्र असल्याने त्याने फारसं लक्ष दिलं नाही. हॉस्पिटलमधून आलेल्या फोनबद्दलचे विचार मनात घोळवत तो म्हणाला, ''अँ...मी तुझ्या एवढ्या वयाचा होतो तेव्हा अशीच हॅम्बर्गर खात होतो.''

''खरंच...अशी कच्ची?''

किमने आता हॉस्पिटलमधल्या विशेष दक्षता विभागातल्या डॉक्टरशी थेट बोलावं असा विचार करून हॉस्पिटलचा पेजर नंबर लावला. ''होय तर. मी केवळ अशीच हॅम्बर्गर खात असे...जराशी कच्ची. मध्यभागी कच्च्या कांद्याची चकती. ही असली शिजवलेल्या कांद्याची नव्हे. कच्ची! आणि शिवाय वर ही असली काहीतरी घाण ओतून न घेता.''

हॉस्पिटलच्या पेजर ऑपरेटरने फोन उचलला. किमने डॉ. ॲलिस सिल्वरचं नाव सांगून फोन ठेवला.

बेकीने पुन्हा एकवार आपल्या हॅम्बर्गरकडे नजर टाकली. खांदे उडवले आणि मोठा घास घेतला. हॅम्बर्गर चविष्ट लागत होतं यात काही शंका नाही हा विचार तिच्या मनात डोकावला.

❖

चार

शनिवार, १७ जानेवारी

किमची गाडी कोपऱ्यावरून वळून त्याच्या घराच्या रस्त्याला लागली. त्याचं घर ट्यूडर परंपरेतील मोठं प्रशस्त होतं आणि त्याच्याभोवती भरपूर झाडी होती. किम राहात असलेला भाग अत्यंत शांत अशा उपनगरातला होता. एकेकाळी हे घर अतिशय छान दिसत असे, पण आता त्याच्याकडे दुर्लक्ष झालेलं दिसत होतं. गेल्या पानगळीच्या मोसमात पडलेली पानं तिथेच राहिलेली होती. ती साफ न केल्यामुळे आता हिरवळीवर तपकिरी मळकट रंगाचा अत्यंत गचाळ थर तयार झालेला दिसत होता. घराच्या बाहेरच्या बाजूचा रंगही उडालेला होता. काही खिडक्यांच्या काचा जागेवर नव्हत्या. छपराला लावलेल्या काही कौलांची अवस्थाही वेगळी नव्हती. काही जागेवरून घसरून खालच्या पन्हाळीत पडलेली होती.

शनिवारच्या त्या सकाळी नऊ वाजता आभाळ गच्च भरलेलं होतं. त्यावेळी घराच्या आजूबाजूला सर्वत्र शांतता होती. किमने गाडी घराजवळ वळवून गॅरेजपाशी आणली. शेजारी कुठेही कोणी आहे की नाही हे कळू नये एवढी नीरव शांतता होती. त्याच्या अगदी शेजारी राहाणाऱ्यांनी त्यांचा पेपरही अजून उचलून आज नेलेला नव्हता.

किमच्या घराचा आतला भाग घराच्या बाह्य अवस्थेचेच प्रतिबिंब होते. घरामधे फर्निचर, गालिचे आणि इतर गोष्टी जवळपास नव्हत्याच. ट्रेसीने निघून जाताना त्यातल्या बऱ्याच गोष्टी काढून नेलेल्या होत्या. गेल्या कित्येक महिन्यांत घराची साफसफाई झालेली नव्हती. घराचा दिवाणखाना तर एखाद्या डान्स हॉलसारखा मोकळा दिसत होता. तिथे फक्त एक खुर्ची, गालिच्याचा एक छोटा तुकडा आणि फोन ठेवलेलं छोटं टेबल एवढ्याच गोष्टी होत्या. दिवाणखान्यात जमिनीलगत बसवलेला एकच दिवा चालू होता.

किमने दरवाजासाठी भिंतीत असलेल्या कप्प्यात किल्ली फेकली आणि तो किचनकडे गेला. किचन आणि इतर कामासाठी वापरायची खोली एकच होती. डायनिंग रूममधून आत शिरताना त्याने बेकीला हाक मारली. पण तिचं उत्तर आलं नाही. किमने सिंकमधे नजर टाकली. पण तिथेदेखील उष्ट्या प्लेट वगैरे काही नव्हतं.

त्या दिवशीही नेहमीप्रमाणे किम पाच वाजल्यानंतर लगेचच उठला होता. तो मग हॉस्पिटलमधे राऊंड घेण्यासाठी गेला. परत आल्यानंतर बेकी सर्व आवरून तयार असेल अशी त्याची अपेक्षा होती.

"बेकी...आळशी ओंडक्या! कुठं आहेस तू?" किमने हाक मारली. तो जिना

चढून वर जात असतानाच बेकीचा बेडरूमचे दार उघडले. तिच्या अंगावर अजूनही रात्री झोपताना घालायला फ्लॅनेलचा पोशाख होता. तिने केसांचा बुचडा बांधलेला होता, आणि तिचे डोळे जड दिसत होते.

"काय झालं बेकी?" किमने विचारले, "मला वाटलं की तू स्केटिंगच्या क्लासला जाण्यासाठी उतावळी झाली असशील...चल लवकर आटप."

"मला जरा बरं वाटत नाही." बेकी पालथ्या हातांनी डोळे चोळत म्हणाली.

"अच्छा? काय होतंय?"

"माझं पोट दुखतंय."

"हं...विशेष काही नसणार." किम म्हणाला, "बरं पोटात कसं दुखतंय? सतत की मधूनमधून?"

"अधूनमधून कळ येते आहे."

"नेमकी कुठं कळ येतीय?"

बेकीने अंदाजाने पोटावर बोटं फिरवून दाखवली.

"थंडी वाजून येतीय का?" किमने पुढे होऊन बेकीच्या कपाळावर हात टेकवून पाहिलं.

बेकीने नकारार्थी मान हलवली.

"हं...काहीतरी किरकोळ असेल." किम म्हणाला, "कदाचित तू काल रात्री खालेल्या त्या टुकार अन्नामुळे तुझं बिचारं पोट तक्रार करत असेल. अंघोळ करून कपडे घाल, तोपर्यंत मी तुझ्यासाठी काहीतरी खायला तयार करतो. पण जरा लवकर आटप. तुला स्केटिंगला जायला उशीर झाला म्हणून तुझ्या आईने तक्रार केलेली मला चालणार नाही."

"मला भूक नाही."

"अंघोळ झाली की तुला नक्की भूक लागेल." किम म्हणाला, "चल, सगळं आवरून खाली ये."

किचनमधे जाऊन किमने फळांचा रस, सिरियल आणि दूध या वस्तू टेबलावर काढल्या. तो जिन्यापाशी जाऊन तिला पुन्हा हाक मारणार होता. एवढ्यात त्याला शॉवरचा आवाज आला. पुन्हा किचनमधे येऊन त्याने भिंतीवरचा फोन काढून जिंजरला फोन लावला.

"हॉस्पिटलमधे सर्वकाही ठीक आहे." जिंजरने फोन घेताच किम घाईघाईने सांगू लागला, "कालचे सर्व पेशंट शस्त्रक्रियेनंतर अगदी उत्तम आहेत. जरी मिसेस अर्नोल्ड माझं डोकं खात असली तरी सगळं काही व्यवस्थित आहे."

"हे ऐकून आनंद झाला." जिंजर धारदार स्वरात म्हणाली.

"आता काय बिघडलं?" किम म्हणाला. त्या दिवशी सकाळीही त्याची आणि

हॉस्पिटलमधल्या एका नर्सशी थोडी झटापट झाली होती. आता त्या दिवशी तरी आणखी ताणाची परिस्थिती येऊ नये अशी त्याची अपेक्षा होती.

"मला रात्री तिथेच राहायचं होतं." जिंजर म्हणाली, "हे काही योग्य नाही की..."

"पुरे!" किमने तिला फटकारलं, "पुन्हा तीच ती चर्चा नको. प्लीज जिंजर...मला या मूर्खपणाचा कंटाळा आलेला आहे. शिवाय आज बेकी थोडीशी आजारी आहे."

"काय झालं?" जिंजर अगदी मनापासून काळजी करत होती.

"विशेष काही नाही. जरा पोट दुखतंय थोडं." किम म्हणाला. तो आणखी काही सांगणार होता एवढ्यात त्याला जिन्यावरून बेकी खाली येत असल्याची चाहूल लागली. तो होकार देत असल्याच्या स्वरात घाईघाईने म्हणाला, "हं..ती येते आहे. हे बघ आम्हांला मॉलमधे स्केटिंगच्या रिंगणापाशी भेट. अच्छा!"

बेकी किचनमधे येत असताना किमने फोन जागेवर ठेवला. बेकीने किमचा बाथरोब घातला होता. तो एवढा मोठा होता की, तो पाठीमागे जमिनीवर लोळत होता आणि हात पार पोटरीपर्यंत आले होते. "टेबलावर दूध, सिरियल आणि रस आहे. आता जरा बरं वाटतंय की नाही?"

बेकीने मान डोलावली.

"काय खाशील यातलं?"

"काहीही नको."

"असं नाही. काहीतरी खायलाच हवं." किम म्हणाला, "बरं मग असं करू यात का, मी एक पेप्टो बिस्मॉल तयार करतो."

बेकीने पूर्णपणे त्रासिक चेहरा केला, "ठीक आहे. थोडा रस घेते." ती खांदे उडवत म्हणाली.

कॉरिडॉरमधून मधल्या स्केटिंग रिंगणाकडे बेकी आणि किम जात असताना दुकानं हळूहळू उघडत होती. किमने पुन्हा बेकीला विचारलं नव्हतं, तरी त्याला ती आता ठीक आहे याची खात्री वाटत होती. तिनं थोडसं खाल्लंही होतं आणि गाडीत बसल्यानंतर ती नेहमीसारखी उत्साहात गप्पाही मारू लागली होती.

"मी स्केटिंगचा लेसन पूर्ण करेपर्यंत तुम्ही थांबणार आहात का?"

"होय. मी तसं ठरवूनच आलोय. तू मला नेहमी त्या तिहेरी गिरकीबद्दल सांगतेस ना ती आज मला बघायची आहे."

रिंगणापाशी आल्यावर किमने बेकीला तिचे स्केट दिले. एक शिट्टी वाजली. अगोदरचा लेसन संपल्याची ती खूण होती.

"वा! आपण अगदी वेळेत येऊन पोहोचलो." किम म्हणाला.

बेकी खाली बसली आणि पायातले बूट काढू लागली. किमने आजूबाजूला

उभ्या असणाऱ्या पालकांकडे नजर टाकली. मुख्यत: तिथे आयाच होत्या. अचानक त्याची आणि केली ॲन्डरसनची नजरानजर झाली. सकाळची वेळ असूनदेखील तिचा पोशाख जणू ती फॅशनशोला निघाली असावी असा होता. केसांची रचना तर अशी होती की जणू ती नुकतीच ब्यूटीपार्लरपमधून आली असावी.

बेकीच्या वयाची एक मुलगी स्केटिंग करत रिंगणाच्या बाहेर आली. बेकीच्या शेजारी बसत ती म्हणाली, ''हाय.'' बेकीनेही तिला प्रतिसाद दिला.

''ओहो! मला आवडणारे कार्डियाक सर्जन...''

किमनं मागे वळून पाहिलं आणि त्याच्या मनात कडवटपणा आला. त्याच्या समोरच केली उभी होती.

''माझ्या मुलीची भेट झालेली होती या अगोदर?''

किमने नकारार्थी मान हलवली.

''कॅरोलिन. डॉ. रेग्गीसना हॅलो म्हण.''

त्याला मनातून इच्छा नसूनही किमने त्या मुलीला अभिवादन केले आणि बेकीची केलीशी ओळख करून दिली. त्याला खरं तर केलीबरोबर संभाषण सुरू व्हायला नको होतं.

''तुमच्या भेटीचा हा योग अचानक पुन्हा आला हे किती छान झालं! केली बेकीशी हस्तांदोलन करून सरळ उभी राहात म्हणाली, ''तुम्ही काल रात्री अकराच्या बातम्यांच्या वेळेचा माझा भाग पाहिलात का? त्या हॉस्पिटलचा विलीनीकरणाच्या वाढदिवसाचा?''

''मला तसं वाटत नाही.'' किम म्हणाला.

''अरेरे!'' केली म्हणाली. ''तुम्हाला तो पाहून फार आनंद झाला असता. तुम्हाला भरपूर वेळ मिळाला होता आणि सर्वांचं मत असं आहे की तुम्ही शेवटी जी ओळ उच्चारलीत त्यानं सर्वांवर कडी केली. आमच्या ऑफिसचे फोन सतत खणखणत होते आणि आमच्या स्टेशन मॅनेजरना ते फार आवडलं.''

''पुन्हा तुमच्याशी बोलणं मला टाळायला हवं...'' किम म्हणाला.

''जरा जपून बोला'', केली खेळकरपणानं म्हणाली, ''माझ्या भावना तुम्ही दुखवत आहात डॉ. रेग्गीस.''

''किम!'' रिंगणाच्या पलीकडच्या बाजूने आवाज आला, ''इकडे...इकडे पाहा...''

जिंजर रिंगणाच्या पलीकडच्या बाजूला उभी राहून उत्साहाने हात हलवत होती. ती किमच्या दिशेने येऊ लागली. नुकतीच विशी ओलांडलेल्या जिंजरचे केस लालसर सोनेरी होते. तिचे पाय लांबसडक आणि नाजूक होते आणि एकूण ती एखाद्या परीसारखी सुंदर दिसत असे. ती जेव्हा ऑफिसच्या बाहेर असे तेव्हा ती न चुकता असा पोशाख करी की तिच्या मते, तो अगदी सहज वाटावा आणि तरीही सेक्सी दिसावा.

त्यादिवशी तिने टाईट जीन्सची पॅन्ट घातली होती. वरचा मोकळ्या गळ्याचा टॉप असा होता की त्यामुळे तिच्या वक्षस्थळांमधला भाग स्पष्ट दिसत होता. तिने कपाळाला आणि मनगटांना खेळाडू बांधतात तशा पट्ट्या बांधल्या होत्या. आपण ॲरोबिक्स करतो हे तिला त्यातून दाखवायचं होतं.

"ओहो!..." केली जिंजरला येताना पाहून उद्गारली." हे नेमकं काय चाललंय इथं? मला काहीतरी चविष्ट स्टोरीचा वास येतो आहे...एक ख्यातनाम कार्डियाक सर्जन आणि एक ॲरोबिक्स शिकवणारी..."

"ती माझी रिसेप्शनिस्ट आहे." किम पुढची चर्चा कमी करण्यासाठी म्हणाला.

"मला त्याबद्दल जरादेखील शंका वाटत नाही." केली म्हणाली. "पण जरा तिच्याकडे पाहिलं आणि तिच्या एकूण उत्साहाकडे पाहिलं तर असं दिसतंय की तिच्या दृष्टीने तुम्ही बहुधा सर्वस्व आहात!"

"मी तुम्हाला पुन्हा सांगतो की, ती माझ्याकडे काम करते." किम फटकारत म्हणाला.

"मी त्याबद्दल शंका तरी घेतली का?" केली म्हणाली, "आणि नेमक्या त्याच कारणासाठी मला तिच्यामधे रस वाटू लागला आहे...माझ्या माहितीतल्या अनेक डॉक्टरांनी आपल्या रिसेप्शनिस्ट पोरींशी लग्न करण्यासाठी बायकांना घटस्फोट दिलेला मला माहिती आहे...इथं नक्कीच काहीतरी मसालेदार स्टोरी मला मिळणार असं दिसतंय! मला वाटतं हा मध्यमवयीन डॉक्टरांचा नेहमीचा नमुनेदार किस्सा असावा. काय?"

"तुम्ही तिच्यापासून दूर राहिलात तर चांगलं." किम गुरगुरला.

"हे काय बोलणं झालं डॉ. रेग्गीस..." केली म्हणाली, "तुम्ही कार्डियाक सर्जन स्वत:ला फार मोठं समजता. तुम्हाला आपण म्हणजे कोण असं वाटू लागतं. विशेषत: तुम्ही आपल्यापेक्षा अर्ध वय असलेल्या पोरींबरोबर फिरायला लागलात की हे होणं साहजिकच आहे."

बेकी कॅरोलिनच्या बाजूला झुकून म्हणाली, "आपण नंतर बोलू. ही पाहा माझ्या वडिलांची नटवी गर्लफ्रेंड आलीच." ती उठून उभी राहिली आणि रिंगणात शिरून वेगाने स्केटिंग करत तिथून निघून गेली.

जिंजर किमच्या दिशेने सरळ चालत आली आणि किमला काही कळायच्या आत तिने आवेगाने किमच्या गालावर ओठ टेकवले. "सॉरी डार्लिंग...मी सकाळी फोनवर तुझ्याशी नीट बोलले नाही हे खरं. पण मला खरोखरच तुझा सहवास हवा होता."

"अं हं...हे काही मला व्यावसायिक वाटत नाही." केली म्हणाली, "विशेषत: लिपस्टिकचा पुरावा पाहाता..."

किमने पालथ्या मुठीने गालावरची खूण पुसून टाकण्याचा प्रयत्न केला.

"ओ हो!" जिंजर किमच्या गालावरचा तिच्या ओठांचा लालभडक ठसा पाहून म्हणाली, "थांब. मी पुसून टाकते." जिंजरने आपली दोन बोटे ओलसर केली आणि पुन्हा एकदा किमला काही कळायच्या आत लिपस्टिकचा डाग फिसकटला.

"वाहवा...हे तर फारच छान झालं!" केली म्हणाली.

जिंजरचं लक्ष आता केलीकडे गेलं आणि तत्काळ तिनं केलीला ओळखलं. "केली अॅन्डरसन!" ती उत्फुल्लपणे म्हणाली, "वाहवा! मी तुमच्या बातम्या पाहते आणि मला त्या फार आवडतात."

"अच्छा?..बरं..धन्यवाद.." केली म्हणाली, "तुझी ओळख..."

"जिंजर पॉवर्स."

"जिंजर तुला भेटून आनंद झाला." केली म्हणाली, "मी तुला माझं कार्ड देते. आपण एकदा भेटायला हवं."

"कशासाठी?...धन्यवाद." जिंजरने तिचं कार्ड घेतलं आणि ती मनापासून हसली, "मला भेटायला नक्कीच आवडेल."

"छान.." केली म्हणाली, "मी आरोग्य या विषयाशी संबंधित काही स्टोरी तयार करते आहे. या विषयाशी निगडित व्यवसायात असणाऱ्या लोकांशी बोलायला मला आवडतं."

"तुम्ही माझी मुलाखत घेणार आहात?" जिंजर आश्चर्यचकित होत आणि काहीशी स्वत:वर खूष होत म्हणाली.

"काय हरकत आहे?"

जिंजर किमकडे बोट दाखवत म्हणाली, "खरं तर तुम्ही त्यांची मुलाखत घ्यायला हवी. माझी नाही. त्यांना त्या विषयामधलं सर्वकाही ठाऊक आहे."

"तुझं या डॉक्टर महाशयांबद्दल फार चांगलं मत आहे असं मी म्हटलं तर बरोबर होईल ना?"

"हा काय प्रश्न झाला?" जिंजर लटक्या रागाने म्हणाली, "ते जगामधले सर्वोत्तम कार्डियाक सर्जन आहेत आणि शिवाय सर्वांत सुंदर देखील." जिंजरने किमचा गालगुच्चा घेण्याचा प्रयत्न केला. पण यावेळी तो सावध होता, त्यामुळे तो मागे सरकला.

"असो." केली म्हणाली, "मी आता जावं हे उत्तम. कॅरोलिन चल. तुझा कोट आण. आपण लवकरात लवकर निघायला हवं आणि जिंजर मला जरूर फोन कर. मी तुझी मुलाखत घेण्याबद्दल अगदी गंभीरपणाने बोलते आहे...आणि किम तुम्हाला जिंजर रिसेप्शनिस्ट म्हणून आणि मैत्रीण म्हणून का पसंत आहे ते माझ्या लक्षात आलं."

केली आणि कॅरोलिन तिथून निघून जाऊ लागल्या. केलीजवळ तिच्या मुलीचे

स्केट आणि पाठीवरची पिशवी होती. कॅरोलिन चालताचालता तिचा मोठा पिसं असणारा कोट घालण्याचा प्रयत्न करत होती.

"ती किती छान आहे नाही?" जिंजर पाठमोऱ्या केलीकडे पहात म्हणाली.

"ती एखाद्या शार्क माशासारखी आहे." किम म्हणाला, "आणि तू तिच्याशी बोलता कामा नये."

"का?"

"तिनं माझ्या बाबतीत फक्त संकटंच निर्माण केली आहेत."

"पण तिच्याशी गप्पा मारायला मजा येईल." जिंजर मुद्दा रेटत म्हणाली.

"मग ऐक." किम त्वेषानं म्हणाला, "तू तिच्याशी बोललीस तर तू माझ्या नोकरीवरून आणि माझ्या आयुष्यातून गेलीस म्हणून समज. कळलं?"

"ठीक आहे!" जिंजर फटका परतवत म्हणाली, "एवढी कुरबुर कशाला? किम तुला झालंय तरी काय?"

बेकी थोडा वेळानं स्केटिंग करत किम आणि जिंजर उभे होते तिथे आली.

"मला लेसन पुढे चालू ठेवता येणार नाही." बेकी म्हणाली, आणि ती पायातले स्केट सोडू लागली.

"माझं पोट ठीक नाही." बेकी म्हणाली, "मला टॉयलेटला जाणं भाग आहे, अगदी ताबडतोब!"

❖

पाच

रविवार, १८ जानेवारी

किमनं हार्वे अर्नोल्डच्या नोंदी असलेला चार्ट उचलला आणि तो उघडून वाचू लागला. त्यावेळी आठ वाजायचे होतं. त्यामुळे दिवसपाळीच्या नर्स रिपोर्ट घेण्यात मग्न होत्या. साहजिकच किमला नर्स बसतात त्या ठिकाणी आरामात सगळे रिपोर्ट वाचता येत होते.

त्याने आदल्या दिवशी आणि आदल्या रात्री काय काय घडलं आहे, याविषयी नर्सनी केलेल्या नोंदी वाचायला सुरुवात केली. त्यांतल्या काही नोदींवरून हे स्पष्ट दिसत होतं की त्याच्याप्रमाणेच नर्स आणि इतर लोकांनाही मिसेस अर्नोल्ड वैताग देत होती. तसेच मि. अर्नोल्डची प्रगती उत्तम आहे हेदेखील स्पष्ट होत होतं. आदल्या

दिवशी केलेल्या तपासण्या, त्याच्या औषधांच्या नोंदी आणि त्याच्या प्रकृतीची अवस्था दाखवणाऱ्या वैद्यकीय तपासण्या या सर्वांमधून हार्वे अर्नोल्डची प्रकृती सुधारत असल्याची चिन्हं दिसत होती. सर्वकाही ठीक आहे हे पाहून समाधान वाटल्यानंतर किमने तो चार्ट पुन्हा जागेवर ठेवला आणि तो पेशंटच्या खोलीकडे निघाला.

मि. अर्नोल्ड बसून ब्रेकफास्ट करत टी.व्ही. पाहात होता. गेल्या काही दशकांमधे कार्डियाक सर्जरीने केवढी विलक्षण भरारी मारलेली आहे याचं किमला मनोमन कौतुक वाटलं. त्याच्या समोरचा सत्तर वर्षांचा माणूस अवघ्या अठ्ठेचाळीस तासांपूर्वी मरणाच्या दारात होता. त्याच्यावर ओपन हार्ट शस्त्रक्रिया केली म्हणून त्याचा जीव वाचला. त्याचं हृदय अक्षरश: थांबवून ठेवून उघडलं होतं आणि त्यामधे आवश्यक त्या दुरुस्तीनंतर ते पुन्हा चालू करण्यात आलं होतं. एवढं काही होऊनही हा माणूस आता मजेत जवळजवळ पहिल्यासारखा जगू शकत होता. सध्याच्या आर्थिक विचारसरणीच्या काळात एवढ्या प्रचंड जादूसारख्या वाटणाऱ्या गोष्टीची कोणाला काही किंमत कळत नाही म्हणून किमला वाईट वाटलं.

''मि. अर्नोल्ड आता कसं काय वाटतंय?''

''उत्तम.'' हार्वे अर्नोल्ड म्हणाला. त्याने नॅपकिनने हनुवटी पुसून घेतली. एकटा असेल तेव्हा हार्वे अर्नोल्डचं खरोखरच एक प्रसन्न व्यक्तिमत्त्व होतं. पण जेव्हा मिसेस अर्नोल्ड त्या जागी येत तेव्हा ठिणग्या पडायला वेळ लागत नसे.

किमने अर्नोल्डचा ब्रेकफास्ट मधेच थांबवून त्याचं ड्रेसिंग तपासलं. सर्वकाही सुरळीत चालू असल्याची खात्री करून घेतली.

''मला खरोखरच पुन्हा गोल्फ खेळता येईल?'' हार्वे अर्नोल्डने विचारले.

''नक्कीच.'' किम म्हणाला, ''तुम्हाला काय हवं ते करता येईल.''

थोडावेळ खेळीमेळीने एकमेकांशी गप्पा मारल्यावर किम तिथून निघाला. दुर्दैवाने खोलीच्या दाराबाहेरच त्याची गाठ मिसेस अर्नोल्डशी पडली.

''अच्छा!...बरं झालं डॉक्टर.'' मिसेस अर्नोल्ड म्हणाली, ''तुम्ही मला सापडलात हे छानच झालं. मला या ठिकाणी चोवीस तास स्वतंत्र नर्स हवी आहे. कळलं का मी काय म्हणाले ते?''

''काय प्रॉब्लेम आहे?''

''प्रॉब्लेम?'' मिसेस अर्नोल्ड जणू प्रतिध्वनी यावा तशी म्हणाली, ''मी सांगते काय प्रॉब्लेम आहे. या मजल्यावरच्या नर्स कधीच उपलब्ध नसतात. काहीवेळा तर कित्येक तास त्यांच्यामधली एकही दृष्टीस पडत नाही. हार्वेने बेल वाजवली तरी त्या त्यांना वाटेल तेव्हाच आरामात येतात.''

''मला वाटतं की मि. अर्नोल्डची प्रकृती चांगली आहे म्हणून त्या तसं करत असाव्यात.'' किमने स्पष्टीकरण देण्याचा प्रयत्न केला. ''तसेच ज्या पेशंटना

मदतीची गरज आहे त्यांच्याकडे लक्ष देण्यासाठी त्यांना जास्त वेळ लागतो.''

''आता तुम्ही त्यांची बाजू घेऊन बोलायचं काही कारण नाही.'' मिसेस अर्नोल्ड म्हणाली, ''मला इथं एक नर्स कायमस्वरूपी हवी आहे.''

''मी या विषयावर बोलण्यासाठी कोणालातरी पाठवतो.''

थोडंफार समाधान झाल्याप्रमाणे मिसेस अर्नोल्डने मान डोलावली. ''हं. पण मला फार वेळ वाट पाहायला लावू नका.''

''पाहातो मला काय करता येईल ते.'' किम म्हणाला आणि परत नर्सेस बसतात त्या जागी आला. वॉर्डमधे बसलेल्या क्लार्कला त्याने अमेरिकेअरच्या कोणातरी प्रशासकाशी संपर्क साधायची सूचना केली. त्यांच्यापैकी कोणीतरी येऊन मिसेस अर्नोल्डशी बोलल्यावर काय मजा येईल हा विचार त्याच्या मनात आला. आपण तो संवाद ऐकायला नाही म्हणून त्याला जरा वाईट वाटलं. अमेरिकेअरच्या माणसाने मिसेस अर्नोल्डशी बोलण्याची कल्पनाच मोठी मजेशीर होती.

लिफ्ट आल्यावर किम त्यात शिरला. रविवारची सकाळ असूनही लिफ्टमधे खूपच गर्दी होती. किमला एका उंच आणि किडकिडीत रेसिडेंट डॉक्टरला खेटून उभं राहावं लागलं. डॉक्टरांचा 'नमुनेदार' पांढरा पोशाख केलेल्या त्या माणसाच्या छातीवर लावलेला बिल्ला किमला दिसला. त्यावर 'जॉन मार्खम, एम.डी., बालरोगतज्ज्ञ' अशी अक्षरे होती.

''माफ करा.'' किम म्हणाला, ''मला थोडी माहिती हवी आहे. सध्या शाळेत जाणाऱ्या मुलांमधे पोटाचे रोग उत्पन्न करणारे काही विषाणू मोकाट सुटले आहेत का?''

''नाही. म्हणजे मला तरी कल्पना नाही. सध्या फ्ल्यूची जोरदार साथ आहे आणि हा प्रकार भयंकर आहे. पण हा रोग तर श्वसनावाटे पसरणारा आहे...बरं. तुम्ही असं का विचारलंत?''

''माझ्या मुलीचं पोट बिघडलेलं आहे.''

''लक्षणं काय आहेत?''

''काल सकाळी पोटात वेदना व्हायला सुरुवात झाली.'' किम म्हणाला, ''मग जुलाबांना सुरुवात झाली. मी तिला सहज मिळणारी नेहमीची जुलाब बंद होण्यासाठीची औषधं दिली.''

''त्यांचा उपयोग झाला का?''

''सुरुवातीला तसं भासलं.'' किम म्हणाला, ''पण काल रात्री पुन्हा त्रास सुरू झाला.''

''अन्नाची शिसारी किंवा उलटी ही लक्षणं आहेत का?''

''खायची इच्छा नाही म्हणते इतपतच आहेत आणि उलटी झाली नाही. म्हणजे

निदान आत्तापर्यंत तरी नाही. पण भूक नाही म्हणते हे मात्र महत्त्वाचं आहे.''

"ताप?''

"नाही. बिलकुल नाही.''

"तिच्यावर उपचार करणारा बालरोगतज्ज्ञ कोण आहे?''

"अगोदर जॉर्ज टर्नर होते. पण हॉस्पिटलच्या विलीनीकरणानंतर त्यांना हे शहर सोडून जावं लागलं.''

"होय. मला ते माहिती आहेत.'' जॉन म्हणाला, "मी आणि डॉ. टर्नर आळीपाळीने समारिटनमधे काम पाहात होतो. ते फार चांगले होते.''

"अगदी योग्य बोललात.'' किम म्हणाला, "ते आता बोस्टनला लहान मुलांसाठीच्या हॉस्पिटलमधे काम करतात.''

"यात तोटा आपलाच झाला.'' जॉन म्हणाला, "बरं ते जाऊ दे. तुमच्या मुलीला विषाणु संसर्ग नसून थोड्या प्रमाणात अन्नातून विषबाधा झाली असावी असा माझा अंदाज आहे.''

"अच्छा?'' किमने विचारले, "मला वाटत होतं की अन्नातून होणारी विषबाधा एकदम मोठ्या प्रमाणात आढळते. म्हणजे आपण म्हणतो ना की पिकनिकला गेल्यावर खाल्लेल्या सॅलडमधल्या स्टॅफिलोकोकसमुळे खूप जणांना विषबाधा झाली वगैरे. मला तसंच काहीसं वाटत होतं.''

"तसंच काही नसतं.'' जॉन म्हणाला, "अक्षरशः असंख्य प्रकारांनी अन्नामधून विषबाधा होऊ शकते. तुमच्या मुलीबद्दल तुम्ही जे काही सांगितलंत त्यावरून तरी तिला अशीच विषबाधा झाली असण्याची शक्यता जास्त आहे. संख्याशास्त्रीय दृष्टीने तसा संभव सर्वांत जास्त आहे. हे प्रमाण किती असतं याची तुम्हाला कल्पना देण्यासाठी म्हणून सांगतो, सी.डी.सी. च्या अंदाजानुसार दरवर्षी वीस ते तीस कोटी लोकांमधे ही लक्षणं दिसतात.''

लिफ्ट थांबली. जॉन बाहेर पडताना म्हणाला, "तुमच्या मुलीला बरं वाटेल अशी आशा करू या.''

किमने मान हलवली आणि तो आणखी एका रेसिडेंट डॉक्टरकडे वळून म्हणाला.'' तुम्ही ऐकलंत ना? दरवर्षी अन्नाच्या विषबाधेमुळे वीस ते तीस कोटी जण आजारी पडतात!...हे भयंकर आहे!''

"त्याचा अर्थ असा की, या देशातल्या प्रत्येकाला एकदा तरी अशी विषबाधा होतेच.'' तो रेसिडेंट म्हणाला.

"मला तरी हे खरं वाटत नाही.'' काम संपवून घरी निघालेली नर्स म्हणाली.

"मला तो अंदाज बरोबर वाटतो.'' आणखी एक रेसिडेंट म्हणाला, "काय होतं की बऱ्याचदा पोट बिघडलं तर लोक त्याच्याकडे दुर्लक्ष करतात. लोक त्याला

पोटाचा फ्ल्यू म्हणतात. अर्थातच पोटाचा फ्ल्यू वगैरे काही असत नाही.''

''पण ही माहिती धक्कादायक आहे.'' किम म्हणाला, ''म्हणजे आता बाहेर खाताना दोनदा विचार करायला हवा.''

''पण लोकांना स्वत:च्या घरातही खाल्लेल्या अन्नातून विषबाधा होऊ शकते.'' लिफ्टमधे मागच्या बाजूला उभी असणारी एक बाई म्हणाली, ''बऱ्याच प्रमाणात त्याचं कारण उरलेलं अन्न हे असतं. त्याचप्रमाणे कोंबडीचं मांस जर नीट प्रकारे शिजवलं नाही तरी असं होतं.''

किमने मान डोलावली. त्या लिफ्टमधे असलेल्या सर्वांपेक्षा आपल्याला या विषयावरची माहिती सर्वांत कमी आहे हे जाणवून तो जरासा अस्वस्थ झाला. लिफ्टमधून बाहेर पडून घरी जातानाही त्याच्या मनात अन्नातल्या विषबाधेसंबंधीचे विचार घोळत होते. एवढ्या प्रमाणात अन्नातून विषबाधा होते या माहितीने बसलेल्या धक्क्यातून तो अजून सावरला नव्हता. पण जर ही आकडेवारी खरी असेल तर आपल्या आजवरच्या वाचनात हे कधी आलं कसं नाही....

किम घरात शिरला आणि त्यानं किल्ल्या बाजूच्या कपाटात टाकल्या; तरीही त्याच्या डोक्यातून अन्नाच्या विषबाधेचा विषय जात नव्हता. आपण इंटरनेटवरून काही माहिती मिळते का पाहावं असा विचार त्याने केला. त्याला तेवढ्यात किचनमधून टी.व्ही. चा आवाज आला. तो तिकडे गेला.

जिंजर किचनच्या टेबलाजवळ भिंतीत बसवलेल्या कॅन ओपनरशी झुंजत होती. तिने अंगावर इलॅस्टिकचा पोशाख घातला होता. तो असा होता की, कल्पना करायला काहीही वावच नव्हता. दर शनिवारी व रविवारी जिंजर अत्यंत मनापासून ॲरोबिक्स करत असे.

बेकी कोचावर पसरली होती आणि कार्टून पाहात होती. तिने गळ्यापर्यंत ब्लॅंकेट ओढून घेतलेलं दिसत होतं. त्याच्या गडद हिरव्या रंगाच्या पार्श्वभूमीवर तिचा चेहेरा फिक्कट दिसत होता.

बेकीच्या प्रकृतीमुळे त्यांनी आदला दिवस घरातच घालवला होता. जिंजरने जेवणासाठी रात्री चिकन बनवलं होतं. पण बेकीने फारसं खाल्लं नव्हतं. बेकी झोपण्यासाठी लवकर वर गेल्यानंतर जिंजरने रात्री राहायचं ठरवलं होतं. आपण हॉस्पिटलमधे गेलो असताना दोघी एकमेकींशी नीट वागल्या असल्या तर बरं असा विचार त्याच्या मनात आला. आपण राऊंड संपवून परत येईपर्यंत त्या दोघी अंथरुणातच असतील अशी त्याची अपेक्षा होती. ''हॅलो...'' किमनं हाक मारली, ''मी घरी परत आलोय.'' पण बेकी किंवा जिंजर कोणीच प्रतिसाद दिला नाही.

''डॅम!'' जिंजर करवादली, ''हा ओपनर म्हणजे...''

''काय झालं?'' किम जिंजरच्या दिशेने जात म्हणाला. जिंजरने आता ओपनरचा

नाद सोडला होता आणि हात मागे बांधून ती वैतागून पाहात उभी होती. "हा कॅन मला उघडता येत नाही!"

"मी देतो उघडून." किम म्हणाला आणि त्याने कॅन उचलला. पण तो ओपनरखाली ठेवताना त्याची नजर लेबलकडे गेली. "हे काय आहे?"

"त्यावर लिहिलं आहे त्याप्रमाणे चिकन ब्रॉथ आहे."

"तू सकाळी नऊ वाजता चिकन ब्रॉथ घेऊन काय करते आहेस?"

"काय म्हणजे? मी बेकीसाठी तो कॅन काढलाय. मला आजारी असताना आई नेहमी चिकन ब्रॉथ देत असे."

"मला भूक नाही असं मी तिला सांगितलं होतं." बेकी कोचावरून मोठ्या आवाजात ओरडली.

"माझ्या आईला काय करावं आणि काय नाही हे कळत होतं." जिंजर ठामपणे म्हणाली.

किमने कॅन परत टेबलावर ठेवला आणि तो कोचापाशी आला. त्याने बेकीच्या कपाळाला हात लावून ताप आहे का ते पाहिलं. टी.व्ही. दिसत राहावा म्हणून बेकीने डोकं बाजूला केलं.

"आता बरं वाटतंय का?" किमला तिचं अंग गरम लागलं. पण आपला हात गार आहे म्हणूनही तसं असेल हा विचार त्याने केला.

"फारसा फरक नाही." बेकी म्हणाली, "आणि मला काहीही खायचं नाही. त्यामुळे माझ्या पोटातल्या कळा वाढतात."

"पण तिनं काहीतरी खायलाय हवं." जिंजर म्हणाली, "काल रात्रीही ती नीट जेवली नव्हती."

"पण जर तिचं शरीर तिला खाऊ नको असं सांगत असेल तर, तिनं काही खाल्लं नाही तरी हरकत नाही." किम म्हणाला.

"तिनं खाल्लेलं सारं उलटून पडलेलं आहे." जिंजर म्हणाली.

"बेकी खरंच उलटी झाली तुला?" उलटी होणं हे नवीनच लक्षण दिसत होतं.

"होय. थोडी झाली." बेकीने कबूल केलं.

"तिला डॉक्टरला दाखवायला हवं" जिंजर म्हणाली.

"आणि मग मी कोण आहे असं तुला वाटतं. अं?" किम रागाने लाल होत म्हणाला.

"मला काय म्हणायचं आहे ते लक्षात घे." जिंजर म्हणाली, "तू जरी जगातला सर्वोत्तम कार्डियाक सर्जन असलास तरी, तुला लहान मुलांच्या पोटाच्या तक्रारी पाहाण्याचा अनुभव आहे का?"

"तू वर जाऊन मला थर्मोमीटर का आणून देत नाहीस त्यापेक्षा."

“कुठं असेल?” जिंजर त्याचं म्हणणं मान्य करत म्हणाली.

“मुख्य बाथरूममधे. वरच्या ड्रॉवरमधे उजवीकडे,” मग किम बेकीला म्हणाला, “तुझ्या पोटामधे येणाऱ्या कळा कशा आहेत?”

“अजूनही पोटात कळ येते आहे.”

“पण त्यांची तीव्रता वाढलीय असं काही आहे का?”

“फारसा फरक नाही.” बेकी म्हणाली, “कळ येते आणि जाते.”

“बरं. जुलाबांचं काय?”

“आपण त्याची चर्चा करायलाच पाहिजे का? म्हणजे मला त्याची चर्चा करायला शरम वाटते.” बेकी म्हणाली.

“ठीक आहे. भोपळ्या...मला खात्री आहे की तू काही तासांत पूर्वीसारखी टणटणीत होशील. बरं खाण्याचं काय करतेस?”

“मला भूक नाही.”

“ठीक आहे. तुला खाण्याची इच्छा वाटली तर मला सांग.”

किम ट्रेसीचं घर होतं त्या रस्त्यावर आला तेव्हा अंधार पडला होता. त्याने गाडी तिच्या घरासमोरच्या लॉनपाशी थांबवली आणि वळून बेकीच्या बाजूचं दार उघडण्यासाठी पुढे झाला. बेकीने अंगाभोवती ब्लँकेट गुंडाळलं होतं आणि ते डोक्यावरून घेतलं असल्याने ते टोपीसारखं दिसत होतं.

किमने बेकीला हात देऊन उतरवलं आणि घराकडे नेलं. तिने सगळा दिवस टी.व्ही. पाहाण्यात घालवला होता. किमने बेल वाजवली आणि वाट पाहात थांबला. ट्रेसीने दार उघडलं आणि ती बोलण्यासाठी बेकीकडे वळली. पण तिचं वाक्य अर्धवटच राहिलं. तिच्या कपाळावर आठ्या पडल्या, “हे ब्लँकेट कशासाठी गुंडाळलं आहेस?” तिने किमकडे स्पष्टीकरणासाठी नजर फेकली आणि मग बेकीला म्हणाली, “आत ये.”

बेकी आणि किम आत शिरल्यावर ट्रेसीने दार लावून घेतले. “हा काय प्रकार आहे?” ट्रेसीने बेकीच्या तोंडावरची ब्लँकेटची कड जराशी उचलली, “तुझा चेहेरा निस्तेज दिसतोय. तू आजारी तर नाहीस ना?”

बेकीच्या डोळ्यांमधे अश्रू जमा झाले होते. ट्रेसीने ते पाहताच आपल्या मुलीला संरक्षण दिल्याप्रमाणे कवेत घेतलं. तसं करताना तिने आपली नजर किमवर रोखली.

“तिला थोडंसं बरं वाटत नाही,” किम बचावात्मक स्वरात म्हणाला.

ट्रेसीने बेकीला आपल्यापासून थोड्या अंतरावर धरलं आणि पुन्हा एकदा तिचा चेहरा नीट निरखून पाहिला. बेकीने डोळे पुसले.

“तुझा चेहरा फारच फिक्कुटलेला आहे. काय झालंय बेकी?”

"काही नाही. किरकोळ पोट बिघडलंय." किम मधेच म्हणाला, "कदाचित अगदी अल्प प्रमाणात अन्नातून विषबाधा झाली असण्याची शक्यता आहे. म्हणजे मी ज्या रेसिडेंट बालरोगतज्ज्ञाशी बोललो त्याचं मत तसं पडलं."

"जर हे एवढं किरकोळ असेल तर तिचा चेहरा एवढा निस्तेज कसा काय?" ट्रेसी बेकीच्या कपाळावर हात ठेवत म्हणाली.

"तिला ताप नाही." किम म्हणाला, "फक्त पोटात कळा येत आहेत आणि जुलाब होत आहेत."

"तिला औषध काही दिलं की नाही?"

"दिलं तर. तिनं पेप्टो-बिस्मॉल घेतलंय. पण त्यांनही काही उपायोग झाला नाही म्हणून मग मी तिला इमोडियम दिलं."

"त्याचा काही उपयोग झाला का?"

"थोडासा."

"मला टॉयलेटला जायचं आहे." बेकी म्हणाली.

"ओके डियर." ट्रेसी म्हणाली, "तू वर जा. मी एक मिनिटात आलेच."

बेकीने ब्लँकेटची कड घट्ट धरून ठेवली आणि ती घाईघाईने वर गेली.

ट्रेसी किमकडे वळली. तिचा चेहरा लालसर झाला होता. "माय गॉड किम! ती तुझ्याकडे अठ्ठेचाळीस तासांपेक्षा कमी वेळ होती आणि तेवढ्यात ती आजारी पडली. तू काय केलंस तिला?"

"मी काहीही केलेलं नाही."

"मी शहराबाहेर जायलाच नको होतं." ट्रेसी फटकारत म्हणाली.

"ओह ट्रेसी. हा विचार मनातून काढून टाक." किमला आता स्वत:चाच राग येऊ लागला होता, "तू शहरात असलीस काय आणि नसलीस काय, त्यानं काहीही फरक पडला नसता. तिला बहुधा विषाणू संसर्ग झालेला आहे आणि तो तिला, तू इथंच होतीस तेव्हा मागच्या विकएन्डला झाला असणं शक्य आहे."

"पण मघाशी तर तू अन्नातून विषबाधा म्हणत होतास..."

"तो फक्त बालरोगतज्ज्ञाने संख्याशास्त्रीय माहितीवरून व्यक्त केलेला अंदाज होता."

"या विकएन्डला जिंजरने स्वयंपाक केला का?"

"हो. काल रात्री तिने उत्तम चिकन बनवलं होतं."

"चिकन!" ट्रेसी म्हणाली, "मला तसंच वाटलं होतं."

"म्हणजे तू अगोदरच जिंजरला दोषी ठरवून टाकलं आहेस तर!" किम वेडावल्यासारखा म्हणाला, "तुला ती मनापासून आवडत नाही. होय की नाही?"

"नाही." ट्रेसी म्हणाली, "मला ती आवडत नाही असं नाही. यावेळी तर तसं

नाहीच नाही. मी तिच्या बाबतीत सध्या तटस्थपणे पाहाते आहे. पण खरी गोष्ट अशी आहे की, जिंजर वयानं लहान आहे आणि तिला तेवढा अनुभव नसणं साहजिकच आहे. ज्यांना स्वयंपाक करायचा अनुभव असतो त्यांना हे पक्कं माहिती असतं की, चिकन बनवताना फार काळजी घ्यावी लागते.''

''आपल्याला सगळं कळतं असं तुला वाटतं ना?'' किम म्हणाला, ''मग ऐक...बेकीने चिकनला जवळपास हातही लावला नाही. शिवाय तिला शनिवारी सकाळपासूनच मरगळल्यासारखं वाटत होतं. जर तिला अन्नातून विषबाधा झाली असेल तर ती ओनियन रिंगच्या फास्टफूटमधून झाली असणार. आम्ही तिथं गेलो होतो. त्या ठिकाणी गेल्यावर तुझ्या त्या नव्या बॉयफ्रेंडने आपण तिथले मालक आहोत अशी बढाई मारली होती ना तेच ते रेस्टॉरंट, कळलं?''

ट्रेसीने किमच्या बाजूने जाऊन दार उघडले आणि धारदारपणे म्हणाली, 'गुडनाईट किम!''

''मला आणखी काही सांगायचं आहे.'' किम फट्कन म्हणाला, ''तू बेकीच्या डोक्यात असं काही भरवलं आहेस की माझा अहंकार सुखावण्यासाठी मी तिला राष्ट्रीय स्पर्धेत भाग घे म्हणतो आहे...मला हे साफ नापसंत आहे.''

''मी असलं काही कधी तिच्यापाशी म्हणाले नाही.'' ट्रेसी म्हणाली, ''बेकी म्हणाली की तिची भाग घेण्याची इच्छा नाही. तेव्हा मी तिला पाठिंबा दिला. मी एवढंही सांगितलं तिला की, तू तिचा निर्णय बदलण्याचा प्रयत्न करशील. बस्स एवढंच. आणखी काही नाही.''

किमने आपल्या बायकोकडे धारदार नजरेने रोखून पाहिले.

दोघांच्या वादावादीच्या प्रत्येकवेळी ती मानसिकदृष्ट्या वरचढ ठरत असे. यामुळे त्याचा जळफळाट होत असे. विशेषत: तिने त्याच्याबद्दल बेकीला सांगितलं होतं म्हणून तो संतापला होता. ''गुडनाईट किम!'' ट्रेसी पुन्हा म्हणाली. ती अजून उघडं दार धरून उभी होती.

किम गर्रकन मागे वळला आणि बाहेर पडला.

❖

सहा

सोमवार, १९ जानेवारी

किमच्या घड्याळाचा गजर सकाळी सव्वापाचला लावलेला होता. पण त्याला क्वचितच गजराचा उपयोग होत असे. तो बहुधा गजर वाजायला लागायच्या अगोदरच उठलेला असे. त्यामुळे सकाळची शांतता भंग व्हायच्या आत तो गजर बंद करून टाकत असे. सर्जिकल रेसिडेंट म्हणून काम करताना पहिल्या वर्षापासून किमला पहाटे उठायची सवय होती. त्या दिवशीही नेहमीप्रमाणे किम आपल्या उबदार अंथरुणातून बाहेर पडला आणि अंधारातच होता तसा उघडा बाथरूमकडे धावला.

शॉवरचं काचेचं जाडजूड दार उघडून तो शॉवरखाली उभा राहिला आणि पाणी जोरात सुरू केलं. या रोजच्या कामांसाठी डोकं वापरण्याची गरज नव्हती. किम आणि ट्रेसीला बाथटबपेक्षा शॉवर जास्त आवडत होता. त्यामुळे दहा वर्षांपूर्वी त्यांनी हे घर विकत घेतलं तेव्हा त्यांनी बाथटब काढून त्या जागी चांगली ऐसपैस पाच बाय नऊ फूटाची शॉवरची रचना करून घेतली होती. शॉवरच्या तिन्ही बाजूला उत्तम संगमरवरी फरशा होत्या आणि चौथ्या बाजूला काचेचं जाडजूड दार होतं. जणू या काचेमधे खोलात शिरली आहेत असं वाटणाऱ्या जाड पितळी कड्या त्याला बसवलेल्या होत्या. किमच्या मते हा सारा सरंजाम फॅशनच्या गुळगुळीत कागदावरच्या रंगीत मॅगेझीनमधे शोभून दिसला असता.

घराजवळच असलेल्या डोनट शॉपपाशी थांबून त्याने एक डोनट आणि कॉफी घेतली. त्याची कॉफी म्हणजे अर्धे दूध असे. गाडी चालवता चालवता त्याने हा आपला ब्रेकफास्ट उरकला. गाडीमधे मिळणारा वेळ तो मेडिकल टेप ऐकण्यासाठी वापरत असे. सहा वाजत असताना किम ऑफिसात बसून पत्रे तयार करणे आणि निरनिराळ्या वैद्यकीय सेवा व सोईंसाठी देण्याचे चेक लिहिताना दिसे. पावणेसात वाजता किम हॉस्पिटलमधे सकाळी राउंडसाठी जाई. ह्यावेळी तो थोरॅसिक सर्जरीमधील रेसिडेंट विद्यार्थ्यांना केसविषयी शिकवत असे. त्याचवेळी तो त्यांचे पेशंटही पाहून घेत असे. नंतर साडेसात वाजता तो दररोजच्या हॉस्पिटल मीटिंगला हजर होत असे. ही मीटिंग टाळता येणं शक्य नव्हतं. त्या दिवशी हॉस्पिटलची विश्वासार्हता आणि ॲडमिट करण्याचे नियम हे दोन विषय होते.

ही मीटिंग संपल्यावर किम थोरॅसिक सर्जरीमधल्या फेलोंना भेटला. तो या विद्यार्थ्यांच्या संशोधनामधे मार्गदर्शन करत असे आणि त्यांच्या कामात सहभाग घेत असे. त्या दिवशी मीटिंग थोडी जास्त वेळ चालल्याने किमला सर्जिकल विभागातल्या

राउंडला जायला थोडी मिनिटे उशीर झाला होता. या राउंडच्या वेळी त्याने झडपा बदलण्याच्या तिहेरी शस्त्रक्रियेची माहिती समजावून सांगितली.

दहा वाजता किम आपल्या ऑफिसमधे परत आला तेव्हा मुळात त्याचं रोजचं वेळापत्रक बिघडून गेलेलं होतं. जिंजरने दोन तातडीच्या पेशंटना साडेनऊ आणि पावणेदहा अशा वेळा दिलेल्या होत्या. चेरिल कॉस्टंटाईन या त्याच्या ऑफिसमधल्या नर्सनं दोघांना दोन खोल्यांमधे तपासणीसाठी बसवून घेतलं होतं.

त्या दिवशी सकाळी एकामागोमाग एक पेशंट होते. किमचं लंच म्हणजे जिंजरने मागवलेले एक सॅन्डविच होते. खाता खाताच त्याने पेशंटचे क्ष-किरण फोटो पाहिले. मग त्याने वेळ काढून सॉल्ट लेक सिटीमधील एका हृदयविकारतज्ज्ञाला फोन केला. या तज्ज्ञाचा फोन येऊन गेला होता आणि त्याने तातडीने संपर्क साधण्यासाठी निरोप ठेवला होता. तिथल्या कोणातरी पेशंटच्या हृदयाच्या तीन झडपा बदलण्याची गरज होती.

दुपारची वेळ सकाळसारखीच गडबडीची होती. पेशंट एकामागे एक असे सतत होते. त्यामधेच काही पेशंट तातडीने बघण्याचे होते. जिंजरने त्यांना मधेमधे घुसवण्याची व्यवस्था केली होती. चार वाजता किम मधेच घाईघाईने हॉस्पिटलमधे गेला. तिथे असलेल्या पेशंटपैकी एकाला काहीतरी किरकोळ समस्या होती. हॉस्पिटलमधे असल्याची संधी साधून त्याने भराभरा राउंड घेतली.

ऑफिसमधे परत आल्यावर किमने गेलेला वेळ भरून काढण्याचा आटोकाट प्रयत्न केला. पण बिघडलेलं वेळापत्रक ठीक करणे त्याला कधीच जमत नसे. नंतर पुन्हा तासन्‌तास पेशंट येतच होते. अखेर एकदाची त्याला श्वास घ्यायला फुरसत मिळाली, कारण एका पेशंटला तपासणीसाठी 'एक्झॅमिनरूम - ए' असे नाव असलेल्या खोलीकडे जायचं होतं. त्याने आत शिरताच चार्टवर नजर टाकली. हे काम लवकर उरकणार असं त्याला वाटलं. कारण त्याला नेहमीची शस्त्रक्रियेनंतरची तपासणी करायची होती. पेशंटचं नाव फिल नॉर्टन होतं. किम त्या छोट्या क्युबिकलमधे शिरला तेव्हा त्याला फिल अगोदरच शर्ट काढून वाट पाहात बसलेला दिसला. ''अभिनंदन मि. नॉर्टन.'' किम चार्टवरून नजर काढत म्हणाला, ''तुमच्या स्ट्रेस टेस्टचे निष्कर्ष उत्तम आहेत.''

''थँक गॉड!'' फिल नॉर्टन म्हणाला.

खरं तर आधुनिक काळातील शस्त्रक्रियातंत्राचे आभार मानले पाहिजेत असा विचार किमच्या मनात डोकावला. किमने फिलच्या छातीवरच्या बरोब्बर मध्यभागी असणाऱ्या कापलेल्या खुणेकडे नजर टाकली. भरत आलेल्या जखमेच्या किंचित उंच कडेवरून त्याने हलकेच बोटं फिरवली. अशा प्रकारे भरणाऱ्या जखमेला स्पर्श केल्यावर किमला आतली परिस्थिती नेमकी समजत असे.

“जखमही आता व्यवस्थित दिसत आहे.” किम म्हणाला आणि सरळ उभा राहिला. “माझ्या मते तर तुम्ही आता बोस्टन मॅरॅथॉनसाठी तयारी करायला हरकत नाही. एवढे तुम्ही ठणठणीत बरे झाला आहात.”

“मी ते करेन असं काही मला वाटत नाही.” फिल गमतीने म्हणाला, “पण पुढच्या वसंतऋतूमधे मात्र मी गोल्फ खेळायला जाणार आहे.”

किमने फिलच्या खांद्यांवर हलकेच थोपटलं आणि मान डोलावली. “छान मजा करा. पण आपण तुमच्या जीवनशैलीत जे बदल केलेत ते मात्र विसरू नका.”

“त्याची काळजीच नको.” फिल म्हणाला, “तुम्ही माझ्यासाठी वाचायला दिलेलं सर्वकाही मी वाचलं आहे. आणि मी ते अगदी माझ्या हृदयात साठवून ठेवलं आहे. मी यापुढे अजिबात धूम्रपान करणार नाही.”

“आणि त्याचप्रमाणे नियमित व्यायाम आणि आहार हे विसरू नका.”

“अजिबात काळजी नको. मला पुन्हा या सगळ्यांतून जायची इच्छा नाही.”

“हे एवढं काही वाईट नव्हतं.” किम खेळकरपणे म्हणाला.

“नाही; पण भीती वाटावी असं होतंच.”

किमने फिलच्या पाठीवर पुन्हा एकदा थाप मारली, चार्टवर भराभरा काही शेरे लिहिले आणि तो बाहेर पडला. तो ‘एक्झॅमिन रूम-बी’ असं लिहिलेल्या दारापाशी थबकला, पण तिथे कोणीही वाट पाहात नव्हतं.

“मि. नॉर्टन हे आजचे अखेरचे पेशंट होते.” पाठीमागून नर्स चेरिलचा आवाज आला.

किम मागे वळून चेरिलकडे पाहून हसला. अतिशय थकलेल्या किमने विस्कटलेल्या केसात बोटं फिरवली. “छान. किती वाजलेत आत्ता?”

“सात वाजून गेले आहेत.”

“तू थांबलीस त्याबद्दल आभार.”

“तुमचं स्वागत आहे डॉक्टर.” चेरिल म्हणाली.

“तुला नेहमी असं जास्त वेळ थांबावं लागतंय. त्यामुळे तुझ्या घरी काही कटकटी निर्माण होऊ नयेत म्हणजे झालं.”

“नाही तसं काही होणार नाही” चेरिल म्हणाली, “मला त्याची सवय झाली आहे आणि माझ्या नवऱ्यालाही. तो आता पाळणाघरातून मुलाला घेऊन घरी जातो.”

किम परत आपल्या ऑफिसमधे आला आणि धाड्कन खुर्चीत बसला. त्याची नजर टेबलावर पडलेल्या फोनच्या संदेशांवर गेली. त्याला या सर्व फोनना उत्तरं देणं भाग होतं. किमने डोळे चोळले. तो प्रचंड थकला होता. नेहमीप्रमाणे दिवसभराच्या कामाचा ताण आता एकत्रित परिणाम करत होता. आपण थोडं टेनिस खेळलो तर

ताण कमी होईल हा विचार त्याच्या मनात आला. किमान जाता जाता ॲथलेटिक क्लबवर जाऊन व्यायाम करावा असंही त्याच्या मनात आलं.

ऑफिसचं दार उघडलं. जिंजर दरवाजापाशी रेलून उभी होती. ''ट्रेसीने आत्ता एवढ्यात फोन केला होता.'' जिंजरच्या आवाजाला थोडी धार होती.

''कशासाठी?''

''तिनं सांगितलं नाही.'' जिंजर कोरडेपणानं सांगत होती, ''तू तिला फोन कर एवढाच निरोप आहे.''

''तुझं काय बिघडलं आता?''

जिंजरने एक सुस्कारा टाकला आणि एक पायावरचा भार दुसऱ्या पायावर घेतला, ''ती फारच उद्धटपणानं बोलत होती. ती तिच्याशी नीट बोलायचा प्रयत्न केला. मी तिला बेकी कशी आहे हे देखील विचारलं.''

''ती काय म्हणाली?''

''तू तिला फोन कर, याखेरीज काहीही नाही.''

''ठीक आहे. धन्यवाद.'' किम म्हणाला आणि फोन उचलून नंबर दाबू लागला.

''मी माझ्या ॲरोबिक्सच्या क्लाससाठी निघाले आहे.'' जिंजर म्हणाली, ''मला नंतर फोन कर.''

किमने मान डोलावली आणि आपल्याला समजलं अशा अर्थाची खूण केली. जिंजर बाहेर निघून गेली.

ट्रेसीने फोन उचलताच काहीही प्रस्तावना न करता किमने विचारले, ''काय झालं?''

''बेकी ठीक नाही.''

''काय झालं?''

''तिच्या पोटात दुखतंय. एवढं दुखतंय की तिच्या डोळ्यांत पाणी येतंय. तिला जुलाबातून रक्तही पडलं.''

''कोणत्या रंगाचं?''

''किम!....कोणत्या रंगाचं म्हणजे काय? हे काय विचारणं झालं?''

''लालभडक की गडद काळसर?''

''वेड लागलंय का तुला?''

''मी अगदी गंभीरपणाने विचारतोय'' किम म्हणाला, ''रक्ताचा रंग भडक होता की तपकिरी वाटावा असा गडद?''

''लालभडक.''

''किती रक्त पडलं?''

''ते मी कसं सांगणार?'' ट्रेसी वैतागून म्हणाली, ''ते रक्त होतं. लाल होतं आणि हे घाबरण्यासाखं आहे एवढं पुरेसं नाही?''

“जुलाबामधे थोडंफार रक्त पडणं हे फार चमत्कारिक नाही. काहीवेळा असं होतं.”

“पण मला ते घाबरण्यासारखं वाटतं.”

“काय करायचं आपण?”

“हे तू मला विचारतो आहेस किम?” ट्रेसी अविश्वासानं म्हणाली, “इथं डॉक्टर कोण आहे, तू की मी?”

“मी बोस्टनमधे डॉक्टर जॉर्ज टर्नरला फोन करावा असं मला वाटतंय.”

“आणि हजारभर मैलांवरून तो काय करणार आहे?” ट्रेसी तक्रारीच्या स्वरात म्हणाली, “तिला डॉक्टरला दाखवायला हवं आणि तेदेखील आजच रात्री!”

“ठीक आहे. ठीक आहे...शांत हो.” किम म्हणाला.

किमने क्षणभर मनाशी विचार केला. जॉर्ज टर्नर सोडून गेल्यानंतर त्याचा कोणाही बालरोगतज्ज्ञाशी संपर्क नव्हता. त्याच्या मनात हॉस्पिटलमधल्या आपल्या एखाद्या सहकाऱ्याला दाखवावं असा विचार आला, पण तो त्याने बाजूला सारला. थोडंसं रक्त जुलाबात पडलं म्हणून अगदी सौम्य हगवणीच्या पेशंटला पाहायला या असं कोणालाही रात्री सांगणं आवश्यक नाही असं त्याला वाटलं.

“असं कर.” किम म्हणाला, “मला युनिव्हर्सिटी मेडिकल सेंटरच्या तातडीच्या रुग्णांच्या विभागात भेट.”

“कधी?”

“तू तिथे केव्हापर्यंत पोहोचशील?”

“साधारण अर्धातास लागेल.”

“ठीक. मी तुला तिथे भेटतो.”

किमला हॉस्पिटलमधे पोहोचायला दहा मिनिटं पुरणार होती कारण त्या वेळी गर्दीची वेळ उलटून गेली होती. किमने त्या उरलेल्या वीस मिनिटांत जमतील तेवढ्या फोनची उत्तरं देण्याचं ठरवलं. तो सगळं आवरून हॉस्पिटलच्या तातडीच्या विभागाकडे गेला. तिथं पोहोचल्यावर त्याच्या लक्षात आलं की ट्रेसी अजून आलेली नाही. म्हणून किम बाहेरच्या डेस्कपाशी थांबून वाट पाहू लागला. अनेक रुग्णवाहिका तिथे सायरन वाजवत येत होत्या आणि अत्यंत तातडीने उपचारांची आवश्यकता असणाऱ्या पेशंटस्ना घाईघाईने आत नेलं जात होतं. किम हे पाहात असताना त्याला आपण सर्जिकल रेसिडेंट असतानाच्या दिवसांची आठवण आली. किम भरपूर काम करत असे आणि त्याच्या कामाची दखलही घेतली जात होती. तो आजवरचा सर्वोत्तम रेसिडेंट आहे हे त्याचे वरिष्ठ अनेकदा बोलून दाखवत असत. त्या काळात प्रचंड मेहनत करावी लागत होती; पण त्या कामाचं समाधान सध्याच्या कामापेक्षा कितीतरी जास्त होतं.

किम सेलफोन काढणार होता, एवढ्यात त्याला ट्रेसीची व्होल्वो स्टेशनवॅगन आत शिरून थांबलेली दिसली. किम बाहेर पडला आणि भराभरा ट्रेसीच्या गाडीपाशी गेला. त्याने सरळ बेकीच्या बाजूला जाऊन दार उघडलं. बेकी किमच्या मदतीने खाली उतरताना फिक्कट हसली.

"कसा काय आहेस भोपळ्या?" किमने विचारले.

"पोटातली कळ फार भयंकर आहे."

"आपण आत्ता त्याचा बंदोबस्त करू." किम म्हणाला आणि ट्रेसीकडे पाहिलं. ट्रेसी उतरून गाडीच्या इकडच्या बाजूला आली होती. ट्रेसी आदल्या रात्री एवढीच त्रासलेली आहे हे किमच्या लक्षात आलं.

किम दोघींना घेऊन पुढच्या पाचसात पायऱ्या चढून आत गेला. अमेरिकेच्या मध्यपश्चिम भागातल्या मोठ्या शहरात असल्याने हॉस्पिटलचा तातडीचा विभाग गर्दीने ओसंडून वाहात होता. त्या जागेला बसस्थानकाची कळा आलेली होती. दोन दिवस सुटी असल्याने सोमवारी संध्याकाळी तिथं नेहमीच भरपूर गर्दी असे.

बेकीच्या गळ्यामधे हात टाकून किमने तिला गर्दीतून वाट काढत आतल्या खोलीत नेलं. या ठिकाणी ॲडमिट करण्यासाठी डेस्क होतं. किम नर्स बसल्या होत्या त्या ठिकाणी जवळपास पोहोचला होता. एवढ्यात एक दणकट बांध्याची नर्स काउंटरमागून पुढे आली. त्यामुळे किमला पुढे जाता येईना. तिच्या बिल्ल्यावर 'मॉली मॅकफेडन' असं लिहिलेलं होतं. ती एवढी उंच होती की, ती थेट किमच्या डोळ्यांत बघू शकत होती.

"माफ करा. तुम्ही इथं आत येऊ शकत नाही. तुम्ही अगोदर तिथे रिसेप्शनपाशी नाव नोंदवा."

किमने पुढे जाण्याचा प्रयत्न केला. पण धिप्पाड आकाराची नर्स जागची तसूभरही हलली नाही.

"माफ करा." किम म्हणाला, "मी डॉक्टर रेग्गीस आहे. मी इथं काम करतो. मी माझ्या मुलीला दाखवायला घेऊन आलो आहे."

"तुम्ही कोणीही अगदी पॉप जॉन किंवा कोणीही असलात तरी मला त्याची पर्वा नाही." ती हसत म्हणाली, "इथं येणाऱ्या प्रत्येकानं, आणि मी प्रत्येकानं म्हणाले..पुढच्या भागातल्या डेस्कपाशी जाऊनच नोंद करायला हवी. अपवाद फक्त तातडीच्या रुग्णांना उचलून आणलं जातं तेव्हाच केला जातो."

तिच्या वागण्याने किमला एवढा धक्का बसला होता की तो क्षणभर काही बोलूच शकला नाही. आपल्याला कोणीतरी योग्य वागणूक देत नाही आणि त्यापेक्षाही आपल्याला कोणीतरी आव्हान दिलं आहे यावर किमचा विश्वास बसेना. त्याच्याकडे उद्धटपणे पाहात राहाणाऱ्या त्या निळ्या डोळ्यांकडे तो अविश्वासाने

रोखून पाहू लागला. ती एखाद्या सुमो पहिलवानासारखी अभेद्य भिंतीप्रमाणे उभी राहिली. तिने किम काय म्हणाला ते ऐकलं की नाही ते त्याच्या लक्षात येईना. आपण त्याच ठिकाणी वैद्यकीय व्यवसायातले आहोत हे किमने सांगूनही तिने त्याची बिलकुल दखल घेतलेली नव्हती.

''तुम्ही जितक्या लवकर नोंदणी करून घ्याल तितक्या लवकर तुमच्या मुलीवर उपचार सुरू होतील डॉक्टर...''

''तुम्ही मी काय म्हणालो ते ऐकलंत ना?'' किमने विचारले. ''मी इथे कार्डियाक सर्जरीमधे वरिष्ठ पदावर काम करतो.''

''डॉक्टर अर्थातच तुम्ही काय म्हणालात ते मी नीट ऐकलंय,'' मॉली ठासून म्हणाली, ''प्रश्न असा आहे की, मी काय म्हणाले ते तुम्ही ऐकलंत की नाही?''

किमने मॉलीकडे रोखून पाहिलं. पण ती नर्स हार जायला तयार नव्हती. ट्रेसीच्या परिस्थिती लक्षात आली होती. आपल्या माजी नवऱ्याच्या रागीट स्वभावाची चांगलीच कल्पना तिला असल्याने तिने मध्यस्थी करण्याचा प्रयत्न केला. ''चल...'' ट्रेसी बेकीला म्हणाली, ''आपण नियम पाळू आणि तुझी नोंदणी करून घेऊ.'' तिने बेकीला आल्यावाटेने मागे नेले.

किमने मॉलीकडे एक जळजळीत कटाक्ष टाकला आणि मग वळून तो ट्रेसी व बेकीच्या बरोबर चालू लागला. त्यांनी विस्कळीत झालेल्या रांगेचं मागचं टोक गाठलं. किम अजूनही फणफणत होता. ''मी त्या बाईबद्दल तक्रार करणार आहे.'' किम म्हणाला, ''असला उद्धटपणा करून ती यातून सुटणार नाही....काय मग्रूरपणा होता तिच्यात! माझा तर विश्वासच बसेना.''

''ती केवळ तिचं नेमून दिलेलं काम करत होती.'' ट्रेसीने उत्तर दिले. झाला प्रसंग विसरून जावा अशी तिची इच्छा होती. किमने आणखी काही गडबड केली नाही म्हणून तिला बरं वाटत होतं.

''खरंच?'' किम म्हणाला, ''म्हणजे तू तिची बाजू घेते आहेस तर?''

''शांत हो!'' ट्रेसी म्हणाली, ''ती केवळ तिला मिळालेल्या नियमांचं पालन करत आहे हे नक्की. ती काही नियम बनवत नाही. नाही ना?''

किमने मान डोलावली. रांग आता काही इंच पुढे सरकली होती. त्यावेळेस एकच क्लार्क ॲडमिट करून घेण्याचं काम करत होती. ती पेशंटची सगळी माहिती फॉर्ममधे भरून घेत होती. जर पेशंट अमेरिकेअरचा सदस्य नसेल तर आरोग्य-विम्याची काय परिस्थिती आहे याचीही माहिती ती विचारत होती.

बेकीच्या चेहऱ्यावर अचानक वेदना दिसली. पोटावर हात दाबत ती वेदनेने कळवळली.

''काय झालं?'' किमने विचारले.

"वेगळं काय असणार?" ट्रेसी म्हणाली, "तिला अशाच कळा येत आहेत."

बेकीच्या चेहेऱ्यावर घामाचे थेंब दिसत होते. तिचा चेहेरा फिक्कट झाला होता. ती केविलवाणेपणाने आपल्या आईकडे पाहात होती.

"ही कळसुद्धा जाईल..." ट्रेसी म्हणाली. तिने बेकीच्या डोक्यावर हलकेच थोपटले आणि मग तिच्या कपाळावरचा घाम पुसून टाकला. "बेकी, खाली बसायचं का?"

बेकीने होकारार्थी मान हलवली.

"आपली जागा धरून ठेव!" ट्रेसी किमला म्हणाली. ती बेकीला घेऊन भिंतीपाशी असलेल्या प्लॅस्टिकच्या खुर्च्यांकडे गेली. बेकी एका खुर्चीत बसली. ट्रेसी काहीतरी तिच्याशी बोलत होती हे नक्की, कारण बेकी मधूनमधून मान हलवत होती. बेकीचा चेहरा आता पूर्ववत झाला होता. ट्रेसी परत रांगेपाशी आली.

"आता तिला कसं वाटतंय?" किमने विचारले.

"सध्या तरी तिला बरं वाटतंय." रांग किती थोडी पुढे सरकली आहे हे ट्रेसीच्या लक्षात आलं. "किम. याला काही पर्याय नाही का?"

"आज सोमवारची रात्र आहे....सगळीकडेच फार गर्दी असते."

ट्रेसीने मोठ्या आवाजात सुस्कारा टाकला. "डॉ. टर्नर नाहीत...त्यांची उणीव फार भासतीय."

किमने मान डोलावली. तो चवड्यावर उभा राहून पुढे काय चाललंय आणि रांग का हलत नाही हे पाहाण्याचा प्रयत्न करू लागला. पण त्याला काही दिसलं नाही. "हे फारच हास्यास्पद आहे. थांब. मी आलोच!" लोकांच्यामधून वाट काढत किम काउंटरच्या दिशेने निघाला. त्याच्या चेहरा कठोर दिसत होता. काउंटरपाशी आल्यावर किमच्या लक्षात आलं की रांग हलत का नाही. मळके कपडे घातलेला एक माणूस झिंगलेल्या अवस्थेत काउंटरपाशी धडपड करत उभा होता. चुरगाळलेला बिझिनेस सूट घातलेल्या त्या माणसाची सगळी क्रेडिट कार्ड पाकीटातून बाहेर पडली होती. त्याच्या डोक्यावर मागच्या बाजूला घाव घातल्याची खूण होती.

"हॅलो!" किम काउंटरवरच्या रिसेप्शनिस्टचे लक्ष वेधून घेण्याचा प्रयत्न करत होता. पंचवीस वयाच्या आसपासची ती आफ्रिकन-अमेरिकन पोरगी होती. "माझं नाव डॉ. रेग्गीस. मी इथे काम करतो. कार्डियाक सर्जरी विभागात आणि माझ्या..."

किमचं बोलणं मधेच तोडत ती रिसेप्शनिस्ट म्हणाली, "माफ करा. मी एकावेळी फक्त एकाचंच काम करू शकते."

"ऐका!" किम अधिकारवाणीने म्हणाला, "मी इथे काम करणारा वरिष्ठ डॉक्टर आहे..."

"त्यामुळे काहीही फरक पडत नाही." ती पोरगी म्हणाली, "आम्ही सर्वांना समान सेवा पुरवणारे आहोत. तातडीच्या दैनंदिन केसमधे जो पहिला येईल त्याचा

पहिला नंबर अशी व्यवस्था आहे.''

''तातडीच्या दैनंदिन केसेस?'' किमला ही शब्दरचना हास्यास्पद वाटली. त्याला एकदम आपण वैद्यकीय क्षेत्राची माहिती नसणाऱ्या लोकांशी बोलताना जसे वैतागतो तसे वाटले. त्याच्या पेशंटच्या बाबतीत विमाकंपन्या किंवा आरोग्यसेवा पुरवणाऱ्या कंपन्यांशी बोलताना हा अनुभव नेहमी येत असे.

''कृपया रांगेत शेवटी जाऊन उभे राहा.'' रिसेप्शनिस्ट म्हणाली, ''मला जर माझं काम करू दिलंत तर तुमच्या अगोदर इथं आलेल्यांकडे लक्ष देणं मला शक्य होईल. तुमची माहिती त्यामुळे लवकर घेता येईल. तुम्हालाच उशीर होणार नाही.'' तिने आपले संपूर्ण लक्ष त्या दारूड्याकडे वळवले. दरम्यान त्या माणसाने आपल्या पाकिटातून पडलेल्या सगळ्या वस्तू गोळा केल्या होत्या.

किमने काहीतरी बोलण्याचा विचार केला. पण तो लगेच बाजूला सरला. त्या रिसेप्शनिस्ट पोरीशी बोलणं व्यर्थ ठरलं असतं. तिला 'इथे काम करणारा डॉक्टर' या शब्दांचा अर्थ तरी कळला होता की नाही, याची त्याला शंका आली. वैतागलेला आणि अपमानित झालेला किम निराश होऊन रांगेत परतला.

''हे असले लोक त्यांना कुठं मिळतात कोण जाणे'' किम ट्रेसीला म्हणाला, ''हे लोक यंत्रासारखे निर्जीवपणे काम करणारे आहेत.''

''तुझं या हॉस्पिटलमधलं जे उच्च स्थान आहे त्यामुळे आमचं काम सुकर झालं हे पाहून मी प्रभावित झाले आहे.''

''तुझ्या या उपरोधिक बोलण्यानं अजिबात काही साध्य होणार नाही.'' किम फटकारत म्हणाला, ''हे सगळं विलीनीकरणामुळे घडतंय. मी कोण त्याची त्यांना इथे कल्पना नाही. मी देखील इथे कधीच पूर्वी आलो असल्याचं मला आठवत नाही.''

''तू जर विकएन्डमधे बेकीच्या आजाराकडे जास्त लक्ष दिलं असतंस तर आपल्याला इथं यायची वेळच आली नसती.''

''मी तिच्याकडे नीट लक्ष दिलं होतं.'' किम ठासून म्हणाला.

''ते दिसतंच आहे!'' ट्रेसी म्हणाली, ''तिला काहीतरी साधीसुधी औषधं दिलीस हे तू केलंस म्हणा. पण त्याला काही नीट लक्ष देणं म्हणत नाहीत. पण किम एक गोष्ट ऐक. तू आणखी काही केलं नाहीस याचं मला अजिबात आश्चर्य वाटलं नाही. तू कधीच बेकीच्या प्रकृतीच्या तक्रारींकडे गंभीरपणाने बघितलेलं नाहीस आणि माझ्याही बाबतीत ते खरं आहे.''

''हे खरं नाही.'' किम रागानं म्हणाला.

''आहे.'' ट्रेसी म्हणाली, ''फक्त जिचं लग्न एखाद्या सर्जनबरोबर झालं आहे तिलाच मी काय म्हणते ते कळू शकेल. ज्या बाबतीत सरळ ओपन हार्ट शस्त्रक्रिया करता येत नाही अशी सर्व लक्षणे तुझ्या दृष्टीने फुटकळ ठरतात.''

"हे मला मान्य नाही..."

"होय तर! मग मलाही ते पटत नाही." ट्रेसी म्हणाली.

"ठीक आहे. मिस सर्वज्ञानी ठीक आहे." किम धारदारपणे म्हणाला.

"मी बेकीच्या बाबतीत काय करायला हवं होतं तुझ्या मतानुसार?"

"तिला कोणातरी डॉक्टरकडे न्यायला हवं होतं." ट्रेसी म्हणाली, "तुझे एवढे सहकारी आहेत...तुला हजारो डॉक्टर मित्र असतील की...त्यांच्यापैकी एकाकडे नेणं ही काय फार अवघड गोष्ट होती?"

"थांब..एक मिनिट...एक मिनिट." किम स्वत:वर ताबा मिळवण्याचा प्रयत्न करत म्हणाला, "बेकीला थोडेसे जुलाब झाले. थोडीफार पोटात कळ येत होती आणि विकएन्ड होता. मी एवढ्या साध्या लक्षणांसाठी कोणाला त्रास द्यावा हे मला बरोबर वाटलं नाही."

"ममी!" बेकीने हाक मारली. ती दोघांच्या मागे येऊन उभी होती, "मला टॉयलेटला जायचंय!"

ट्रेसी मागे वळली. आपल्या मुलीला होणारा त्रास लक्षात येताच तिचा राग तत्काळ निवळला. तिने बेकीच्या खांद्यावर हात ठेवला, "बेकी डियर..ठीक आहे...आपण टॉयलेट शोधून काढू."

"थांबा!" किम म्हणाला, "आपल्याला तुझ्या जुलाबाचा नमुना मिळाला तर त्याचा उपयोग होईल. मी त्यासाठी नमुना गोळा करायची पिशवी घेऊन येतो."

"तू विनोद तर करत नाहीस ना?" ट्रेसी म्हणाली, "तिला अगदी घाईने जायला हवं आहे."

"बेकी. जरा दम धरण्याचा प्रयत्न कर. मी आत्ता आलो. लगेच."

किम इमर्जन्सी विभागातल्या आतल्या बाजूला वेगाने गेला. बरोबर बेकी आणि ट्रेसी नसल्याने त्याला कोणी हटकलं नाही. त्यावेळी नेमकी दांडगी मॉली मॅकफेडन तिथं कुठंही दिसली नाही. किम सरळ आत शिरू शकला.

आतल्या बाजूला मोठ्या खोल्या होत्या आणि पडदे लावून त्यामधे छोट्या छोट्या क्युबिकल बनवलेल्या दिसल्या. तसेच तिथे अपघाताच्या केसेस हाताळण्यासाठी अत्याधुनिक उपकरणांनी सुसज्ज खोल्या होत्या. त्याचप्रमाणे तपासणीसाठी उपयुक्त अशा आणखी काही छोट्या खोल्या दिसत होत्या. त्या सर्वसाधारणपणे मानसिक रोगांच्या पेशंटची तपासणी करण्यासाठी वापरल्या जात.

बाहेरच्या प्रमाणेच इमर्जन्सी विभागाची आतली परिस्थिती तशीच होती. इथेही प्रचंड गर्दी आणि गोंधळ होता. रेसिडेंट डॉक्टर, नर्स, ऑर्डर्ली वगैरे सगळ्यांची धावपळ सुरू होती. अपघातातल्या पेशंटसाठीच्या सगळ्या खोल्या भरलेल्या दिसत होत्या.

किमने आत शिरून कोणी आपल्या ओळखीचं आहे का ते पाहाण्याचा प्रयत्न

केला. पण कोणीही ओळखीचं दिसेना. अखेर त्याने एका ऑर्डर्लीला थांबवलं.

"माफ करा." किम म्हणाला, "स्टूल-सॅम्पल गोळा करण्यासाठी मला पिशवी हवी आहे."

त्या ऑर्डर्लीने भराभरा किमकडे आपादमस्तक नजर टाकली आणि विचारले, "तुम्ही कोण आहात?"

"डॉ. रेग्गीस."

"ओळखपत्र आहे का?"

किमने खिशातून हॉस्पिटलचं ओळखपत्र काढून दाखवलं.

"ठीक आहे. मी आलोच." ऑर्डर्ली म्हणाला आणि एका दारातून आत शिरून दिसेनासा झाला.

"बाजूला व्हा..बाजूला व्हा." कोणीतरी ओरडत होतं. किमने वेळेत वळून पाहिलं म्हणून तो बाजूला होऊ शकला. भलंमोठं वजनदार, क्ष-किरण तपासणीचं यंत्र ढकलत आणलं जात होतं. ते यंत्र धडधड करत पुढे गेलं. काही क्षणानंतर ऑर्डर्ली परत आला. त्याने किमच्या हातात स्टूल-सॅम्पलसाठी लागणाऱ्या प्लॅस्टिकच्या दोन पिशव्या ठेवल्या.

"धन्यवाद." किम म्हणाला.

"त्यात विशेष काही नाही." ऑर्डर्ली निघून गेला.

किम पुन्हा परत पहिल्या जागी आला. ट्रेसी आणि बेकी रांगेमधे उभ्या होत्या. रांग अगदी थोडी पुढे सरकली होती. बेकीने डोळे गच्च मिटून घेतलेले होते आणि अश्रू गालांवरून ओघळत होते.

किमने एक प्लॅस्टिकची पिशवी ट्रेसीच्या हातात दिली. "पुन्हा कळा आल्या?"
"होय. मठ्ठ माणसा!" ट्रेसीनं बेकीचा हात घट्ट धरला आणि तिला प्रसाधनगृहाकडे नेले.

किम त्यांच्या जागी रांगेत उभा राहिला. आता आणखी एक पेशंट कमी झाला होता. काउंटरपाशी बहुधा दोन माणसं नोंदी करून घेत होती. मघाशी त्यातला एकजण थोडावेळ विश्रांतीसाठी गेला असणार.

रात्रीचे सव्वानऊ वाजले होते. इमर्जन्सी विभागाची वेटिंग रूम खचाखच भरली होती. सगळ्या खुर्च्या भरल्या होत्या. ज्यांना जागा मिळाली नव्हती ते लोक भिंतीपाशी रेलून उभे होते किंवा काहीजण जमिनीवर पसरले होते. कोणी कोणाशी फारसं बोलत नव्हतं. एका कोपऱ्यात उंचावर टांगलेला टी.व्ही. सुरू होता. त्यामधे सी.एन.एन. चॅनेलवर बातम्या चालू होत्या. कुठेतरी बुडालेल्या दुर्दैवी मुलांबद्दल बातमी दिली जात होती. बाहेर पावसाला सुरुवात झाली होती. त्यामुळे भिजलेल्या लोकरी कपड्यांचा वास तिथे पसरू लागला होता.

किम, बेकी आणि ट्रेसी तिघांनाही बसायला एकाच ठिकाणी खुर्च्या मिळाल्या होत्या. तिघेही तिथे बसून होते. फक्त बेकी अनेकदा टॉयलेटला जाऊन आली होती. किमच्या हातात बेकीच्या जुलाबाचा नमुना असलेली पिशवी होती. सुरुवातीला त्यामधे लालभडक रक्ताचे काही ठिपके दिसले होते. पण आता मात्र सर्व नमुन्याचा रंग एकसारखा तपकिरी झाला होता. बेकीची परिस्थिती केविलवाणी होती. ट्रेसी अत्यंत त्रासलेली होती, तर किम अजूनही रागाने उकळत होता.

"मला हे खरं वाटत नाही." किम म्हणाला, "माझा या सगळ्यावर विश्वास बसत नाही. दर क्षणाला मला वाटतंय की आपला नंबर पुकारला जाईल. पण तसं घडत नाही." त्याने घड्याळावर नजर टाकली. "आपण इथं दीड तास वाट पाहात आहोत."

"खऱ्या जगात आपलं स्वागत असो." ट्रेसी म्हणाली.

"खरं म्हणजे हॉस्पिटलच्या विलीनीकरणाची स्टोरी करताना त्यावेळी अॅन्डरसनने इथे यायला हवं." किम म्हणाला, "खर्चामधे बचत व्हावी म्हणून अमेरिकेअरने समारिटनमधला इमर्जन्सी विभाग बंद केला. आता सगळ्यांना इथेच यावं लागतं. केवळ नफा वाढावा म्हणून..."

"आणि लोकांची गैरसोय वाढावी म्हणून."

"आमच्याच कर्मचाऱ्यांपैकी एकानेही मला ओळखलं नाही यावर माझं मन अजून विश्वास ठेवायला तयार नाही." किम गुरगुरत म्हणाला, "अविश्वसनीय. मी खरं तर नावाजलेला उत्कृष्ट कार्डियाक सर्जन आहे."

"तुला काही करता येतं का ते पहा ना जरा." ट्रेसी विनवणी करत म्हणाली, "बेकीची अवस्था मला बघवत नाही."

"ठीक आहे." किम उभा राहिला, "मी प्रयत्न करून पाहातो."

"पण स्वत:चं डोकं फिरवून घेऊ नकोस." ट्रेसी ताकीद देण्याच्या स्वरात म्हणाली, "कारण त्यामुळे परिस्थिती आणखी वाईट होईल."

"आणखी वाईट काय होणार?" किम म्हणाला आणि तो नर्स बसल्या होत्या त्या डेस्ककडे निघाला. त्याने एकदोन पावलं टाकली असतील नसतील एवढ्यात मुख्य दारापाशी रुग्णवाहिकांवरचा सायरन मोठ्यानं घुमू लागला. चमचमणारा लाल दिवा बंद झाला आणि काही क्षणातच दारं धडाधडा उघडली. रक्ताने माखलेल्या अनेक- जणांना आत आणून थेट इमर्जन्सी विभागात नेण्यात आलं. बहुधा ते लोक अपघातात जखमी झालेले असावेत. आता आपल्याला आणखी थांबायला लागणार की काय याचा विचार करत किम नर्स बसण्याच्या जागी आला. त्याने तिथे कुठे मॉली मॅकफेडन दिसते का ते पाहिले. पण ती तिथे जवळपास दिसत नव्हती. तिथे त्यावेळी एक क्लार्क फोनवरून प्रयोगशाळेमधून आलेले काही आकडे उतरवून घेत

होता. एक नर्स कॉफीचा घोट घेत काहीतरी कागदपत्रं पाहात होती. तिच्या छातीवरच्या बिल्ल्यावर 'मोनिका हॉस्कीन्स्. स्टाफ नर्स' असे लिहिलेलं होतं.

जास्तीतजास्त शांतपणाने बोलण्याचा प्रयत्न करत किमने तिचे लक्ष वेधून घेतले. टेबलावर बोटांनी हलकेच टकटक करत म्हणाला, "गुड इव्हिनिंग...तुम्ही मला बहुधा ओळखत असाल."

मोनिकाने त्याच्याकडे डोळे बारीक करून पाहिले, "नाही. मला तसं वाटत नाही. आपली आधी ओळख झाली आहे का?"

"मी इथं कार्डियाक विभागात सर्जन आहे. पण आत्ता मी माझ्या मुलीला दाखवण्यासाठी घेऊन आलो आहे. आम्ही दीड तासापेक्षा जास्त वेळ थांबलो आहोत. तिचा नंबर केव्हा येईल हे सांगता येईल का?"

"आज इथं फारच गडबड आहे. विशेषत: या अपघातांमुळे तर जास्तच." मोनिका स्पष्टीकरण देत म्हणाली, बरं. नाव काय?"

"डॉ. रेग्गीस." किम खांदे सरळ करत म्हणाला.

"नाही. पेशंटचं नाव काय?"

"रिबेका रेग्गीस."

मोनिकाने टेबलावरचा फॉर्मचा गठ्ठा उचलला. मधलं बोट थुंकीने ओलं करत तिने भराभरा फॉर्म चाळले.

"ठीक आहे." मोनिका एक फॉर्म बाहेर काढत म्हणाली, "हं. सापडला." तिने फॉमवर नोंदवलेली मुख्य तक्रार वाचली आणि मग ती पुन्हा किमकडे पाहून लागली. तिच्या भुवया ताणलेल्या होत्या.

"जुलाब. गेले दोन दिवस होत आहेत..."ती वाचत म्हणाली, "ही लक्षणं काही फोर प्लस दर्जाच्या तातडीची नाहीत."

किमने हातातली स्टूल-सॅम्पलची पिशवी तिच्यासमोर धरली. "आज दुपारपासून जुलाबामधे थोडं रक्तही पडू लागलेलं आहे."

"पण मला तसं दिसत नाही."

"काही वेळापूर्वी स्पष्ट दिसत होतं." किम म्हणाला, "आणि त्यामुळे तिची आई फारच काळजीत आहे."

"बरं. आम्ही जेवढ्या लवकर शक्य होईल तेवढ्या लवकर तिच्याकडे पाहू." मोनिका कोणतीही जबाबदारी न घेण्याच्या स्वरात म्हणाली, "मी आत्ता एवढंच सांगू शकते." तिने बेकीचा फॉर्म पुन्हा जागच्या जागी ठेवून दिला.

"हे पाहा." किम खास ठेवणीतला आवाज काढत म्हणाला, "की मी इथं काम करणारा डॉक्टर आहे आणि मला काही विशेष वागणूक मिळावी अशी अपेक्षा आहे. शिवाय आम्ही मुळात इतके तास थांबलो आहोत की, तिला लवकरात

लवकर तपासलं जावं असं माझं म्हणणं आहे. मी काय म्हणतोय ते समजतंय ना? तिची अवस्था फार वाईट आहे.''

मोनिका कृत्रिम हसली, ''मी एक क्षणाआधी म्हणाले त्याप्रमाणे आम्ही शक्य तितक्या लवकर तिला तपासू. आमची ही व्यवस्था मर्यादित स्वरूपाची आहे. तुम्ही जर दीड तास इथं असाल तर तुम्ही स्वत:च ते अपघाताचे पेशंट पाहिले असतीलच. त्यातच पोलिसांकडून आत्ताच सूचना आली आहे की, गोळीबाराच्या घटनेमधला एक जखमी पेशंट लवकरच इथं येऊन दाखल होईल.''

मोनिकाचे शब्द पुरे होतात न होतात तोच सायरनचा परिचित आवाज ऐकू आला.

''आता मला तिकडेच जायला हवं.'' मोनिका उभी राहिली. तिने इंटरकॉमवर कोणालातरी तयार राहण्याची सूचना केली आणि पाठोपाठ ती इमर्जन्सी विभागाच्या आतल्या भागात दिसेनाशी झाली.

आपण केलेल्या प्रयत्नांमुळे समाधानी झालेला किम परत रांगेकडे निघाला. जाता जाता त्याला गोळीबारात जखमी झालेला पेशंट आत आणला जाताना दिसला. त्याच्या तोंडावर ऑक्सिजन मास्क होता आणि त्याचा चेहरा पांढरा फटफटीत दिसत होता.

''काय झालं?'' किम खुर्चीत बसत असताना ट्रेसीने विचारले.

''ते शक्य तितक्या लवकर तिला तपासणार आहेत.'' किम म्हणाला. त्याने इतर संभाषण मात्र तिला सांगितलं नाही. बेकी खुर्चीमधे पाय वर घेऊन अंग मुडपून बसली होती. तिचे डोळे मिटलेले होते.

''हे फारच मोघम झालं.'' ट्रेसी म्हणाली, ''लवकरात लवकर म्हणजे कधी?'' पंधरा मिनिटांनी, एक तासाने की उद्या सकाळी?''

''त्यांनी सांगितलं त्याप्रमाणे जेवढं शक्य होईल तेवढ्या लवकर.'' किम फटकारत म्हणाला, ''आत्ताच एक गोळीबारातला जखमी पेशंट इथं आलाय. त्याअगोदर अपघातात जखमी झालेले पेशंट आले आहेत. आज इथं फारच गडबड आहे.''

ट्रेसीने सुस्कारा टाकला आणि निराश होऊन डोकं हलवलं.

''बेकी कशी आहे?''

''तिच्या पोटात पुन्हा कळा आल्या होत्या.'' ट्रेसी म्हणाली, ''तेव्हा तूच काय ते पाहा. तू डॉक्टर आहेस.''

किम दातावर दात रोवून मान फिरवून पाहू लागला. स्वत:वर ताबा मिळवणं आता अवघड जात होतं. त्यातच आता त्याला भूक लागली होती.

पुढचा एक तास किम मनाशी चडफडत गप्प बसून होता. तो त्या वेळेच्या सगळ्या अनुभवावर विचार करत होता. त्याला या साऱ्या प्रकाराची तक्रार आपल्या सहकाऱ्यांपाशी सांगायची होती. आपले सहकारी तरी आपली मन:स्थिती समजून

घेतील असा विचार त्याच्या मनात आला. बेकी आणि ट्रेसी आता बहुधा परिस्थितीचा स्वीकार करून गप्प बसून राहिल्या होत्या.

प्रत्येक वेळी वेटिंगरूमच्या दारापाशी कोणी रेसिडेंट किंवा नर्स पेशंटचं नाव पुकारण्यासाठी आले की किम आशेने पाहात होता. पण बेकीचं नाव आलं नाही. अखेर किमने एकदा घड्याळाकडे नजर टाकली.

"आपण गेले अडीच तास इथं रखडलो आहोत." किम उभा राहात म्हणाला, "आता मात्र मला हे सारं खरं वाटत नाही. मी जर थोडा भयगंडग्रस्त असतो ना तर मला नक्की वाटलं असतं की कोणीतरी माझ्याविरुद्ध कपटकारस्थान केलं आहे...आता मात्र मी लगेच काहीतरी होईल हे पाहाणार आहे. मी आलोच."

ट्रेसीने आपल्या माजी नवऱ्याकडे नजर टाकली. इतर कोणती परिस्थिती असती तर तिला त्याच्या भडक डोक्याबद्दल काळजी वाटली असती. पण इतके तास थांबून राहावं लागल्याने हा विचार मागे पडला होता. बेकीची तपासणी होणं हे महत्त्वाचं होतं." ती काही बोलली नाही.

किम सरळ पुन्हा नर्स बसण्याच्या जागी आला. तिथे अनेकजण एकमेकांशी गप्पा मारत बसलेले दिसले. मधूनमधून त्यांच्यामधे हशा पिकत होता. त्यांची वागणूक निवांतपणाची दिसत होती. किमने तिथे पोहोचताच कोणी ओळखीचं दिसतंय का पाहिलं. पण कोणी ओळखीचा दिसेना. तसेच त्यालाही कोणी ओळखलं नाही. फक्त एकाच्या एवढं तरी लक्षात आलं की किम तिथे उभा आहे. बाकी कोणाचंही त्याच्याकडे लक्ष नव्हतं. तो क्लार्क बहुधा कॉलेजात जाणारा मुलगा होता.

"मी डॉ. रेग्गीस आहे. हे काय चाललंय इथं?" किम सर्वांकडे नजर टाकत म्हणाला.

"काही नाही. सगळेजण जरा श्वास घेण्यासाठी थांबलेत. अपघाताचे पेशंट आणि तो गोळीबारातला जखमी नुकताच सर्जरीकडे नेण्यात आले आहेत." क्लार्क म्हणाला.

"आता संध्याकाळच्या पाळीसाठी इमर्जन्सी विभाग कोणाच्या अधिकारात आहे?"

"आत्ता डॉ. डेव्हिड वॉशिंग्टन मुख्य डॉक्टर आहेत."

"ते आत्ता इथं आहेत का?"

त्या क्लार्कने सगळीकडे नजर टाकून खात्री करून घेतली, "नाही. ते बहुधा आतल्या बाजूला ऑर्थोपेडिक पेशंट पाहात आहेत."

"बरं इथं मुख्य नर्स किंवा नर्स पर्यवेक्षक असं कोणी आहे का?"

"होय. इथे नोरा लाबॅट आहेत. पण आत्ता त्या देखील आता एका मानसिक रुग्णावरील उपचारात गुंतल्या असाव्यात."

“अच्छा...ठीक आहे. धन्यवाद.” किम म्हणाला.

किम मग काउंटरपाशी पुढे गेला आणि मध्यभागी गेल्यावर त्याने हात उंचावला.” हॅलो...हॅलो! कोणी ऐकतंय का?..’

पण कोणीही किमकडे लक्ष दिलं नाही.

किमने पुन्हा एकवार सर्वांकडे नजर टाकली. कोणी आपल्याकडे पाहात आहे का ते त्यानं पाहिलं. पण कोणाचंही बिलकुल लक्ष नव्हतं. त्याने मग काउंटरवर ठेवलेला धातूचा कागदपत्रांचा ट्रे उचलला आणि क्षणभर डोक्यावर उंच धरून ठेवला. त्याला वाटलं आता तरी कोणी लक्ष देईल. पण त्याचाही काही उपयोग झाला नाही. मग किमने तो ट्रे जोराने फॉर्मायका लावलेल्या काउंटरवर दोनवेळा जोरात आपटला. त्याचा जोर एवढा होता की, ट्रेचा आकार वेडावाकडा झाला.

यानंतर मात्र सर्वांचं त्याच्याकडे लक्ष गेलं. एकदम सगळेजण गप्प झाले. रेसिडेंट डॉक्टर, नर्स, ऑर्डर्ली वगैरे सर्वजण त्याच्याकडे पाहू लागले. लिफ्टपाशी उभा असणारा सुरक्षा कर्मचारी तो आवाज ऐकून धावत तिकडे आला. त्याचा हात पट्ट्यामधल्या दंडुक्यावर होता.

रागाने बेभान झाल्यामुळे किमचा आवाज कापत होता, “तुम्ही सगळे कामात होतात हे मला माहिती आहे. पण आत्ता तरी तुम्ही मला कामात दिसत नाही. मी जवळजवळ अडीच तासांपेक्षा जास्त वेळ इथं रखडतो आहे. माझी मुलगी वाट पाहात थांबलेली आहे. एक व्यावसायिक डॉक्टर म्हणून माझा वेळ यापेक्षा जास्त चांगल्या कामासाठी वापरला जाऊ शकतो.”

“सर... माफ करा.” सुरक्षा कर्मचाऱ्याने किमचा दंड धरला.

किमने झटक्याने आपला दंड सोडवून घेतला आणि त्या माणसाकडे गर्रकन वळला. “मला हात लावायचं काम नाही.” किम गुरगुरला. तो माणूस शहाणपणाने मागे झाला. किम त्याच्यापेक्षा सहाच इंच उंच असला तरी त्याच्यापेक्षा चांगलाच दणकट होता. सुरक्षा कर्मचाऱ्याने रेडिओ बाहेर काढण्याचा प्रयत्न केला.

“कोणालाही बोलावण्याची गरज नाही.” किम गरजला आणि त्याने खिशातून आपले ओळखपत्र काढून त्या माणसाच्या तोंडासमोर धरले. “मी इथे काम करणारा डॉक्टर आहे आणि इथं कोणी त्याची फिकीर करणारे दिसत नाहीत.”

सुरक्षा कर्मचाऱ्याने डोळे बारीक करून ओळखपत्र पाहिलं, “माफ करा डॉक्टर.” तो म्हणाला.

“ते ठीक आहे.” किम स्वत:वर ताबा मिळवत म्हणाला आणि पुन्हा काउंटरकडे वळला. मोनिका हॉस्कीन्स् पुढे झाली, “तुम्हाला खूप वेळ थांबावं लागलं म्हणून मला वाईट वाटतं. पण आम्ही जे शक्य आहे ते सारं करतोच आहोत.”

"तरीही मला आत्ता प्रमुखपदाचा भार सांभाळणाऱ्या डॉक्टरशी ताबडतोब बोलायचं आहे."

"डॉ. वॉशिंग्टन आता एका न्यूमोथोरॅक्सच्या केसमधे गुंतलेले आहेत," मॉलीने स्पष्टीकरण दिले.

"मला आत्ता म्हणजे आत्ता त्यांच्याशी बोलायचं आहे." किम ठासून म्हणाला, "इथं न्यूमोथोरॅक्सची केस सांभाळायला एखादा तरी लायक रेसिडेंट उपलब्ध असणार."

"एक मिनिट..." मोनिका म्हणाली आणि किमला ऐकू जाणार नाही अशा प्रकारे तिने मॉली व इतर नर्सबरोबर भराभरा चर्चा केली. ती पुन्हा किमच्या दिशेने आली. पाठीमागे तिच्याबरोबर चर्चा केलेली एक नर्स फोन उचलताना दिसली.

"तुमच्याबरोबर बोलण्यासाठी कोणीतरी अधिकारी लवकरच येतील. एकाच मिनिटात." मोनिका म्हणाली.

"एक मिनिट संपत आलंय." किम म्हणाला.

किमने केलेल्या आरड्याओरड्यामुळे बऱ्याच जणांनी काउंटर सोडून मागच्या भागात जाणं पसंत केलं होतं. मोनिकाने किमने वेडावाकडा केलेला ट्रे उचलला. तिने तो पूर्ववत करण्याचा प्रयत्न केला पण तिला ते जमलं नाही.

किमचं हृदय धडधड करू लागलं होतं. रागाचा पारा वर चढू लागला होता. एवढ्यात त्याला पाठीमागे काहीतरी गोंधळ गडबड झाल्याचे लक्षात आले. किमने वळून पाहिले. एका तरुण मुलीला काही ऑर्डर्ली धरून घेऊन जात होते. ती हुंदके देत होती. दोन्ही मनगटांवर बांधलेले टॉवेल्स रक्ताळलेले होते. तिने आत्महत्या करायचा प्रयत्न केला हे तर उघड दिसत होते.

त्या मुलीला आत नेल्यानंतर किमला वाटलं की आता तरी मुख्य डॉक्टर बाहेर येईल. पण उलट कोणीतरी त्याच्या खांद्यावर बोटांनी टक्टक् केलं. त्यांन वळून पाहिलं. ट्रेसी मागे उभी होती.

"बेकी कुठं आहे?"

"ती टॉयलेटला गेली आहे." ट्रेसीने उत्तर दिले. तिच्या अशा प्रकारे फेऱ्या चालूच आहेत. मला परत जायला हवं, पण मी इथं अशासाठी आले आहे की...तू कृपा करून तुला स्वत:ला प्रिय असणारा कोपिष्टपणा इथं दाखवू नकोस. तू मघाशी इकडे येण्यासाठी म्हणून उभा राहिलास तेव्हा तू रागावतोस की आणखी काही होतं याची मला फिकीर वाटत नव्हती. पण आत्ता मात्र वाटतेय. मुळातच बिघडलेली परिस्थिती तू रागावून अजिबात सुधारणार नाही याबद्दल माझी पक्की खात्री झाली आहे. उलट त्यामुळे बेकीला आणखी रखडावं लागेल असं मला वाटतं."

"तुझी ती मानसशास्त्रातली पोपटपंची नको." किम त्वेषाने म्हणाला, "मी

अत्यंत जबाबदारीने आणि मुद्देसूदपणे त्या ठिकाणी अधिकार चालवणाऱ्या व्यक्तीशी बोलणार आहे. हे जे सारं चालू आहे ते मला मान्य नाही. हे एवढं साधं आहे.''

''स्वत:वर ताबा ठेवायचा प्रयत्न कर.'' ट्रेसी थंडपणाने म्हणाली, ''तुझं संपलं की ये. आम्ही कुठं आहोत ते तुला माहिती आहेच.'' ट्रेसी वळून वेटिंगरूमच्या दिशेने चालू लागली.

किम अस्वस्थपणाने काउंटरवर बोटांनी ताल धरत बसला होता. आता पाच मिनिटे उलटली होती. त्याने पुन्हा एकदा आतमधे नजर टाकली. अजून कोणाचाही पत्ता नव्हता. किमने त्या क्लार्ककडे पाहिले. पण त्याने किमची नजर चुकवली. इतर सर्वजण देखील किमकडे पाहात नव्हते. सगळेजण काहीतरी करत असल्याचे दाखवत होते.

लिफ्ट आल्याचा आवाज ऐकू आला. सर्वसाधारण प्रकारचा बिझिनेस सूट अंगावर घातलेला एक दणकट माणूस त्यामधून बाहेर पडला. किमला आश्चर्य वाटलं कारण तो सरळ चालत किमकडेच आला. ''डॉ. रेग्गीस?'' त्या माणसानं विचारलं. त्याचा आवाज भरभरीत आणि अधिकार गाजवणाऱ्या प्रकारचा होता.

''होय. मीच डॉ. रेग्गीस आहे.''

''मी बार्कले ब्रॅडफर्ड.'' तो माणूस कुर्रेबाजपणे म्हणाला, ''मी हॉस्पिटलचा उपाध्यक्ष आहे आणि संध्याकाळच्या पाळीचा प्रमुख प्रशासक आहे.''

''हे फारच सोईस्कर झालं.'' किम म्हणाला, ''मी तुम्हाला असा सल्ला देतो की, तुम्ही इमर्जन्सी विभागात आतमधे जावं आणि हा विभाग सांभाळणाऱ्या त्या गाढवाला बाहेर खेचून आणावं. मला त्याच्याशी बोलायचं आहे. असं पाहा, मी माझ्या मुलीच्या तपासणीसाठी गेले अडीच तास वाट पाहात थांबलो आहे.''

''डॉ. रेग्गीस.'' बार्कले अशा प्रकारे बोलू लागला की, जणू किमने काहीच सांगितलं नव्हतं. ''आमच्या ह्या हॉस्पिटलमधे कर्मचारी म्हणून काम करत असल्याने आणि त्यातल्या त्यात एक सर्जन म्हणून काम करत असल्याने तुम्हाला गर्दीच्या वेळी इमर्जन्सी विभागात काय काय करावं लागतं त्याची चांगली कल्पना असेलच. जिथे जीवनमरणाचा प्रश्न आहे अशा केसेसना साध्या जुलाबाच्या केसपेक्षा प्राधान्य द्यावं लागतं.''

''अर्थातच! मला त्याची चांगली कल्पना आहे.'' किम टोला परतवत म्हणाला, ''मी शिकत असताना दीर्घकाळ इमर्जन्सी विभागात काम केलेलं आहे. पण मी तुम्हाला एक गोष्ट सांगू इच्छितो. मी दहा मिनिटांपूर्वी इथं आलो तेव्हा डझनभर कर्मचारी निवांतपणे कॉफी पीत गप्पाटप्पा करत बसलेले दिसले.''

''प्रत्येकवेळी दिसतं तसं खरं नसतं.'' बार्कले नम्रपणा दाखवत म्हणाला, ''कदाचित ते एकमेकांमधे विशिष्ट अशा अवघड केसची चर्चा करत असतील.

"तो डोळे मिचकावत पुढे म्हणाला, ''कदाचित त्यांच्यात विचारविनिमय सुरू असेल. ते काहीही असो. पण तुम्ही ज्या बालिशपणे ट्रे काउंटरवर आपटलात ते वर्तन कदापिही सहन केलं जाणार नाही. तुम्ही कोणतीही खास वागणूक मिळण्याची अपेक्षा करणं सर्वथा अयोग्य आहे.''

''खास वागणूक!'' किम थुंकी उडेल एवढ्या वेगाने म्हणाला, ''बालिशपणा!'' किमचा चेहरा लाल झाला आणि डोळे विस्फारले होते. किमला इमर्जन्सी विभागात सहन कराव्या लागलेल्या त्रासाचा आणि वैतागाचा निचरा करण्यासाठी बार्कले समोर सापडला. हॉस्पिटलचं विलीनीकरण, अमेरिकेअर बद्दलचा तिरस्कार आणि डॉक्टर म्हणून सध्याच्या काळात होणारी घुसमट ही सगळी त्याक्षणी त्याच्या डोक्यात गरागरा फिरू लागली. त्याने रागाने बेभान होत त्या प्रशासकाच्या हनुवटीवर वेगाने ठोसा मारला.

किमने हात मागे घेऊन बोटांना आलेल्या झिणझिण्या कमी करण्यासाठी तो दुसऱ्या हातात घट्ट धरला. त्याचक्षणी बार्कले मागे कोलमडून खाली उताणा पडला. आपण अचानक केलेल्या या हिंसक कृत्यामुळे किम स्वतःच चकित झाला होता. तो एक पाऊल मागे घेऊन खाली पडलेल्या माणसाकडे पाहात राहिला. क्षणभर त्याच्या मनात बार्कलेला उठण्यासाठी मदत करावी असा विचार येऊन गेला.

काउंटरपाशी बसलेल्या माणसांच्या तोंडून एकदम एकाचवेळी निरनिराळे आवाज बाहेर पडले. सुरक्षा कर्मचारी धावत काउंटरकडे आले. क्लार्कने इंटरकॉम हातात घेतला आणि घोषणा केली, ''सावधान!...नर्सेस डेस्कपाशी धोका!...''

इमर्जन्सी रूमच्या मागच्या बाजूने रेसिडेंट डॉक्टर, नर्स आणि इतर कर्मचारी धावत बाहेर आले होते. घोषणा ऐकून ट्रेसीही धावत तिथे येऊन पोहोचली. किम आणि बार्कलेच्या भोवती गर्दी जमली. बार्कले आता उठून बसला होता. त्याने हात ओठापाशी लावून पाहिला. तिथून रक्त येत होतं.

''डॅम इट किम!'' ट्रेसी म्हणाली, ''मी तुला सावध केलं होतं!''

''हे सर्वस्वी अशक्य वाटण्यासारखं आहे.'' मोनिका ओरडली.

''पोलिसांना बोलवा!''

''थांबा. कोणालाही बोलावू नका.'' कोणीतरी जड अशा गंभीर आवाजात सांगितलं. गर्दी बाजूला झाली. एक मजबूत बांध्याचा आणि सुंदर दिसणारा आफ्रिकन-अमेरिकन माणूस तिथे आला. त्याने हातातले रबरी हातमोजे सोलून काढले आणि तो गर्दीतून शिरून आत मध्यभागी आला. त्याच्या कोटावरच्या लेबलवर 'डॉ. डेव्हिड वॉशिंग्टन. ॲक्टिंग चीफ. इमर्जन्सी विभाग' ही अक्षरं होती. त्याने एकदा किमकडे आणि मग बार्कलेकडे पाहिलं. घुमणाऱ्या आवाजात तो दमदारपणे म्हणाला, ''हे काय चाललंय इथं?''

“या माणसाने आत्ता काही वेळापूर्वी मि. ब्रॅडफर्डना ठोसा मारून पाडलं.” मोनिका किमकडे बोट दाखवत म्हणाली, “आणि त्या अगोदर त्याने आदळून एक ट्रे मोडून टाकला होता.” “कदाचित तुम्हाला खरं वाटणार नाही. पण हा माणूस म्हणे इथं डॉक्टर आहे.” मॉलीने आणखी माहिती पुरवली.

डेव्हिडने हात पुढे करून बार्कलेला उठून उभं राहायला मदत केली. त्याने बार्कलेच्या फाटलेल्या ओठाकडे नजर टाकली आणि हलकेच त्याच्या जबड्यापाशी बोटं फिरवून तपासणी केली.

“तुम्ही ठीक आहात का?” डेव्हिडने बार्कलेला विचारले.

“होय.” बार्कले म्हणाला आणि त्याने रुमालाने ओठांपाशी लागलेले रक्त टिपून घेतले.

डेव्हिड मोनिकाकडे वळला. “मि. ब्रॅडफर्डना आत घेऊन जा आणि जखम नीट साफ करून घ्या. डॉ. क्रूगरना पाहायला सांगा. क्ष-किरण तपासणीची गरज आहे का ते डॉ. क्रूगर ठरवतील.”

“ठीक आहे.” मोनिका म्हणाली आणि बार्कलेला हाताला धरून ती गर्दीतून बाहेर पडली. जायच्या अगोदर बार्कलेने किमकडे एक जळजळीत कटाक्ष टाकला.

“बाकी सर्वांनी आपापल्या कामाला लागा.” हात हलवत डेव्हिड म्हणाला. मग तो किमकडे वळला. एव्हाना किम भानावर आला होता.

“तुमचं नाव काय?”

“डॉ. किम रेग्गीस.”

“तुम्ही खरोखरच मि. ब्रॅडफर्डना ठोसा हाणलात?” डेव्हिडने शंकेच्या स्वरात विचारले.

“होय. ते खरं आहे.”

“तुम्ही असं करायला का प्रवृत्त झालात?”

किमने एक खोलवर श्वास घेतला. “त्या बदमाषाने अत्यंत कावेबाजपणाने माझ्यावर आरोप केला की, मी इथं खास वागणूक मिळावी म्हणून प्रयत्न केला. प्रत्यक्षात माझी आजारी मुलगी गेले अडीच तास वाट पाहात थांबलेली आहे.”

डेव्हिडने क्षणभर किमकडे रोखून पाहिले. आपल्या एका सहकारी डॉक्टरचे वर्तन पाहून त्याला धक्का बसला होता, “तुमच्या मुलीचं नाव काय आहे?”

“रिबेका रेग्गीस.”

डेव्हिड क्लार्ककडे वळला आणि त्याला बेकीचा फॉर्म बाहेर काढायला सांगितलं. त्या क्लार्कने गडबडीत फॉर्म शोधायला सुरुवात केली.

“तुम्ही खरोखरच हॉस्पिटलमधे कामाला आहात?” फॉर्म मिळेपर्यंत डेव्हिडने किमला विचारले.

''विलीनीकरण झाल्यापासून.'' किम म्हणाला, ''मी एक कार्डियाक सर्जन आहे...मला इथं कशी वागणूक मिळाली त्याची तुम्हाला काही कल्पना नसेल.''

''आम्ही आमच्यापरीने सर्वकाही व्यवस्थित करत असतो.''

''होय तर! मी हे वाक्य आज कितीतरी वेळा इथं ऐकलंय....''

डेव्हिडने पुन्हा किमकडे रोखून पाहिलं, ''खरं सांगायचं तर तुम्हाला तुमच्या वागणुकीची लाज वाटायला हवी. ट्रे आदळणं, लोकांना दणके मारणं...तुम्ही एखाद्या बिघडलेल्या तरुण पोराप्रमाणे वागलात.''

''खड्ड्यात जा.''

''मी सध्यापुरता तरी हा शेरा अत्यंत ताणामुळे मारला गेलाय असं मानतो.''

''उगीच मोठेपणा दाखवण्याची गरज नाही.''

''हा पाहा तिचा फॉर्म.'' क्लार्कने बेकीचा फॉर्म डेव्हिडच्या हातात दिला. डेव्हिडने फॉर्मवर नजर टाकली आणि घड्याळ पाहिलं, ''हं. निदान वेळेबाबत तरी तुमचं म्हणणं बरोबर आहे. जवळपास तीन तास...तुम्हाला खूपच वेळ थांबावं लागलंय हे खरं आहे. पण तरीही त्यामुळे तुमच्या वर्तनाचं समर्थन होऊ शकत नाही.''

डेव्हिडने ट्रेसीकडे पाहिलं. ''तुम्ही मिसेस रेग्गीस आहात का?''

''मी रिबेका रेग्गीसची आई आहे.''

''असं करा. तुम्ही तिला घेऊन लगेच इकडे या. मी ताबडतोब स्वत: तिची तपासणी करतो.''

''धन्यवाद.'' ट्रेसी म्हणाली आणि घाईघाईने वेटिंगरूमकडे गेली. डेव्हिड काउंटरच्या मागे गेला आणि त्याने फॉर्मसाठी एक पॅड घेतलं. त्याने इंटरकॉम वापरून एका नर्सला बाहेर बोलावलं. तो बाहेर आला तेव्हा ट्रेसी बेकीला आपल्याबरोबर ओढत घेऊन आली होती. पाठोपाठ एक नर्स बाहेर आली. तिचं नाव निकोल मिशेल्स् होतं.

''तरुण मुली. तुला काय त्रास होतोय?'' डेव्हिडने बेकीला विचारले. ''बरं वाटतंय का?''

''नाही. फारसं बरं वाटत नाही...मला घरी जायचंय...''

''हो...हो..जाशील.'' डेव्हिड म्हणाला, ''पण अगोदर आपण तुझी तपासणी करून टाकू. तू निकोलबरोबर पुढे जा. ती तुला आत एका क्युबिकलमधे नेऊन बसवेल.''

ट्रेसी, बेकी आणि किम जाण्यासाठी पुढे झाले. पण डेव्हिडने हात आडवा धरून किमला थांबवलं.

''तुम्ही जर इथं थांबलात तर बरं होईल...त्याला तुमची हरकत नसावी.''

''मी माझ्या मुलीबरोबर राहाणार.''

''नाही. ते जमणार नाही.'' डेव्हिड म्हणाला. तुमच्यावरच्या ताणामुळे तुमचं

भावनिक संतुलन बिघडलेलं आहे. तुम्ही एखाद्या तोफेसारखे सगळीकडे भडिमार करत सुटला आहात.''

किमने क्षणभर विचार केला. त्याचं मन हे मानायला तयार होत नव्हतं, पण डेव्हिडच्या म्हणण्यात तथ्य होतं. पण तरीही त्याचा चिडखोरपणा आणि मानहानीची जाणीव त्याला गप्प बसू देत नव्हते. ''डॉक्टर...तुम्हाला मी काय म्हणतोय ते समजतंय.''

किमने इमर्जन्सी विभागाच्या आतल्या भागात जाणाऱ्या दोघींकडे नजर टाकली. मग त्याने डेव्हिडकडे पाहिलं. डेव्हिड मानसिक दृष्टीने आणि शारीरिक दृष्टीनेही भक्कमपणे पाय रोवून उभा होता.

''पण...''

''पण वगैरे काहीही नाही.'' डेव्हिड म्हणाला, ''पोलिसांना बोलावण्याची वेळ माझ्यावर आणू नका. जर तुम्ही मला सहकार्य दिलं नाहीत तर, मला ते करावं लागेल.''

नाइलाजाने किम मागे वळला आणि वेटिंगरूममधे आला. एकही खुर्ची रिकामी नव्हती म्हणून तो भिंतीला टेकून उभा राहिला. त्याने टी.व्ही. पाहायचा प्रयत्न केला, पण त्याचं लक्ष लागेना. त्याने आपले हात वर करून पाहिले. तो थरथरत होता.

अर्ध्या तासानंतर बेकी आणि ट्रेसी बाहेर आल्या. त्या दोघी हॉस्पिटलच्या दाराबाहेर पडत असताना योगायोगाने त्याला त्या दिसल्या. त्याला न भेटताच त्या निघून जात होत्या.

किमने भराभरा आपला कोट, ग्लोव्हज् वगैरे वस्तू सावरल्या आणि तो त्यांच्या पाठोपाठ निघाला. बेकीला गाडीत बसायला हात देत असताना किमने त्यांना गाठलं.

''तू हे काय करते आहेस?'' किमने जोरात विचारले, ''माझ्याकडे दुर्लक्ष करायचं तू ठरवलं आहेस का?''

ट्रेसीने काहीही उत्तर न देता बेकीच्या बाजूचं दार लावलं आणि ती वळसा घालून पलीकडच्या बाजूला गेली. किम तिच्यापाठोपाठ गेला आणि दारावर हात ठेवून तिला थांबवलं.

''प्लीज किम. आणखी त्रास देऊ नकोस.'' ट्रेसी म्हणाली, ''तुझ्यामुळे आधीच आम्हां दोघींची परिस्थिती चमत्कारिक झाली आहे.''

या अनपेक्षित फटक्यामुळे किमला धक्का बसला. त्याने एकदम हात मागे घेतला. ट्रेसी आत बसली आणि दार लावून घेण्यासाठी तिने हात पुढे केला, पण मधेच ती थांबली. तिच्या बोलण्यामुळे विव्हळ झालेला किमचा चेहरा तिला दिसला. ''घरी जा आणि थोडी झोप घे.'' ट्रेसी म्हणाली ''आम्ही आता तेच करणार आहोत.''

''आतमधे काय झालं? त्यांनी काय सांगितलं?''

"विशेष काहीही नाही." ट्रेसी म्हणाली, "तिच्या रक्तातल्या पेशी आणि इलेक्ट्रोलाईट का काय म्हणतात त्याचं प्रमाण ठीक आहे. त्यांनी तिला ब्रॉथ द्यायला आणि दुधाचे पदार्थ न खायला सांगितलं आहे. तिला भरपूर द्रवपदार्थ द्यायची सूचना केली."

"एवढंच?"

"होय. एवढंच." ट्रेसी म्हणाली. "हो, आणि शिवाय हे देखील स्पष्ट झालं की बेकीच्या आजाराला जिंजरचं चिकनच कारणीभूत होतं. ते म्हणाले की चिकनमुळे विषबाधा होण्याचं प्रमाण भरपूर असतं."

"नाही!" किम घाईघाईने टोला परतवत म्हणाला, "ते शक्य नाही. बेकीला विचार हवं तर! चिकन बनवलं त्या दिवशी सकाळपासूनच बेकी आजारी होती की नाही, ते तिलाच विचार." किम आत वाकून बेकीला म्हणाला, "होय की नाही भोपळ्या?"

"मला घरी जायचं आहे." बेकी खिडकीतून पलीकडे पाहात म्हणाली.

"गुडनाईट किम." ट्रेसी म्हणाली. तिने दार बंद केलं. गाडी सुरू केली आणि ती निघून गेली. ट्रेसीची गाडी दिसेनाशी झाल्यानंतरच किम वळून त्यांची गाडी ठेवलेल्या डॉक्टरांसाठीच्या पार्किंग लॉटकडे गेला. त्याला त्या क्षणी जेवढं एकाकी वाटलं तेवढं त्यापूर्वीच्या आयुष्यात कधीही वाटलं नव्हतं.

❖

सात

मंगळवार, २० जानेवारी

शस्त्रक्रिया संपवून किम आणि टॉम वीस नंबरच्या खोलीबाहेर पडले. त्यांनी चेहऱ्यावरचे मास्क काढून टाकले. मास्क त्यांच्या छातीवर लोंबकळत पडले. त्यांनी हातावरची पावडर धुऊन टाकली.

"किम. एवढ्या झटपट सांगूनही तू आज मदत केलीस. धन्यवाद."

"मला मदत करायला आनंदच वाटला." किम थंड स्वरात म्हणाला. दोघेजण कॉरिडॉरमधून रिकव्हरी रूमकडे चालू लागले.

"आज तुझा मूड फारच खराब दिसतोय." टॉमने विचारले, "काय झालं? मेडिकेअरने वैद्यकीय सेवांची जी नवी फी लावलेली आहे त्याचा परिणाम म्हणून तुझ्या अकाउंटंटनेही फोन केला की काय?"

किमने या चेष्टेला प्रतिसाद दिला नाही. तो गप्प राहिला.

"किम. तू ठीक आहेस ना?" यावेळी टॉमचा स्वर गंभीर होता.

"तसं म्हणायला हरकत नाही." किम कोरडेपणानं म्हणाला, "काही नाही, फक्त खूप मनस्ताप झालाय इतकंच." किमने मग इर्मजन्सी विभागात आदल्या रात्री घडलेला सारा प्रकार टॉमच्या कानावर घातला.

"ओहो!" टॉम म्हणाला. "बापरे! हे एवढं सगळं घडलं?...पण किम तू त्याबद्दल स्वत:ला दोष देऊ नकोस. त्या बार्कले ब्रॅडफर्ड नावाच्या ध्यानाला तू लगावलेल्या तडाख्याबद्दल तू मनाला लावून का घेतोस? माझीही एकदा त्याच्याबरोबर थोडी जुंपली होती. हे म्हणे प्रशासक! मी काल एका जर्नलमधे वाचलं की सध्या दर दीड डॉक्टर आणि नर्समागे एक प्रशासक असं प्रमाण सगळ्या अमेरिकेत आहे. तुझा यावर विश्वास बसतो?"

"अगदी नक्की बसतो." किम म्हणाला, "म्हणूनच तर आता वैद्यकीय सेवा एवढ्या महाग झाल्या आहेत."

"त्या लेखामधे नेमका हाच मुद्दा होता..बरं ते जाऊ दे. तू त्या ब्रॅडफर्डला का फटकावलंस ते मी चांगलं समजू शकतो. तुझ्या जागी मी असतो ना तर मी राडाच केला असता. तीन तास! मी कमीतकमी त्याला ठोसा लगावून आडवं तर नक्कीच केलं असतं."

"धन्यवाद टॉम." किम म्हणाला, "माझ्या बाजूने उभं राहिल्याबद्दल धन्यवाद. पण त्या घडल्या प्रकाराचा सर्वांत वाईट भाग असा झाला की, एवढा मनस्ताप आणि प्रतीक्षा सहन करूनही मला बेकीवर उपचार करणाऱ्या डॉक्टरांशी बोलता आलं नाही. मला तशी संधीच मिळू दिली नाही त्यांनी"

"ती आता कशी आहे?"

"अजून मला कल्पना नाही." किम म्हणाला, "मी सकाळी फार लवकर उठलो. त्यामुळे मी ट्रेसीला फोन केला नाही. तिचाही अजून फोन आलेला नाही. पण ती आता उत्तम असावी. तिच्या रक्ताचे अहवाल अगदी व्यवस्थित होते.

"डॉ. रेग्गीस." कोणीतरी हाक मारल्याचा आवाज आला. किमने वळून पाहिले. शस्त्रक्रिया विभागातली मुख्य नर्स डेबोरा सिल्व्हरमन त्याला हाक मारत होती. किम दिशा बदलून तिच्या डेस्ककडे गेला.

"तुम्ही आता शस्त्रक्रिया करता असताना डॉ. बिडलनी फोन केला होता. तुम्ही काम संपवताना त्यांना ऑफिसमधे भेटावं असा त्यांचा निरोप आहे."

किमने निरोप लिहिलेली चिठ्ठी घेतली. त्यावर अनेक उद्‌गारचिन्हे काढलेली दिसत होती. मामला बहुधा चांगलाच गंभीर होता. "अच्छा!" टॉम किमच्या खांद्यावरून डोकावून पाहात म्हणाला, "बहुतेक तुझ्या मनस्तापात भर पडावी अशी

चीफची काहीतरी योजना दिसतेय.''

किम सर्जरी विभागातल्या लॉकररूमकडे गेला. डॉ. बिडलचा निरोप ताबडतोब भेटावं असा होता तरी, किमने सावकाश आपल्यापरीने काम उरकले. फॉरेस्टर बिडलचं काय काम असावं हे त्याच्या लक्षात आलं होतं. पण प्रश्न असा होता की, एका विशिष्ट मर्यादेनंतर किमला आपल्या वागण्याचा अर्थ लावता येत नव्हता.

किमने अंघोळ केली आणि आदल्या रात्रीच्या प्रकारावर भरपूर विचार केला. आपल्यावर जरुरीपेक्षा जास्त ताण पडला होता यापेक्षा जास्त वरच्या दर्जाचं स्पष्टीकरण आपण देणार नाही हे त्याने मनोमन ठरविले. अंगावर स्वच्छ स्क्रब सूट चढवून, त्याने बाहेर पडून जिंजरला फोन केला आणि दुपारच्या वेळापत्रकाची माहिती घेतली. मगच तो प्रशासकीय विभागात असलेल्या चीफच्या ऑफिसकडे निघाला.

डॉ. फॉरेस्टर बिडल हा न्यू इंग्लंडमधल्या रूढिप्रिय माणसाचा अगदी आदर्श नमुना होता. त्याच्या चेहऱ्यावर एखाद्या प्युरिटन धर्मोपदेशकासारखा भकास भाव होता आणि त्याचं व्यक्तिमत्त्व अत्यंत रूक्ष आणि कडवट होतं. त्याची जमेची एकमेव बाजू म्हणजे तो एक उत्कृष्ट सर्जन होता.

''आत ये आणि दार लाव.'' किम डॉ.बिडलच्या पुस्तकांनी खच्चून भरलेल्या खोलीत शिरताच बिडल म्हणाला, ''बस.''

किम बसला. हातातलं लेखनाचं काम पूर्ण होईपर्यंत बिडलने किमला वाट पाहायला लावली. किमने नजर इकडे तिकडे फिरवली. त्याला वाटलं की बिडलचं समारिटन हॉस्पिटलमधलं ऑफिस याच्यापेक्षा कितीतरी चांगलं होतं.

हातातलं काम संपवून बिडलने पेन टेबलावर जोरात आपटलं. त्याचा एखाद्या दूर अंतरावर उडालेल्या तोफगोळ्यासारखा थड् असा आवाज आला. ''मी थेट मुद्द्याला हात घालतो.'' नेहमीपेक्षा जास्त कठोर भाव चेहऱ्यावर आणत बिडल म्हणाला, ''काल रात्री इमर्जन्सी विभागातली तुझी वागणूक आपल्या विभागाला काळिमा लावणारी आणि संपूर्ण वैद्यकीय सेवेला शरम आणणारी होती.''

''माझी मुलगी आजारी होती'' किम साधेपणानं म्हणाला. तो फक्त स्पष्टीकरण देतोय आणि काही सबब सांगत नाही असा त्याचा रोख होता. तसेच आपण पश्चातापाने बोलतोय असं वाटू नये ही काळजी तो घेत होता.

''हे काही तिथल्या हाणामारीचं कारण होऊ शकत नाही.'' बिडल म्हणाला, ''मि. ब्रॅडफर्ड तुझ्यावर काही आरोप ठेवण्याचा विचार करत आहेत आणि त्यांनी तसं केलं तर मी त्यांना त्याबद्दल दोष देणार नाही.''

''जर कोणावर खटला व्हायला हवा असेल तर, तो अमेरिकेअरवरच व्हायला

हवा. मला तीन तासांपेक्षा जास्त वेळ वाट पाहात थांबावं लागलं आणि कारण काय तर अमेरिकेअरच्या नफ्यात वाढ व्हावी.''

"एखाद्या प्रशासकावर हल्ला करणं हा कोणत्याही समस्येवर भाष्य करण्याचा समाजमान्य प्रकार असू शकत नाही.'' बिडल म्हणाला, "आणि त्यात आणखी भर म्हणजे प्रसिद्धी माध्यमांकडे थेट धाव घेणं हे मला अजिबात मान्य नाही. शुक्रवारी रात्रीच्या बातम्यांमधे केली ॲन्डरसनने एक वाक्य तुझं म्हणून सांगितलं होतं. हा तू केलेला हल्ल्याचा अक्षम्य प्रकार घडला नसता तर, मी त्यावर काहीही बोलणार नव्हतो. युनिव्हर्सिटी मेडिकल सेंटर आणि समारिटन हॉस्पिटल यांचं विलीनीकरण करण्यामागची अमेरिकेअरची खरी भूमिका नफा कमावणं ही आहे हे म्हटल्याने या हॉस्पिटलच्या नावाला बट्टा लागतो.''

किम उठून उभा राहिला. त्याला तिथे चर्चा करत बसायची इच्छा नव्हती. तिथे बसून एखाद्या शाळकरी मुलाप्रमाणे तो आपली कानउघाडणी करून घेणार नव्हता. "जर तुमचं बोलणं झालं असेल तर ठीक आहे. मला काही पेशंट तपासायचे आहेत.''

बिडलही खुर्ची मागे ढकलत उठून उभा राहिला. "डॉ. रेग्गीस. मला वाटतं की एक गोष्ट तू पक्की लक्षात ठेव. हॉस्पिटलचं विलीनीकरण होण्याअगोदर ह्या विभागाने तुझ्या झडपा बदलण्याच्या कौशल्याचा उपयोग व्हावा म्हणून एका पूर्ण वेळ पगारी सर्जनला कामावर ठेवण्याचा विचार केला होता. तुझ्या अशा प्रकारच्या वागण्यामुळे आम्हांला आता त्याचा फेरविचार करावा लागेल.''

यावर काहीही न बोलता किम वळून बाहेर पडला. किम बिडलच्या शेवटच्या वाक्यावर काहीही प्रतिसाद देणार नव्हता. फॉरेस्टर बिडलने दिलेल्या धमकीत काहीही दम नव्हता. कारण प्रत्यक्षात देशभरातल्या अनेक नामांकित सर्जरी विभागांनी किमने त्यांचे प्रमुख म्हणून यावं अशी सूचना केलेली होती. बेकीचा ताबा तो आणि ट्रेसीकडे संयुक्तरीत्या होता आणि लिबरल आर्ट्स कॉलेजमधे जात असल्याने ट्रेसी हे शहर सोडायला तयार होत नव्हती. या एकाच कारणासाठी किम अजून युनिव्हर्सिटी मेडिकल सेंटरमधे होता.

किमला पुन्हा एकदा राग आला. सध्या त्याला सतत असा राग येत होता. हॉस्पिटलच्या प्रशासकीय विभागातून ताडताड चालत बाहेर पडत असताना त्याची आणि केली ॲन्डरसन व तिचा कॅमेरामन ब्रायन यांची जवळपास धडकच होणार होती.

"ओहो!'' केली आनंदाने चित्कारली, "डॉ. रेग्गीस! मी नेमकी ज्या माणसाला भेटायची आशा केली होती...''

किमने केलीकडे एक चिडखोर कटाक्ष टाकला आणि वेगाने तसाच कॉरिडॉरमधून पुढे निघाला. केली मागे वळली आणि धावतच त्याच्या पाठोपाठ आली. हातात ओझं असूनही ब्रायन देखील मागेच होता.

“माय गॉड!” केली धापा टाकत म्हणाली, “डॉ. रेग्गीस. तुम्ही सध्या मॅरेथॉन शर्यतीसाठी सराव करत आहात की काय? जरा हळू चाला. मला तुमच्याशी बोलायचं आहे.”

“मला तुमच्याशी बोलायची बिलकुल इच्छा नाही.”

“पण काल इमर्जन्सी विभागात जे काही घडलं त्याबद्दल तुमची बाजू मला हवी आहे.”

किम एकदम थांबला. त्यामुळे मागून येणारा ब्रायन त्याच्या अंगावर आदळला. ब्रायन त्याची माफी मागू लागला. पण किमने त्याच्याकडे दुर्लक्ष करत आश्चर्यचकित झालेल्या केलीकडे आपला मोर्चा वळवला, “हे तुमच्यापर्यंत एवढ्या लवकर कसं आलं?”

“तुम्हालाही धक्का बसला ना!” केली स्वत:वर खुष होत कावेबाजपणे म्हणाली, “अर्थातच, तुम्ही हे समजू शकाल की मला कुठून कशी माहिती मिळाली हे मी उघड करून सांगू शकत नाही. असं पाहा मी वैद्यकीय क्षेत्राशी संबंधित स्टोरी एवढ्या केल्या आहेत की, मी इथं मेडिकल सेंटरमधे जणू माझं पंचमस्तंभी कारवायांचं केंद्रच उभं केलंय. माझ्यापर्यंत काय काय गावगप्पा येतात हे जर तुम्हाला कळलं तर चकित व्हाल. दुर्दैवाने त्यामधला बराचसा भाग कोण कोणाबरोबर झोपतो अशा प्रकारच्या नीरस माहितीचा असतो. पण कधीकधी मात्र मला बरोब्बर चांगली खबर मिळते. काल रात्री इमर्जन्सी विभागात घडलेल्या त्या प्रकरणांसारखी. कार्डियाक सर्जनने प्रशासकाला दणका हाणला. वाहवा! याला खरी बातमी म्हणतात...”

“मला तुम्हाला काहीही सांगायचं नाही.” किम पुन्हा चालायला लागला.

केली पुन्हा त्याच्या पाठोपाठ जवळ आली, “पण मला तसं वाटत नाही. नक्कीच मला सांगण्यासारखं काहीतरी तुमच्याकडे आहे. आपल्या आजारी मुलीला बरोबर घेऊन तीन तास रखडत बसण्याचे कष्ट खूप असणार आणि त्याबद्दल चर्चा करायला मला आवडेल.”

“इतर गोष्टींप्रमाणेच माझी आत्ताच कानउघाडणी करण्यात आली. कारण त्यामधे माझ्या तोंडी तुम्ही घातलेलं ते वाक्य होतं...जाऊ दे. मी तुमच्याबरोबर बोलणार नाही.”

“म्हणजे अमेरिकेअरच्या प्रशासनालाही सत्याचा तिटकारा आहे वाटतं! हे देखील विचार करायला उद्युक्त करणारं आहेच की.”

“मी तुमच्याबरोबर बोलणार नाही.” किम म्हणाला, “उगीच स्वत:ला का दमवून घेता.”

“ओहो डॉक्टर!” केली म्हणाली, “हे पाहा. तुम्हाला तासचेतास तिथे इमर्जन्सी विभागात रखडत बसावं लागलं हे कळलं तर, माझ्या प्रेक्षकांना नेमकं काय ते

कळेल. म्हणजे यामधला दैवदुर्विलास लोकांच्या नजरेत भरेल. एक डॉक्टर तिष्ठत बसलेला आहे...जर तुमचं म्हणणं असेल, तर आपण तो हल्ला किंवा वादावादीचा भाग पूर्णपणे गाळून टाकला तरी चालेल.''

"जणू मी तुमच्यावर विश्वास ठेवावा असं म्हणायचंय का?''

"काय हरकत आहे?'' केली म्हणाली, "असं पाहा इतका वेळ तुम्हाला तिष्ठत बसावं लागणं याचा संबंध हॉस्पिटलच्या विलीनीकरणाशी आहेच. त्याचा आणि अमेरिकेअरचा नफेखोर धोरणांचा काहीतरी संबंध असणारच. तुम्हाला काय वाटतं?''

किमने केलीकडे पाहिलं. तिचं गडद निळे डोळे चमकत होते. त्याने मनोमन मान्य केलं की, तिच्यामुळे त्रास होत असला तरी तिला पाहून चांगला झणझणीत झटका बसत होता, एवढी ती सुंदर होती. "हे तुम्ही म्हणाला आहात. मी नाही.'' किम म्हणाला, "तेव्हा मी काही म्हणालो असं वाटण्याचा प्रश्नच उद्‌भवत नाही. सध्याचं माझं जीवन एवढं खलास झालं आहे की त्यात आणखी तुमची भर नको. गुडबाय मिस ॲन्डरसन.''

किम दोन झुलत्या दारांमधून पलीकडे गेला. पलीकडे शस्त्रक्रिया विभाग होता. केली तिथेच थांबली म्हणून ब्रायनला हायसं वाटलं. दोघेही भराभरा चालल्यामुळे धापा टाकत होते.

"हं...आपण प्रयत्न तर करून पाहिला.'' केली म्हणाला, "यामधे दुर्दैवाचा भाग असा आहे की यावेळी मी अत्यंत सहानुभूतीने या सगळ्यांकडे पाहात आहे. कारण महिन्यापूर्वी मला आणि माझ्या मुलीला हॉस्पिटलमधे जवळजवळ एवढाच वेळ रखडावं लागलं होतं.''

किम मागच्या दाराने त्याच्या ऑफिसच्या इमारतीमधे शिरला. त्यामुळे त्याला वेटिंगरूम टाळून आपल्या ऑफिसात जाता आलं. आपलं जाकीट काढता काढता त्याने फोन केला. जिंजर डेस्कपाशीच होती. "मी परत आलोय.'' किमने रीसिव्हर मानेपाशी दाबून धरला होता. तो तसाच कपाटापाशी गेला. फोनची वायर तेवढी लांब होती.

"वेटिंगरूम पेशंटनी गच्च भरली आहे.'' जिंजर म्हणाली, "मधेच टॉमनी जी तातडीने शस्त्रक्रिया केली त्यामुळे तू दोन तास मागे पडला आहेस.''

"काही महत्त्वाचे फोन वगैरे काही आहेत का?'' किमने विचारले. त्याने बोलता बोलता जाकीट काढण्यात आणि डॉक्टरांचे पांढरे जाकीट हातात घेण्यात यश मिळवले होते.

"अत्यंत महत्त्वाचं काही नाही.''

"ट्रेसीचा फोन आला नव्हता?''

"नाही.''

"ठीक आहे. चेरिलला पेशंटना तपासणीच्या खोलीत पाठवायला सांग.'' पांढरं जाकीट चढवून आणि पेन वगैरे अत्यावश्यक वस्तू खिशात भरून किम तयार झाला. त्याचवेळेस त्याने ट्रेसीला फोन लावला. फोन लागत असतानाच त्याने स्टेथास्कोप गळ्याभोवती अडकवला.

पहिल्याच रिंगच्यावेळी ट्रेसीने फोन उचलला. जणू ती फोनपाशीच बसून असावी एवढ्या घाईने तिने फोन घेतला होता.

"आपला पेशंट काय म्हणतोय?'' किमने जास्तीत जास्त सहजपणाने विचारले.

"फारसा फरक नाही.''

"ताप वगैरे?''

"नाही.''

"पोटातल्या कळा कमी झाल्या का?''

"थोड्याफार प्रमाणात कमी वाटत आहेत. शिवाय मी तिला थोडा चिकन ब्रॉथ घ्यायला लावला.''

किमच्या अगदी ओठांवर आलेले शब्द त्याने मागे घेतले. त्याला हे सांगायचं होतं की रविवारी जिंजर काय वेगळं करत होती? ती सुद्धा बेकीला चिकन ब्रॉथच देत होती. पण त्याने हे विचार मागे सारले आणि म्हणाला, "बेकीची प्रकृती सुधारते आहे असं दिसतंय. लवकरात लवकर बेकी एकदम टणटणीत होणार यावर मी पैज लावायला तयार आहे.''

"तसं झालं तर फार बरं होईल.'' ट्रेसी म्हणाली.

"तसंच होणार हे मानायला सबळ कारणे आहेत.'' किम म्हणाला, "तिला ताप आलेला नाही आणि शिवाय तिच्या रक्तातल्या पांढऱ्या पेशींचं प्रमाणही वाढलेलं नाही. त्याचा अर्थ असा की, तिच्या शरीराने संसर्गाचा योग्य मुकाबला केलेला आहे. पण तरीही मला काय काय घडतंय ते कळवत राहा. ओके?''

"होय.'' ट्रेसी म्हणाली, आणि मग पुढे म्हणाली, "काल रात्री मी जे काही म्हणाले त्या बद्दल माफ कर. मला खरोखर तसं म्हणायचं नव्हतं.''

"नाही. तुला खेद वाटायचं काहीच कारण नाही.''

"मी तुला काही गोष्टी लागतील अशाच बोलले. माझी मन:स्थिती ठीक नव्हती.''

"प्लीज ट्रेसी. असं बोलू नकोस. खरं म्हणजे मीच माझी मर्यादा ओलांडली होती.''

"जर काही फरक पडला तर मी फोन करीन.''

"मी इथं असेन किंवा घरी.''

किमने फोन जागेवर ठेवला. संपूर्ण दिवसात त्याला पहिल्यांदाच जरा बरं

वाटलं. बाहेरच्या कॉरिडॉरमधे आल्यावर त्याने चेरिलकडे बघून स्मितहास्य केलं आणि पहिल्या पेशंटचा चार्ट हातात घेतला.

किमने आपली गाडी गॅरेजच्या दारात आणली आणि हेडलाईट्स बंद केले. सर्वत्र घनदाट अंधार होता. फक्त आठ वाजलेले असूनही तिथे मध्यरात्रीसारखी सुनसान शांतता होती. चंद्रप्रकाश नव्हता. फक्त दूरवरून शहरातले काही दिवे दिसत होते. खाली आलेल्या ढगांवरून त्यांचा प्रकाश परावर्तित होत होता. अंधारात किमचं घर एखाद्या मोठ्या खडकासारखं वाटत होतं.

गाडीचं दार उघडताच आतले दिवे लागले. त्या प्रकाशात किमने गाडीत ठेवलेली चायनीज खाद्यपदार्थांची पाकिटे हातात घेतली. शेवटचा पेशंट गेला तेव्हा सव्वासात वाजले होते. किमने घरी परत येताना हे खाद्यपदार्थ बरोबर आणले होते. तसेच हातात कागदपत्रांची पाकिटंही होती. त्याला बरेच काम त्या दिवशीच संपवायचे होते म्हणून तर त्याने ऑफिसमधली कागदपत्रे घरी आणली होती. किम अंदाजाने घराच्या दिशेने चालत होता. त्या वेळेस तिथे पूर्ण अंधार पडला होता. याच वेळी उन्हाळ्यात चक्क आकाशात सूर्य असतो यावर विश्वास बसणे कठीण आहे असे किमला वाटले. दाराजवळ यायच्या अगोदरच किमला फोनची घंटी ऐकू आली. किमला कारण लक्षात येईना, पण त्याच्या पोटात अचानक कालवाकालव झाली. किल्ली शोधण्याच्या धांदलीत हातातली कागदांची पाकिटे खाली पडली. गडबडीत नेमकी किल्ली सापडेना. मग दोन्ही हातांचा उपयोग करावा लागला आणि त्यासाठी खाद्यपदार्थांची पाकिटे त्याला खाली ठेवावी लागली. अखेर त्याला किल्ली सापडली आणि तो आत शिरला.

दरवाजापाशी असलेल्या मंद दिव्याच्या प्रकाशात किमने दिवाणखान्याकडे धाव घेतली आणि फोन उचलला. त्याच्या मनात सतत धास्ती होती की, जी कोणी फोन करत असेल ती व्यक्ती फोन बंद करणार. पण तसं झालं नाही. फोन ट्रेसीचा होता. "बेकीची तब्येत फारच बिघडली आहे." ट्रेसीच्या आवाजात कंप होता आणि ती बहुधा रडण्याच्या बेतात असावी असं वाटत होतं.

"काय झालं?" हे विचारताना त्याच्या काळजाचा एक ठोका चुकला.

"तिला रक्तस्राव झाला आहे." ट्रेसी रडवेल्या आवाजात म्हणाली, "टॉयलेटमधे प्रचंड रक्त सांडलेलं आहे."

"ती हुशारीत आहे का?" किमने भराभरा प्रश्न विचारला.

"होय." ट्रेसी म्हणाली, "ती माझ्यापेक्षा शांत आहे. कोचावर पडून राहिली आहे."

"ती चालू शकेल का?" किमने विचारले, "की तिला चक्कर येते आहे?"

''ती चालू शकतेय.'' ट्रेसी म्हणाली, ''तू फोन उचललास म्हणून बरं झालं, नाहीतर मी ९११ ला फोन करणार होते.'' ट्रेसीने आता स्वत:वर बऱ्यापैकी ताबा मिळवलेला दिसत होता.

''तू गाडी चालवू शकत असशील तर बेकीला गाडीत घालून सरळ हॉस्पिटलच्या इमर्जन्सी विभागात ये. नाहीतर आपण ९११ ला फोन करून रुग्णवाहिका बोलावून घेऊ.''

''मला गाडी चालवता येईल.''

''मग मी तुला तिथेच भेटतो.'' किमने फोन ठेवला आणि तो वेगाने लायब्ररीत आला. त्याने घाईघाईने डेस्कचा मधला ड्रॉवर उघडला. त्याने पत्त्यांची डायरी शोधली. ती सापडताच त्याने भराभरा जॉर्ज टर्नरचा पत्ता लिहिलेलं पान उघडलं. लगेच त्याने टर्नरला सेलफोनवरून फोन लावला.

फोन कानापाशी धरून किम पुन्हा गाडीकडे आला. जाताना त्याचा पाय पाकिटांवर पडला. पाकिटं आणि खोकी फुटून सगळं अन्न दारापाशी गालिच्यावर सांडलं. किम आपल्या गाडीचं दार उघडत असताना मिसेस टर्नरनी फोन उचलला होता. त्याने काहीही प्रस्तावना न करता सरळ जॉर्ज टर्नर आहे का ते विचारलं. जॉर्ज फोनवर येईपर्यंत किमने गाडी मागे घ्यायला सुरुवात केली होती.

''तुम्हाला त्रास दिला म्हणून माफ करा.'' किम म्हणाला.

''त्रास वगैरे काही नाही. बरं. काय झालं? काही झालं नसावं अशी आशा आहे..''

''नाही. तसं फार भयंकर काही नाही. बेकी जुलाबासारख्या रोगाने आजारी आहे. पोटात कळा येऊन आणि जुलाब होत आहेत. आता थोडं रक्त पडू लागलंय. पण ताप अजिबात नाही.''

''हे ऐकून वाईट वाटलं...''

''तुम्ही गेल्यानंतर आम्हांला कोणी बालरोगतज्ज्ञ मिळाला नाही.'' किम म्हणाला. त्याच्या स्वरात अपराधीपणाची भावना होती, ''आणि जे काही तुमच्यासकट, माझ्या माहितीचे होते ते सारे शहर सोडून निघून गेले. काल रात्री मी तिला युनिव्हर्सिटी मेडिकल सेंटरच्या इमर्जन्सी विभागात घेऊन गेलो होतो. तिथं मला तीन तास तिष्ठत बसावं लागलं.''

''ओह गॉड!'' जॉर्ज म्हणाला, ''हे भयंकर आहे.''

''मला सांगणं थोडं अवघड वाटतंय, पण मी यासाठी अमेरिकेअरच्या एका प्रशासकाला जोराने ठोसा लगावला...असो. बेकीला त्यांनी घरी परत पाठवलं. काहीही औषधं न देता. ट्रेसीने आत्ताच मला फोन केला होता की, बेकीला रक्तस्राव झाला आहे. नेमका किती ते मला सांगता येणार नाही. पण ट्रेसीची अवस्था

वेड्यासारखी झाली आहे. मी आत्ता हॉस्पिटलकडेच चाललो आहे. तिथं मी तिला कोणाला दाखवावं?''

''अं..अं..'' जॉर्ज विचार करत होता,'' मला नाही वाटत की आत्ता तिला बालरोगतज्ज्ञाची गरज आहे. मी तुला एकतर संसर्गजन्य रोगांचा तज्ज्ञ किंवा पोटाच्या विकारांचा तज्ज्ञ यांना गाठ असं सुचवेन.''

''बरं. पण कोणाला गाठू?'' किमने विचारले, ''तुम्ही कोणाचं नाव सुचवता का? मी ज्या कन्सलटंटबरोबर काम करतो ते कधीच लहान मुलांना तपासत नाहीत.''

''तुमच्या इथे काही उत्तम लोक आहेत.'' जॉर्ज म्हणाला, ''मी तुला सुरुवातीला क्लॉड फॅरेडेचं नाव सुचवतो. तो संसर्गजन्य रोगतज्ज्ञ आहे. त्याच्यापेक्षा उत्तम माणूस तुला सापडणार नाही.''

''धन्यवाद, डॉक्टर टर्नर.''

''मला मदत करायला आनंदच वाटेल.'' जॉर्ज म्हणाला, ''मी तिथे नाही याचंच वाईट वाटतंय.''

''मलादेखील.''

''मला कळव नंतर.''

''नक्कीच कळवीन.''

किमने फोन बंद केला आणि भराभरा हॉस्पिटलला फोन लावला. त्याने ऑपरेटरला क्लॉड फॅरेडेला फोन जोडून द्यायला सांगितलं. सुदैवाने तो घरीच होता. किमने त्याला जॉर्ज टर्नरला ज्या प्रकारे सांगितलं, तसंच सांगून परिस्थिती समजावून दिली. क्लॉडने सर्व ऐकून घेतले आणि काही जरुरीचे प्रश्न विचारले. मग त्याने अत्यंत आनंदाने सरळ इमर्जन्सी विभागात येण्याचे कबूल केले.

किम हॉस्पिटलच्या आवारात शिरला. यावेळी त्याने गाडी सरळ इमर्जन्सी विभागासाठी असलेल्या राखीव पार्किंग लॉटमधे नेली. त्याने इकडे तिकडे नजर टाकून ट्रेसीची व्होल्वो कुठे दिसते का ते पाहिले. पण ती कुठेही दिसली नाही. किम मग इमर्जन्सी विभागाच्या दारातून आत शिरला.

त्यावेळी तिथे आदल्या दिवसाएवढीच गर्दी आहे असं किमला वाटलं. काही खुर्च्या मात्र रिकाम्या होत्या. त्याने रिसेप्शनचे डेस्क टाळून सरळ नर्सेस बसण्याची जागा गाठली. मोनिका आणि मॉली दोघीही तिथे बसलेल्या होत्या. किमला आत येताना पाहून त्यांनी एकमेकींकडे नर्व्हसपणे पाहिले.

''माझी मुलगी आज इथं आली आहे का?'' किमने विचारले.

''नाही. मी तिला पाहिलं नाही.'' मॉली म्हणाली. तिचा स्वर कोरडा होता आणि त्यात थोडीफार घबराटही जाणवत होती.

''नाही. मलाही दिसली नाही.'' मोनिका म्हणाली.

"आज इथं ती येणार होती का?" मॉलीने विचारले.

किमने तिच्या प्रश्नाचं उत्तर देण्याची तसदी घेतली नाही. तो तिथून निघून सरळ इर्मजन्सी विभागाच्या वेटिंगरूममधे आला. "ओ...तुम्ही कुठं निघालात?" मॉलीने विचारले. ती उठून उभी राहिली. किमला अडवण्याचा तिचा विचार असावा. पण तसं काही ती करण्याअगोदरच किम पलीकडे गेलाही होता. मॉली वेगाने त्याच्या मागोमाग निघाली.

मोनिकाने डेस्कवर थापटी मारून सुरक्षा कर्मचाऱ्याचं लक्ष वेधून घेतलं. त्यानं मान वर करून बघताच तिने घाबरत किम गेला होता त्या दिशेला बोट दाखवलं. त्या माणसाने मान हलवली आणि तो देखील किमच्या मागोमाग निघाला. अर्धवट पळत अर्धवट चालत जाताना त्याने कमरेला अडकवलेला रेडिओ बाहेर काढला.

किम आत शिरून पहिल्या खोलीत आला आणि त्याने प्रत्येक क्युबिकलमधे डोकावून पाहायला सुरुवात केली. दरम्यान मॉलीने त्याला गाठण्यात यश मिळवलं होतं, "हे काय चाललंय?"

किमने मॉलीच्या प्रश्नाकडे दुर्लक्ष केलं. आता तो सुरक्षा कर्मचारीही मॉलीला येऊन मिळाला होता. दोघेही किमच्या मागे होते. "मी काय करायला पाहिजे आता?" सुरक्षा कर्मचाऱ्याने मॉलीला विचारले, "अखेर हा माणूस इथला डॉक्टर आहे ना."

"मला बिलकुल माहिती नाही." मॉली म्हणाली.

किमने आता एका बाजूच्या क्युबिकल संपवून दुसऱ्या बाजूकडे आपला मोर्चा वळवला होता. अखेर त्याला एका क्युबिकलमधे डेव्हिड वॉशिंग्टन सापडला. तो एका लहान मुलाच्या हातावरच्या जखमेला टाके घालत होता. एक नर्स त्याला मदत करत होती. डेव्हिडने जाड भिंगाचा चष्मा लावला होता. त्याने चष्म्यावरून किमकडे नजर टाकली.

"माझी मुलगी इथं येणार आहे." किमने घोषणावजा स्वरात सांगितलं, "तिला सरळसरळ रक्तस्राव झाला आहे."

"हे ऐकून वाईट वाटलं." डेव्हिड म्हणाला, "तिची नाडी कशी आहे? आणि रक्तदाब?"

"त्याची मला कल्पना नाही." किम म्हणाला, "माझी आधीची बायको तिला इकडंच घेऊन येते आहे. मी अजून तिला पाहिलेलं नाही."

निर्जंतुक हातमोजे घातलेले हात वर करून डेव्हिडने मॉलीकडे वळून तिला एक खोली तयार करण्याची सूचना दिली. जरूर पडल्यास लागतील म्हणून क्रॅश कार्ट आणि प्लाझ्मा एक्पांडर तयार ठेवायला सांगितले. मॉलीने मान डोलावली आणि ती निघून गेली.

"मला माझ्या मुलीची तपासणी ताबडतोब व्हायला हवी आहे." किम आज्ञा

दिल्याप्रमाणे म्हणाला, ''आणि तिच्या केससाठी मला संसर्गजन्य रोगांचा तज्ज्ञ सल्लागार म्हणून हवा आहे.''

''डॉ. रेग्गीस.'' डेव्हिड म्हणाला, ''आपण मित्रत्वाच्या नात्यानं वागू या. मी इथे प्रमुख आहे हे तुम्ही लक्षात घेतलंत तर बरं होईल.''

''मी अगोदरच डॉ. क्लॉड फॅरेडेशी बोललो आहे.'' आपण जणू डेव्हिडचं वाक्य ऐकलंच नाही अशा प्रकारे किम म्हणाला, ''आत्ता ते इकडेच यायला निघालेले आहेत. मला वाटतं की तुम्ही त्यांना ओळखत असणार.''

''अर्थातच. मी त्यांना ओळखतो.'' डेव्हिड म्हणाला, ''पण मुद्दा तो नाही. जर आवश्यकता असेल तर पेशंटसाठी सल्लागार म्हणून कोणाला बोलवायचं हे ठरवण्याची आमची एक पद्धत आहे. अमेरिकेअरची या बाबतीतली भूमिका अगदी स्पष्ट आहे.''

''मला डॉ. फॅरेडेच हवे आहेत.'' किम ठासून म्हणाला.

''ठीक आहे.'' डेव्हिड म्हणाला, ''पण निदान एवढं तरी लक्षात घ्या की, अशा प्रकारे त्यांना बोलावण्याचे आम्ही तुमच्यावर उपकार करत आहोत; कारण नेहमीच्या पद्धतीनुसार असं केलं जात नाही.''

''त्याबद्दल धन्यवाद.'' किम म्हणाला. तो वळून पुन्हा रिसेप्शनपाशी आला. ट्रेसी आणि बेकी तिथे न दिसल्याने तो बाहेरच्या प्लॅटफॉर्मपाशी काल रात्रीच्या प्रमाणेच वाट पाहात उभा राहिला.

किमला फार वेळ वाट पहावी लागली नाही. काही मिनिटांतच ट्रेसीची गाडी आवारात शिरली. ट्रेसीने गाडी जवळजवळ प्लॅटफॉर्मला खेटूनच थांबवली. किम उडी मारून खाली उतरला आणि मागच्या दाराजवळ गेला.

किमने मागचे दार उघडून आत नजर टाकली. बेकी एका कुशीवर निजली होती. तिथल्या फ्लडलाईटच्या प्रखर प्रकाशात किमला बेकीचा चेहरा दिसला. तिचा चेहरा निस्तेज दिसत होता तरी ती किमकडे पाहून हसली. किमला त्यामुळे बरं वाटलं.

''भोपळ्या. कसं काय वाटतंय?'' किमने विचारले.

''जरा बरं वाटतंय.'' बेकी म्हणाली, ''आता पोटातल्या कळा कमी झाल्या आहेत.''

''हे उत्तम झालं.'' किम म्हणाला, ''चल. मी तुला उचलून घेतो.''

''मी चालू शकते.''

''तरीही मी तुला उचलून घेतो.''

किमने बेकीच्या गुडघ्याखाली हात घालून तिला उचलून घेतले. बेकीने हात त्याच्या गळ्याभोवती टाकले, आणि आपलं डोकं त्याच्या छातीवर टेकवलं.

“ठीक आहे. आता कसं छान झालं.”

“तिचं वजन फार नाही ना?” ट्रेसीने विचारले.

“अजिबात नाही.”

किम दोघींना घेऊन आत शिरला. बेकीला हातात घेऊन तो सरळ रिसेप्शन डेस्कला टाळून आत निघाला. ट्रेसी मागे होतीच. एका क्लार्कने हाक मारली आणि नोंदणी करूनच यायला बजावलं. किमने तिच्याकडे साफ दुर्लक्ष केलं. ट्रेसीला हे सारे चमत्कारिक वाटत होते. पण ती काही बोलली नाही.

क्लार्कने हाक मारली तेव्हा मोनिका डेस्कपाशी बसलेली होती. तिने हाक ऐकून वर पाहिले. तिला किम तिच्या दिशेने येताना दिसला. ती अक्षरशः उडी मारून किमला अडवण्यासाठी मधे आली. पण ती म्हणजे काही मॉली नव्हती.

“नाही. तुम्ही तसं करू शकत नाही.” मोनिका म्हणाली, “नोंदणी केल्याशिवाय तुम्ही तुमच्या मुलीला तपासणीसाठी आणू शकत नाही.” किम पुढे जातच राहिला. ते पाहून मोनिका दोन पावले मागे सरकत म्हणाली, “नाही..नाही.”

ट्रेसीने किमच्या दंडाला धरलं, “किम इथं तमाशा व्हायला नको.” खडी दाबायच्या रुळासारखा किम पुढे चालत राहिला. मोनिका काही मॉलीसारखी दणकट बांध्याची नसल्याने तिचा काही इलाज चालला नाही. तिला बाजूला व्हावं लागलं.

“तुम्हाला काय हवी आहे ती माहिती काल नोंदवलेल्या फॉर्ममधून घ्या.” किम पाठीमागे नजर टाकत ओरडला.

मोनिका डेव्हिड वॉशिंग्टनला पेजरवर संदेश देण्यासाठी डेस्ककडे धावली.

किमने बेकीला पहिल्या मोकळ्या क्युबिकलमधे नेऊन स्ट्रेचर गाडीवर ठेवले. ट्रेसी दुसऱ्या बाजूला उभी राहिली आणि तिने बेकीचा हात हातात घेतला. किमने ब्लडप्रेशर घेण्यासाठी बेकीच्या दंडाला पट्टी गुंडाळली. पेजरवर संदेश पाठवून मोनिका दरम्यान तिथे आली होती. तिने पुढे होऊन परिस्थितीवर ताबा मिळविण्याचा प्रयत्न केला. पण किमने तिला बिलकुल दाद दिली नाही. त्याने स्टेथोस्कोप कानाला लावून बेकीचे ब्लडप्रेशर पाहायला सुरुवातही केली.

डेव्हिड वॉशिंग्टन आणि मॉली मॅकफेडन तिथे आले. डेव्हिडने ट्रेसीकडे पाहून किंचित मान लववून अभिवादन केले आणि तो किमचे काम पुरे होण्याची वाट पहात थांबला. त्याने मोनिकाला जाण्यासाठी खूण केली. किमने कानामधून स्टेथास्कोप बाहेर काढताच डेव्हिड त्याला म्हणाला, “तुम्हाला कसल्याही शिष्टाचाराची पर्वा नाही.”

“तिचं ब्लडप्रेशर नव्वद-पन्नास आहे,” किम म्हणाला, “आपण तिला ताबडतोब सलाईन चालू करू यात. तिच्या रक्तगटाची चाचणी आणि ते कोणाशी जुळतंय याची तपासणी करायला हवी. कारण कदाचित...”

“थांबा!” डेव्हिड हात उंच करत ओरडला. मग एकदम शांत स्वरात म्हणाला

''डॉ. रेग्गीस. तुमच्याबद्दल योग्य तो आदर वाटत असूनही, मीही स्पष्ट सांगतो. तुम्ही हे विसरता आहात की इथे तुम्ही प्रमुख नाही. मी आहे.''

''मी फक्त मूलभूत गोष्टी करून घेण्याचा प्रयत्न करतोय.'' किम म्हणाला, ''मिस मॅकफेडन तुम्ही एकवीस गेजची एक कॅथेटर आणा. तसेच मला थोडा टेप आणि बॅन्डेज लागेल.''

डेव्हिडने मॉलीला हलू नकोस अशी खूण केली. तो किमजवळ गेला आणि त्याचा रुंद पंजा किमच्या दंडाभोवती आवळला. ''मी तुम्हाला फक्त एकदाच सांगून पाहाणार आहे.'' डेव्हिड शांत पण अधिकारवाणीने म्हणाला, ''तुम्ही इथून बाहेर निघून जावं आणि बाहेर वाट पाहात थांबावं. यामधे तुमच्याच मुलीचे हित आहे. तुम्ही एक क्षणभर मनाशी नीट विचार केला तर मी म्हणतो ते बरोबर आहे हे तुमच्या लक्षात येईल.''

किमने त्याच्याकडे बारीक डोळे करून रोखून पाहिलं. मग त्याची नजर डेव्हिडच्या हाताकडे गेली. काही क्षण कोणीही कोणाशी बोललं नाही. फक्त पलीकडच्या क्युबिकलमधून कार्डियाक मॉनिटर यंत्राचा आवाज येत होता.

ट्रेसीला परिस्थितीमधला स्फोटकपणा जाणवला. ही भीषण वादळापूर्वीची शांतता आहे हे तिच्या लक्षात आलं. यामधून आता काय घडणार हे तिच्या ध्यानात आले. ती पुढे झाली आणि किमच्या खांद्यावर हात ठेवून त्याला मागे ओढलं, ''प्लीज किम!....त्यांना त्यांचं काम करू दे.''

किमने ट्रेसीच्या बोलण्याला प्रतिसाद दिला. तो थोडाफार निवळला असं दिसलं. डेव्हिडने त्याचा हात काढून घेतला.

''ठीक आहे.'' किम ट्रेसीला म्हणाला आणि मग बेकीकडे वळला तिचा दंड धरून तिला म्हणाला, ''भोपळ्या, डॅडी बाहेर उभा आहे हं...''

''मला आता सुया टोचणार का? नको मला...''

''ते तुला काही द्रव देणार आहेत. पण एकदाच सुई टोचावी लागेल आणि त्याला क्षणभरही लागणार नाही. हे सहन करायला अवघड आहे याची मला कल्पना आहे. पण तुला बरं व्हायचं आहे ना, मग तुला कणखर व्हायला हवं. ओके?''

''ओके.'' बेकी नाइलाजाने म्हणाली.

ट्रेसीने बेकीचा हात किंचित दाबला. किम आणि ती बाहेर आहेत हे सांगून आपण काही मिनिटांतच परत येऊ असं म्हणाली. बेकीने मान डोलावली खरी. पण ती फारशी खुशीत नव्हती. ती घाबरलेली दिसत होती.

ट्रेसी किमच्या पाठोपाठ बाहेर निघाली. किमचा श्वासोच्छ्वास जोरात चालू आहे हे तिच्या लक्षात आलं. नर्सेस डेस्कपाशी येईपर्यंत ती काही बोलली नाही. नंतर किमच्या दंडावर हलकेच हात ठेवत ती म्हणाली, ''किम, तू शांत व्हायला हवंस. तू किती क्षुब्ध दिसतो आहेस...''

"त्या डेव्हिड वॉशिंग्टनमुळे माझं डोकं सणकतं..."

"ते त्यांचं काम करत आहेत." ट्रेसी म्हणाली, "जर परिस्थिती उलटी असती आणि तू त्यांच्या मुलाची तपासणी करत असतास तर काय झालं असतं याचा जरा विचार कर. मला खात्री आहे की, तू तो जे करतोय तेच केलं असतंस. त्याने तुला आज्ञा फर्मावलेल्या नक्कीच चालल्या नसत्या."

झुलणाऱ्या दारांमधून बाहेर पडताना किम ट्रेसीच्या बोलण्याचा विचार करत होता. बाहेरच्या थंड हवेच्या झोतामुळे त्याला बरं वाटलं. त्याने एक खोलवर श्वास घेऊन उसासा टाकला. ट्रेसीने अजूनही त्याचा दंड धरलेला होता.

"तू म्हणते आहेस ते बरोबर आहे." किम बऱ्याच वेळाने म्हणाला, "बेकी तशा आजारी अवस्थेत पडलेली पाहणं मला सहन होत नाही."

"मला कल्पना आहे." ट्रेसी म्हणाली, "तसं पाहाणं फार अवघड असणार." दोघांची नजरानजर झाली.

"तुला त्याची कल्पना आहे? खरोखरच तुला माझं म्हणणं समजतंय?"

"खरंच!" ट्रेसी म्हणाली, "तू सर्जन आहेस आणि काम करण्याचं शिक्षण तुला मिळालेलं आहे. शिवाय तुझ्या स्वत:च्या मुलीची काळजी घेणं यापेक्षा आणखी जास्त काय असणार. बेकीला त्रास होतो आहे आणि तुला काहीही करता येत नाही ही परिस्थिती तुझ्या सहनशक्तबाहेरची आहे."

"तुझं म्हणणं बरोबर आहे."

"आहेच मुळी. ट्रेसी म्हणाली, "माझं नेहमीच बरोबर असतं."

तशाही परिस्थितीत किमला हसू आलं, "मी हे म्हणणं मान्य करणार नाही. बऱ्याच वेळा बरोबर असतं. पण नेहमीच नाही."

"मी हे मान्य करायला तयार आहे. पण अट अशी की, आपण आत गेलो तर मी मान्य करीन." ट्रेसी हसत म्हणाली, "मी इथं थंडीने गोठून चालले आहे."

"जरूर..." किम म्हणाला, "माफ कर. माझ्या लक्षात आलं नाही. मला थोडी थंड हवा हवी होती."

"सलाईनचा तुला त्रास तर होत नाही ना?" किमने बेकीला विचारले. बेकीने आपला डावा हात उचलला. हाताला एक सपाट बोर्ड टेपने बांधलेला होता. त्यावरून एक पारदर्शक प्लॅस्टिकची नळी बेकीच्या हाताला अडकवलेली दिसत होती. "मला अजिबात कळत देखील नाही."

"होय. तसंच असायला हवं." किम म्हणाला.

"तुला गार वाटतंय का?" ट्रेसीने विचारले, "मी तुझ्यावेळेला हॉस्पिटलमधे होते तेव्हाचं मला आठवतंय. मला सलाईन लावलं तेव्हा फार थंडगार वाटत असे."

"होय...खरंच थंडगार वाटतंय!" बेकी म्हणाली, "तू म्हणेपर्यंत मला त्याची जाणीव नव्हती. माझा सगळा हात गार पडलाय असं वाटतंय."

डेव्हिडने बेकीची व्यवस्थित तपासणी करून तिला सलाईन देणे चालू केले होते. त्याने सर्वसाधारण पद्धतीच्या रक्त आणि लघवी तपासण्या करून घेण्याची व्यवस्था केली होती. त्याने तिच्या पोटाचे उभा आणि सपाट असे दोन क्ष-किरण फोटो काढून घेतले होते. हे फोटो अजून मिळालेले नव्हते. पण रक्त आणि लघवीचे रिपोर्ट आले होते आणि ते सर्वकाही नॉर्मल होते. त्याचा अर्थ रक्तस्त्रावाचे प्रमाण कमी होते असा होता. डेव्हिडने किम आणि ट्रेसीला बेकीजवळ थांबण्यासाठी आत बोलावले. ते सारेजण आता डॉ. क्लॉड फॅरेडे येण्याची वाट पाहू लागले. काही मिनिटांनंतर संसर्गजन्य रोगाचा तज्ज्ञ असणारा डॉ. क्लॉड फॅरेडे तिथे येऊन पोहोचला. त्याने स्वत:ची ओळख करून दिली. फॅरेडे सडसडीत बांध्याचा आणि किंचित सावळ्या रंगाचा होता. त्याच्या हालचालीमधे उत्साह होता. त्याने बेकीची सगळी केस समजावून घेतली. शनिवारी सकाळी दिसू लागलेल्या पहिल्या लक्षणांपासून ते त्या दिवशी संध्याकाळपर्यंतच्या रक्तस्त्रावापर्यंत सर्व घडामोडींची त्याने सविस्तर माहिती घेतली. विशेषत: बेकी स्वत: काही तपशील सांगत असताना तो अधूनमधून मान डोलवत होता.

"ठीक आहे, मिस रेग्गीस." तो बेकीला म्हणाला, "मी जरा तुझ्याकडे नजर टाकली तर चालेल का?"

जणू परवानगी मागावी अशा प्रकारे बेकीने ट्रेसीकडे पाहिलं.

"डॉ. फॅरेडे असं विचारत आहेत की त्यांनी तुझी तपासणी केली तर चालेल ना?" ट्रेसीने तिला समजावले.

"चालेल. पण मला आणखी टोचू मात्र नका." बेकी म्हणाली.

"अजिबात नाही." फॅरेडे आश्वासक स्वरात म्हणाला.

त्याने भराभरा पण तरीही उत्कृष्टपणे बेकीची तपासणी सुरू केली. त्याने तिची नाडी बघितली आणि मग त्वचेवर बोटांनी दाबून त्वचेचा ताण पाहिला. त्याने तिचे डोळे आणि कान तपासून पाहिले. डोळे तपासायला त्याने ऑप्थल्मोस्कोप वापरला. तिचं तोंड तपासलं. तिच्या हृदयाचे ठोके ऐकले. त्याने त्वचेवर कुठे पुरळ नाही ना ते बघितलं. मग त्याने हलकेच बोटाने दाबून तिचे पोट मऊ आहे याची खात्री करून घेतली. लसिका ग्रंथींना सूज आलेली नाही ना, हे त्याने तपासले.

"थोडासा पोटाचा त्रास सोडला तर मला तू झकास दिसते आहेस." फॅरेडे तपासणी संपवून म्हणाला, "आता मी बाहेर जाऊन तुझ्या आईवडिलांशी बोलतो. ओके?"

बेकीने मान डोलावली.

किम आणि फॅरेडे पाठोपाठ पडद्यांच्या पार्टिशनच्या बाहेर पडताना ट्रेसीने

बेकीच्या कपाळाचे चुंबन घेतले. कॉरिडॉरमधे खूपच गर्दी होती. त्यामुळे तिघेजण एका बाजूला गेले. डेव्हिडला हे तिघे दिसले. मग तोदेखील त्यांच्याजवळ आला. त्याने स्वत:ची ओळख फॅरेडेला करून दिली. ''मी आता तिच्या आईवडिलांना थोडक्यात सांगायला सुरुवात करणार होतो.'' फॅरेडे डेव्हिडला म्हणाला.

''मी ऐकलं तर चालेल का?'' डेव्हिडने विचारले.

फॅरेडेने ट्रेसी आणि किमकडे नजर टाकली.

''चालेल.'' ट्रेसी म्हणाली.

''थोडक्यात सांगायचं तर मला तिची तब्येत उत्तम वाटते.'' फॅरेडेने सुरुवात केली, ''ती थोडीशी फिक्कट वाटते आहे, पण अर्थातच थोडंफार तिच्या शरीरातलं पाणी कमी झालेलं आहे. पोटावर थोडासा मऊपणा आहे खरा. पण तिच्या तपासणीमधून मला ती उत्तम स्थितीत दिसते.''

''पण त्या रक्तस्त्रावाचं काय?'' ट्रेसीने विचारले. तिला वाटलं की, क्लॉड फॅरेडे ही केस तिथेच गुंडाळणार.

''माझं अजून सांगून संपलेलं नाही.'' फॅरेडे म्हणाला, ''मी प्रयोगशाळेतून आलेले सर्व रिपोर्ट पाहिलेले आहेत. काल रात्रीच्या तुलनेत तिचं हिमोग्लोबिन थोडं कमी झालं आहे. पण पाणी कमी असणं हे रक्तस्त्रावाच्या पार्श्वभूमीवर पाहायला हवं. हिमोग्लोबिन कमी असणं याला संख्याशास्त्रीय आधार नाही. तिच्या रक्तामधल्या **पट्टिकांचे** प्रमाण थोडं कमी झालंय. पण एकुणात पाहाता सर्वकाही नॉर्मल आहे.''

''तुमचं तात्पुरतं निदान काय आहे?'' किमने विचारले.

''मला वाटतं की हा आजार अन्नातून शिरलेल्या जीवाणूंमुळे झाला असावा.''

''विषाणूंमुळे नाही ना?''

''नाही. मला तरी हा आजार जीवाणुजन्य वाटतोय.'' फॅरेडे म्हणाला, ''मग तो डेव्हिडला म्हणाला, ''तुम्हाला देखील काल रात्री असंच काहीसं वाटलं होतं ना?''

''होय. तसंच वाटलं होतं.''

''पण मग तिला ताप का नाही?'' किमने विचारले.

''तिला ताप आलेला नाही हे पाहता मला असं वाटतंयय की, हा संसर्गापेक्षा **टॉक्सिमियाचा** प्रकार असावा. रक्तातील पांढऱ्या पेशींची संख्या नॉर्मल असणं याच्याशी हे निदान सुसंगत आहे.''

''काल रात्रीच्या नमुन्यांवरचे काही रिपोर्ट मिळाले का? काल रात्रीपासून संवर्धन केलेले असल्याने चोवीस तासांनंतरची काही प्राथमिक निरीक्षणे असणार. ती काय आहेत?'' किमने विचारले.

''मला हे रिपोर्ट दिसले नाहीत.'' फॅरेडे डेव्हिडकडे पाहात म्हणाला.

“काल रात्रीचा नमुना संवर्धनासाठी पाठवला नव्हता.” डेव्हिड म्हणाला.

किमने हे ऐकून अविश्वासाने मान हलवली. “हा काय प्रकार आहे? मी स्वत: काल तुम्हाला नमुना दिला होता.”

“इमर्जन्सी विभागात येणाऱ्या साध्या जुलाबाच्या केसमधे आम्ही स्टूल सॅम्पल्स संवर्धनासाठी पाठवत नाही.”

किमने कपाळावर हात मारून घेतला. “थांबा. एक सेकंद!” किम डेव्हिडला म्हणाला, “तुम्ही आत्तच म्हणालात की, जीवाणुजन्य संसर्गाचं तुमचं प्राथमिक निदान काल रात्रीच केलेलं होतं. तसं असेल तर तुम्ही नमुना संवर्धनासाठी का पाठवला नाहीत? चांगल्याप्रकारे उपचार करण्यासाठी या गोष्टीची अत्यंत जरुरी असते. नाही तर तुम्ही तिच्यावर उपचार करताना कसा विवेक दाखवणार?”

“अशा प्रकारच्या केसमधे नमुना संवर्धनासाठी पाठवण्याची गरज नाही असा अमेरिकेअरचा नियम आहे.” डेव्हिड म्हणाला, “ते खर्चाच्या दृष्टीने योग्य होत नाही.”

किमचा चेहेरा रागाने लाल झाला. ही गोष्ट फक्त ट्रेसीच्या लक्षात आली. तिने पुढे होऊन किमचा दंड धरला. पण त्याने तिचा हात झिडकारून टाकला.” खर्चाच्या दृष्टीने योग्य नाही? ही कुठली गाढवपणाची सबब आहे, अं? हा कसला इमर्जन्सी विभाग तुम्ही चालवता आहात? तुम्ही मला हे सांगता आहात की काही फालतू डॉलर वाचवण्यासाठी तुम्ही नमुन्यांचं संवर्धन केलं नाहीत?”

“ए आगाऊ माणसा! ऐक.” डेव्हिड चिडून म्हणाला, “मी आत्ताच सांगितलं की, आम्ही कोणाचेही नमुने संवर्धनासाठी पाठवत नाही. ही आमची पद्धत सर्वांसाठी आहे. केवळ तुमच्यासाठी नाही. समजलं?”

आदल्या रात्रीप्रमाणेच किमचा तोल सुटला. त्याने पुढे होऊन डेव्हिच्या जाकिटाची पुढची बाजू पकडली, “मी आगाऊ काय?..तुमच्या या अडाणी पद्धतीमुळे एक पूर्ण दिवस वाया गेला आहे. पूर्ण दिवस!”

ट्रेसीने किमचा दंड पकडला. “नाही..नाही. किम..पुन्हा नको..”

“हात मागे घे. मग्रूर कुत्र्या!” डेव्हिड गुरगुरत म्हणाला.

आकाराने त्याच्यापेक्षा मोठ्या असलेल्या दोन माणसांच्यामधे शिरत फॅरेडे म्हणाला.” शांत व्हा! ...शांत व्हा!...ठीक आहे. आपण आज काही नमुन्यांचं संवर्धन करून पाहू. विशेष काही वेळ गेलेला नाही. मुळात मला यामधून काही मिळणार नाही असंच वाटतंय. पण हरकत नाही.” किमने डेव्हिडचं जाकीट सोडलं. डेव्हिडने जाकिटावर हात फिरवून ते साफसूफ करून घेतलं. दोघे एकमेकांकडे जळजळीत नजरेने पाहात होते.

“संवर्धन केल्यानंतर काय दिसण्याची तुमची अपेक्षा आहे?” ट्रेसी परिस्थितीमधला तणाव कमी करण्याच्या हेतूने म्हणाली. तिला सारे संभाषण मूळपदावर आणायचं

होतं, ''तुम्हाला कोणते जीवाणू असतील असं वाटतंय?''

''मुख्यत: सालमोनेला, शिगेला आणि इ. कोलायचे काही नवीन प्रकार.'' फॅरेडे म्हणाला, ''पण इतर अनेक प्रकारचे जीवाणूदेखील त्यात असू शकतील.''

''रक्तस्राव पाहून मी घाबरून गेले.'' ट्रेसी म्हणाली, ''कदाचित त्यामुळे मला ते प्रत्यक्षात होतं त्यापेक्षा जास्त रक्त वाटलं असावं. तिला इथं ठेवून घेणार का?''

फॅरेडेने डेव्हिडकडे पाहिलं, ''ही कल्पना काही वाईट नाही. पण स्वत: मी तसं सुचवत मात्र नाही.''

''मला ही कल्पना चांगली वाटते.'' डेव्हिड म्हणाला, ''तिला आणखी द्रव पदार्थ देण्याची गरज आहे. तसेच आपल्याला तिला ॲनिमिया नाही ना, हे पाहाता येईल आणि पुन्हा रक्तस्राव होतो की नाही यावरही लक्ष ठेवता येईल.''

''ॲन्टिबायोटिक्सचं काय?'' ट्रेसीने विचारले.

''नाही. मला तसं वाटत नाही. निदान या क्षणी तरी ती द्यावीत असं मला अजिबात वाटत नाही. निदान निश्चित निदान होईपर्यंत तर नक्कीच नाही.''

''त्यासाठीच तर तो नमुना संवर्धनासाठी पाठवणं आवश्यक होतं.'' किम उसळून म्हणाला.

''प्लीज किम!'' ट्रेसी म्हणाली, ''आपण आत्ता या क्षणी काय करायचं त्याकडे लक्ष द्यायला हवं. तू जर मदत होईल असा वागलास तर बरं होईल!''

''ठीक आहे.'' किम शरणागती पत्करल्यासारखा म्हणाला, ''पण जर आपल्याकडे संवर्धनाचा रिपार्ट नसेल तर सर्वसाधारण स्वरूपाचे एखादे ॲन्टिबायोटिक वापरायला काय हरकत आहे? एकदा का जीवाणू माहिती झाला की ते केव्हाही बदलता येईल.''

''मी मात्र तसं सुचवणार नाही.'' फॅरेडे पुन्हा म्हणाला, ''जर या आजाराला कारणीभूत असणारा घटक म्हणजे इ. कोलायचा एखादा चमत्कारिक प्रकार असेल तर, उलट परिस्थिती आणखी वाईट होईल.''

''हे कसं काय?'' किम म्हणाला, ''हे म्हणणं हास्यास्पद आहे.''

''मला तसं बिलकुल वाटत नाही.'' फॅरेडे म्हणाला, ''अशा प्रकारच्या ॲन्टिबायोटिक्समुळे पोटातल्या नैसर्गिक वास्तव्य करणाऱ्या जीवाणूंचा सफाया होईल आणि मग उलट हल्लेखोर इ. कोलायना मोकळं रान मिळेल.''

''तिला तुमच्या देखरेखीखाली ठेवून घेणार का?'' ट्रेसीने फॅरेडेला विचारले.

''नाही. ते शक्य नाही.'' फॅरेडे म्हणाला, ''अमेरिकेअरच्या पद्धतीनुसार प्रत्येक केससाठी एक गेटकीपर डॉक्टर असतो. पण जो कोणी तिची केस हाती घेईल त्याने जर संसर्गजन्य रोगतज्ज्ञाची मागणी केली तर बेकीला पुन्हा पाहायला मी जरुर येईन.''

''बेकीचा म्हणून कोणी बालरोगतज्ज्ञ इथं नसल्याने तिला मी क्लेअर स्टीव्हन्स्च्या

देखरेखीखाली ॲडमिट करून घेतो. आता तिची पाळी आहे. मी तिला फोन करतो.''

''क्लेअरपेक्षा चांगली दुसरी डॉक्टर तुम्हाला मिळणार नाही.'' फॅरेडे म्हणाला.

''तुम्ही त्यांना ओळखता?'' ट्रेसीने विचारले.

''चांगलंच ओळखतो.'' फॅरेडे म्हणाला, ''आता नेमकी तिची पाळी आहे म्हणून तुम्ही खरोखरच सुदैवी आहात. माझी मुलंही तिच्याकडेच जातात.''

''अखेर काहीतरी नीट मार्गी लागणार असं दिसतंय.'' किम म्हणाला.

❖

आठ

बुधवार, २१ जानेवारी

किम हॉस्पिटलच्या पार्किंग लॉटमधे गाडी लावत असताना नुकतेच सहा वाजून गेलेले होते. रोजच्याप्रमाणे ऑफिसात न जाता किम सरळ हॉस्पिटलमध्ये आला होता. होता. बेकीची प्रकृती व्यवस्थित आहे ना हे पाहाण्याची त्याला उत्सुकता होती.

आदल्या रात्री डेव्हिड वॉशिंग्टनबरोबर झालेल्या त्या अप्रिय प्रसंगानंतर मात्र सारं काही व्यवस्थित पार पडलं होतं. तिला बोलावणं पाठवल्यावर अर्ध्या तासाच्या आत डॉ. क्लेअर स्टीव्हन्स् इमर्जन्सी विभागात दाखल झाली होती. दरम्यान किमने पुन्हा जॉर्ज टर्नरला फोन केला. त्याने स्टीव्हन्स् कशी आहे याबद्दल जॉर्जचे मत विचारले होते. त्यानेही फॅरेडे प्रमाणेच मत दिल्यानंतर किम आणि ट्रेसी दोघांनाही बरं वाटलं होतं.

क्लेअर सडपातळ आणि जवळपास किम एवढीच उंच होती. तिच्या चेहऱ्याला धारदारपणा असणारा असला तरी तिची वागणूक अत्यंत मृदू आणि आश्वासक होती. तिच्या कामात ती हुशार आहे हे त्याने दोघांकडून ऐकले होतेच. पण आता त्यात किमचे वैयक्तिक मतही तिच्याबद्दल चांगले झाले होते. तिचे वय साधारणत: किमएवढेच असावे. याचा अर्थ तिला चांगलाच अनुभव होता हे उघड होते. तिने येता क्षणीच बेकीशी उत्तम जुळवून घेतले होते आणि तिने आपले काम उत्तमप्रकारे पार पाडायला तात्काळ सुरुवात केली होती.

किम बेकीच्या खोलीत आला. जमिनीलगत असलेल्या दिव्याचा प्रकाश

छतावरून परावर्तित होत होता. त्यामुळे खोलीमधे मंद प्रकाश होता. किम हलक्या पावलांनी बेकीच्या बेडजवळ गेला आणि तिच्याकडे पाहिलं. डोक्याभोवती दाट रंगाचे केस विखुरलेले असल्याने तिचा चेहरा हस्तिदंतासारखा भासत होता. त्या मंद प्रकाशात ती जणू चिनीमातीची बनली असावी असं वाटत होतं.

प्राप्त परिस्थितीत बेकीने हॉस्पिटलमधे असणं योग्यच होतं याची किमला कल्पना होती. पण त्याचबरोबर त्याला विलक्षण काळजी वाटत होती. एवढ्या वर्षांच्या अनुभवामुळे त्याचं मन त्याला सतत बजावत होतं की अशा ठिकाणी दुर्दैवाचा घाला कधीही येऊ शकतो.''

बेकीचा श्वासोच्छ्वास खोलवर आणि एका लयीत चालू होता. तिचं सलाईनही कमी वेगाने दिलं जात होतं. ती शांतपणाने झोपलेली आहे पाहून समाधानाने किम खोलीबाहेर पडला. तिची झोप मोडावी अशी त्याची इच्छा नव्हती म्हणून तो हलक्या पावलांनी आवाज न करता बाहेर पडून नर्सेस बसण्याच्या जागी आला. तिथे त्याने बेकीचा चार्ट पाहिला आणि आदल्या रात्री क्लेअरने केलेल्या नोंदी वाचल्या. मग त्याने नर्सनी केलेल्या निरीक्षणांवर नजर टाकली. बेकी रात्रीमधे दोन वेळा उठली होती. जुलाब चालू होते. काही प्रमाणात रक्त पडलं होतं. पण तसं बेकीने सांगितलं होतं. कोणी नर्सने मात्र तसं पाहिल्याची नोंद केलेली नव्हती.

किम मग इतर कागदपत्रांकडे वळला. क्लेअरने आदल्या रात्री दिलेला शब्द पाळला होता हे पाहून त्याला आनंद झाला. तिने त्या दिवशी पोटाच्या विकारांचा विशेष अभ्यास असणाऱ्या बालरोगतज्ज्ञाची मागणी केली होती.

''ती फारच आनंदी मुलगी आहे.'' पाठीमागून कोणाचा तरी मधुर आवाज आला म्हणून किमने वळून पाहिलं. त्याच्या पाठीमागे एक काहीशी स्थूल नर्स उभी होती. श्रमांमुळे तिचा चेहरा लालसर झालेला दिसत होता. गालावर खळ्या पडणाऱ्या त्या नर्सचं नाव जॅनेट एमरी होते.

''तुम्ही तिच्याकडे पाहात आहात का?'' किमने विचारले.

''होय. तिची खोली माझ्याच भागात येते, पोरगी फारच गोड आहे.''

''तिची प्रकृती कशी आहे आता?''

''माझ्या मते झकास.'' जॅनेटच्या आवाजात ठामपणा मात्र नव्हता.

''हे काही फार सकारात्मक वाटत नाही.'' किम म्हणाला. त्याचक्षणी त्याच्या कण्यातून एक अनामिक भीतीची लहर डोक्यापर्यंत गेली. तो अचानकपणे थरथरू लागला.

''रात्री ती शेवटच्या वेळी उठली होती तेव्हा थोडी अशक्त वाटली.'' जॅनेट म्हणाली, ''अर्थात, कदाचित ती अर्धवट झोपेत असेल म्हणूनही तसं वाटलं असेल. तिने मला बेल वाजवून बोलावून घेतलं आणि बेडवर पुन्हा जाण्यासाठी मदत घेतली.''

"या नोंदीमधून असं दिसतंय की, तिला नेमका किती रक्तस्राव झाला हे तुम्हाला पाहाता आलं नाही.''

"होय. ते बरोबर आहे.'' जॅनेट म्हणाली, "ती बिचारी काही मी सांगितलं ते करू शकली नाही. तिला शरम वाटत असावी. मी तिला संडास झाल्यानंतर फ्लश करू नको असं सांगितलं होतं. पण तरीही तिने फ्लश करून टाकलं. यावर आपण तरी काय करणार?''

याविषयी आपण क्लेअरशी आणि बेकीशी बोललं पाहिजे याची किमने मनोमन नोंद केली. नेमका रक्तस्राव किती होतोय ते कळणं फार महत्त्वाचं होतं.

"तुम्ही तिच्या केसमधे सल्लागार आहात का?'' जॅनेटने विचारले.

"नाही. माझं नाव डॉ. रेग्गीस. ती माझी मुलगी आहे.''

"अरे बापरे!'' जॅनेट म्हणाली, "माझी समजूत वेगळी होती. मला वाटलं की तुम्ही कन्सल्टंट आहात....मी काही नको ते तर बोलून नाही गेले ना?''

"अजिबात नाही.'' किम म्हणाला, "उलट तुम्ही तिची उत्तम काळजी घेत आहात हे माझ्या लक्षात आलं.''

"ते तर आहेच.'' जॅनेट म्हणाली, "मला लहान मुलं फार आवडतात. म्हणून तर मी इथे काम करते.''

किम त्यानंतर स्वत:चे पेशंट पाहाण्यासाठी गेला. त्यानंतर त्याने हॉस्पिटलमधल्या नित्याच्या बैठकांना हजेरी लावली. सोमवारप्रमाणे बुधवारीदेखील भरपूर प्रशासकीय कामे करावी लागत असत. त्यामुळे त्याला दहा वाजेपर्यंत बेकीच्या खोलीकडे जाता आलं नाही. तो तिकडे गेला तेव्हा क्लार्कने सांगितले की बेकीला क्ष-किरण तपासणीसाठी नेण्यात आलं आहे. तसेच ट्रेसी आलेली असून ती बेकीजवळ आहे हे दखील त्याला समजलं.

"पोटाच्या विकारांवरच्या तज्ज्ञाच्या बाबतीत काय झालंय ते मला कळू शकेल का?'' किमने क्लार्कला विचारलं.

"तशी व्यवस्था करण्यात आली आहे.'' क्लार्क म्हणाला, "म्हणजे तुम्हाला हेच हवं आहे असं मी गृहीत धरतो.''

"ते तज्ज्ञ केव्हा येतील, काही सांगता येईल का?''

"आज दुपारी केव्हातरी येतील अशी शक्यता आहे.''

"ते आले की मला फोन कराल का?'' किमने विचारले. त्याने आपले एक कार्ड क्लार्कच्या हातात ठेवले.

"जरूर.'' क्लार्क म्हणाला.

किमने त्याचे आभार मानले आणि तो घाईघाईने आपल्या ऑफिसकडे निघाला. त्याला एखादं मिनिट तरी बेकीला भेटून जाणं नक्कीच आवडलं असतं. पण त्याला

अजिबात वेळ नव्हता. तो नेहमीप्रमाणे प्रत्येक ठिकाणी उशिरा जात होता. त्याचं वेळापत्रक कोलमडून पडलेलं होतं आणि हे कधीतरी न होता आता नित्याचीच गोष्ट झाली होती.

"हं. तर मि. आमेंडोला, काही प्रश्न तुम्हाला विचारायचे आहेत का?" किमने विचारले. नुकतीच साठी उलटलेला आमेंडोला हा आडव्या शरीरयष्टीचा माणूस प्लंबर होता. आधुनिक वैद्यकशास्त्रामुळे आणि किमने केलेल्या निदानाने तो भेदरून गेला होता. त्याच्या हृदयातील एक झडप बदलण्याची गरज होती. काही आठवड्यांपूर्वी आपल्या हृदयात झडपा असतात ही गोष्टच त्याला माहिती नव्हती. या अज्ञानात सुख होतं. पण आता काही लक्षणं दिसल्यानंतर मात्र त्याला हे कळून चुकलं की, एक झडप खराब झाली आहे आणि तिच्यामुळे त्याच्या जीवावर बेतू शकेल.

मि. आमेंडोला काय प्रश्न विचारावा, या विचारात गढला असताना किम केसातून अस्वस्थपणे हात फिरवत खिडकीतून बाहेर पाहात होता. हिवाळ्यामधे असणारं फिक्कट आकाश खिडकीतून दिसत होतं. एक तासापूर्वी ट्रेसीने फोन केला होता. बेकीची प्रकृती ठीक वाटत नाही असं ट्रेसीने सांगितलं होतं. बेकीचे डोळे काचेसारखे वाटत आहेत आणि ती अस्वस्थ आहे हेदखील तिने सांगितलं होतं. पण किम एवढा कामात होता की, त्याला काहीच करणं शक्य नव्हतं. वेटिंगरूम गच्च भरलेली असल्याने त्याने ट्रेसीला एवढंच सांगितलं की, क्लेअरला पेजरवर संदेश पाठव आणि बेकीची अवस्था सांग. तसेच पोटाच्या विकारांचा तज्ज्ञ आला की फोन करण्याची आठवण तेथील क्लार्कला करायला त्याने ट्रेसीला सांगितलं.

"कदाचित मला माझ्या मुलांशी बोलावं लागेल." आमेंडोला म्हणाला.

"अं..माफ करा..." किम म्हणाला, "काय म्हणलात?" आपण काय प्रश्न विचारला होता हे किम साफ विसरून गेला होता.

"माझी मुलं..." आमेंडोला म्हणाला, "म्हाताऱ्यानं काय करावं यावर माझ्या मुलांना काय वाटतं ते विचारलं पाहिजे."

"ही कल्पना उत्तम आहे." किम उठून उभा राहिला, "तुम्ही तुमच्या कुटुंबीयांशी चर्चा करा आणि काही प्रश्न असतील तर मला फोन करा."

किम मि. आमेंडोलाला दारापर्यंत सोडायला गेला.

"तुम्ही ज्या तपासण्या केल्यात त्या बरोबर आहेत ना?" आमेंडोलाने विचारले. "म्हणजे असं असू शकेल की, ती झडप तितकीशी वाईट अवस्थेत नसेल."

"नाही. ती फार खराब झाली आहे." किम म्हणाला, "आपण आणखी एका तज्ज्ञाचेही मत घेतलेले आहे हे लक्षात घ्या."

"होय." आमेंडोला मुद्दा सोडून देत म्हणाला, "ठीक आहे...मी पुन्हा नंतर तुमच्याशी संपर्क साधतो."

मि. आमेंडोला रिसेप्शनकडे जाताना पाहून मगच किम कॉरिडॉरमधून आता आला. मग किमने पुढच्या पेशंटचा चार्ट उचलला. हा चार्ट दुसऱ्या खोलीच्या दाराच्या मागे लावलेला होता. किमने त्या चार्टवरचे नावदेखील वाचले नव्हते. एवढ्यात त्यला कॉरिडॉरच्या टोकापाशी जिंजर आलेली दिसली. मि. आमेंडोलाला जाण्यासाठी तिने वाट करून दिली.

"बेकीच्या वॉर्डपाशी असलेल्या क्लार्कने आत्ताच फोन केला होता." जिंजर म्हणाली, "निरोप असा आहे की पोटाचा विकार का कसला तरी तज्ज्ञ डॉक्टर बेकीला तपासणीसाठी आलेला आहे."

"तसं असेल तर मी इथून तत्काळ निघालो." किम म्हणाला. त्याने हातातला चार्ट तसाच खाली ठेवला आणि तो घाईघाईने ऑफिसात शिरला. तो कपाटातून जाकीट बाहेर काढत असताना जिंजर ऑफिसात शिरली.

"कुठे निघालास?" जिंजरने विचारले.

"पुन्हा हॉस्पिटलमधे."

"परत कधी येणार?"

"सांगता येणार नाही." किम म्हणाला आणि त्याने हिवाळ्याचे जाकीट अंगावर चढवले, "जरा चेरिलला जाऊन सांग. म्हणजे मग उगीच पेशंट वाट पाहात थांबणार नाहीत."

"इतर पेशंटचं काय?"

"त्यांना सांग की अचानक तातडीची केस उद्भवली. मी परत येईन. पण निदान मला एक किंवा दीड तास लागेल."

किमने गाडीच्या किल्ल्या उचलल्या आणि तो मागच्या दाराने बाहेर पडला.

जिंजरने मान हलवली. तिला पेशंटला तोंड द्यावं लागणार होतं. पेशंटना ही गोष्ट सांगितल्यावर त्यांची प्रतिक्रिया कशी होईल, हे तिला अनुभवाने माहीत होतं. विशेषत: गावाबाहेरून दूर अंतरावरून आलेले पेशंट किती त्रासतात हे तिने पाहिलं होतं.

"तुला जेवढं शक्य असेल त्या प्रकारे त्यांना सांग." किम जणू तिच्या मनातले विचार वाचल्यासारखा जाताजाता तिला म्हणाला.

किमने गाडीत शिरून वेगाने गाडी बाहेर काढली. रस्त्यावर भरपूर गर्दी होती. किमने अनेकवेळा हॉर्नचा वापर करून गाडी शक्य तेवढ्या वेगाने दामटली. ट्रेसीने सांगितलेल्या लक्षणांमुळे त्याला फार काळजी वाटत होती. त्याला पोटाच्या विकारांच्या तज्ज्ञाशी थेट बोलायची संधी दवडायची नव्हती.

बेकी होती त्या मजल्यावर पोहोचल्यावर किम अक्षरश: धावत सुटला. बेकीच्या खोलीत शिरताना तो धापा टाकत होता. ट्रेसी त्याला एका बाजूला उभी राहून पांढरा कोट घातलेल्या स्त्रीशी बोलताना दिसली. तेवढ्यातही किमच्या लक्षात आलं की ट्रेसी विमनस्क झालेली आहे.

बेकी उताणी झोपलेली होती. तिचं डोकं उशीला टेकवून ठेवलेलं होतं.

ती समोर पाहात होती. तिथे आवाज फक्त सलाईनमधे पडणाऱ्या थेंबांचा होता.

किम बेकीजवळ गेला, "भोपळ्या, कसं काय वाटतंय आता?"

"मला फार थकवा वाटतोय." बेकी म्हणाली.

"होय. मला कल्पना आहे..." किम म्हणाला आणि अचानक काहीतरी विचार मनात येऊन त्याने तिची नाडी तपासली. तिच्या हृदयाचे ठोके जरा जोरात पडत होते. त्याने तिच्या पापण्या हलकेच ओढून तिच्या डोळ्यांची तपासणी केली. डोळ्यांतलं पटल जरासं निस्तेज वाटत होतं पण पूर्वीपेक्षा ते फार निस्तेज झालं आहे असं मात्र त्याला वाटलं नाही. त्याने तिची त्वचा तपासून पाहिली. ती फारशी गरम किंवा फार ओलसरही वाटली नाही. तिच्या शरीरात आता पाण्याचं प्रमाण आदल्या रात्रीपेक्षा बरंच चांगलं दिसत होतं.

किमचं स्वत:चं हृदय वेगाने धडधडू लागलं. ट्रेसीने केलेले वर्णन त्याला आठवले. बेकी अस्वस्थ आहे आणि तिचे डोळे काचेसारखे वाटत आहेत याचा अर्थ त्याच्या लक्षात आला. बेकीच्या हालचाली मंदावल्या होत्या आणि तिच्यामधली जीवनशक्ती थोडीथोडी रसातळाला जात होती!

"मी जरा तुझ्या आईशी बोलून येतो." किम म्हणाला.

"ठीक आहे." बेकी म्हणाली.

किम ट्रेसीच्या दिशेने पुढे झाला. ती थरथरत आहे हे स्पष्ट दिसत होतं.

"या डॉ. कॅथलीन मॉर्गन आहेत." ट्रेसीने ओळख करून दिली.

"तुम्हीच पोटाच्या विकारांच्या तज्ज्ञ आहात का?"

"होय." कॅथलीनने उत्तर दिले.

किमने कॅथलीनकडे पाहिलं. जरी कॅथलीन आणि क्लेअर दोघी साधारण एकाच वयाच्या असल्या तरी दोघींमधे जमीन-अस्मानाचा फरक दिसत होता. ती पाच फुटांपेक्षा थोडी जास्त उंच होती. तिचा चेहरा गोल आणि मृदू होता. तिने लावलेल्या तारेच्या चष्म्याच्या फ्रेममुळे ती शाळेमधल्या शिक्षिकेसारखी भासत होती. तिच्या गडद केसांमधे मधूनच एखादी रूपेरी बट चमकत होती.

डॉ. मॉर्गननी मला सांगितलं की, बेकीची अवस्था गंभीर आहे..." ट्रेसी कशीबशी म्हणाली.

"ओहो! हा शेरा फारच छान आहे!" किमच्या आवाजात उघडउघड कुचेष्टा

होती, ‘‘गंभीर अं?...बेकीची अवस्था गंभीर आहे हे सांगायला मला कोणाचीही गरज नाही. तशी नसती तर ती इथं कशासाठी राहिली असती... मला कोणीतरी हे सांगणारं हवं आहे की तिला काय झालंय आणि त्यावर उपचार कसे करायचे?’’

‘‘प्रयोगशाळेतून निष्कर्ष मिळताच ते मला कळवणार आहेत.’’ कॅथलीन सावधपणे म्हणाली. किमच्या प्रतिक्रियेमुळे तिला धक्का बसला होता.

‘‘प्रयोगशाळेतून रिपोर्ट येईपर्यंत आम्हाला काहीही करता येणार नाही.’’

‘‘तुम्ही तिला निदान तपासलंत तरी का?’’

‘‘होय. मी शिवाय जे काही रिपोर्ट उपलब्ध आहेत ते पहिले आहेत.’’

‘‘बरं मग...?’’ किमने उतावीळपणाने विचारले.

‘‘निदान आत्तापर्यंत तरी मी डॉ. फॅरेडे यांच्याशी सहमत आहे. अन्नातून जीवाणू संसर्ग झालेला आहे.’’

‘‘मला तिची अवस्था फारच भयानक वाटत आहे.’’ किम म्हणाला.

‘‘मलादेखील तसंच वाटतंय.’’ ट्रेसी म्हणाली, ‘‘काल रात्रीपेक्षा ती मला वेगळी दिसते आहे. तिच्यात खूप फरक पडलाय. ती तेवढी सावध दिसत नाही.’’

कॅथलीनने बेकीकडे एक नजर टाकली. बेकीचे त्यांच्या बोलण्याकडे लक्ष नाही हे पाहून तिला हायसे वाटले. तरीही तिनं दोघांना बाहेर जाऊन बोलू अशी सूचना केली.

‘‘मी तिला आत्ता एकदाच पाहिलं असल्याने मी त्या बदलाविषयी काही मत व्यक्त करू शकणार नाही.’’ कॅथलीन म्हणाली, ‘‘आणि नर्सनी केलेल्या नोंदीमधूनही मला तसं काही जाणवलं नाही.’’

‘‘तिच्यावर जास्त लक्ष ठेवणं जरूर आहे असं मला वाटतं.’’ किम म्हणाला. ‘‘तिला आय.सी.यू मधे एका वेगळ्या खोलीत ठेवता येईल का?’’

‘‘माझं काम फक्त सल्ला देणं हे आहे.’’ कॅथलीन म्हणाली, ‘‘बेकी अधिकृतपणे डॉ. स्टीव्हन्स्‌ची केस आहे.’’

‘‘मग तुम्ही डॉ. स्टीव्हन्स्‌ना पटवून देऊ शकता का?’’ किम म्हणाला, ‘‘मी काल रात्री ॲडमिट करून घेतानाच तशी सूचना केली होती. पण माझी अशी समजूत झाली आहे की, डॉ. स्टीव्हन्स् अमेरिकेअरच्या बाजूने आहेत आणि त्यांना खर्चाची जास्त फिकीर आहे.’’

‘‘मला हे खरं वाटत नाही. क्लेअर तशी नाही.’’ कॅथलीन म्हणाली, ‘‘पण खरं सांगायचं तर तुमच्या मुलीला आय.सी.यू. मधे ठेवण्याची गरज नाही. निदान अजून तरी नाही.’’

‘‘काय नमुनेदार विधान आहे!’’ किम फटकारत म्हणाला, ‘‘वेगळ्या शब्दांत

सांगायचं तर तुम्ही तिची अवस्था आणखी वाईट होईपर्यंत वाट पाहात हातावर हात ठेवून निवांत बसणार...''

''डॉ. रेग्गीस. हे बोलणं अयोग्य आहे.'' कॅथलीन म्हणाली. ती किमच्या बोलण्याने दुखावली गेली होती.

''योग्य-अयोग्य खड्ड्यात गेलं!'' किम पुन्हा फटकारत म्हणाला. त्याने तिचे नाव अत्यंत तिरस्काराने उच्चारले. ''डॉ. मॉर्गन, निदान माझ्या दृष्टीने मी योग्यच बोलतोय. मी सर्जन म्हणून काम करताना अगोदर निदान करतो. मग मी जातो आणि उपचार करतो. म्हणजेच मी स्वत: काहीतरी करतो. उलट मला सतत इथे असं जाणवतंय की माझी मुलगी माझ्यासमोर उतरणीला लागली आहे आणि कोणीही काहीच करत नाहीये.''

''थांब. किम थांब!'' ट्रेसी अश्रू थोपवत ओरडली. बेकीची काळजी करत असताना तिला आणखी त्यात किमच्या रागाची भर नको होती.

''थांब म्हणजे?''

''तुझी ही तडतड थांबव!'' ट्रेसी कशीबशी म्हणाली, ''सतत अशा प्रकारे डॉक्टर आणि नर्सशी भांडत बसल्याने काहीही उपयोग नाही. हे पाहून माझं डोकं फिरायची वेळ आली आहे.

किम ट्रेसीकडे जळजळीत नजरेने पाहात राहिला. विशेषत: बेकीच्या प्रकृतीचा प्रश्न असताना ट्रेसी अशा प्रकारे आपल्यावर उलटेल अशी त्याला कल्पना नव्हती.

डॉ. रेग्गीस. माझ्याबरोबर या.'' कॅथलीन अचानक म्हणाली आणि तिने त्याला नर्सच्या डेस्ककडे येण्याची खूण केली.

''जा!'' ट्रेसी म्हणाली, ''आणि स्वत:वर ताबा ठेवण्याचा प्रयत्न कर.''

ती बेकीच्या खोलीत शिरली. किम कॅथलीनच्या मागे निघाला. तिने ओठ घट्ट आवळून घेतलेले होते आणि ती आश्चर्यकारकपणे वेगाने टांगा टाकत पुढे जात होती.

''आपण कुठं चाललो आहोत?'' किमने विचारले.

''नर्सच्या डेस्कच्या मागे चार्ट ठेवलेल्या खोलीत. मला तुम्हाला काहीतरी दाखवायचं आहे आणि मला वाटतं आपल्याला चर्चा करायला हवी. फक्त आपण दोघेच बोलू. एका डॉक्टरने दुसऱ्या डॉक्टरशी बोलणं जरूर आहे.

दोघे चार्टरूममधे शिरले. दार बंद झाल्यावर बाहेरची गडबड कानावर येत नव्हती. या खोलीला खिडकी नव्हती. भिंतीवर क्ष-किरण फोटो पाहाण्याची पेटी लावलेली होती. एका बाजूला कॉफीचं मशीन होतं. काही न बोलता कॅथलीनने एका पाकिटातून एक क्ष-किरण फोटो काढला आणि तो पेटीच्या पुढच्या बाजूला अडकवला. पेटीमधला दिवा लागताच फोटो दिसू लागला. तो फोटो लहान मुलाच्या पोटाचा होता.

''हा फोटो बेकीचा आहे?''

कॅथलीनने मान डोलावली.

किम पुढे झुकून बारीक नजरेने फोटो नीट पाहू लागला. त्याला नेहमी छातीचे फोटो पाहायची सवय होती. पण क्ष-किरण फोटो कसा पाहायचा याचं मूलभूत ज्ञान त्याला होतंच.

"मोठं आतडं सगळीकडे समान प्रमाणात सुजलेलं दिसतंय."

"होय." कॅथलीन म्हणाली. तिला आश्चर्य वाटलं होतं. आपल्याला सगळं समजावून द्यावं लागेल असं तिला वाटत होतं, पण किमला स्वत:लाच त्या फोटोचा अर्थ समजला होता.

"आतड्याच्या आतला म्युकोसा असणारा थर सुजलेला आहे." कॅथलीन फोटोवर बोट दाखवत म्हणाली.

किम मागे रेलून बसला, "त्यामुळे तुम्हाला काय निदान करता येतंय?" त्याला आपण पाहातोय ते लक्षण चांगलं नाही हे कळत होतं. पण त्याचा आणि बेकीच्या बाह्य लक्षणांचा नेमका संबंध काय असावा ते त्याच्या लक्षात येत नव्हतं.

"यामुळे मला विशेषत: इ. कोलाय ०१५७ : एच ७ असण्याची शंका वाटते. अशा प्रकारचे लक्षण शिगेला जीवाणू संसर्गामधेही फोटोत दिसते. पण त्या प्रसंगी पेशंटला सहसा ताप आलेला असतो आणि तुम्हाला माहिती आहेच की, बेकीला ताप नाही."

"ॲन्टिबायोटिक्सचं काय?" किमने विचारले. "डॉ. क्लॉड फॅरेडेने ती वापरू नका म्हणून सल्ला दिला आहे. त्यांच्या मते त्यामुळे नैसर्गिकरीत्या उपयुक्त जीवाणू वसाहतींना नुकसान होईल. तुम्हाला त्याबद्दल काय वाटतं? तुम्ही त्यांच्याशी सहमत आहात?"

"होय..आहे." कॅथलीन म्हणाली. "ॲन्टिबायोटिक्समुळे इतर जीवाणू तर नष्ट होतीलच. पण शिवाय त्यांचा उपयोग अजिबातच होणार नाही. बेकीला ताप आलेला नाही. याचा अर्थ हल्लेखोर जीवाणू अगोदरच तिच्या आतड्यांमधून गेलेले आहेत."

"जर आपण **टॉक्सिमिया** होण्याची शक्यता गृहीत धरत असू. तर मग तुम्ही निदान तरी कसं करणार?"

"अशावेळी रक्तामधे प्रत्यक्ष टॉक्सिन आहे का याचीच चाचणी करण्याचा मार्ग आहे. पण दुर्दैवाने अमेरिकेअरने आमच्या प्रयोगशाळेला अशी चाचणी करण्याचे अधिकार दिलेले नाहीत."

"याचं कारण पुन्हा आर्थिक आहे की काय?"

"होय. मला तसं म्हणणं भाग आहे." कॅथलीन म्हणाली, "ही तपासणी नेहमी लागणारी नाही. त्यामुळे त्यासाठी लागणाऱ्या खर्चाचे स्पष्टीकरण अमेरिकेअर देऊ शकत नाही. ही तपासणी खर्चाच्या दृष्टीने योग्य ठरणार नाही."

“जीझस ख्राईस्ट!” किम बेभान होत ओरडला. त्याने कॅथलीनचे शब्द ऐकताच रागाने समोरच्या टेबलावर मूठ आपटली. “मी हे खर्चाच्या दृष्टीने योग्य नाही हे शब्द पुन्हा ऐकले तर मला फेफरंच येईल! बेकी आजारी पडल्यापासून अमेरिकेअरच्या या शब्दांनी माझा पिच्छा पुरवला आहे.”

“दुर्दैवाने आरोग्य व्यवस्थापन या वस्तुस्थितीला आपण तोंड देणे आवश्यक आहे.” कॅथलीन म्हणाली, “या केसमधे मात्र मी आपण होऊन एक नमुना ‘शेरींग लॅब्ज’ या प्रयोगशाळेकडे तपासणीसाठी पाठवला आहे. चोवीस ते अठ्ठेचाळीस तासांत रिपोर्ट येण्याची अपेक्षा आहे.”

“ओहो!” किम म्हणाला, “हे केल्याबद्दल धन्यवाद आणि तुम्ही काही करत नाही असं म्हणल्याबद्दल माफी मागतो. म्हणजे मला असं म्हणायचं आहे की, बेकीच्या बाबतीत पैशांचा विचार केला जाऊ नये.”

“ई. कोलायच्या या विशिष्ट प्रकाराविषयी आणि त्याच्या टॉक्सिनविषयी काय माहिती आहे? बेकीला त्या प्रकारचा संसर्ग झाला आहे असे गृहीत धरून आपण बोलतोय?”

“फारशी माहिती नाही.” किम म्हणाला, “इतकंच नाही तर ॲन्टिबायोटिक्सचाही उपयोग होत नाही याची मला कल्पना नव्हती. हा इ. कोलाय माझ्या प्रॅक्टिसमधे माझ्यासमोर कधीही येत नाही. मला एन्टरोकॉकस हा व्हॅन्कोमायसिनला दाद न देणारा जीवाणू माहिती आहे. त्याच्या नावाने आम्हां कार्डियाक सर्जनच्या मनात धडकी भरते.”

“तुमचा मुद्दा माझ्या लक्षात आला.” कॅथलीन म्हणाली, “हा एन्टरोकॉकस माझ्या परिचयाचा नाही. पण इ. कोलाय ०१५७ : एच ७ मात्र माझ्या माहितीचा आहे. नव्हे तर मला तो चांगलाच ठाऊक आहे. मला वाटतं तुम्हाला आणि तुमच्या पत्नीला हा जंतू फार भयंकर असू शकतो याची कल्पना असायला हवी.”

“कितपत भयंकर?” किमने नर्व्हसपणाने विचारले. त्याला ती सांगत असताना त्यामधील अर्थ तिच्या स्वरातून कळत होता आणि त्यामुळे तो फार अस्वस्थ झाला होता. त्याने कॅथलीनचा हा गैरसमज दूर करण्याचा प्रयत्न केला नाही की, ट्रेसी आणि तो सध्या नवरा-बायको नव्हते.”

“तुम्ही बसलात तर बरं होईल.” कॅथलीन म्हणाली. आपल्याला काय वाटतं ते किमला कसं सांगावं याचा ती विचार करत होती. तिच्या मनात येणाऱ्या शंका त्याच्या कानावर घालताना तो जरुरीपेक्षा जास्त घाबरणार नाही याची काळजी घेणं आवश्यक होतं. कारण त्यावेळी त्याचा स्वत:वर अगदी मामुली ताबा आहे हे तिला कळत होतं.

किम आज्ञाधारकपणे एका खुर्चीत बसला.

"जर बेकीच्या आजारासाठी इ. कोलाय कारणीभूत असेल तर, मला एका गोष्टीबद्दल काळजी वाटते. तिच्या रक्तातल्या पट्टिकांचे प्रमाण कमी झालेले आहे ही चिंतेची बाब आहे. काल रात्री हे प्रमाण जरासेच कमी झाले होते. पण तिला सलाईन दिल्यानंतर ही कमतरता संख्याशास्त्रीय दृष्टीने महत्त्वपूर्ण झालेली आहे. मला आता एच.यू.एस. याविषयीची शंका येऊ लागली आहे."

"एच.यू.एस?" किम म्हणाला, "हा काय प्रकार आहे."

"हिमोलायटिक युरेमिक सिंड्रोम याचे हे छोटे रूप आहे." कॅथलीन म्हणाली, "इ. कोलाय ०१५७ : एच ७ हा जीवाणू शिगेलाशी साधर्म्य असणारे एक टॉक्सिन बनवतो. त्यामधे हा लक्षणसमूह आढळतो. या टॉक्सिनमुळे रक्तवाहिन्यांमधील पट्टिकांच्या गुठळ्या बनतात. त्याचप्रमाणे लाल पेशींचा नाश होतो. या दोन्हींमुळे अनेक अवयवांच्या कामात बिघाड होतो. बहुतेक वेळा मूत्रपिंडावर गंभीर परिणाम होतो. म्हणूनच या लक्षणसमूहाला 'युरेमिक' असे नाव देण्यात आले आहे."

किमने आ वासला. त्याला प्रचंड धक्का बसलेला होता. धक्का इतका जबरदस्त होता की, काही क्षण तो कॅथलीनकडे पाहातच राहिला. त्याला अशी अंधुक आशा वाटत होती की, कॅथलीन एकदम हसू लागेल आणि हा सगळा गमतीचा प्रकार होता असं म्हणेल. पण तसं झालं नाही.

"बेकीची लक्षणं एच.यू.एस. प्रकारची आहेत असं तुम्हाला वाटतं?" किम शांतपणाने म्हणाला. पण प्रत्यक्षात मन अत्यंत प्रक्षुब्ध झालेलं होतं.

"आपण ह्याकडे अशाप्रकारे पाहू या की, मी फक्त माझी चिंता सांगितली." कॅथलीन आपल्या बोलण्याचा परिणाम थोडा कमी करण्याच्या हेतूने म्हणाली, "अजून आपल्याकडे तसा पुरावा नाही. या क्षणी केवळ माझं मन मला आतून तसं सुचवतंय इतकंच."

किमने मोठ्या आवाजात आवंढा गिळला. त्याचं तोंड कोरडं पडलं होतं. "आपण आता काय करू शकतो?"

"फार काही नाही, असं म्हणणं भाग आहे." कॅथलीन म्हणाली, "मी टॉक्सिन तपासणीसाठी नमुना प्रयोगशाळेत पाठवला आहेच. दरम्यान मी रक्तविज्ञान आणि मूत्रसंस्था विज्ञानाच्या तज्ज्ञांची शिफारस करते. या तज्ज्ञांची मतं घ्यावीत असं मला वाटत आहे."

"तर मग तसं करू या!" किम उतावीळपणे म्हणाला.

"थांबा. डॉ. रेग्गीस!" कॅथलीन म्हणाली, "हे विसरू नका की, मी फक्त इथे सल्लागार म्हणून आले आहे. इतर कोणत्याही तज्ज्ञांचा सल्ला घ्यायला असेल तर, ती विनंती क्लेअर स्टीव्हन्स्च्या मार्फत जायला हवी. तो निर्णय तिने घ्यायचा आहे. अमेरिकेअरची नियमावली याबाबतीत अगदी स्पष्ट आहे."

“मग आपण डॉ. स्टीव्हन्स्ना बोलावून घेऊ.” किम भराभरा म्हणाला, “आपण निदान त्या दिशेने सुरुवात तर ताबडतोब करूयात.”

“मी आत्ता या क्षणी क्लेअरला फोन करावा असं तुम्हाला म्हणायचं आहे का?”

“होय.” किम म्हणाला आणि त्याने फोन तिच्यासमोर सरकावला.

कॅथलीन फोन करत असताना किम डोकं धरून बसला होता. अचानक निर्माण झालेल्या या चिंतेमुळे त्याला थकल्यासारखं वाटत होतं. सुरुवातीला बेकीचा आजार म्हणजे मामुली त्रासाचा प्रकार वाटला होता आणि मग त्यामुळे हॉस्पिटलमधे यावं लागलं एवढा तो आजार गंभीर झाला होता. आता तर त्यामधून निराळंच काहीतरी भयंकर उद्‌भवलं होतं. आयुष्यात पहिल्यांदाच तो गंभीर आजाराच्या या प्रसंगी पेशंटच्या बाजूने होता आणि विशेष म्हणजे आजाराच्या या प्रकारची त्याला पूर्ण माहितीच नव्हती. त्याला ही माहिती लवकरात लवकर मिळवणे जरूर होते. त्याने मनामधे ही माहिती कशी मिळवावी याचा विचार भराभरा केला.

फोन ठेवत कॅथलीन म्हणाली, “क्लेअरने माझ्या म्हणण्याला पूर्ण सहमती दर्शवली. ती इथं आहे हे खरोखरच तुमचं सुदैव आहे. आम्ही दोघींनी मिळून एच.यू.एस.च्या बऱ्याच केसेसमधे पूर्वी एकत्र काम केलेले आहे.”

“ते तज्ज्ञ बेकीला पाहायला केव्हा येतील?” किमने तातडीने विचारले.

“क्लेअरने तशी व्यवस्था केली की ताबडतोब.” कॅथलीन म्हणाली.

“मला ते आत्ता लगेच इथं यायला पाहिजेत. आत्ता दुपारीच!”

“डॉ. रेग्गीस. तुम्ही शांत व्हायला हवं.” कॅथलीन म्हणाली, “मी त्यासाठीच तर तुम्हाला इथं आणलेलं आहे. आपण दोघं सरळ व्यावसायिक पातळीवरून शांतपणाने बोलावं यासाठी मी मुद्दाम तुम्हाला इथं घेऊन आले आहे.”

“मी शांत होऊ शकत नाही.” किम कबूल करत म्हणाला, आणि मोठ्या आवाजात श्वास घेत म्हणाला, “एच.यू.एस.चं प्रमाण किती असतं?”

“दुर्दैवाने एच.यू.एस. आता खूपच प्रमाणात दिसू लागला आहे.” कॅथलीन पुढे सांगू लागली, “साधारणत: हा लक्षणसमूह असणारा विकार इ. कोलाय ०१५७ : एच ७ मुळे होतो. दरवर्षी याच्या सुमारे वीस हजार केस आढळतात. लहान मुलांमधे मूत्रपिंडे अचानक निकामी होण्याचा कारणांमधील हा जीवाणू हे एक फार महत्त्वाचे कारण झाले आहे.”

“ओ लॉर्ड!” किम म्हणाला. त्याने नर्व्हसपणे डोकं खाजवलं, “दरवर्षी वीस हजार केसेस!”

“हा अंदाज **सी.डी.सी.** ने केलेला आहे आणि तो निव्वळ इ. कोलाय ०१५७ : एच ७ जीवाणुजन्य केसचा आहे. एच.यू.एस. मधला हा फक्त काही टक्के भाग आहे.”

''एच.यू.एस. प्राणघातक आहे का?'' किमने कसाबसा धीर करून विचारले.

''आपण याबाबत बोललंच पाहिजे का?'' कॅथलीनने विचारले, ''हे विसरू नका की, इ. कोलाय संबंधी निदान अजून पक्के झालेले नाही. तुमची फक्त या संभाव्य कारणासाठी मानसिक तयारी व्हावी एवढाच माझा हेतू होता.''

''माझ्या प्रश्नाचं उत्तर द्या!'' किम संतापून म्हणाला.

कॅथलीनने एक मोठा सुस्कारा टाकला. तिला असं वाटलं होतं की, किम या आजारासंबंधी अवघड गोष्टी स्पष्टपणाने जाणून घ्यायला तयार नसेल. पण त्याची तशी इच्छा असल्याने तिचा नाईलाज झाला. कॅथलीन घसा साफ करत म्हणाली, ''दरवर्षी साधारणत: दोनशे ते पाचशे जण इ. कोलाय ०१५७ : एच ७ मुळे मरण पावतात. त्यात प्रामुख्याने मुले असतात आणि त्याचं कारण एच.यू.एस. असतं.''

किमचे कपाळ घामाने डबडबले. त्याला पुन्हा एकदा प्रचंड धक्का बसला होता. ''दरवर्षी दोनशे ते पाचशे मृत्यू...ह्यावर विश्वास ठेवणं कठीण आहे....आणि मी तर आत्तापर्यंत कधीही एच.यू.एस. हे नावदेखील ऐकलेलं नव्हतं.''

''मी मघाशी सांगितलं की, हा सी.डी.सी.चा अंदाज आहे.''

''मृत्यूचं प्रमाण जर एवढं मोठं असेल...म्हणजे असं असूनही हा सारा प्रकार फारसा माहिती नाही कोणाला, असं कसं काय?'' किमने विचारले. वैद्यकीय व्यवसायातील भावनिक ओझ्यामुळे होणारा ताण कमी करण्यासाठी किमचं मन नेहमीच बुद्धिवादाचा आधार घेत असे.

''ते मला सांगता येणार नाही.'' कॅथलीन म्हणाली, ''इ. कोलाय जीवाणूच्या या प्रकारामुळे काही गाजलेली प्रकरणं झालेली आहेत. ब्याण्णव साली आलेली 'जॅक-इन-द-बॉक्स' म्हणून गाजलेली साथ ही त्याचीच होती. तसेच सत्याण्णवमधे हडसन मीट कंपनीचा माल बाजारातून काढून घ्यावा लागल्याचं जे प्रकरण झालं होतं त्यामागेदेखील हाच जीवाणू होता. या किंवा तशा इतर प्रकरणांमुळे लोकांमधे त्याची माहिती पुरेशी पसरणे गरजेचे होते. पण तसं का झालं नाही हे एक कोडंच म्हणावं लागेल.''

''मला ही दोन्ही प्रकरणं आठवतात.'' किम म्हणाला, ''मला एवढंच आठवतंय की सरकार आणि **यू.एस.डी.ए.** यांनी त्यांच्या पद्धतीने समस्येवर मात केली असावी. म्हणजे मी तसं समजत होतो.''

कॅथलीन उपहासाने हसली, ''होय. यू.एस.डी.ए. आणि बीफ उद्योगाची तुमची तशीच समजूत व्हावी अशी अपेक्षा होती.''

''हा प्रॉब्लेम प्रामुख्याने लाल/कच्च्या मांसामुळे उद्‌भवतो का?''

''नाही. हा प्रॉब्लेम खरं तर **पिसलेल्या मांसामुळे** निर्माण होतो. असं पिसलेलं मांस आतपर्यंत नीट शिजत नाही. अर्थातच काही केसेस सफरचंदाचा रस, सफरचंदाची सायडर किंवा कच्च्या दुधामुळेही झाल्या होत्या हे खरे आहे. यामधला खरा मुद्दा

हा संसर्गग्रस्त गाईच्या शेणाचा अन्नाशी येणारा संपर्क हा आहे.''

''मला लहान असताना कधीही हा प्रॉब्लेम उद्‌भवलेला आठवत नाही. मी तर लहानपणी नेहमी कच्ची हॅम्बर्गर खात असे.''

''ही परिस्थिती तशी नवीन आहे.'' कॅथलीन म्हणाली, ''हा प्रकार साधारण एकोणिसशेसत्तर नंतर काही वर्षांनी उद्‌भवला असे मानले जाते. बहुधा त्याची सुरुवात अर्जेंटिनामधे झाली. असे मानले जाते की, शिगेला जीवाणूप्रमाणे इ. कोलाय जे टॉक्सिन बनवतो त्यासाठी लागणारा डी.एन.ए. रेणूचा तुकडा इ. कोलायला शिगेला जीवाणूकडून मिळाला.''

''म्हणजे जीवाणूंच्या संयुग्मनामुळे की काय?''

''होय, नेमकं तेच कारण होतं.'' कॅथलीन म्हणाली, ''जीवाणूंमधे लैंगिक पुनरुत्पादनाऐवजी या पद्धतीचा उपयोग जनुकसंचामधे विविधता येण्यासाठी केला जातो. पण या ठिकाणी जर संयुग्मन झाले असेल तर ते जरा विचित्रच आहे. कारण सहसा संयुग्मन एकाच प्रजातीमधे होतं. ते काहीही असो, पण सर्वांत आश्चर्यकारक गोष्ट अशी आहे की, इ. कोलायची जी नवीन जात तयार झाली ती जगभरात फार वेगाने पसरली. सध्या ह्या जातीचे जीवाणू तीन टक्के गाईगुरांच्या आतड्यात वास्तव्य करताना आढळले आहेत.''

''ह्या संसर्ग झालेल्या गायी आजारी पडतात का?''

''नाही. नेहमीच तसं होत नाही.'' कॅथलीन म्हणाली, ''काही वेळा गाईगुरांमधे हगवणीचा त्रास होतो. पण मुख्यतः त्यांच्यामधे या जीवाणूपासून संरक्षणाची व्यवस्था असल्याने त्यांना फारसा त्रास होत नाही.''

''हे विलक्षण आहे!'' किम म्हणाला, ''आणि दैवदुर्विलासही तेवढाच आहे! रेणुजीवशास्त्र बाल्यावस्थेत असताना सर्वांना एक महाभयंकर चित्र दिसत असे. एखाद्या संशोधकाने इ.कोलाय जीवाणूमधे मुद्दाम बोटुलिझमचे टॉक्सिन बनवण्याची क्षमता निर्माण केली आणि ते जीवाणू अनवधानाने बाहेर निसर्गात आले तर काय हाहाकार उडेल अशी कल्पना केली जात होती.''

''हे उदाहरण अगदी अनुरूप आहे.'' कॅथलीन म्हणाली, ''आणि विशेष म्हणजे इ.कोलाय ०१५७ : एच ७ निर्माण व्हायला निसर्गाने आपणहून काही केलं नसावं. त्यामधे मानवाचा हात आहे.''

''तो कसा काय?''

''माझं मत असं आहे की, सध्या शेती आणि पशुपालनासाठी जी खास पद्धत वापरली जाते त्यामधून इ.कोलाय ०१५७ : एच ७ उदय झाला. प्राण्यांना खाण्यासाठी कमीतकमी खर्चात प्रथिने पुरवावीत या उद्देशाने अनेक अनोखे पण हिडीस पर्याय शोधण्यात आले. गाईंना देण्यात येणाऱ्या अन्नात कत्तल केलेल्या

प्राण्यांच्या अवयवांचा उपयोग केलेला असतो. गाईंना गाईंचेच मांस खायला दिले जाते. इतकेच नाहीतर कोंबड्यांपासून बनवलेलं खत देखील सरळ सरळ मोठ्या प्रमाणात वापरलं जातं.''

''तुम्ही हे विनोदानं म्हणता आहात!''

''तसं असतं तर बरं झालं असतं.'' कॅथलीन म्हणाली, ''यापुढची गोष्ट अशी आहे, की प्राण्यांना अँन्टिबायोटिक्स दिली जातात. त्यामुळे प्राण्यांच्या आतड्यात अशी परिस्थिती तयार होते की, त्यामधे नवनवीन प्रकारचे जीवाणू सहज तयार होतात. या पोषक परिस्थितीत काय होणार तेच घडतं. खरं म्हणजे शिगेला जीवाणूकडून इ.कोलाय टॉक्सिन बनवण्याचा, डी.एम.ए. रेणूचा भाग मिळाला तो देखील असाच विशिष्ट अँन्टिबायोटिक्सला प्रतिबंध करण्यासाठीच होता.''

किम अविश्वासाने डोकं हलवत राहिला. एक अतिशय महत्त्वाचा हा विषय आपण ऐकतोय हे त्याच्या लक्षात आलं, पण त्याचक्षणी त्याला एकदम जाणीव झाली की यापेक्षा भयंकर प्रश्न बेकीची स्थिती हा आहे. ही जाणीव झाल्याने किम एकदम भानावर आला.

''म्हणजेच या सर्वांच्या मुळाशी पिसलेल्या बीफमधे संसर्गग्रस्त गाईचे शेण मिसळणे हे कारण आहे तर.'' किम म्हणाला. त्याच्या आवाजात पुन्हा काळजीची दाट छाया होती.

''तसं म्हणायला हरकत नाही.'' कॅथलीन म्हणाली.

''तसं असेल तर बेकीला हा संसर्ग कुठून झाला ते माझ्या लक्षात येतंय.'' किम रागाने म्हणाला, ''शुक्रवारी रात्री ओनियन रिंग फास्ट फूड रेस्टॉरंटमधे बेकीने जरासे कच्चे हॅम्बर्गर खाल्ले होते.''

''हे मला अगदी सुसंगत वाटतंय.'' कॅथलीन म्हणाली, ''तसं म्हटलं तर संसर्ग आणि प्रत्यक्ष आजार यांच्यामधला उद्भवत अवधी इ. कोलाय ०१५७ : एच ७ जीवाणूच्या बाबतीत जरासा मोठा आहे. पण कधीकधी एक आठवडाही असू शकतो.''

चार्टरूमचं दार एकदम उघडलं. किम आणि कॅथलीन त्यामुळे एकदम चमकले. एक नर्स आत डोकावत होती. तिचा चेहरा उत्तेजित दिसत होता.

''डॉ. मॉर्गन!'' नर्स घाईघाईने म्हणाली, ''तुमची केस रिबेका रेगीस हिच्या बाबतीत आणीबाणीची परिस्थिती उद्भवली आहे.''

किम आणि कॅथलीन वेगाने बाहेर पडले आणि बेकीच्या रूमकडे धावत निघाले.

❖

नऊ

बुधवार दुपार, २१ जानेवारी

किम बेकीच्या खोलीत शिरला. बेकीच्या बेडच्या दोन्ही बाजूंना दोन नर्स उभ्या होत्या. एकजण बेकीचा रक्तदाब मोजत होती, तर दुसरी तिला ताप आला आहे का, ते पाहात होती. बेकी वेदनांनी कळवळत होती. तिचा चेहरा एखाद्या भूतासारखा निस्तेज दिसत होता. ट्रेसी भिंतीला टेकून एका बाजूला उभी होती. तिचा हात तोंडावर होता. तिचा चेहेराही बेकीएवढा फिक्कट दिसत होता. "काय झालं?" किमने विचारले.

कॅथलीन किमच्या पाठोपाठ खोलीत आली.

"मला माहीत नाही." ट्रेसी हेल काढून रडत म्हणाली. "बेकी आणि मी बोलत होतो. अचानक ती ओरडली. ती म्हणत होती की तिच्या पोटात आणि डाव्या खांद्यामधे भयंकर कळ आली. मग तिला एकदम थंडी भरून आली."

रक्तदाब मोजणाऱ्या नर्सने तो पंचाण्णव-साठ आहे असं सांगितलं. कॅथलीन बेडच्या डाव्या बाजूने गेली आणि तिने बेकीची नाडी तपासली. "डॉ. स्टीव्हन्सना बोलावणं पाठवलं आहे का?"

"होय, ताबडतोब." एका नर्सने उत्तर दिले.

"तिचं तापमान एकशेपाच आहे." दुसरी नर्स म्हणाली. तिचा स्वर आनंदी नव्हता कारण हे लक्षण चांगलं नव्हतं. तिच नाव लोरेन फिलिप्स होतं, तर दुसऱ्या नर्सचं नाव स्टेफनी ग्रेगौदोस होते.

किमने उजव्या बाजूला उभ्या असणाऱ्या लोरेनला बाजूला ढकललं. तो वेडापिसा झालेला दिसत होता. बेकीची अवस्था पाहून कोणीतरी त्याच्या काळजात सुरी खुपसल्यासारखं झालं होतं.

"बेकी... काय होतंय?" किमने विचारले.

"पोटात भयंकर दुखतंय." विव्हळत विव्हळतच बेकी कशीबशी म्हणाली, "डॅडी! डॅडी प्लीज..."

किमने बेकीच्या अंगावरचं ब्लँकेट खाली सरकवलं. तिच्या छातीवर त्वचेखाली रक्तस्राव झाल्याच्या खुणा जांभळ्या डागांच्या स्वरूपात पाहून त्याला धक्का बसला. त्याने कॅथलीनकडे प्रश्नार्थक नजरेने पाहिले, "तुम्हाला या **पुरपुराची** कल्पना होती का?"

"होय. मी अगोदरच त्याची नोंद घेतलेली होती." कॅथलीनने मान डोलावली.

"पण काल रात्री मला तसं दिसलं नव्हतं." किम म्हणाला आणि मग तो बेकीकडे वळला. "डॅडीला सांग कुठं दुखतंय..."

बेकीने पोटाच्या खालच्या भागाकडे किंचित उजव्या बाजूला बोट दाखवलं. पोटाला बोट लागू नये म्हणून तिने काळजी घेतली होती. बेकीने दाखवलेल्या जागी तीन बोटांनी अगदी हलकेच दाब दिल्यावर बेकी कळवळली.

"प्लीज डॅडी... स्पर्श करू नका." बेकीने विनवणी केली.

किमने झटक्यात हात मागे घेतला. बेकीने डोळे उघडले. तिच्या सुकलेल्या ओठांमधून तीव्र वेदनेमुळे आक्रंदन बाहेर पडले. हा प्रतिसाद पाहून किम चमकला. त्याला असं होणं अपेक्षित नव्हतं. या लक्षणाला वैद्यकीय परिभाषेत 'रिबाउंड टेंडरनेस' म्हणतात. हे पेरिटोनायटिसचं स्पष्ट लक्षण होतं. म्हणजेच पोटामधल्या पोकळीच्या अस्तराचा दाह होत असल्याचे उघड दिसत होते आणि असे होण्यासाठी एकच कारण होते.

किम ताठ उभा राहिला, "तिच्या पोटाची अवस्था गंभीर आहे. तिच्या पोटात छिद्र पडलंय!" हे वाक्य बोलल्यानंतर क्षणाचाही विलंब न लावता किम बेडच्या टोकापाशी पोहोचला आणि त्याने चाकं मोकळी केली. तो ओरडला, "कोणीतरी मागची चाकं मोकळी करा... आणि तिला या बेडवरूनच घेऊन जाऊ. तिला सर्जरी विभागात न्यायचं आहे."

"आपण डॉ. स्टीव्हन्स्‌ची वाट पाहायला हवी असं मला वाटतं." कॅथलीन शांतपणे म्हणाली. तिने स्टेफनीला बेडच्या समोरून दूर व्हायला सांगितलं. मग ती स्वत: किमच्या समोर उभी राहिली.

"डॉ. स्टीव्हन्स्‌ गेली खड्ड्यात!" किम ओरडला, "ही सर्जरीमधली आणीबाणीची परिस्थिती आहे. आता हातावर हात ठेवून बसणं बस्स झालं. आता प्रत्यक्ष काही करायची वेळ आली आहे." किमच्या डोळ्यांमधली हिंस्र चमक पाहूनही त्याच्याकडे दुर्लक्ष करत कॅथलीनने त्याच्या दंडावर हात ठेवला, " डॉ. रेग्गीस... तुम्ही इथे प्रमुख नाही आहात... तुम्ही शांत व्हायला हवं..."

अत्यंत क्षुब्ध मनस्थितीत असल्याने किमने कॅथलीनकडे एक सहकारी म्हणून न पाहता एक अडथळा म्हणून पाहिलं. बेकीला लवकरात लवकर सर्जरी विभागात नेणे या एकाच विचाराने झपाटून जाऊन त्याने कॅथलीनला हाताने दूर सारले. कॅथलीन नाजूक बांध्याची असल्याने आणि त्याचा जोर खूप असल्यामुळे ती बाजूच्या टेबलावर धाड्‌कन पडली.

कॅथलीनने आपला तोल सांभाळण्याचा आटोकाट प्रयत्न केला. तिने टेबलाची कड पकडली खरी, पण तिच्या हाताने टेबलावरचा ग्लास, पाण्याचे भांडे, फ्लॉवर पॉट, थर्मोमीटर वगैरे वस्तू खाली पडून त्यांचा चक्काचूर झाला.

स्टेफनी मदतीसाठी ओरडत बाहेर धावली. लोरेनने बेड घट्ट पकडून ठेवला होता. मागची चाके लॉक असूनही किमने बेड दरवाज्याच्या दिशेने काही फूट ढकलण्यात यश मिळवलं होतं.

धक्क्यातून सावरताच ट्रेसी किमकडे धावली. तिने त्याचा दंड ओढला. त्याने बेडची कड सोडावी म्हणून त्याला खेचत ती हुंदके देत म्हणाली, "किम... थांब! किम प्लीज..."

आता तिथे अनेक नर्स आल्या होत्या. त्यामधे मुख्य नर्स आणि एक धष्टपुष्ट असा माणूस होता, तो परिचारक होता. सर्वजण किमच्याभोवती कोंडाळं करून उभे राहिले, आणि बेडला पुढे येऊ देणं थांबवू लागले. कॅथलीनही आता उठून उभी राहिली होती आणि तिनेही बेडला धरून ठेवले होते. सुरुवातीला किम नेटाने बेड बाहेर काढण्याच्या प्रयत्नात होता. पण अखेर इतक्या जणांपुढे त्याचा जोर कमी पडला. त्याने बेडची पुढची बाजू सोडून दिली. मग 'बेकीची परिस्थिती सर्जरीमधली आणीबाणीची आहे हे कोणालाही कळत नाही आणि असं करणारे सारे नालायक आहेत,' असं तो ओरडू लागला.

"मला झोपेसाठी ते काय देणार आहेत?" मुळातच झोपेमुळे जड झालेल्या स्वरात बेकीने विचारले.

"ते तुझ्या सलाईनमधे काही औषधं टोचतील." किम म्हणाला, "काळजी करू नको. तुला काहीही जाणवणार नाही. तू पुन्हा जागी होशील तेव्हा तुला एवढंच कळेल की आपल्याला आता बरं वाटतं आहे."

बेकीला शस्त्रक्रिया विभागाच्या भूल देण्यासाठी असलेल्या खोलीत एका ट्रॉलीवर झोपवलेलं होतं. तिच्या डोक्यावर टोपी चढवलेली होती. तिला वेदनाशामक औषधे दिलेली असल्याने बेकीच्या वेदनांची तीव्रता कमी झाली होती. शस्त्रक्रिया होणार म्हणून भीतीने बेकी घाबरली होती.

किम बेकीच्या ट्रॉलीजवळ उभा होता. तिथे अनेक पेशंट ट्रॉलीजवर झोपवून ठेवलेले होते. निरनिराळ्या खोल्यांमधे त्यांच्यावर शस्त्रक्रिया करण्यासाठी त्यांना नेलं जाण्याची ते वाट पाहात होते. किमने अंगावर स्क्रब पोशाख चढवला होता. डोक्यावर सर्जनची टोपी होती, आणि बुटांवर आवरणं चढवलेली होती. दीड तासांपूर्वी बेकीच्या खोलीत घडलेल्या प्रसंगानंतर किम सावरला होता. त्याने कॅथलीनची मनापासून माफी मागितली होती. तिनेदेखील मोठ्या मनाने त्याची मन:स्थिती समजू शकते असं म्हटलं होतं. त्यानंतर थोड्या वेळात क्लेअर तिथे आली होती. तिने ताबडतोब सर्जरीच्या विभागातून सल्ला घेण्यासाठी विनंती केली होती.

“डॅडी. मी ठीक होईन ना?” बेकीने विचारले.

“हे तू काय बोलते आहेस?” किम म्हणाला. बेकीचा प्रश्न हास्यास्पद आहे असं भासवण्याचा त्याचा प्रयत्न होता, “अर्थातच तू ठीक होणार आहेस. ते जशी चेन उघडतात ना त्याप्रमाणे तुझं पोट उघडतील. आत पडलेलं लहानसं भोक बंद करून टाकतील. बस्स. झालंच मग सगळं ठीक.”

“कदाचित मी राष्ट्रीय स्पर्धेसाठी नाव दिलं नाही याची मला शिक्षा मिळतेय.” बेकी म्हणाली, “मला आता त्याबद्दल पश्चात्ताप होतोय. मला माहिती आहे की तुमची तशी इच्छा होती.”

किमने डोळ्यांत आलेले अश्रू कसेबसे थोपवले. स्वत:ला सावरण्यासाठी त्याने नजर बाजूला वळवली. आपल्याला स्वत:लाच हे सारं कसं झालं हे कळत नसताना आपल्या मुलीला काय सांगावं हे किमला कळेना. काही दिवसांपूर्वी ती म्हणजे तारुण्याच्या उंबरठ्यावरील उत्फुल्ल चैतन्याची मूर्ती होती आणि आता ती रसातळाला जाण्याच्या मार्गावर होती. ‘असं का? हे कसं काय झालं?’ किम स्वत:ला प्रश्न विचारत होता.

“मी मॉमला माझ्यासाठी फॉर्म आणायला सांगते.” बेकी म्हणाली.

“तू त्या स्पर्धेचा विचार करू नकोस.” किम म्हणाला, “मला त्याची अजिबात फिकीर नाही. मला फक्त तुझी काळजी घ्यायची आहे.”

“ओके बेकी.” पाठीमागून एक उल्हासाने भरलेला आवाज आला, “चला, तुला ठाकठीक करायची वेळ झाली आहे.”

किमने वर पाहिलं. भूल देणारी तज्ज्ञ डॉ. जेन फ्लॅनॅगन आणि पोटाच्या बाबतीतला तज्ज्ञ सर्जन डॉ. जेम्स ओडोनेल बाहेर येऊन बेकीच्या ट्रॉलीजवळ आले होते. जेनने पुढे होत ट्रॉलीची चाके मोकळी केली.

बेकीने किमचा हात घट्ट धरला. तिला झोपेची औषधे दिलेली असूनही तिची पकड चांगलीच मजबूत होती. “खूप त्रास होईल का डॅडी?”

“छे! जेन इथं असताना ते शक्य नाही.” तिचा प्रश्न ऐकून जेम्स गमतीने म्हणाला, “ती आपल्या कामात निष्णात आहे.”

“हवं तर आपण तुझ्यासाठी चांगल्या स्वप्नांची ऑर्डर देऊ शकू.” जेन विनोदाने म्हणाली.

किमला जेन आणि जेम्स दोघेही चांगले माहिती होते. दोघेही आपापल्या कामात तरबेज आहेत हे त्याला माहिती होतं. त्याने पूर्वी अनेकवेळा जेनबरोबर शस्त्रक्रियांमधे भाग घेतला होता. तसेच त्याने पूर्वी बऱ्याचवेळा हॉस्पिटलच्या निरनिराळ्या समित्यांवर जेम्सबरोबर काम केलेले होते. जेम्स त्याच्याप्रमाणे पूर्वी समारिटनमधे होता आणि त्याच्या क्षेत्रामधला शहरातला सर्वोत्तम सर्जन म्हणून

त्याची ख्याती होती. जेम्स हातातली सगळी कामे बाजूला ठेवून बेकीवर शस्त्रक्रिया करायला तयार झाला म्हणून किमला बरं वाटलं होतं.

जेम्सने बेकीच्या ट्रॉलीचा पाय पकडला. जेन पुढे होती ती मागेमागे चालत होती आणि जेम्स ट्रॉली मागून ढकलत होता. अशा प्रकारे ते दोघे तिला कॉरिडॉरकडे जाणाऱ्या दोन झुलत्या दारांपाशी घेऊन आले. किम बाजूने चालत होता. अजूनही बेकीने त्याचा हात गच्च धरून ठेवलेला होता.

जेनने पार्श्वभागाचा वापर करून दार ढकलले. ट्रॉली आत गेली. जेम्स तिथेच थांबला आणि त्याने आत शिरणाऱ्या किमचा हात पकडला. दारे बंद झाली आणि बेकीला घेऊन जाणारी जेन आत जाताना दिसली.

किमने जेम्सने धरलेल्या दंडाकडे नजर टाकली. मग त्याने जेम्सकडे पाहिले. जेम्स त्याच्याएवढा उंच नसला तरी जास्त दणकट बांध्याचा होता.

"हे काय चाललंय? माझा हात सोड जेम्स."

"खाली काय घडलं ते माझ्या कानावर आलंय. मला वाटतं की तू ऑपरेशन रूममधे येऊ नयेस किम, ते जास्त योग्य होईल."

"पण, मला आत यायचं आहे."

"असेल, पण तू आत येणार नाहीस."

"नाही गेलं खड्ड्यात!" किम म्हणाला, "ती माझी मुलगी आहे. एकुलती एक..."

"तोच तर मुद्दा आहे." जेम्स म्हणाला, "तू इथेच थांब. हे मान्य नसेल तर मी शस्त्रक्रिया करणार नाही बघ, हे इतकं साधं आहे."

किमचा चेहरा लाल झाला. आता काय करावं या विचारामुळे तो गोंधळून गेला. आपण कोंडीत सापडलो आहोत हे त्याच्या लक्षात आलं. जेम्सने शस्त्रक्रिया करायलाच हवी होती आणि त्याचवेळेस त्याला बेकीपासून दूर राहाण्याची कल्पना सहन होत नव्हती.

"किम, तुला निर्णय घ्यायला हवा." जेम्स म्हणाला, "तू अशाप्रकारे जेवढी तडफड करून घेशील स्वत:ची, तेवढाच जास्त काळ बेकीला वेदना सहन कराव्या लागतील."

किमने रागाने स्वत:चा दंड सोडवून घेतला आणि तो एकही शब्द न बोलता सर्जिकल लॉकररूमच्या दिशेने निघाला. जाताना त्याने लोकांकडे पाहायचं टाळलं. तो फारच प्रक्षुब्ध मन:स्थितीत होता. त्याने जरी लोकांकडे पाहिलं नसलं तरी इतर सर्वजण त्याच्याकडे पाहात होतेच.

लॉकर रूममधे शिरताच किम सरळ सिंककडे गेला आणि त्याने तोंडावर थंड पाणी मारून घेतलं. दोन-तीन वेळा असं केल्यावर तो आरशामधे पाहू लागला.

आरशामधे त्याला किंचित वाकडा झालेला फॉरेस्टर बिडलचा चेहरा दिसला.

''मला तुझ्याशी काही बोलायचं आहे.'' बिडल तुटकपणे म्हणाला.

''बोला.'' मागे न वळता टॉवेलने चेहरा कोरडा करत किम म्हणाला.

''तू तुझी मते प्रसिद्धी माध्यमांसमोर मांडू नकोस म्हणून मी तुला सांगूनदेखील मी जे काही पाहिलं ते भयंकर होतं. अकराच्या बातम्यांमधे केली ॲन्डरसनने पुन्हा तुझं वाक्य सांगितलं.''

किम हलकेच हसला, ''मी तिच्याशी बोलायचं नाकारलं होतं. असं असूनही तिने माझं वाक्य सांगावं हे मजेशीर आहे.''

''नफा वाढवण्यासाठी अमेरिकेअरने समारिटनमधला इर्मजन्सी विभाग बंद केला आणि मुळातच गर्दी असणाऱ्या युनिव्हर्सिटी मेडिकल सेंटरमधे लोकांना यायला भाग पाडलं असं तुझं मत असल्याचं केलीने कार्यक्रमात सांगितलं, ती तुझं वाक्य उद्धृत करत होती.''

''मी तसं म्हणालो नव्हतो.'' किम म्हणाला, ''ते तिचंच वाक्य होतं.''

''तू म्हणालास असं केलीने सांगितलं होतं.''

''हे देखील मजेशीरच आहे.'' किम बेफिकीरपणाने म्हणाला. त्यावेळी त्याच्या अत्यंत क्षुब्ध मनस्थितीत त्याला बिडलला येणारा राग पाहून एक प्रकारचा विकृत आनंद होत होता. त्याला स्वत:च्या बचावासाठी काहीही इच्छा नव्हती. आपण पुन्हा कधी त्या पत्रकार बाईशी एक शब्दही बोलायचा नाही हे त्याने मनाशी पक्के ठरवून टाकले.

''मी तुला पुन्हा समज देत आहे.'' बिडल घोषणा करत असल्याप्रमाणे म्हणाला. ''मी आणि प्रशासन यापुढे काहीही सहन करू शकणार नाही.''

''उत्तम'' किम म्हणाला, ''मला समज देण्यात आली आहे हे मी मान्य करतो.''

हे ऐकल्यावर फॉरेस्टर बिडलने ओठ घट्ट आवळून घेतलेले दिसले. काही क्षणांनंतर तो तिरस्काराने म्हणाला, ''तू फार उद्दामपणा करतो आहेस... तू समारिटनमधे एक विभाग चालवत होतास या एवढ्याच कारणासाठी तुला इथं वेगळी वागणूक मिळावी ही तुझी अपेक्षा चुकीची आहे, हे लक्षात ठेव.''

''ते तर दिसतंच आहे.'' किमने टॉवेल टाकला आणि तो पुन्हा बिडलकडे न पाहाता बाहेर निघून गेला. बाहेर पडल्यावर फॉरेस्टर बिडलला टाळण्यासाठी त्याने जिंजरला फोन केला. आपण आपल्या ऑफिसात परत येणार नाही हे त्याने तिला सांगितले. त्यावर जिंजर म्हणाली की, मला तशी कल्पना होतीच, त्यामुळे मी सगळ्या पेशंटना परत पाठवून दिले आहे.

''ते फार चिडले असतील ना?'' किमने विचारले.

"हे विचारायलाच हवं का?" जिंजर म्हणाली, "अर्थातच ते फार चिडले होते. पण मी एक तातडीची केस आली हे सांगितल्यावर त्यांची समजूत पटली. मी ही केस तुझ्या मुलीची आहे हे सांगितलं म्हणून तू रागावणार नाहीस असं वाटतं. मला वाटलं की असं सांगितलं म्हणजे त्यांना सहानुभूती वाटेल..."

"ठीक आहे." किम म्हणाला. खरं म्हणजे त्याला आपलं व्यावसायिक जीवन आणि खासगी आयुष्य यांच्यात गल्लत केलेली फारशी रुचणारी नव्हती.

"बेकी कशी आहे?" जिंजरने विचारले.

किमने मग कायकाय घडलं ते तिला सांगितलं आणि त्यावेळी तिच्यावर शस्त्रक्रिया चालू आहे हे देखील तिला सांगितलं.

"ओहो! मला कल्पना नव्हती. बरं मी काही मदत करू शकते का?"

"मला तसं वाटत नाही."

"ॲरोबिक्सनंतर मी घरीच असेन. काही लागलं तर मला फोन कर."

"ठीक आहे." किमने फोन बंद केला.

बेकीवर शस्त्रक्रिया चालू असताना आपण नुसते बसून राहू शकणार नाही याची कल्पना असल्यामुळे किमने हॉस्पिटलच्या लायब्ररीत जायचं ठरवलं. त्याला इ. कोलाय ०.१५७ : एच ७ आणि एच.यू.एस. या दोन्हींबद्दल भरपूर माहिती मिळवायची होती.

किमने घड्याळावर नजर टाकली. जवळजवळ मध्यरात्र झालेली होती. त्याने बेकीकडे नजर टाकली. तिला पाहून त्याचा थरकाप उडाला. तिच्या नाकातून एक प्लॅस्टिकची नळी घातलेली होती आणि ती एका हवा खेचणाऱ्या यंत्राला जोडलेली होती. तिचे गडद केस पाठीमागे पंख्यासारखे पसरले होते. तिचा एरवी रेखीव वाटणारा चेहरा फिक्कट वाटत होता. ट्रेसीने जवळजवळ तासभर बेकीचे केस विंचरले होते. बेकीला असे केस विंचरून घ्यायला नेहेमीच आवडत असे. केस विंचरण्याचा फायदा झाला होता. बेकीला गाढ झोप लागलेली होती. किम बेकीच्या बेडजवळ उभा होता. तो शरीराने आणि मनानेही प्रचंड थकलेला होता. ट्रेसी पलीकडच्या बाजूला एका प्लॅस्टिकच्या खुर्चीत मागे रेलून बसलेली होती. तिचे डोळे बंद होते. पण ती झोपलेली नाही हे किमला कळलं.

दार उघडलं, त्याचा अजिबात आवाज झाला नाही. जॅनेट एमरी ही रात्रपाळीची नर्स आत आली. खोलीमधल्या अंधुक प्रकाशात तिचे सोनेरी केस चमकत होते. ती काहीही बोलली नाही. तिच्या बुटांना रबरी तळवे बसवलेले असल्याने तिच्या पावलांचा आवाज अजिबातच होत नव्हता. ती हलक्या पावलांनी बेकीजवळ आली आणि फ्लॅशलाईटच्या प्रकाशात तिने बेकीचा रक्तदाब मोजला आणि तापाची नोंद

केली. तिने बेकीची नाडीही पाहिली. बेकीने थोडीशी चाळवाचाळव केली. पण ती लगेचच पुन्हा झोपी गेली.

"सर्वकाही ठीक आहे." जॅनेट हलक्या आवाजात म्हणाली.

किमने मान डोलावली.

"तुम्ही लोकांनी घरी जायचा विचार करायला हरकत नाही." जॅनेट म्हणाली, "मी तुमच्या या छोट्या बछडीकडे नीट लक्ष ठेवते आहेच."

"धन्यवाद, पण मी इथंच थांबणं पसंत करेन." किम म्हणाला.

"मला वाटतं की तुम्हालाच विश्रांतीची नितांत गरज आहे. आजचा दिवस फार धावपळीचा होता..."

"तू तुझं काम कर फक्त" किम गुरगुरला.

"ते तर मी करतेच आहे." जॅनेट आनंदी स्वरात म्हणाली आणि बिलकुल आवाज न होऊ देता दार उघडून निघून गेली.

ट्रेसीने डोळे उघडून किमकडे नजर टाकली. तो तिला ताणामुळे कोलमडून जाण्याच्या अवस्थेत दिसला. त्याचे केस पिंजारलेले होते आणि चेहऱ्यावर दाढीचे खुंट दिसत होते. खालच्या बाजूला असलेल्या एकमेव दिव्याच्या प्रकाशात त्याचे गाल जास्तच खप्पड वाटत होते आणि डोळ्यांच्या जागी पोकळ्या आहेत असा भास होत होता.

"किम! तू स्वत:वर ताबा ठेवू शकत नाहीस का? त्यामुळे कोणाचाही फायदा होत नाहीये. तुलाही त्याचा तोटाच होतोय." ट्रेसी किमच्या प्रतिसादाची वाट पाहात होती. पण किम काहीही बोलला नाही. अतीव मनोवेदना व्यक्त करणाऱ्या पुतळ्यासारखा तो निश्चल बसून होता.

हातपाय ताणत ट्रेसीने एक उसासा टाकला, "बेकीची प्रकृती कशी वाटते?"

"ती तग धरून आहे." किम म्हणाला, "या शस्त्रक्रियेमुळे निदान तात्पुरतं संकट दूर झालेलं आहे."

शस्त्रक्रिया वेगानं पार पडली होती. जेम्सने नंतर किमला सांगितले होते की, बराच वेळ बेकीच्या पोटाची पोकळी साफ करायला लागला. त्यामुळे संसर्गाचा धोका कमी झाला. बेकीला काही वेळ रिकव्हरी रूममधे ठेवल्यावर परत तिच्या खोलीत आणण्यात आले होते. तिला आय.सी.यू. मधे ठेवावं ही किमची मागणी पुन्हा एकदा फेटाळण्यात आली होती.

"तिच्यावर केलेल्या शस्त्रक्रियेबद्दल मला पुन्हा एकदा सांग." ट्रेसी म्हणाली, "तू म्हणत होतास की आत पडलेलं छिद्र भरून यायला दोन-चार आठवडे लागतील..."

"साधारणपणे तेवढे आठवडे लागतील...म्हणजे सर्वकाही सुरळीत पार पडलं तर!" किम थकलेल्या आवाजात उत्तरला.

''बेकीला या सगळ्याचा फार मोठा धक्का बसला आहे. विशेषत: नाकातल्या त्या नळीमुळे तिला फार त्रास होतोय. आपल्याला आधी कल्पना दिली नाही म्हणून ती रागावलेली आहे.''

''त्याला काही इलाज नाही.'' किम फटकारत म्हणाला. तो देखील एका खुर्चीत बसला आणि हातात तोंड खुपसून गप्प राहिला.

ट्रेसीला आता फक्त किमच्या डोक्याचा वरचा भाग दिसत होता. वेदनेने व्याकुळ झालेल्या पुतळ्याने आता आणखी अर्थवाही पोझ घेतलेली होती. किमची ती केविलवाणी अवस्था पाहून ट्रेसी त्याच्या भूमिकेतून विचार करू लागली. त्याची सर्जन म्हणून असलेली क्षमता आणि स्वत:ला त्रास झाला तरी चालेल अशी वृत्ती यामुळे त्याला वास्तव स्वीकारणे किती अवघड जात असेल त्याची तिला कल्पना आली. एकदम तिच्या मनामधे असलेला त्याच्याबद्दलचा सगळा राग वितळून गेला.

''किम, मला वाटतं तू घरी जावंस. तुला विश्रांतीची आणि इथून थोडा काळ दूर होण्याची गरज आहे. शिवाय उद्या तुला तुझे पेशंट पाहायचे आहेत. मी इथे राहू शकते. फारतर माझे तास बुडतील यापलीकडे काहीही होणार नाही.''

''मी जरी घरी गेलो तरी मी झोपू शकणार नाही.'' किम चेहरा वर न करता म्हणाला. ''शिवाय आता मला नको एवढ्या गोष्टी कळून चुकल्या आहेत.''

बेकीवर शस्त्रक्रिया चालू असताना किम लायब्ररीत बसला होता. त्याने इ. कोलाय आणि एच.यू.एस. बद्दल भरपूर वाचन केलं होतं. मिळालेली माहिती अंगावर येण्याएवढी भीषण होती. कॅथलीनने जे काही सांगितलं होतं ते सारं खरं होतं. एच.यू.एस. हा फार भयानक प्रकार होता. बेकीला त्यापेक्षा वेगळा आजार झाला असावा असं तो स्वत:ला सांगत होता; पण सगळी लक्षणं सरळसरळ एच.यू.एस. कडे निर्देश करणारी होती.

''किम, तुला हे सगळं सहन करणं किती कठीण जात असेल याची थोडीफार कल्पना मला आता येऊ लागली आहे. '' ट्रेसी मनापासून म्हणाली.

किमने चेहरा वर उचलला आणि ट्रेसीकडे पाहात तो म्हणाला, ''कृपया मला तुझी ती घाणेरडी मानसशास्त्रीय प्रवचनं देऊ नकोस. निदान आत्ता तरी नको!''

''तुला काय म्हणायचं असेल ते म्हण,'' ट्रेसी म्हणाली, ''पण मला मात्र हे स्पष्ट जाणवतंय. आयुष्यात बहुधा पहिल्यांदा तुझ्यासमोर असा काही गंभीर पेचप्रसंग आला आहे की जिथे तुझी इच्छाशक्ती आणि तुझी व्यावसायिक क्षमता या दोन्ही गोष्टींचा काहीही उपयोग नाही. त्यामुळे तुला हे सारं सहन करणं फारच अवघड जात आहे.''

''होय, हे बरोबर आहे.'' किम म्हणाला, ''आणि तुझ्यावर मात्र त्याचा काहीही परिणाम होत नाहीये, असं आहे का?''

"उलट आहे. माझ्यावर तर फार मोठा आघात झाला आहे. पण तुझी गोष्ट निराळी आहे. तुला निव्वळ बेकीचा आजार हे एवढंच सहन करायचं नसून, त्यापेक्षा निराळी परिस्थिती तुझ्यासमोर आहे. बेकीच्या बाबतीत काही करण्याच्या तुझ्या मर्यादांची तुला फार कठोरपणाने जाणीव होत आहे. त्याचा परिणाम तुझ्यावर होतोय."

किम डोळे चोळत पाहू लागला. त्याला ट्रेसीचे ते सगळे मानसशास्त्रीय संदर्भ देण्याचा नेहमीच तिटकारा वाटत होता. पण त्याक्षणी मात्र तिच्या बोलण्यात थोडंफार तथ्य आहे हे त्याच्या लक्षात आलं.

❖

दहा

गुरुवार, २२ जानेवारी

किम अखेर घरी गेला होता. पण त्याला अपेक्षेप्रमाणे अजिबात नीट झोप लागली नाही. जेवढी काही झोप लागली ती भीतिदायक स्वप्नांनी भरलेली होती. काही स्वप्ने तर संपूर्णपणे निरर्थक होती. कॉलेजमधे आपल्याला कमी मार्क मिळाले म्हणून लोक आपली चेष्टा करत आहेत अशा प्रकारचं एक स्वप्न होतं. सर्वांत भयंकर स्वप्न हे बेकीच्या संदर्भात होतं आणि ते पडणं समजण्यासारखं होतं. स्वप्नामधे तो एका धक्क्यावर उभा होता आणि बेकी खाली खवळलेल्या समुद्रात पडत होती. पराकाष्ठेचे प्रयत्न करूनही तिला तो वाचवू शकत नव्हता. किम जागा झाला तेव्हा घामाने डबडबला होता.

घरी गेल्यावर विश्रांती जरी फार झाली नसली तरी त्याला दाढी करता आली आणि अंघोळ करता आली. निदान वरकरणी तरी जरा वेगळा दिसणारा किम गाडीत बसला तेव्हा नुकतेच पाच वाजून गेलेले होते. तो रस्त्याने जात असताना रस्ते बरेचसे निर्मनुष्य होते. रस्त्यांवर बर्फ पडलेलं होतं त्यामुळे ते ओले झालेले होते.

किम हॉस्पिटलमधे परतला तेव्हा बेकीच्या परिस्थितीत फारसा फरक पडलेला नव्हता. ती झोपलेली होती आणि वरवर पाहाता ती शांतपणे झोपली आहे असं वाटत होतं. ट्रेसीदेखील गाढ झोपलेली होती. तिने एका प्लॅस्टिकच्या खुर्चीत अंग मुडपून घेतलं होतं आणि अंगावर हॉस्पिटलचं ब्लँकेट होतं.

नर्स बसण्याच्या जागी जॅनेट एमरी अत्यंत कर्तव्यतत्परपणाने कसले तरी चार्ट

भरत होती. किम तिच्यापाशी आला आणि म्हणाला, ''काल रात्रीचं माझं वागणं उद्धटपणाचं वाटलं असेल तर मी त्याबद्दल क्षमा मागतो.'' तो जॅनेटजवळच्या एका खुर्चीत धाड्‌कन अंग टाकत बसला. त्याने समोरच्या रॅकमधून बेकीचा चार्ट काढला.

''नाही, मी ते मनावर घेतलं नाही.'' जॅनेट म्हणाली, ''आपलं मूल हॉस्पिटलमधे असण्याचा ताण किती असतो याची मला कल्पना आहे. मला माझ्या मुलाच्या वेळेस अनुभव आलेला आहे.''

''बेकीची रात्र कशी गेली? मी माहीत करून घ्यावं असं काही आहे का?''

''ती स्थिर आहे.'' जॅनेट म्हणाली, ''महत्त्वाचं म्हणजे तिच्या शरीराचं तापमान स्थिर आणि नॉर्मल राहिलं.''

''थँक गॉड.'' किम म्हणाला. त्याला जेम्सने नोंदवलेल्या सूचना चार्टमधे लिहिलेल्या दिसल्या. त्याने त्या सूचना वाचल्या, पण त्या नोंदींमधून त्याला काहीही नवीन माहिती मिळाली नाही.

इतर काही काम नसल्यामुळे किम ऑफिसमधे गेला आणि त्याने स्वत:ला कामात गुंतवून घेतलं. टेबलावर कागदांचा प्रचंड ढीग साठलेला होताच. काम करता-करता त्याचं लक्ष घड्याळाकडे होतं. पूर्व किनाऱ्यावरचा वेळेतला फरक लक्षात घेऊन आता योग्य वेळ झाली आहे हे बघितल्यानंतर किमने जॉर्ज टर्नरला फोन केला.

बेकीच्या आतड्याला पडलेले छिद्र आणि त्यासाठी करावी लागलेली शस्त्रक्रिया या विषयी कळल्यानंतर जॉर्जने सहानुभूती व्यक्त केली. त्याने दाखवलेल्या सहानुभूतीबद्दल त्याचे आभार मानून किमने भराभरा मुद्द्याला हात घातला. जर इ. कोलाय ०१५७ : एच ७ मुळे एच.यू.एस. हे दुय्यम लक्षण ठरत असेल आणि हे निदान पक्कं झालं तर पुढे काय करता येईल हे विचारण्यासाठी त्याने फोन केला होता. बेकीला आणखी कुठे हलवावं की काय, याबद्दल किमला जॉर्जचं मत जाणून घ्यायचं होतं.

''मी तसं सुचवणार नाही.'' जॉर्ज म्हणाला, ''क्लेअर स्टीव्हन्स्‌ आणि कॅथलीन मॉर्गन यांची जोडी काम करते आहे. त्या दोघी उत्तम आहेत. त्यांना एच.यू.एस. विषयी भरपूर अनुभव आहे. कदाचित त्यांच्या एवढा अनुभव इतरांना नसेल.''

''तुम्हाला पूर्वीच्या एच.यू.एस. केसचा अनुभव आहे का?''

''फक्त एकच केस.''

''हा प्रकार लोक सांगतात तेवढा खरोखरच भयानक आहे का? मी त्यासंबधी जमेल तेवढी माहिती वाचली आहे. इंटरनेटवरूनही जे काही सापडेल ते मी वाचून काढलं. पण खरी गोष्ट अशी आहे की, माहिती तशी फारशी नाहीच.''

''मी ज्या केसचा अनुभव घेतला तो अनुभव फारच अप्रिय होता.''

''तुम्ही आणखी थोडं तपशिलात जाऊ शकाल का?''

''त्यावेळी सर्व काही अकल्पित घडत होतं आणि त्यावर कोणाचंही काही चालत नव्हतं.'' जॉर्ज म्हणाला, ''बेकीच्या बाबतीत त्यापेक्षा वेगळं काहीतरी असावं अशी आपण आशा करू या.''

''आणखी स्पष्टपणे सांगाल का?''

''मी तसं न केलेलंच बरं.'' जॉर्ज म्हणाला, ''हा लक्षणसमूह फार वेगाने रंग बदलणारा आहे. शक्यता अशी आहे की, जरी बेकीच्या बाबतीत त्याचं निदान झालं तरी मी पाहिलेली लक्षणं त्यामध्ये दिसतीलच अशी खात्री देता येत नाही. पण एवढंच सांगता येईल की, मी पाहिलेली केस मन खचवणारी होती.''

यानंतर काही इतर गोष्टी बोलून किमने फोन बंद केला. जॉर्जने शेवटी मला कळवत राहा असं सांगितलं. आपण तसं करू हे किमने कबूल केलं आणि संभाषण थांबवलं होतं. जॉर्जचा फोन झाल्यावर किमने नर्सेस डेस्कला फोन केला. जॅनेटने फोन घेतला होता. किमने तिच्याकडे ट्रेसीबद्दल चौकशी केली.

''होय! त्या उठल्या आहेत. मी गेल्या खेपेला बेकीच्या काही नोंदी घेण्यासाठी गेले होते तेव्हा त्या मला आवरून बसलेल्या दिसल्या.''

''तिला फोनवर बोलावता येईल का?''

''जरूर.'' जॅनेट म्हणाली.

ट्रेसी फोनवर येईपर्यंत किम जॉर्जच्या बोलण्यावर विचार करू लागला. जॉर्जने उच्चारलेले 'अकल्पित' आणि 'मन खचणारा अनुभव' ह्या शब्दांनी तो अस्वस्थ झाला. या शब्दांमुळे त्याला आदल्या रात्रीची वाईट स्वप्ने आठवली. ती आठवून त्याला अचानक घाम फुटला.

''किम, तूच आहेस ना?'' ट्रेसी फोनवर विचारत होती.

किम काही मिनिटे ट्रेसीशी बोलला. दोघांनी एकमेकांना मागच्या काही तासांत काय काय घडलं ते विचारलं. दोघांनाही नीट झोप लागलेली नव्हती. मग ते बेकीविषयी बोलू लागले.

''काल रात्रीपेक्षा आज ती चांगली दिसते आहे.'' ट्रेसी म्हणाली, ''ती जास्त सावध आहे. भूल उतरेपर्यंत तिला छान झोप लागली असावी. तिची मुख्य तक्रार त्या नाकातोंडातल्या नळ्यांविषयी आहे. त्या कधी काढून टाकल्या जातील?''

''तिची अन्नसंस्था आणि पचनसंस्था सुधारली की लगेच.''

''ते लवकर घडावं अशी आशा करू या.''

''मी सकाळी जॉर्जबरोबर चर्चा केली होती.''

''त्यांचं काय मत पडलं?'' ट्रेसीने विचारले.

''कॅथलीन आणि क्लेअरची जोडी उत्कृष्ट आहे. विशेषत: जर एच.यू.एस. चे

निदान पक्के झाले तर त्या दोघी अगदी योग्य आहेत. त्यांच्यापेक्षा जास्त चांगले लोक मिळणं अवघड आहे.''

''हे ऐकून मला जरा धीर आला.''

''हे बघ मी इथेच राहाणार आहे.'' किम म्हणाला, ''मी काही पेशंट बघून घेतो. उद्या सकाळीच शस्त्रक्रिया होण्याच्या अगोदरची तपासणी आजच करून घेतो. तुझी, मी थांबलो तर काही हरकत नाही ना?''

''बिलकुल नाही, उलट मला वाटतं की, ही कल्पना छान आहे.''

''मी नुसतं काहीच न करता बसून राहू शकत नाही.'' किम म्हणाला.

''मी ते समजू शकते.'' ट्रेसी म्हणाली, ''किम, तुला जे काही करावंसं वाटतं ना, ते जरूर कर. मी इथं आहेच. तेव्हा इथली काळजी अजिबात करू नकोस.''

''जर बेकीमधे काही फरक पडला तर मला फोन कर.''

''अर्थातच!'' ट्रेसी म्हणाली, ''काहीही घडलं तरी पहिल्यांदा मी तुलाच कळवणार.''

जिंजर नऊच्या थोडीशी अगोदरच आली. जेवढे पेशंट कमी करता येतील ते कमी कर असे किमने तिला सांगितले. त्याला दुपारी हॉस्पिटलमधे जायचे होते. बेकीची प्रकृती आता जराशी सुधारली आहे हे किमने जिंजरला सांगितले. आपण काल रात्री घरी गेलो तेव्हा मध्यरात्र उलटून गेली होती. त्यानंतर आपल्याला फोन करणे योग्य वाटले नाही हे त्याने तिच्या कानावर घातले.

सुरुवातीला किमला पेशंट तपासताना जड गेले. त्याने निकराने लक्ष केंद्रित करण्याचा प्रयत्न केला. मग हळूहळू त्याच्या प्रयत्नांचा उपयोग झाला. मध्यान्हीच्या सुमारास त्याला जरासं हलकं वाटू लागलं होतं. तरीही प्रत्येकवेळी फोन वाजला की त्याच्या हृदयाची धडधड वाढत होती.

दुपारी त्याला भूक लागली नाही. जिंजरने आणून ठेवलेले सॅण्डविच टेबलावर तसेच पडून होते. किमने आपले सगळे लक्ष पेशंटच्या प्रॉब्लेमवर केंद्रित केले. त्यामुळे त्याला स्वत:च्या प्रॉब्लेमचा विचार करण्यापासून सुटता आलं.''

दुपारी किम फोनवर शिकागोच्या एका हृदयरोगतज्ज्ञाशी चर्चा करत होता. त्यावेळी जिंजर अचानक आत डोकावली. तिचा चेहरा पाहून काहीतरी घडलं आहे हे किमच्या लक्षात आले. त्याने माऊथपीसवर हात ठेवला.

''ट्रेसीचा फोन आला होता. ती फारच अस्वस्थ होती. तिने सांगितले की बेकीच्या तब्येतीने अचानक पलटी खाल्ली आहे. तिला आय.सी.यू.मधे हालवण्यात आले आहे.''

किमच्या हृदयाचे ठोके वेगाने पडू लागले. त्याने शिकागोच्या डॉक्टरबरोबरचे

संभाषण आवरते घेतले. त्याने जाकीट बदलले. गाडीच्या किल्ल्या घेतल्या आणि तो वेगाने दाराकडे निघाला.

"मी उरलेल्या पेशंटचं काय करू?" जिंजरने विचारले.

"त्यांना घरी पाठवून दे." किम तुटकपणे म्हणाला.

किम दुपारच्या ट्रॅफिकमधून निकराने गाडी चालवत जात होता. जॅममधे सापडू नये म्हणून तो बऱ्याचवेळा जमेल तसा पुढे घुसत निघाला होता. हॉस्पिटल जसं जवळ येऊ लागलं तसा तो जास्तीत-जास्त चिंताग्रस्त होऊ लागला. तो त्या अगोदर बेकीला आय.सी.यू. मधे ठेवा म्हणून प्रचंड प्रयत्न करत होता खरा. पण आता तिला आय.सी.यू. मधे नेल्याचे कळल्यानंतर मात्र तो भेदरला होता. अमेरिकेअर सहजासहजी असे करत नाही हे माहिती असल्याने त्याचे मन चिंताक्रांत झाले होते. बेकीला अमेरिकेअरने आय.सी.यू.मधे हलवले याचा अर्थ खरोखरच परिस्थिती गंभीर होती.

डॉक्टरांसाठी राखीव पार्किंगची जागा टाळून किमने गाडी सरळ हॉस्पिटलच्या पोर्चपाशी नेली. त्याने बाहेर उडी मारली आणि आश्चर्यचकित झालेल्या सुरक्षाकर्मचाऱ्याकडे किल्ली उडवली.

लिफ्ट आय.सी.यू. असलेल्या मजल्याकडे जात असताना किम चुळबुळत उभा होता. कॅरिडॉरमधे गर्दी असल्याने किम जमेल तेवढ्या वेगाने वाट काढत आय.सी.यू. पेशंटच्या नातेवाईकांसाठी मुद्दाम बनवलेल्या वेटिंगरूमपाशी आला. त्याला ट्रेसी दिसली. तिलाही किम दिसताच ती त्याच्या दिशेने आली.

ट्रेसीने किमच्या अंगाभोवती हात टाकले. तिच्या विळख्यामुळे किमचे हात जागीच जखडले गेले. क्षणभर तिने त्याला घट्ट धरून ठेवले. किमला जोर लावून तिचे हात दूर करावे लागले. त्याने मग तिला हळुवारपणे जरासे दूर केले आणि तिच्या नजरेला नजर भिडवली. तिचे डोळे डबडबलेले दिसले.

"काय झालं?" किमने विचारले. पण त्याला उत्तर ऐकायची धास्ती वाटत होती.

"तिची तब्येत फार खराब झाली आहे." ट्रेसी कशीबशी म्हणाली, "फारच खराब...आणि हे सगळं फारच अनपेक्षितपणे घडलं. आधी पोटामधे छिद्र पडलं होतं ना, तसंच अचानक घडलं..."

"नेमकं काय झालंय?" किम घाबरट स्वरात म्हणाला.

"तिला श्वास घ्यायला त्रास झाला. अचानक तिला श्वास घेता येईना."

किमने ट्रेसीचे हात बाजूला काढून दूर होण्याचा प्रयत्न केला. पण ती त्याला बिलगूनच उभी राहिली. तिने त्याचे जाकीट गच्च पकडून ठेवले होते. "किम...तू स्वत:वर ताबा ठेवशील असं वचन मला दे. तुला बेकीसाठी तरी तसं करावंच लागेल." किमने ट्रेसीचा विळखा झटक्यात सोडवला आणि तो वेटिंगरूम बाहेर

धावला. ट्रेसी त्याच्यामागे धावत ओरडली, "किम...किम थांब!" ट्रेसीकडे दुर्लक्ष करत तो सरळ आय.सी.यू.मधे शिरला. त्याने आतमधे नजर फिरवली. बहुतेक सर्व बेड भरलेले होते. नर्सेस त्यांच्यापाशी काही ना काही करत होत्या. हे सारे पेशंट अत्यंत गंभीर अवस्थेत होते.

बाजूला असणाऱ्या छोट्या खोल्यांपैकी एका खोलीमधे खूपच गडबड उडालेली दिसत होती. अनेक डॉक्टर आणि नर्सेस तिथे कोणत्यातरी आणीबाणीच्या स्थितीचा सामना करत होत्या. किमला तिथे कृत्रिम श्वसनाचे यंत्र दिसले.

ज्युडी कार्लसन नावाची एक नर्स किमच्या परिचयाची होती. किमला पाहून तिने त्याचं नाव मोठ्या आवाजात उच्चारले ते ऐकून बेकीच्या बेडभोवती कोंडाळे करून उभे असलेल्या लोकांनी हलकेच मागे येऊन किमला बेकीजवळ जाण्यासाठी जागा करून दिली.

किमने बेकीकडे नजर टाकली. तिच्या तोंडामधून एक मोठी नळी बाहेर आलेली होती. तिला कृत्रिम श्वास देण्यात येत होता. किम दिसताच बेकीने त्याच्याकडे पाहिले. तिच्या डोळ्यांमधे कमालीची भीती होती. तिला गुंगीची औषधे दिलेली होती तरीही ती भानावर होती. तिने नळी उचकटून टाकू नये म्हणून तिचे हात बांधून ठेवलेले होते. किमच्या हृदयात कळ आली. त्याला आपले भयंकर स्वप्न आठवले. त्यामधे फरक एवढाच होता की ते त्याक्षणी सत्यात उतरले होते.

स्वत:च्या भावनांना किमने महत्प्रयासाने आवर घातला. "भोपळ्या...बिलकुल घाबरू नकोस. डॅडी आता इथं आलेला आहे ना..." बेकीला काहीतरी धीर देणारं बोलावं म्हणून तो मनावर नियंत्रण ठेवत प्रयत्नपूर्वक म्हणाला. त्याने तिचा हात हातात घेतला. बेकीने काहीतरी बोलायचा प्रयास करून पाहिला; पण तोंडातल्या नळीमुळे तिला काहीच बोलता आले नाही.

किमने आजूबाजूला उभ्या असलेल्या लोकांकडे पाहिले. त्याने आपले लक्ष क्लेअर स्टीव्हन्स्वर केंद्रित केले. "काय झालं?" किम शांत स्वर काढत म्हणाला.

"आपण बाहेर गेलो तर बरं होईल." क्लेअर म्हणाली.

किमने मान डोलावली. त्याने बेकीचा हात दाबला आणि आपण लगेच परत येतोय हे तिला सांगितले. बेकीने पुन्हा बोलण्याचा प्रयत्न केला पण तिला बोलणे शक्य झाले नाही. सर्व डॉक्टर बाहेर पडून आता आय.सी.यू. च्या मुख्य भागात आले आणि एका बाजूला उभे राहिले. आपले थरथरणारे हात इतरांना दिसू नयेत म्हणून किमने हाताची घडी घातली. "माझ्याशी बोला!" किमने आज्ञा सोडली.

"प्रथम मी सगळ्यांची ओळख करून देते" क्लेअर म्हणाली, "कॅथलीनला तर तुम्ही ओळखताच. हे आहेत डॉ. आर्थर हॉरोविट्झ, मूत्रपिंडतज्ज्ञ. डॉ. वॉल्टर ओहानेसियन रक्तविज्ञानतज्ज्ञ आणि केल्व्हिन ब्लॅन्चर्ड श्वासोच्छ्वास उपचारातील

तज्ज्ञ.'' क्लेअर ओळख करून देत असताना प्रत्येकजण किमकडे पाहून मान लववत होता. किमदेखील तसंच करत होता.

''नेमका प्रकार काय आहे?'' किम अधीर होत म्हणाला.

''मी अगोदरच स्पष्ट करते की आपण निश्चितपणे इ. कोलाय ०१५७ : एच ७ शी सामना करत आहोत.'' क्लेअर म्हणाली, ''**पल्स फील्ड इलेक्ट्रोफोरेसिस** केल्यानंतर त्याच्या नेमक्या जातीची माहिती उद्या कळू शकेल.''

''तिला या नळ्या का लावल्या आहेत?''

''टॉक्सिमियामुळे तिच्या फुफ्फुसांवर परिणाम झालेला आहे.'' क्लेअर म्हणाली, ''तिच्या रक्तामधलं ऑक्सिजनचे प्रमाण एकदम खाली आलं आहे.''

''तिची मूत्रपिंडंदेखील काम करेनाशी झाली आहेत.'' ऑर्थर म्हणाला म्हणून आम्ही उदरकोशातून डायलिसिस सुरू केले आहे.'' मूत्रपिंडांचा हा तज्ज्ञ पूर्णपणे टक्कल पडलेला होता आणि त्याने भरगच्च दाढी राखलेली होती.

''डायलिसिस यंत्र का नाही लावलं?'' किमने विचारले, ''त्याचा जास्त उपयोग झाला नसता का?''

''उदरकोशातून केले जाणारे डायलिसिस तिला पुरेसे आहे.''

''पण आत्ता नुकतीच तिच्या पोटावर शस्त्रक्रिया करण्यात आली आहे.'' किम म्हणाला.

''त्या गोष्टीचा विचार करण्यात आला होता.'' आर्थर म्हणाला, ''पण खरी अडचण अशी आहे की, अमेरिकेअरच्या सबर्बन भागात असणाऱ्या हॉस्पिटल्समधेच डायलिसिसची यंत्रे उपलब्ध आहेत. म्हणूनच तसं करण्यासाठी आपल्याला पेशंटला तिकडे हलवावे लागेल आणि मी तसा सल्ला देणार नाही.''

''दुसरी मोठी समस्या तिच्या रक्तामधल्या पट्टिकांच्या संख्येची आहे.'' करड्या केसांचा वयस्कर असणारा रक्तविज्ञान तज्ज्ञ वॉल्टर ओहानेसियन म्हणाला. त्याची सत्तरी उलटलेली असावी असे किमला वाटले. ''तिच्या रक्तामधल्या पट्टिकांचे प्रमाण एवढे खालावले होते की, प्रचंड धोका पत्करूनही पट्टिका बाहेरून पुरवणे अत्यावश्यक झाले. नाहीतर आपल्याला रक्तस्त्रावाच्या समस्येला सामोरे जावे लागले असते.''

''तिच्या यकृतामधेही बिघाड झालेला आहे.'' क्लेअर म्हणाली, ''तिच्या यकृतामधील विकारांचे प्रमाण फार वाढलेले आहे. याचा अर्थ असा दिसतो की...''

किमला पुढे काहीच कळेना. त्याच्या मनावर जबरदस्त ताण आला होता. कानावर पडणारी माहिती त्याच्या मेंदूपर्यंत जात नव्हती, एवढा जबरी धक्का त्याला बसला होता. त्याला बेकी खवळलेल्या समुद्रात पडत असल्याचे स्वप्न पुन्हा एकवार पडल्यासारखे वाटत होते.

अर्ध्या तासानंतर किम धडपडत वेटिंगरूममधे आला. तो पूर्णपणे मोडून पडलेला दिसत होता. काही क्षण किम आणि ट्रेसीने एकमेकांकडे पाहिले. आता रडण्याची पाळी किमची होती. त्याच्या गालावरून अश्रू ओघळले. ट्रेसी पुढे झाली. त्यांनी एकमेकांना दु:खावेगाने घट्ट मिठी मारली.

❖

अकरा

शुक्रवार, २३ जानेवारी

श्वास घेण्यासाठी किम थोडासा थांबला. त्याने ऑपरेशनरूमच्या भिंतीवर लावलेल्या मोठ्या घड्याळाकडे नजर टाकली. दुपारचे जवळजवळ दोन वाजत आले होते. त्याचे काम व्यवस्थित चालू होते. ही त्याची तिसरी आणि शेवटची केस होती.

किमने जखमेमधे खोलवर काय परिस्थिती आहे ते निरखून पाहिले. पेशंटचे हृदय पूर्णपणे उघडे केलेले होते. पेशंटला आता श्वासोच्छ्वास आणि हृदयक्रियांसाठी पर्यायी व्यवस्था करून देण्याची वेळ आली होती. ते झाले की पेशंटचे हृदय थांबवून उघडले जाणार होते. मग किम हृदयामधली झडप बदलणार होता.

या नंतरची क्रिया फार नाजूक होती. आता मुख्य रोहिणी या रक्तवाहिनीमधे छोटी नळी-कॅन्यूला घुसवणे. या नळीमधून कार्डियोप्लेजिया द्रव सोडला जाणार होता. या द्रवामधे पोटॅशिअमचे प्रमाण भरपूर असल्याने हृदयाचे काम थांबणार होते आणि सर्वकाही क्रिया करत असताना हाच द्रव हृदयाला थंड ठेवणार होता. हे करताना रोहिणीमधील दाबाची समस्या उद्‌भवत असे.

"स्काल्पेल." किम म्हणाला.

त्याच्या बाजूला उभ्या असलेल्या नर्सने त्याच्या पसरलेल्या हातामधे धारदार स्काल्पेल ठेवले. किमने ते पाते जखमेत घुसवले आणि त्याचे टोक मुख्य रोहिणीकडे वळवले. किमचा हात थरथरला. टॉमच्या लक्षात आले की काय, हा विचार किमच्या मनात आला. किमने मुख्य रोहिणीमधे छेद घेतला आणि डाव्या हाताच्या मधल्या बोटाने छेदाची जागा दाबून धरली. त्यामुळे रक्तस्राव कमीत-कमी होणार होता. थोडंसं रक्त बाहेर पडलं. पण तो टॉमने लगेच साफ करून घेतलं.

"कॅन्यूला." किम म्हणाला.

त्याच्या हातात ती नळी ठेवण्यात आली. त्याने ती जखमेमधे खुपसली आणि

बोटाचा आधार घेऊन नळीचे टोक थडथड करणाऱ्या मुख्य रोहिणीमधे घुसवण्याचा प्रयत्न केला. किमच्या कारण लक्षात येईना. पण ती नळी रक्तवाहिनीच्या भित्तिकेमधे काही केल्या पुढे सरकेना. अचानक रक्त बाहेर उसळू लागलं.

कधीही न गडबडणारा किम त्यावेळी अचानक गडबडून गेला. त्याने जोर लावून नळीचे टोक आत खुपसायचा प्रयत्न केला. भोक पडले आणि मोठे झाले. साहजिकच नळी आणि रक्तवाहिनीची भित्तिका यामधे जागा राहिली आणि रक्त बाहेर पडू लागले. त्याचे शिंतोडे किमच्या तोंडावरच्या प्लॅस्टिकच्या आवरणावर उडाले.

आता किमपुढे आणीबाणीची परिस्थिती उद्भवली होती. पण दरम्यान किमने आपले अवसान गोळा केले होते. अधिक गडबडून न जाता त्याने भराभर कामाला सुरुवात केली. त्याचा अनुभव त्याच्या वेळेवर कामी आला होता. त्याने रक्तवाहिनीला पडलेले भोक बोटानेच चाचपडले आणि रक्तवाहिनी चिमटीत दाबून धरली. दरम्यान टॉमने थोडेफार रक्त शोषून घेतले असल्याने त्याला काय झाले आहे ते दिसून आले.

"सुईदोरा!" किम म्हणाला.

एक सुई आणि त्याला मागे जोडलेला लांबलचक काळा धागा त्याच्या हाती ठेवण्यात आले. किमने वेगाने सुई त्या रक्तवाहिनीच्या भित्तिकेत घुसवून अत्यंत कुशलपणे भोक बंद करून टाकले. आता आणीबाणीची परिस्थिती संपली होती. टॉम आणि किमची नजरानजर झाली. टॉमने डोकं लववून खूण केली. किमनेही त्याला मान डोलावून प्रतिसाद दिला. हे पाहून इतरांना आश्चर्य वाटले.

निर्जंतुक केलेले ग्लोव्ह घातलेले हात निर्जंतुक गाऊनवर छातीपाशी धरून दोघे एका बाजूला गेले.

"किम ही शेवटची केस मी पुरी करू का?" टॉम कुजबुजला. हे शब्द फक्त किमच्या कानावर पडावेत ही त्याची इच्छा होती, "मी काही आठवड्यांपूर्वी फ्ल्यूने आजारी पडलो होतो त्यावेळी तू अशी माझी केस पुरी केली होतीस आठवतं? मी त्याची परतफेड करतोय असं समज."

"आठवतंय." किम म्हणाला.

"किम, तू दमलेला आहेस हे मला दिसतंय."

टॉमचे म्हणणे खरेच होते. किम फार थकलेला होता. आदल्या रात्री बराचसा वेळ तो ट्रेसीबरोबर आय.सी.यू. च्या वेटिंगरूममधे होता. बेकीची प्रकृती जराशी स्थिरावली आहे हे लक्षात आल्यावर ट्रेसीने त्याला पटवून दिले होते की त्याला विश्रांतीची फार गरज आहे. किमने रेसिडेंटच्या खोलीत जाऊन विश्रांती घ्यावी असे तिनेच सुचविले होते. ट्रेसीने अनेक प्रकारे युक्तिवाद केला आणि त्याला पटवून दिलं की त्याने ठरल्याप्रमाणे सर्व शस्त्रक्रिया पार पाडाव्यात. त्याच्या

पेशंटना त्याच्या ज्ञानाची गरज आहे. तसेच बेकी आत असताना नाहीतरी किम फक्त बाहेर वाट पाहाणे याखेरीज काहीच करू शकत नव्हता. त्यामुळे किमने काम करत राहाणे अधिक योग्य ठरले असते. तिचा सर्वांत महत्त्वाचा मुद्दा होता की, तो हॉस्पिटलमधे असला तर गरज पडली तर लवकर उपलब्ध होईल. हा मुद्दा किमला पटला.

किम टॉमला म्हणाला, ''आपण रेसिडेंट म्हणून काम करत होतो तेव्हा असं कधी होत नसे. आपण तर कधीच नीट झोपूही शकत नव्हतो आणि तरीही आपण कधी थकत नव्हतो.''

''हा काळाचा परिणाम आहे बरं.'' टॉम म्हणाला, ''आपण आता तरुण राहिलो नाही हेच खरं.''

''अगदी खरं बोललास बघ.'' किम म्हणाला आणि काही क्षण गप्प राहिला. अगदी टॉमसारखा उत्तम सहकारी असला तरी आपली केस दुसऱ्या कोणाच्या स्वाधीन करणे हा निर्णय घेणे त्याला सोपे जात नव्हते. ''ठीक आहे.'' किम अखेर म्हणाला. ''तू ही केस हातात घे. पण लक्षात ठेव मी एखाद्या ससाण्यासारखा नजर ठेवणार आहे तुझ्यावर.''

''मला यापेक्षा वेगळी काही अपेक्षा नव्हतीच.'' टॉम गमतीने म्हणाला. किमला तो चांगला ओळखत असल्याने त्याची विनोद करण्याची पद्धत टॉमला चांगली परिचयाची होती.

दोघेजण पुन्हा टेबलापाशी आले. आता पेशंटच्या उजव्या बाजूला किमच्या जागी टॉम आला होता.

''चला, सर्वजण आपापल्या जागी तयार व्हा. आपण ते काम उरकून टाकू या. कॅन्यूला, स्काल्पेल...''

टॉमच्या सूत्रसंचालनाखाली शस्त्रक्रिया व्यवस्थित पार पडली. डाव्या बाजूला असूनही पेशंटला हृदयात झडप बसवण्याचे काम किमनेच केले आणि सुरुवातीचे काही टाकेही घातले. उरलेले सर्व काम टॉमने पूर्ण केले. **स्टर्नम** जोडून होताच किमने बाहेर पडावे अशी सूचना टॉमने केली.

''तुझी हरकत नाही ना?'' किमने विचारले.

''बिलकुल नाही. आता इथून निघ आणि बेकी कशी आहे ते पाहा.''

''धन्यवाद.'' किम म्हणाला. त्याने मागे सरकून आपल्या अंगावरचा गाऊन आणि हातमोजे काढून टाकले. किम ऑपरेशनरूमचे जाडजूड दार उघडत असताना टॉमने हाक मारली, ''मी आणि जेन मिळून नंतर करायच्या सर्व गोष्टी लिहून देऊ, बरं मला आणखी काही करण्यासारखं असेल तर कधीही फक्त फोन कर.''

''हे ऐकून बरं वाटलं.'' किम म्हणाला आणि घाईघाईने सर्जरी विभागाच्या

लॉकररूममधे आला. तिथे त्याने स्क्रबसूटवर लांब पांढरा कोट चढवला. त्याला नेहमीचे कपडे घालण्यासाठी लागणारा वेळही गमवायचा नव्हता.

किमने त्या दिवशी पहिली केस सुरू करण्याअगोदर थोडासा वेळ काढून जॉर्ज टर्नरला पुन्हा फोन केला होता. बेकीच्या बाबतीत आणखी काही करता येईल का, हे किमने विचारले होते. पण जॉर्जने फारसे काही सुचवले नव्हते. त्याला फक्त प्लाझ्माफोरेसिस हा उपाय दिसत होता. पण जॉर्ज तो वापरावा या मताविरुद्ध होता.

इ. कोलाय ०१५७ : एच ७ मुळे उद्‌भवणाऱ्या टॉक्सिमियामधे प्लाझ्माफोरेसिस करण्याचा उपाय त्याच्या वाचनात आला होता. त्यामधे पेशंटच्या रक्तातील प्लाझ्मा बदलून त्या जागी नवीन गोठवलेला प्लाझ्मा भरण्याचे सुचवण्यात आले होते. तथापि हा उपाय वादग्रस्त ठरला होता. नवीन प्लाझ्मा शेकडो रक्तदात्यांच्या रक्तापासून बनत असल्याने त्यामधून एच.आय.व्ही. चा संसर्ग होण्याची भीती होती. त्यामुळे हा उपाय केवळ प्रायोगिक असावा असे मानले जात होते.

लिफ्टचे दार उघडले. आपले काम संपवून हॉस्पिटलमधून घरी जाणारे अनेकजण आत शिरले. त्यांचे हसणे-खिदळणे हे किमला आवडले नाही. आपल्याला असे वाटणे योग्य नाही हे जाणूनही किमला त्यांच्याबरोबर उभे राहाणे नकोसे वाटत होते.

किम लिफ्टमधून आय.सी.यू.च्या दिशेने निघाला. तो जसाजसा पुढे जात होता तसा तो अधिकाधिक नर्व्हस होत होता. त्याला मनोमन काहीतरी घडणार आहे याची धास्ती वाटत होती.

किम वेटिंगरूमच्या दारापाशी थांबला आणि ट्रेसी कुठे दिसते का ते पाहू लागला. ट्रेसी घरी जाऊन कपडे बदलून येण्याचा विचार करत होती याची त्याला कल्पना होती.

किमला ट्रेसी खिडकीजवळच्या एका खुर्चीत बसलेली दिसली. त्याला बघताच ती ताड्‌कन उभी राहिली आणि त्याच्या दिशेने आली. ती पुढे येताच किमला तिच्या गालावरून ओघळणारे अश्रू दिसले.

''आता काय झालं ट्रेसी?'' किम नाराजीने म्हणाला, ''काही फरक पडलाय का?''

काही क्षण ट्रेसी काहीच बोलू शकली नाही. किमच्या प्रश्नाने तिच्या डोळ्यांतून तोपर्यंत थोपवलेले अश्रू वाहू लागले. ''तिची परिस्थिती फारच खराब झाली आहे.'' ट्रेसी कशीबशी म्हणाली. ''डॉ. स्टीव्हन्स्‌ने एकामागोमाग एक असे अवयव निकामी होत असल्याची माहिती मला सांगितली. मला त्यातला बराचसा भाग कळला नाही. पण डॉ. स्टीव्हन्स् म्हणाल्या की आपण आपल्या मनाची तयारी करायला हवी... त्या सांगण्याचा अर्थ होता...बेकी मरणार आता!''

''बेकी मरणार नाही.'' किम आत्यंतिक आवेशाने म्हणाला. त्याचा जोर एवढा

होता की, हे शब्द त्याने संतापाने उच्चारल्यासारखे वाटले, "तिला हे सांगावं असं का वाटलं?"

"बेकीला पक्षाघाताचा झटका आला आहे. त्यांना वाटतंय की तिची दृष्टी गेली आहे."

किमने डोळे गच्च मिटून घेतले. आपल्या दहा वर्षांच्या मुलीला पक्षाघात होणे ही कल्पना त्याला कोणत्यातरी वेगळ्या जगातली आणि अशक्यप्राय वाटत होती. सुरुवातीपासूनच बेकीची लक्षणे सतत हेलकावे घेत होती याची त्याला कल्पना होती आणि एका विशिष्ट बिंदूनंतर तिची परिस्थिती पुन्हा कधीही न सुधारण्याच्या वाटेने निघणं अगदीच अनपेक्षित नव्हतं. ट्रेसीला तिथेच सोडून किम हॉलमधून वेगाने जाऊन आय.सी.यू. मधे शिरला. आदल्या दिवशीच्या दुपारप्रमाणेच बेकीच्या जवळ अनेक डॉक्टर जमा झालेले दिसत होते. किम त्यांच्यामधे शिरत असताना त्याला नवीन चेहरा दिसला. डॉ. सिडने हॅम्पटन हा चेतासंस्थेचा तज्ज्ञ होता.

"डॉ. रेग्गीस." क्लेअरने मोठ्या आवाजात हाक मारली. पण किमने तिच्याकडे पूर्ण दुर्लक्ष केले. त्याने जवळजवळ धक्काबुक्की करत बेकीच्या अगदी जवळ जाण्यात यश मिळवलं. बेकी अत्यंत केविलवाणी दिसत होती. तिच्या तोंडावर आणि अंगावर सगळीकडे नळ्या आणि तारा होत्या. जुन्या रसरसलेल्या बेकीचा मागमूसही नव्हता. जणू ती बेकीची सावली होती. बाजूला अनेक प्रकारचे मॉनिटर्स आणि पडदे निरनिराळी माहिती व आकडेवारी दाखवत होते.

बेकीचे डोळे मिटलेले होते. तिची त्वचा फिक्कट निळसर पांढरी आणि जराशी पारदर्शक वाटत होती.

"बेकी..मी आलोय डॅडी..." किम बेकीच्या कानापाशी जाऊन हलक्या आवाजात म्हणाला. त्याला तिचा गोठल्यासारखा दिसणारा चेहरा दिसला. तिने ऐकले असल्याचे कोणतेही चिन्ह दिसले नाही.

"दुर्दैवाने तिचा प्रतिसाद येत नाही" क्लेअर म्हणाली.

किम सरळ उभा राहिला. त्याचा श्वासोच्छ्वास जलद होत होता. "तिला पक्षाघाताचा झटका आला असं तुम्हाला वाटतं?"

"सर्व चिन्हे तेच दर्शवत आहेत." सिडने म्हणाला.

किमने स्वतःला बजावलं की निरोप सांगणाऱ्या माणसाला कधी दोषी धरायचं नसतं.

"मुख्य समस्या अशी आहे की, आम्ही जेवढ्या वेगाने तिच्या रक्तात पट्टिका पुरवत आहोत तेवढ्याच वेगाने त्या टॉक्सिनमुळे नष्ट होत आहेत." वॉल्टर म्हणाला.

"होय." सिडने म्हणाला, "आणि हे मेंदूमधल्या अंतर्गत रक्तस्रावामुळे घडलं की पट्टिकांच्या गुठळीमुळे ते सांगता येत नाही."

“किंवा कदाचित दोन्हींच्या एकत्रित परिणामामुळे.” वॉल्टरने सुचवले.

“तशी शक्यता आहे.” सिडनेने सहमती दर्शवली.

“कारण कोणते का असेना, पट्टिका अत्यंत वेगाने नष्ट होत असल्याने सूक्ष्म रक्तवाहिन्यांमधे गाळ फार मोठ्या प्रमाणावर साचतो आहे आणि त्यामुळे आपण जी परिस्थिती उद्‌भवू नये अशी आशा करत होतो, नेमकी तीच निर्माण झाली आहे. महत्त्वाच्या शरीरक्रिया यंत्रणा आणि अवयव एकामुळे एक निकामी होण्याच्या मार्गावर आहेत.”

“मूत्रपिंडे आणि यकृताचे काम नक्कीच खालावू लागले आहे.” आर्थर म्हणाला, “उदरकोशामधून केलेल्या डायलिसिसचा पुरेसा उपयोग होत नाही असं दिसतंय.”

तज्ज्ञांमधे आपापसांत चाललेल्या या तर्कवितर्कांमुळे येणारा राग किम महत्प्रयासाने आवरत होता. या चर्चेमधून बेकीला उपयोगी काहीही निष्पन्न होत नव्हते. राग उसळत असूनही किमने विवेकाने काम करण्याचा आणि विचार करण्याचा प्रयत्न केला.

“जर उदरकोशाचं डायलिसिस पुरेसं ठरत नसेल तर आपण बेकीला सबर्बन हॉस्पिटलमधे हलवायला हवं. जिथे तिला डायलिसिस यंत्रावर ठेवता येईल.” किम वरकरणी शांत वाटणाऱ्या आवाजात म्हणाला.

“त्याचा प्रश्नच उद्‌भवत नाही.” क्लेअर म्हणाली, “ तिची प्रकृती इतकी नाजूक आहे की तिला हलवताच येणार नाही.”

“मला एवढंच कळतंय की, आपण काहीतरी करायलाच हवं!” किमच्या चेहऱ्यावर आता राग स्पष्ट दिसू लागला होता.

“आम्ही आम्हांला शक्य असेल ते सर्वकाही करतच आहोत.” क्लेअर म्हणाली, “आपण तिला कृत्रिम श्वासोच्छ्वास देत आहोत. तिच्या मूत्रपिंडाच्या कामासाठी मदत दिलेली आहे. तसेच आपण तिच्या रक्तामधील पट्टिका सतत बदलत आहोतच.”

“प्लाझ्माफोरेसिसच काय?” किमने विचारले.

क्लेअरने वॉल्टरकडे नजर टाकली.

“अमेरिकेअर त्यासाठी परवानगी द्यायला उत्सुक नाही.” वॉल्टर म्हणाला.

“अमेरिकेअरची xxxxx मारा ...” किम तडातडा म्हणाला, “जर तसं करण्यामुळे उपयोग होईल असं तुम्हाला जरासेदेखील वाटतं असेल तर आपण ते करायलाच हवं.”

“थांबा डॉ. रेग्गीस!” वॉल्टर म्हणाला. त्याने एका पायावरचा भार दुसऱ्या पायावर घेतला. तो या साऱ्या प्रकारामुळे प्रचंड अस्वस्थ झाला होता. “हे हॉस्पिटल

अमेरिकेअरच्या मालकीचं आहे. तेव्हा आपण प्रत्येक बाबतीत त्यांच्या नियमांना हरताळ फासून कसं चालेल? प्लाझ्माफोरेसिस हे फार खर्चिक आणि प्रायोगिक पातळीवर आहे. सर्वसाधारण कुटुंबांच्या बाबतीत तर मी या विषयाची चर्चाही करणे अपेक्षित नाही.''

''त्यांनी तशी परवानगी द्यावी यासाठी आपल्याला काय करता येईल?'' किम म्हणाला, ''जर त्याचा उपयोग होणार असेल तर मी त्याचा खर्च करेन.''

''मला डॉ. नॉर्मन शापिरोंना फोन करावा लागेल.'' वॉल्टर म्हणाला, ''अमेरिकेअरच्या रिव्ह्यू बोर्डाचे ते चेअरमन आहेत.''

''त्यांना फोन करून बोलवा! आत्ता ताबडतोब!'' किम अक्षरशः भुंकल्यासारखा अंगावर जात म्हणाला.

वॉल्टरने क्लेअरकडे पाहिले. तिने खांदे उडवले, ''फोन केल्याने काही बिघडणार नाही.''

''माझी हरकत नाही.'' वॉल्टर म्हणाला आणि आय.सी.यू. डेस्कपाशी असणाऱ्या फोनपाशी गेला.

''डॉ. रेग्गीस, प्लाझ्माफोरेसिस हे 'बुडत्याने काडीचा आधार' घेण्यासारखे आहे.'' क्लेअर म्हणाली, ''मला तरी असं वाटतं की तुम्हाला आणि तुमच्या माजी पत्नीला तयारी करायला सांगणं उचित आहे. तुम्ही कोणत्याही प्रसंगाला सामोरे जायची तयारी ठेवायला हवी.''

किम या बोलण्याने भडकला. क्लेअरने अत्यंत कटू गोष्ट ज्या खुबीने सांगितली त्याकडे लक्ष देण्याची त्याची मन:स्थितीच नव्हती. त्याचं मन त्यावेळी एवढाच विचार करत होतं की, बेकीच्या तशा अवस्थेला कारणीभूत असलेल्या सर्वांना चांगलं सडकून काढावं. त्याक्षणी तरी त्याच्यासमोरच बेकीवर उपचार करणारे डॉक्टर असल्याने त्याने त्यांनाच लक्ष्य केले होते. ''मी काय म्हणते आहे ते तुमच्या लक्षात येतंय. होय ना?'' क्लेअर मृदुपणाने म्हणाली.

किमने काहीही उत्तर दिले नाही. त्याक्षणी अचानक किमचे डोळे उघडले होते. बेकीच्या अवस्थेला डॉक्टरांना जबाबदार धरण्यामधला निरर्थकपणा त्याच्या मनाला पटला. विशेषत: नेमकी चूक कोणाची हे त्याला मनोमन लख्ख दिसून आले होते.

किम एकदम क्लेअरजवळून ताडताड पावले टाकत आय.सी.यू.च्या बाहेर पडला. स्वत:वरचा राग, वैफल्य आणि आपण काहीही करू शकत नसल्याची नपुंसकासारखी अवस्था या साऱ्या गोष्टींनी मनात वादळ उठलं होतं.

ट्रेसी अजून वेटिंगरूममधेच होती. तिला घाईघाईने बाहेर पडणारा किम दिसला. त्याच्याकडे नुसते पाहूनच तिच्या लक्षात आलं की, तो अत्यंत खवळलेला आहे. तिच्याकडे न पाहता तो पुढे गेलेला पाहून ती त्याला गाठण्यासाठी त्याच्या

मागे धावली. ''किम! थांब...कुठं निघालास?'' त्याची बाही खेचत ट्रेसी म्हणाली.

''बाहेर,'' किम बाही हिसकून सोडवत म्हणाला.

''कुठे?'' ट्रेसीला किमबरोबर राहण्यासाठी अक्षरश: धावावे लागत होते. त्याचा चेहरा पाहून तिला भीतीने ग्रासले होते. त्यामुळे त्या क्षणी ती स्वत:चे दु:ख विसरली होती.

''मला काहीतरी करायलाच हवं.'' किम म्हणाला, ''मी इथे निव्वळ हातावर हात ठेवून बसू शकत नाही. मी एक डॉक्टर म्हणून बेकीला काहीही मदत करू शकत नाही. पण मी आता तिला हा आजार कसा झाला, ते शोधून काढणारच.''

''तू कसं काय शोधणार ते?'' ट्रेसीने विचारले, ''किम, तू शांत होण्याची गरज आहे.''

''कॅथलीनने मला सांगितलंय की, इ. कोलायची समस्या मुख्यत: पिसलेल्या मांसामुळे उद्‌भवते.''

''हे तर सर्वांना माहिती आहे.''

''होय. असेलही. पण मला मात्र ते माहिती नव्हतं.'' किम म्हणाला, ''तुला आठवतंय का की मागच्या आठवड्यात मी बेकीला प्रेअरी हायवेवरच्या ओनियन रिंग रेस्टॉरंटमधे घेऊन गेलो होतो. तिथं तिनं खालेल्लं हॅम्बर्गर जरासं कच्चं होतं आणि हेच तिच्या आजाराचं कारण असणार हे नक्की.''

''म्हणजे तू आता ओनियन रिंग रेस्टॉरंटकडे जाणार आहेस हेच का तुला सांगायचंय?'' ट्रेसी आपल्याला काहीच समजलं नाही असा आव आणत म्हणाली.

''अर्थातच.'' किम म्हणाला, ''जर बेकीच्या आजाराचं मूळ तिथे असेल तर मी तिथेच जाणार नाही का?''

''याक्षणी तरी बेकीच्या आजाराचं मूळ कुठंही असलं तरी त्यानं काहीही फरक पडत नाही. बेकी आजारी आहे हे एवढंच आत्ता महत्त्वाचं आहे. आजार का आणि कसा झाला ते आपण परत कधीतरी पाहू.''

''तुला तसं वाटत असेल कदाचित, पण माझ्या दृष्टीने ते कळून घेणं महत्त्वाचं आहे.''

''किम, तुझा स्वत:वर ताबा राहिलेला नाही.'' ट्रेसी हताशपणे म्हणाली, ''तू एकदा फक्त एकदादेखील स्वत:पेक्षा दुसऱ्या कोणाचा विचार करू शकत नाहीस?''

''तुला नेमकं काय म्हणायचं आहे?'' किम आणखी भडकत म्हणाला.

''तू अशा प्रकारे इथून पळून जातो आहेस खरा, पण त्याचा कोणालाही उपयोग होणार नाही. तू आता स्वत: तुझ्यासाठीच धोकादायक झालेला आहेस. तुला जायचंच असेल, तर निदान शांत झाल्यावर तरी जा.''

"मी तिथं गेलो की मग शांत होईन या आशेनेच मी तसं करतो आहे.''

"हे सगळं तू केवळ तुझ्यासाठी करतो आहेस. त्यात बेकीचा काही संबंध नाही. केवळ त्यामधे तुझा एक डॉक्टर म्हणून अहंकार आडवा येतोय.''

"खड्ड्यात गेलं सगळं!'' किम गुरगुरला, "तुझी ती निरर्थक मानसशास्त्रीय वटवट ऐकायची माझी मन:स्थिती नाही. आत्ता या क्षणी तर नाहीच नाही.''

लिफ्ट येताच किम त्यात शिरला.

"पण तू तुझे स्क्रब कपडे देखील बदललेले नाहीस.'' ट्रेसीला वाटत होतं की असं म्हटल्याने त्याला थोडा वेळ तरी थांबवता येईल.

"मी जाणार आहे आणि तेदेखील आत्ता. कोणीही मला थांबवू शकत नाही.''

किम वेगाने ओनियन रिंगच्या पार्किंग लॉटमधे शिरला तेव्हा गाडी बाजूच्या पट्टीला जोरात धडकली. गाडी जराशी थडथडली देखील. पण किमला त्याची पर्वा नव्हती. त्याने मोकळी जागा दिसताच गाडी पार्क केली. इंजिन बंद करून किम काही क्षण गाडीतच बसून राहिला. त्याने रेस्टॉरंटकडे नजर टाकली. तिथे अगोदरच्या आठवड्याएवढीच गर्दी दिसत होती.

हॉस्पिटलमधून तिथे येईपर्यंत त्याच्या रागाची धार थोडी बोथट झाली होती, पण त्याचा निश्चय मात्र अढळ होता. आपण आत गेल्यावर काय काय करायचे याची त्याने मनात आखणी केली. मग तो गाडीतून बाहेर पडला.

मुख्य दरवाजातून आत शिरल्यावर असं त्याला दिसलं की सर्व ठिकाणी मोठ्या रांगा आहेत. काही रांगा तर दरवाजापर्यंत येऊन पोहोचल्या होत्या. त्याची थांबायची तयारी नव्हती. तो गर्दीमधून वाट काढत पुढे निघाला. काही जणांनी त्याबद्दल तक्रारीचा सूर काढला. पण किमने त्यांच्याकडे दुर्लक्ष केले.

कॅश काउंटरपाशी पोहोचल्यावर किमने तेथे बसलेल्या एका पोरीचे लक्ष वेधून घेतले. तिच्या कोटावर 'हाय! मी डेबी आहे' असे लिहिलेले होते. केस फिक्कट रंगाचे केलेली ती तरुण पोरगी कंटाळवाण्या चेहऱ्याने तिथे बसली होती.

"माफ करा.'' किम वरकरणी शांतपणा दाखवत म्हणाला, "मला मॅनेजरशी बोलायचं आहे.''

"तुम्हाला ऑर्डर देण्यासाठी रांगेमधून यावं लागेल.'' डेबी म्हणाली आणि तिने त्याच्याकडे एकवार नजर टाकली. पण किमच्या मन:स्थितीची कल्पना तिला अजिबात येऊ शकली नाही.

"मला ऑर्डर द्यायची नाही.'' किम मुद्दाम हळूहळू आणि स्पष्ट शब्दोच्चार करत म्हणाला, "मला मॅनेजरशी बोलायचं आहे.''

"ते आत्ता फार कामात आहेत.'' डेबी म्हणाली. तिने आपले लक्ष रांगेत पुढे

उभ्या असणाऱ्या माणसाकडे वळवले. तिने त्या माणसाला ऑर्डर पुन्हा सांगावी अशी विनंती केली.

किमने आपली मूठ काउंटरच्या पृष्ठभागावर एवढ्या जोराने आपटली की त्यामुळे नॅपकिन वगैरे ठेवलेल्या वस्तू थरथरून खाली पडल्या आणि त्यांचा जोरात आवाज झाला. हा आवाज गोळीबारासारखा होता. त्या आवाजामुळे सिनेमामधे जसं स्थिरदृश्य असतं तसं झालं. सारेजण जागच्याजागी जणू गोठून गेले होते. डेबीचा चेहरा पांढराफटक पडला.

"मी पुन्हा विचारणार नाही.'' किम म्हणाला, "मला मॅनेजर हवा आहे.'' कॅश काउंटरच्यामागून ओनियन रिंगचा दुरंगी युनिफॉर्म घातलेला एक माणूस पुढे झाला. त्याच्या कोटावर 'हाय! मी रॉजर आहे' असे लिहिलेले दिसले.

"हं मीच मॅनेजर आहे. बोला, काय प्रॉब्लेम आहे?'' रॉजर नर्व्हसपणाने मान हलवत म्हणाला.

"हे माझ्या मुलीबद्दल आहे.'' किम म्हणाला, "ती आत्ता कोमामधे असून, मृत्यूशी निकराने झगडते आहे. हे सगळं तिने इथे गेल्या आठवड्यात हॅम्बर्गर खाल्ल्यामुळे झालेलं आहे.''

किमचा आवाज एवढा मोठा होता की, तो काय म्हणाला ते सगळ्या रेस्टॉरंटभर ऐकू आले. जे लोक हॅम्बर्गर खात होते ते थबकून हातातल्या हॅम्बर्गरकडे संशयाने पाहू लागले.

"मला तुमच्या मुलीविषयी हे ऐकून वाईट वाटलं.'' रॉजर म्हणाला, "पण तिला, तिचा आजार आमच्या इथं झालेला नाही. आमचं बर्गर खाऊन तर नाहीच नाही.''

"तिने फक्त याच ठिकाणी पिसलेले मांस खाल्ले होते.'' किम म्हणाला, "तिला इ. कोलायचा संसर्ग झालेला आहे आणि तो हॅम्बर्गरमधूनच होतो.''

"हे खरोखरच दुःखद आहे.'' रॉजर ठासून म्हणाला, "पण आम्ही आमची सर्व बर्गर व्यवस्थित शिजवतो आणि आमचे स्वच्छतेबद्दलचे नियम फार कडक आहेत. आरोग्य विभागाकडून आमच्या इथे नेहमी तपासणी केली जाते.''

जेवढ्या अचानकपणे रेस्टॉरंटमधे शांतता पसरली होती, तेवढ्याच वेगाने पुन्हा सगळीकडे गोंगाट सुरू झाला. लोक आपापसांत बोलू लागले. सर्वांना असे वाटत होते की, किमचा जो काही प्रॉब्लेम आहे त्याचा त्यांच्याशी काहीही संबंध नाही.

"तिला दिलेले बर्गर नीट तयार केलेले नव्हते. ते कच्चे होते,'' किम म्हणाला.

"अशक्य.'' रॉजर डोळे गरागरा फिरवत आव्हानात्मक स्वरात म्हणाला.

"मी स्वतः ते पाहिलं होतं.'' किम म्हणाला, "ते मध्यभागी गुलाबी दिसत होते. मला असं विचारायचं आहे...''

रॉजरने किमचे वाक्य मधेच तोडले, आणि विषय झटकून देण्याच्या स्वरात तो

म्हणाला, "ते गुलाबी असणं शक्यच नाही. तसा प्रश्नच उद्‌भवत नाही. बरं आता मला माफ करा, पण मला परत कामाला लागायला हवं."

रॉजर वळून आत जाऊ लागला. किम अचानक पुढे झुकला आणि रॉजरचा शर्ट धरला. किमने ताकद लावून रॉजरला एवढ्या जोरात पुढे खेचले की त्याचा चेहरा किमच्या चेहऱ्याजवळ काही इंचावर आला. काही क्षणातच रॉजरचा चेहरा निळसर जांभळा दिसू लागला. किमच्या पोलादी पकडीमुळे रॉजरच्या मानेमधल्या रक्तप्रवाहात अडथळा येत होता.

"थोडासा पुर्नविचार करणं योग्य होईल." किम गुरगुरला, "काहीही माहिती नसताना सरळ नाकारण्याने काहीही साध्य होणार नाही." रॉजरने प्रतिक्षिप्त क्रियेमुळे किमची मानेभोवतीची पकड सोडवण्याचा प्रयत्न केला आणि तो काहीतरी घशातल्या घशात बोलला. पण ते किमला कळले नाही.

किमने धसमुसळेपणाने रॉजरची मान एकदम सोडली आणि त्यामुळे रॉजर मागे कोसळला. कॅशिअर, किचनमधील इतर सर्वजण आणि रांगेमधे उभे असलेले लोक श्वास रोखून पाहात होते. पण कोणीही जागचे हलले नाही एवढा त्यांना धक्का बसला होता.

किम काउंटरला वळसा घालून आत शिरण्यासाठी निघाला. त्याला थेट शेफशी बोलायचे होते. रॉजर आता कसाबसा उठून उभा राहिला होता. किम किचनमधे शिरणार हे लक्षात येताच तो त्याला अडवण्याच्या हेतूने पुढे झाला, "इथे यायला परवानगी नाही. इथं फक्त कर्मचाऱ्यांनाच प्रवेश आहे..."

किमने त्याला त्याचे बोलणे पुरे करू दिले नाही. त्याने रॉजरला हाताने जोरात बाजूला ढकलले. रॉजर काउंटरवर धडकला आणि त्यावरचं ज्यूसचं यंत्र खाली पडलं. त्यातला रस जमिनीवर सांडला. तिथे जवळ उभे असणारे लोक आपोआप मागे सरकले. रेस्टॉरंटमधे पुन्हा शांतता पसरली. काहीजण घाईघाईने बाहेर पडले. "पोलिसांना बोलवा!" रॉजर उभा राहात जवळच्या एका कॅशियरला चिरक्या आवाजात म्हणाला.

किम पुढे गेला आणि बिचकून स्तब्ध झालेल्या पॉलच्या समोर उभा ठाकला. किमने त्याच्या सुरकुत्या पडलेल्या चेहऱ्याकडे आणि दंडावरच्या गोंदलेल्या चिन्हांकडे नजर टाकली. हा माणूस वैयक्तिक स्वच्छता कितपत ठेवत असेल याबद्दल त्याला शंका आली. रेस्टॉरंटमधल्या इतर सर्वजणांप्रमाणेच किमने काउंटरवर मूठ आपटल्यापासून पॉलदेखील जागच्याजागी गोठल्यासारखा उभा होता. त्याच्या समोरच्या ग्रिलवरच्या काही बर्गरमधून धूर येत होता. "मागच्या आठवड्यात साधारण अशाच वेळेस माझ्या मुलीने एक कच्चं हॅम्बर्गर खाल्लं होतं. मला ते कसं झालं असेल ते जाणून घ्यायचं आहे."

रॉजर किमच्या मागे येऊन उभा राहिला होता. त्याने किमच्या खांद्याला स्पर्श केला आणि त्याला म्हणाला, "इथून बाहेर निघून जा."

किम गर्रकन मागे वळला आणि त्याने रॉजरकडे उग्रपणाने रोखून पाहिले. ते पाहून रॉजर सुज्ञपणाने मागे सरकला.

"ओके...ओके..." तो पुटपुटत राहिला.

किम पॉलकडे वळला, "काही सांगता येईल का?"

"नाही." पॉल म्हणाला. त्याने ऑईल रिंगवर काम करताना अनेकजणांचं डोकं फिरलेलं पाहिलं होतं. किमचे डोळे पाहून त्याला त्या माणसांची आठवण आली.

"हं..." किम गुरगुरला, "बोल, इथं त्या दिवशीही तूच असणार. तुला काहीतरी कल्पना असणारच."

"रॉजर म्हणाला तेच सांगतो." पॉल निग्रहाने म्हणाला, "मी माझे काम नीट करतो. बर्गर कच्चे राहाणे शक्यच नाही. आम्ही सर्व बर्गर नीट शिजवतो. ते आमचे धोरणच आहे."

"आता मात्र तुम्ही लोक माझं डोकं फिरवता आहात." किम रागाने ओरडला, "मी तुला सांगितलं ना की ते बर्गर कच्चं होतं. मी कोणा दुसऱ्या-तिसऱ्याकडून ऐकलेलं सांगत नाही. मी त्या दिवशी माझ्या मुलीबरोबर आलो होतो. मी स्वत: ते पाहिलेलं आहे."

"पण मी तर सर्व बर्गर नीट शिजावीत अशा प्रकारे त्यांना पुरेसा वेळ असा ठेवतो इथे." पॉल ग्रिलवरच्या जळणाऱ्या पॅटींकडे हातातल्या उलथण्याने दाखवत म्हणाला.

किमने शेल्फवर ऑर्डर ट्रेमधे भरण्यासाठी ठेवलेली पाचसहा तयार बर्गर उचलली. त्यामधले एक भसाभसा फोडत तो आतील भाग निरखून पाहू लागला. त्याने आणखी तीन हॅम्बर्गर फोडून पाहिली. सगळी नीट शिजलेली होती. किमने ती फोडलेली हॅम्बर्गर तशीच परत प्लेटमधे टाकून दिली.

"पाहा... सगळी व्यवस्थित तयार केलेली आहेत...बरं आता इथून निघा. म्हणजे मग आपण शांतपणाने चर्चा करू शकू." रॉजर म्हणाला.

"**एफ.डी.ए.** ने सुचवलेल्या तापमानापेक्षा जास्त तापमान ठेवण्याची दक्षता आम्ही घेतो त्यामुळे आतला भाग जास्त तापमानाला शिजवला जातो." पॉलने माहिती दिली.

"तुम्हाला आतलं तापमान कसं कळतं?"

"आमच्याकडे त्यासाठी खास प्रकारचा पाच टोकांचा थर्मोमीटर आहे. आम्ही दिवसभरात अनेकवेळा वेगवेगळ्या प्रकारांनी तापमान मोजून पाहातो आणि प्रत्येकवेळी ते एकसमानच असतं. एकशेसत्तरपेक्षा जास्त." पॉलने हातातले उलथणे खाली

ठेवले आणि ग्रिलच्या खाली असणाऱ्या ड्रॉवरमधे खुडबुड करून एक उपकरण काढले. ते त्याने किमच्या हातात ठेवले.

किमने त्या थर्मोमीटरकडे लक्ष दिले नाही. त्याने आणखी एक हॅम्बर्गर फोडून पाहिले. ते देखील व्यवस्थित शिजलेले होते. "तुम्ही शिजवायला घेण्यासाठी पॅटी कुठून आणता?"

पॉल मागे वळला आणि त्याने फ्रीज उघडला. किम पुढे झुकला नि त्याने आत डोकावून पाहिले. ओनियन रिंगकडे असणाऱ्या एकूण साठ्याचा हा फार छोटा हिस्सा आहे हे त्याच्या लक्षात आले. "तुमचा मुख्य साठा कुठं आहे?"

"वॉक-इन फ्रिजमधे."

"चल मला दाखव!"

पॉलने रॉजरकडे पाहिले.

"नाही. वॉक-इन दाखवणे शक्यच नाही." रॉजर म्हणाला.

किमने त्यावर एकदम दोन्ही हातांनी पॉलच्या छातीवर जोर लावून त्याला मागे ढकलले. पॉल मागे धडपडला आणि किचनच्या आतल्या भागात निघून जाऊ लागला. किम पाठोपाठ आत शिरला.

"नाही. आत जाता येणार नाही." रॉजर ओरडला. किमच्या मागोमाग तो आत शिरला आणि त्याने किमचा दंड धरला, "फक्त आमचे कर्मचारीच आत फ्रीजमधे जाऊ शकतात."

किमने त्याचा हात झटकून मोकळा करण्याचा प्रयत्न केला. पण रॉजरने पकड सोडली नाही. किमने उलट्या हाताने रॉजरच्या तोंडावर तडाखा मारला. किमच्या अपेक्षेपेक्षा जोर जास्त लागला होता. त्या तडाख्यामुळे रॉजरचे डोके गरागरा फिरले. त्याचा ओठ फाटला आणि रॉजर दुसऱ्या खेपेस जमिनीवर कोलमडून पडला.

रॉजरकडे बिलकूल न पाहता किम पॉलच्या मागे गेला. पॉलने दरम्यान वॉक-इन फ्रीजचे दार उघडले होते. किमचा आकार आणि त्याची भडकू प्रवृत्ती लक्षात घेऊन पॉलने किमसाठी आत शिरायला भरपूर जागा मोकळी सोडली. दरम्यान तिकडे किचनमधल्या रबरी आवरण घातलेल्या जमिनीवर पडलेला रॉजर उठून बसला होता. तो बोटांनी हळुवारपणे फाटलेला ओठ दाबत होता.

वॉक-इन फ्रीजमधे डाव्या बाजूला ठेवलेल्या खोक्यांकडे किम वळला होता. फक्त पहिले खोके उघडे दिसले. त्याच्यावरचे लेबल असे होते:

मर्सर मीट्स, रजिस्ट्रेशन शून्य. एल.एल.बी. हॅम्बर्गर पॅटी, जास्त स्नायू. लॉट नंबर २, बॅच नंबर १-६ निर्मिती डिसेंबर २९, मार्च २९ पूर्वी वापरण्यायोग्य.

"मागच्या शुक्रवारी वापरलेली हॅम्बर्गर याच खोक्यामधील असण्याची शक्यता आहे का?" किमने विचारले.

“कदाचित किंवा यासारख्याच खोक्यातली असतील.” पॉलने खांदे उडवले.

किम फ्रीजच्या आत आणखी थोडा मागच्या बाजूला गेला. इतर बंद खोक्यांमधे त्याला एक उघडे खोके दिसले.” हे खोकं उघडं कसं काय आहे?”

“ती एक चूक होती.” पॉल म्हणाला, “आम्ही खरे तर अगोदर आलेला माल प्रथम वापरत असतो. त्यामुळे आम्हांला वापरण्याची मुदत संपण्याची कधीच काळजी करावी लागत नाही.”

किमने या उघड्या खोक्यावरचे लेबल वाचले. “डिसेंबर २९ ऐवजी जानेवारी १२ आहे. मागच्या शुक्रवारी बनवलेली हॅम्बर्गर या खोक्यामधली असतील काय?”

“शक्य आहे.” पॉल म्हणाला, “हे खोके चुकीने उघडले होते. पण मला कधी ते आठवत नाही.”

किमने खिशामधून पेन आणि कागद काढून उघड्या खोक्यांवरच्या लेबलवर असलेल्या नोंदी उतरवून घेतल्या. मग त्याने दोन्ही खोक्यांमधून एकएक पॅटी काढून घेतली. हे काम सोपे नव्हते. कारण पॅटी अत्यंत कमी तापमानाला गोठवलेल्या अवस्थेत होत्या आणि त्या बटरपेपरमधे गुंडाळून ठेवलेल्या होत्या. किमने दोन्ही पॅटी आणि नोंदी केलेला कागद खिशात घातला. किम फ्रीजमधून बाहेर पडला, तेव्हा त्याच्या कानावर अस्पष्ट असा सायरनचा आवाज आला. पण त्याचे मन वेगळ्या विचारांत गुंतलेले असल्यामुळे त्याचे त्या आवाजाकडे लक्ष गेले नाही. “मर्सर मीट्स म्हणजे काय?”

फ्रीजचे दार बंद करत पॉल म्हणाला, “मर्सर मीट्स हे कंपनीचे नाव आहे. मांस प्रक्रिया करणारी ही कंपनी आम्हांला हॅम्बर्गरसाठी लागणाऱ्या पॅटी पुरवते. आम्हांलाच नाही तर ओनियन रिंगच्या सर्वच रेस्टॉरंटमधे त्यांचाच माल वापरला जातो.”

“ही कंपनी कुठली आहे? आपल्याच राज्यातली?”

“होय, इथलीच आहे. इथलीच म्हणजे गावाबाहेर बार्टनव्हिलेमधली.”

“हे ठीक आहे.”

किम किचनमधे येत होता तेव्हा रेस्टॉरंटचे बाहेरचे दार जोरात उघडले जात होते. कंबरेच्या रिव्हॉल्व्हर्सवर हात ठेवून दोन पोलीस अधिकारी धावतच आत शिरले होते. त्यांचे चेहरे गंभीर होते. रॉजर त्यांच्या मागे होता. त्याने रागाने किमकडे बोट दाखवले. दुसऱ्या हाताने त्याने तोंडावर रक्ताने माखलेला रुमाल दाबून धरलेला होता.

❖

बारा

शनिवार, २४ जानेवारी

कोर्टाच्या मोठ्या खोलीमधे सकाळचे कोवळे किरण तिरपे पडलेले होते. धुलिकणांनी भरलेल्या त्या खोलीमधे जमिनीवर प्रकाशाचे पट्टे पसरलेले होते. एका प्रकाश शलाकेमधे उभा असलेला किम डोळे बारीक करून पाहात होता. त्याच्या समोरच्या खुर्चीमधे काळा झगा घातलेले न्या. हार्लोवे बसलेले होते. वाचण्यासाठीच्या चष्मा न्यायमूर्तींच्या सुरीसारख्या धारदार नाकावरून खाली घसरला होता. तो कधीही घरंगळेल असे वाटत होते. किमला न्या. हार्लोवे एखाद्या विशाल काळ्या पक्ष्याप्रमाणे वाटत होते.

नाकावरच्या चष्म्याच्यावरून किमकडे रोखून पाहात न्या. हार्लोवे म्हणाले, ''वीस वर्षांपेक्षा जास्त काळ या खुर्चीत बसलेला असल्याने मला या ठिकाणी जे काही दिसतं त्याचं खरं म्हणजे अजिबात आश्चर्य वाटायला नको. पण आज माझ्यापुढची कहाणी फारच अजब आहे.''

''त्याचं कारण माझ्या मुलीची तब्येत हे आहे.'' किम म्हणाला. अजूनही त्याच्या अंगात हॉस्पिटलमधे घातलेले स्क्रब कपडे आणि त्यावरचा लांब पांढरा कोट होता. त्याचा सर्जरीमधला मास्क अजून गळ्याभोवती लटकताना दिसत होता. कोटाची अवस्था चांगली नव्हती. रात्री त्याच कपड्यात कोठडीमधे झोपल्यामुळे कपडे चुरगाळले होते आणि मळलेले होते. त्याच्या डाव्या कोटाच्या खिशाखाली तपकिरी रंगाचा डाग होता.

''तुमची मुलगी फार गंभीर आजारी आहे हे माहिती असल्याने मला तुमच्याबद्दल सहानुभूती वाटते डॉक्टर. पण मला एक गोष्ट समजत नाही. खरं म्हणजे डॉक्टर तुम्ही आत्ता तुमच्या मुलीजवळ हॉस्पिटलमधे असायला हवं.''

''होय, मी तिच्याजवळच असायला हवं.'' किम म्हणाला, ''पण तिची अवस्था अशी आहे की मी काहीही करू शकत नाही. शिवाय मी फक्त एक तासाभरासाठी बाहेर पडलो होतो.''

''ठीक आहे. मी माझे मत बनवण्यासाठी येथे बसलेलो नाही.'' न्या. हार्लोवे म्हणाले, ''माझ्यासमोर आत्ता दुसऱ्याच्या खासगी भागात अनधिकृत प्रवेश करणे, फास्टफूड रेस्टॉरंटच्या मॅनेजरवर हल्ला करणे आणि त्यापेक्षा धक्कादायक असे अटकेला विरोध करणे व पोलीस अधिकाऱ्याला मारणे यासंबंधी वर्तनाचा विषय आहे. डॉक्टर परिस्थिती काहीही असली तरी हे वर्तन मान्य होण्यासारखे नाही.''

"पण युवर ऑनर. मी..." किम सांगू लागला.

न्या. हार्लोवेने किमला थांबवण्यासाठी हात उंच केला, "तुमच्या मुलीच्या आजाराचा उगम प्रेअरी हायवेवरील ओनियन रिंग रेस्टॉरंटमधून झालेला आहे की नाही, हा महत्त्वाचा मुद्दा नाही. इतर कोणाहीपेक्षा तुम्हाला हे माहिती असायला हवं की आपल्याकडे आरोग्य विभाग आहे. अशा प्रकारच्या गोष्टींची दखल घेणे हे त्यांचेच काम आहे. याशिवाय आपल्याकडे न्यायालये आहेत. मी सांगतोय ते समजतंय ना?"

"होय, युवर ऑनर." किम शरणागतीच्या स्वरात म्हणाला.

"मला वाटतं की, तुम्ही कोणाची तरी मदत घ्यावी." न्या. हार्लोवे म्हणाले, "तुम्ही एक प्रसिद्ध कार्डियाक सर्जन आहात हे मला माहिती आहे आणि म्हणूनच तुमच्या अशा वागणुकीमुळे मी चकित झालो आहे. तुम्ही माझ्या सासऱ्यांवर शस्त्रक्रिया केली होती आणि अजूनही ते तुमचे गोडवे गातात. ते काहीही असो. मी तुम्हाला तुमच्या वैयक्तिक हमीवर मोकळे सोडत आहे. तुम्ही आजपासून चार आठवड्यांमधे खटल्यासाठी हजर व्हाल. न्यायालयाच्या कारकुनाची भेट घ्या." न्या. हार्लोवेनी हातातला हातोडा आपटला आणि पुढची केस पुकारली.

न्यायालयातून बाहेर पडताना किमला एक पब्लिक फोन दिसला. हॉस्पिटलमधे फोन करावा की नाही याचा विचार करत तो क्षणभर थबकला. आदल्या संध्याकाळी त्याने ट्रेसीला फोन करण्याचा प्रयत्न केला होता. पण त्याला जेवढे फोन करायची परवानगी होती त्यामधे ट्रेसीशी संपर्क होऊ शकला नव्हता. आता फोन सहज उपलब्ध असूनही तो बिचकत होता. इतका वेळ हॉस्पिटलपासून दूर राहिल्यामुळे त्याला अपराधी वाटत होते. तसेच जे काही घडले होते त्यामुळे त्याला शरमही वाटत होती. बेकीच्या बाबतीत काय घडले असेल याची शंका त्याला सारखी टोचत होती. अखेर त्याने फोन न करता सरळ तिकडेच जायचे ठरवले.

न्यायालयाच्या बाहेर असणाऱ्या टॅक्सीस्टँडवरून त्याने ओनियन रिंग रेस्टॉरंटकडे जाण्यासाठी टॅक्सी केली. सकाळच्यावेळी बंद असलेले ते रेस्टॉरंट रात्रीपेक्षा फारच वेगळे दिसत होते. पार्किंग लॉटमधे उभे असलेले एकमेव वाहन म्हणजे किमची जुनाट गाडी हे होते. रेस्टॉरंटच्या आवारात कोणीही नव्हतं.

गाडीत शिरून किम हॉस्पिटलकडे निघाला. जाताना त्याने मधेच शेरिंग लॅब्जमधे जायचे ठरवले होते. शेरिंग लॅब्जमधे आत शिरल्यावर त्याने रिसेप्शन काउंटरपाशी जाऊन स्टेनलेस स्टीलची घंटा वाजवली. काही क्षणातच प्रयोगशाळेतला कोट घातलेली एक बाई तिथे आली. किमने खिशातून, आता सर्वसामान्य तापमानाला आलेल्या दोन हॅम्बर्गर पॅटी बाहेर काढल्या आणि त्या तिच्या हातात ठेवल्या, "मला

या दोन्ही पॅटींमधे इ. कोलाय ०.१५७ : एच ७ आहे का याची तपासणी करून हवी आहे. तसेच त्याच्या टॉक्सिनचीही.''

त्या बाईने थोड्या साशंक नजरेने त्या रंग उडालेल्या पॅटींकडे पाहिले. ''तुम्ही जर हे नमुने फ्रीजमधे ठेवले असते तर जास्त चांगलं झालं असतं. मांस सामान्य तापमानाला काही तास राहिलं की त्यात प्रचंड प्रमाणात जीवाणूंची वाढ होते.''

''मला त्याची कल्पना आहे.'' किम म्हणाला. ''पण मला इतर कोणत्याही जीवाणूची पर्वा नाही. मला फक्त इ. कोलाय ०.१५७ : एच ७ आहे की नाही एवढेच जाणून घ्यायचे आहे.''

ती बाई आत गेली आणि रबरी हातमोजे घालून परतली. तिने पॅटी घेऊन ते नमुने दोन वेगवेगळ्या पिशव्यांमधे भरले. मग तिने बिलासंबंधी माहिती विचारली. किमने त्याच्या ऑफिसचे अकाऊंट वापरले.

''त्याला किती वेळ लागेल?'' किमने विचारले.

''अठ्ठेचाळीस तासांत आपल्याला अंतिम निष्कर्ष मिळतील.''

किमने तिचे आभार मानले. टॉयलेटमधे जाऊन हात धुतले आणि मग पुन्हा गाडीत बसून हॉस्पिटलकडे निघाला. त्याचे मन आत अधिकाधिक चिंताग्रस्त होऊ लागले होते. गाडी पार्क केल्यानंतर तो थरथरू लागला होता आणि लिफ्टमधे असताना तर ही थरथर जास्तच वाढली होती. अगोदर बेकीला पाहावे आणि मगच ट्रेसीला सामोरे जावे असा विचार करून तो मागच्या दाराने आय.सी.यू.मधे शिरला. आत जाताना हॉलमधून जावे लागले. हॉलमधले लोक त्याच्याकडे कुतूहलाने बघत होते. त्याचे चुरगाळलेले कपडे, वाढलेली दाढी आणि पिंजारलेले केस हे पाहाता त्यांनी तसे बघणे सहाजिकच होते.

आय.सी.यू.मधे शिरल्यावर त्याने वॉर्ड क्लार्ककडे पाहून मान हलवली. पण त्याला काहीही सांगण्याच्या भानगडीत न पडता तो बेकी होती त्या क्युबिकलकडे निघाला. जाताना तो देवाकडे करुणा भाकत होता: बेकी ठीक असावी...

किम हलक्या पावलांनी बेकीच्या बेडजवळ आला. एक नर्स सलाईनची बाटली बदलत होती. नर्सची पाठ त्याच्याकडे होती. किमने बेकीकडे नजर टाकली. त्याच्या मनामधला तिची प्रकृती सुधारेल या आशेचा एक सूक्ष्म किरण तत्काळ नष्ट झाला. बेकी अजूनही कोमामधेच होती. तिचे डोळे टेप लावून बंद केलेले होते आणि तिला कृत्रिम श्वास देण्यात येत होता. किमला नवीन दिसलेली गोष्ट म्हणजे त्वचेच्याखाली झालेल्या रक्तस्त्रावामुळे तिच्या चेहऱ्यावर गडद जांभळे डागही होते. या डागांमुळे तिचा चेहरा भयाण दिसत होता.

''ओह!... तुम्ही मला घाबरवलंत की...'' किमला पाहून दचकलेली नर्स म्हणाली, ''मला तुमची चाहूल लागली नाही.''

"तिची अवस्था चांगली दिसत नाही." किम म्हणाला. आपल्या आवाजात मनात खदखदणारा राग, दुःख आणि मानहानिकारक असहाय्यपणा हे आणू न देण्याचा प्रयत्न करत किम तिला म्हणाला.

"होय, मलाही तसंच वाटतं," नर्स म्हणाली. ती किमकडे पाहून काहीशा अविश्वासाने पुढे म्हणाली, "बिचाऱ्या गोंडस पोरीला काय भयंकर गोष्टींना सामोरे जावे लागत आहे."

किमच्या प्रशिक्षित मनाने एकदम कार्डियाक मॉनिटरकडून येणारा वेगळा आवाज टिपला. त्याच्या बीप आवाजात अनियमितपणा होता आणि मॉनिटरवरच्या कर्सरची हालचालही चमत्कारिक होती. "तिच्या हृदयाची अवस्था तालहीन झालेली आहे! हे कधी झालं?"

"तुलनेने फार काळ लोटलेला नाही. नर्स म्हणाली, "काल रात्री त्याची सुरुवात झाली. कार्डियाक इफ्युजनमुळे **टॅम्पोनेडची** लक्षणे दिसू लागली. त्यामुळे तिच्या बाबतीत **टॅपिंग** करावे लागले."

"कधी?" किमला आता आणखी अपराधीपणाच्या भावनेने घेरले. आपण नेमक्यावेळी उपलब्ध नव्हतो याबद्दल त्याचे मन त्याला खाऊ लागले. कारण कार्डियाक इफ्युजनची परिस्थिती कशी हाताळावी याची त्याला माहिती होती.

"आज सकाळी चारनंतर." नर्सने उत्तर दिले.

"तिच्यावर उपचार करणाऱ्या डॉक्टरांपैकी कोणी इथं आहेत का?"

"असावेत." नर्स म्हणाली, "मला वाटतं की, ते पेशंटच्या आईबरोबर वेटिंगरूममधे चर्चा करत आहेत."

किमला तिथे आणखी क्षणभरही थांबवेना. त्याला बेकीकडे पाहाणे सहन होत नव्हते. तो वेगाने तिथून बाहेर पडला. कॉरिडॉरमधे मात्र त्याने थोडा दम घेतला आणि स्वतःला सावरण्याचा प्रयत्न केला. मग तो वेटिंगरूमकडे गेला.

वेटिंगरूममधे त्याला ट्रेसी कॅथलीन मॉर्गन आणि क्लेअर स्टीव्हन्सशी बोलताना दिसली. किम दिसताच त्यांचे संभाषण एकदम थांबले. काहीक्षण कोणीच कोणाशी बोलले नाही.

ट्रेसीच्या चेहऱ्यावर उघडउघड त्रासिकपणा दिसत होता. तिने तोंड घट्ट मिटून घेतलेले होते. तिने पाय एकमेकांशी घट्ट जुळवून ठेवलेले दिसले आणि हातही गच्च धरून ती बसलेली दिसली. तिने किमकडे दुःखी नजरेने पाहिले. तिच्या नजरेत गोंधळलेपणा, काळजी आणि चीड यांचे मिश्रण होते. तिने मान हलवली, "तुझ्या अंगावर अजून कालचेच कपडे आहेत आणि हा काय अवतार करून घेतलेला आहेस? तू कुठं नाहीसा झाला होतास?"

"माझ्या अपेक्षेपेक्षा ओनियन रिंग रेस्टॉरंटची माझी भेट खूपच लांबली." मग

तो क्लेअरला उद्देशून म्हणाला, "म्हणजे आता बेकीमधे पेरिकार्डियाटिसची लक्षणे उद्‌भवली आहेत तर?"

"होय."

"माय गॉड!" किम उद्‌गारला, "मग आता?"

"आत्ता या अवस्थेत आणखी काय सांगणार," कॅथलीन म्हणाली.

"आपल्याला आता त्या इ. कोलाय प्रकाराची पक्की माहिती मिळाली आहे. ह्या प्रकारचा जीवाणू एक नाही तर दोन घातक अशी टॉक्सिन तयार करतो. त्याचे अस्तित्व असल्याचे निदान झालेले आहे. आपण आता पाहातोय ती एच.यू.एस.ची पुढची पायरी गाठलेली केस आहे."

"प्लाझ्माफोरेसिसचं काय झालं?"

"डॉ. ओहानेमियन यांनी अमेरिकेअरच्या रिव्ह्यू बोर्डाच्या चेअरमनना भेटून अत्यंत कळकळीने पटवून देण्याचा प्रयत्न केला. पण आम्हांला वाटत होतं तसंच झालं असावं. रिव्ह्यू बोर्ड परवानगी देईल असं वाटत नाही."

"का नाही? ... आपण काहीतरी करायलाच हवं आणि मी आधी म्हटल्याप्रमाणे मी त्याचा खर्च करायला तयार आहे."

"तुम्ही खर्च करणे, न करणे यामुळे काहीच फरक पडत नाही." क्लेअर म्हणाली, "त्यांच्या मतानुसार यामुळे एक घातक प्रथा पडू शकेल आणि भविष्यात ज्या लोकांना असा खर्च परवडणार नाही किंवा ज्या लोकांची तशी तयारी नाही अशांनाही हा उपचार द्यावा यासाठी त्यांच्यावर दबाव येऊ शकेल."

"मग ज्या ठिकाणी हा उपचार केला जातो, त्या ठिकाणी आपण बेकीला घेऊन जाऊ या." किम फटकारत म्हणाला.

"डॉ. रेग्गीस." क्लेअर सहानुभूतीच्या स्वरात म्हणाली, "बेकीची आजची अवस्था कालच्यापेक्षाही वाईट आहे, आणि कालच तिची परिस्थिती हलवण्याजोगी नव्हती. प्लाझ्माफोरेसिस वापरण्याची शक्यता अद्याप पूर्णपणे संपुष्टात आलेली नाही. अजूनही ते त्यासाठी हिरवा कंदील दाखवतील. आपल्याला थोडं थांबणं भाग आहे."

"थांबायचं म्हणजे काहीच करायचं नाही." किमचे डोळे रागाने मोठे झाले.

"हे म्हणणं बरोबर नाही." क्लेअर गरम होत म्हणाली. पण मग तिने लगेच स्वत:ला सावरले आणि एक सुस्कारा टाकला. किमबरोबर बोलणे हे एक दिव्य होते. "आम्ही तिला जे जे शक्य आहे, ते सर्वकाही पुरवत आहोत."

"म्हणजे तुम्ही हातावर हात ठेवून बसणार आणि ज्या काही नवीन समस्या उद्‌भवतील त्यावर उपचार करत राहाणार असा त्याचा अर्थ आहे." किम म्हणाला.

क्लेअर उभी राहिली. तिने कॅथलीन आणि ट्रेसीकडे पाहिले, "मला वाटतं की,

मी माझ्या इतर पेशंटकडे लक्ष देण्याची वेळ झालेली आहे. जर गरज वाटली तर मला पेजरवर कळवा. मी केव्हाही उपलब्ध होऊ शकते.''

ट्रेसीने मान डोलावली. कॅथलीन म्हणाली की काही मिनिटांतच तिलाही तिचे पेशंट पाहायला जायचं आहेच. क्लेअर मग तिथून निघून गेली.

क्लेअरच्या मोकळ्या खुर्चीत किमने धाड्कन अंग टाकले. हातात तोंड खुपसून तो बसून राहिला. त्याच्या मनात भावनांचा कल्लोळ उचंबळत होता. राग, दु:ख आणि मग पुन्हा संताप अशी आंदोलने चालू होती. आता पुन्हा त्याला दु:खाने घेरले होते. किमने कसेबसे अश्रू थोपवून ठेवले होते. आपणही आपल्या पेशंटकडे जायला हवं हे त्याला कळत होतं. पण त्याक्षणी तरी त्याला ते शक्य नव्हतं.

''ओनियन रिंगला तुझी भेट अपेक्षेपेक्षा जास्त का लांबली?'' ट्रेसीने विचारले. त्याच्या वागण्यामुळे ट्रेसी एवढी वैतागली होती की, आता तिच्या मनातल्या रागाची जागा किमच्याविषयी वाटणाऱ्या काळजीने घेतली होती. किम केविलवाणा दिसत होता.

''खरं सांगायचं तर मी जेलमधे होतो.''

''जेल!''

''तुला जर मी सांगायला हवं असेल तर सांगतो की, तुझं म्हणणं बरोबर होतं. मी तिकडे जाण्यापूर्वी शांत होणं आवश्यक होतं.''

''जेलमधे जाण्यासारखं काय केलंस तू?''

''मी स्वत:वर ताबा ठेवू शकलो नाही. खराब मांस कुठून आलं याची माहिती काढण्यासाठी मी तिकडे गेलो. पण मॅनेजरच्या उर्मटपणामुळे मी संतापलो.''

''ह्यामधे दोष फास्टफूड उद्योगाचा नाही असं माझं मत आहे.'' कॅथलीन म्हणाली, ''या इ. कोलायच्या समस्येमुळे जसे ग्राहक बळी पडत आहेत, तसाच हा उद्योगदेखील बळी पडत आहे. त्यांनाच मिळणारी हॅम्बर्गर खराब असू शकतात.''

''मी त्याबद्दल विचार केला होता.'' किम म्हणाला. अजून त्याने तोंड हातातच खुपसून ठेवलेले होते, आणि आता मी मर्सर मीट्सला भेट देणार आहे.''

''बेकीची अशी अवस्था असताना मी विचारही करू शकत नाही.'' ट्रेसी म्हणाली, ''पण मांस खराब कसं असू शकतं? या ठिकाणी नियमित तपासणी होते ना? म्हणजे मला असं म्हणायचं आहे की, यु.एस.डी.ए. मांसाच्या गुणवत्तेचं प्रमाणपत्र देत नाही का?''

''हे प्रमाणपत्र दिलं जातं हे खरं आहे.'' कॅथलीन म्हणाली, ''पण आजच्या या जमान्यात मांस खराब नसतं हे गृहीत धरणे काहीसे दुर्दैवी आहे.''

''ते कसं काय?'' ट्रेसीने विचारले.

“त्याला अनेक कारणे आहेत.” कॅथलीन म्हणाली, “त्यातलं मुख्य कारण म्हणजे यु.एस.डी.ए.मधे मुळातच हितसंबंधांचा गुंता आहे.”

किमने मान वर केली, “म्हणजे काय?”

“त्याचं कारण यु.एस.डी.ए. च्या कामामधेच सापडतं.” कॅथलीन म्हणाली, “एकीकडे ही संस्था अमेरिकन शेतीव्यवसायाची अधिकृत प्रवक्ती म्हणून काम पाहाते. हे यु.एस.डी.ए. चे मुख्य काम आहे. दुसऱ्या बाजूला या संस्थेकडे तपासणीच्या जबाबदाऱ्या सोपवलेल्या आहेत आणि अर्थातच या दोन्ही भूमिका एकमेकींपेक्षा निराळ्या आहेत. हे ‘चोराच्या हाती जामदारखान्याच्या किल्ल्या’ देण्यासारखं आहे.”

“हे विश्वास बसण्यापलीकडंच आहे.” किम म्हणाला, “हे तुमचं म्हणणं प्रत्यक्षात तसं आहे की, तुम्ही कोणाकडून तरी ऐकलेलं सांगता आहात?”

“मी जे सांगितलं ते माझ्या स्वतःच्या अनुभवावरून.” कॅथलीन म्हणाली, “अन्नातून होणाऱ्या जंतुसंसर्गाबद्दल मी खोलात शिरून गेली वर्षभर अभ्यास करत आहे. याबद्दल काहीतरी करावं म्हणून अनेक ग्राहकगट जवळजवळ अशक्यप्राय झगडा करत आहेत. माझा त्यांच्यापैकी काहींशी संबंध आला आहे.”

“तुम्ही यात कशा काय पडलात?” ट्रेसीने विचारले.

“मी त्यात न पडणं हेच आश्चर्यकारक ठरलं असतं.” कॅथलीन म्हणाली, “अन्नातून होणारा जंतुसंसर्ग आणि त्यामधून उद्‌भवणारे आजार हा माझ्या व्यवसायाचा मोठा भाग आहे. लोक सर्वसाधारपणे या विषयाच्या बाबतीत वाळूत तोंड खुपसून बसणे पसंत करतात. पण ही समस्या दिवसेंदिवस गंभीर रूप धारण करत आहे.”

“हे खरोखर अविश्वसनीय आहे!” किम उद्‌गारला. आता त्याच्या मनातल्या दुःखाची जागा संतापाने घेतली होती.

“हे तर काहीच नाही.” कॅथलीन म्हणाली, “यु.एस.डी.ए. च्या कामामधे हितसंबंधांचा हा गुंता तर आहेच; पण मी हे पाहिलंय की, ही संस्था आणि बीफ उद्योग यांच्यात चांगलंच गूळपीठ आहे.”

“तुम्हाला नेमकं काय म्हणायचं आहे?” किमने विचारले.

“मी जे सांगितलं तेच.” कॅथलीन म्हणाली, “व्यवस्थापनाच्या मधल्या पातळीवर एकप्रकारची संगीत खुर्ची चाललेली असते. त्यांचा उद्देश एकच असतो की, बीफ उद्योगामधे कमीतकमी हस्तक्षेप व्हावा.”

“आणि हे सारे नफा कमावण्यासाठीच असणार होय ना?”

“अगदी बरोबर.” कॅथलीन म्हणाली, “बीफ उद्योगाची उलाढाल अब्जावधी डॉलर्स एवढी प्रचंड असते. अर्थातच या उद्योगाचे मुख्य लक्ष्य नफा हेच आहे. लोककल्याण नाही हे उघडच आहे.”

"एक मिनिट..."ट्रेसी कॅथलीनला मधेच थांबवत म्हणाली, "हे कसं काय खरं असू शकेल? या अगोदर कितीतरी प्रसंगी यु.एस.डी.ए.ने संसर्गाच्या घटना उघडकीस आणलेल्या होत्या. मला आठवतंय, की त्या 'हडसन फूड कंपनीची' घटना फार पूर्वी घडलेली नाही..."

"माफ करा." कॅथलीनने ट्रेसीचे वाक्य अर्धवटच तोडले, "हडसन फूड्सच्या बाबतीत अन्न प्रदूषणाचा प्रकार उघडकीस आणण्यासाठी यु.एस.डी.ए.ने काहीही केलेले नव्हते. त्याप्रसंगी घातक अशा इ. कोलायची माहिती एका कर्तव्यतत्पर आरोग्य अधिकाऱ्यामुळे जनतेसमोर आली होती. सहसा काय होतं की, असं काही घडलं की यु.एस.डी.ए. ला लोकांसमोर नाटक करायला लावलं जातं. ही संस्था मग प्रसिद्धीमाध्यमांसमोर असं चित्र उभं करते की, जणू तेच लोकांच्या आरोग्याचे संरक्षक आहेत. ह्यामधे प्रत्यक्षात भरीव काहीच होत नाही. यामधला उपरोधाचा भाग असा आहे की, जर यु.एस.डी.ए. ला मांस जर प्रदूषित असल्याचे आढळले तरी ते बाजारातून काढून टाकण्यासाठी आदेश देण्याचा अधिकारच नाही. ही संस्था फक्त सूचना करू शकते. त्यांच्या सूचना पाळल्या जाव्यात असं बंधन नाही."

"म्हणजे त्या हडसन फूड्सच्या बाबतीत घडलं तसं का?" ट्रेसीने विचारले, "सुरुवातीला यु.एस.डी.ए.ने फक्त पंचवीस हजार पौंड मांस बाजारातून काढून घ्यावं असं सांगितलं होतं..."

"होय. काही जागरूक ग्राहक संघटनांनी प्रचंड दबाव आणून यु.एस.डी.ए. ला दहा लाख पौंडापेक्षा जास्त मांस बाजारातून काढून घ्यायला भाग पाडलं. या प्रकरणामधेही यु.एस.डी.ए. ने काहीही तपास केलेला नव्हता."

"मला याची काहीच कल्पना नव्हती." ट्रेसी म्हणाली, "आणि मी स्वतःला भरपूर माहिती असणारी व्यक्ती मानते."

"आणि सर्वांत वाईट भाग तर निराळाच आहे." कॅथलीन पुढे सांगू लागली, "जेव्हा यु.एस.डी.ए.चे लोक अन्नप्रदूषणाबद्दल बोलतात तेव्हा ते अत्यंत ढोबळ पातळीवर बोलत असतात. म्हणजे ते दृश्य स्वरूपात शेणामुळे होणाऱ्या प्रदूषणाविषयी सांगत असतात. अन्नाची सूक्ष्मजीवशास्त्रीय तपासणी होऊ नये यासाठी बीफ उद्योगाने वर्षानुवर्षे झगडा केलेला आहे. आता काही प्रमाणात जीवाणु संवर्धन केले जाते खरे. पण ते निव्वळ देखाव्यापुरतेच आहे.

"यावर विश्वास ठेवणं कठीण आहे." ट्रेसी म्हणाली, "म्हणजे मांस नेहमीच सुरक्षित असतं असं आपण मानतो..."

"ही परिस्थिती फार दुर्दैवी आहे आणि त्यातून उद्भवणाऱ्या समस्या शोकांतिका ठरणाऱ्या आहेत."

काही क्षण कोणी काही बोलले नाही.

"हे आम्हांला फार चांगलं समजलं आहे." ट्रेसी म्हणाली, "आपली मुलगी काय परिस्थितीत आहे याची जणू एकदम नव्याने तिला जाणीव झाली होती. तिच्या गालावर पुन्हा अश्रू ओघळले.

"हं. आता नक्की ठरलं." किम एकदम उठून उभा राहिला.

"काय ठरलं?" ट्रेसी अश्रू आवरत कशीबशी म्हणाली, "तू आता आणखी कुठं निघाला आहेस?"

"बार्टनव्हिले." किम म्हणाला, "मी चट्कन मर्सर मीट्सला भेट देऊन परत येतो."

"माझ्या मते तू इथंच थांबावंस." ट्रेसी हताशपणाने म्हणाली, "खरं म्हणजे माझ्यापेक्षाही तुला बेकीची अवस्था कशी आहे हे जास्त चांगलं माहीत आहे. डॉ. मॉर्गन आणि डॉ. स्टीव्हन्स् यांनी मला पटवून दिलं आहे की काही अवघड निर्णय घेण्याची वेळ येण्याची शक्यता आहे."

"अर्थातच, बेकीची अवस्था गंभीर आहे हे मलाही कळतं." किमने फटकारले, "म्हणूनच मी येथे काही न करता गप्प बसून राहू शकत नाही. मला तसं करणं जमणारच नाही. मी तिला एक डॉक्टर म्हणून अजिबात मदत करू शकत नाही हे जाणवल्यामुळे मी वेडापिसा होतोय. शिवाय बीफ उद्योग आणि यु.एस.डी.ए. विषयी हे एवढं सगळं कळल्यामुळे तर माझ्या अंगाची लाहीलाही होते आहे. मी ठरवलं आहे की, बेकीला हा आजार का झाला हे मी शोधून काढणार आहे. या इ. कोलायच्या तपासाचा धागा जिकडे कुठे असेल तिकडे जाऊन मी त्याची तड लावणार हे नक्की. निदान बेकीसाठी म्हणून मी एवढंच सध्या करू शकतो."

"आणि आम्हांला तुझी गरज पडली तर?" ट्रेसीने विचारले.

"माझा सेलफोन माझ्या गाडीतच आहे." किम म्हणाला, "मला कधीही फोन तू करू शकतेस. शिवाय मी फार वेळ इथून दूर असणार नाही."

"होय तर! म्हणजे कालच्यासारखंच की काय?"

"मी आता चांगला धडा शिकलो आहे. मी माझा राग काबूत ठेवेन."

ट्रेसीला किमचे म्हणणे अजिबात पटलेले नव्हते. ती उद्वेगाने म्हणाली, "तुला जायचं असेल तर जा."

किम वेगाने आय.सी.यू वेटिंगरूममधून बाहेर पडला. बेकीची गंभीर अवस्था आणि कणाकणाने होणारी तिची अधोगती यामुळे तो खचला होताच. शिवाय ट्रेसीच्या विरोधामुळे त्याला आणखी त्रास होत होता. अवघ्या एक दिवसापूर्वी तिने त्याचे वैफल्य समजत असल्याचे दाखवले होते, आणि जणू आता ती ते सारे बोलणे पार विसरून गेली होती.

फ्रीवेवर आल्यावर किमने सेलफोन काढून टॉमला फोन लावला. अनेक

ठिकाणी प्रयत्न केल्यानंतर तो हॉस्पिटलमधल्या प्रयोगशाळेत सापडला. "टॉम, मला तुझी आणखी मदत हवी आहे."

"बेकी कशी आहे?" टॉमने विचारले.

"प्रामाणिकपणाने सांगायचं तर तिची अवस्था चांगली नाही. मी ते नाकारण्याचा खूप प्रयत्न केला खरा, पण आता ते शक्य नाही. जे घडतंय ते चांगलं नाही. हा इ. कोलाय एवढा घातक असेल ह्याची अजिबात कल्पना नव्हती. ह्या जीवाणूचे टॉक्सिन एकदा का शरीरात शिरले की त्यावर काहीही उपाय नाही हे माहिती नव्हतं. असो, मला अजिबात आशा वाटत नाही." किम अश्रू थोपवत म्हणाला.

"हे फार वाईट झालंय. खरोखरच हे ऐकून वाईट वाटलं मला. बरं मी काही मदत करू शकतो का?"

"तू काही दिवस माझ्या पेशंटकडे लक्ष देशील का? मी फार अवघड परिस्थितीत सापडलोय." किम म्हणाला.

"काहीही प्रॉब्लेम नाही." टॉम उमदेपणाने म्हणाला, "मी नाहीतरी माझ्या पेशंटना बघायला राऊंड घेतोच. नंतर मी तुझ्या पेशंटला बघून घेईन. बस्स हे एवढं सोपं आहे. मी नर्सनाही सांगून ठेवतो. म्हणजे मग जर काही अडचण उद्भवली तर त्या सरळ मला बोलावू शकतील."

"धन्यवाद टॉम." किम म्हणाला, "मी तुझा ऋणी आहे."

"मला तुझ्यासाठी आणखीही काही करायला आवडेल." टॉम म्हणाला.

"जरूर. टॉम, हे ऐकून बरं वाटलं."

बार्टनव्हिले गावापासून चाळीस मिनिटांपेक्षा कमी अंतरावर होतं. किम मुख्य रस्त्यावरून गेला. एका सर्व्हिस स्टेशनपाशी उतरून त्याने खाणाखुणा विचारून घेतल्या होत्या. त्याप्रमाणे त्याला मर्सर मीट्स सापडायला अजिबात अडचण आली नाही.

किमच्या अपेक्षेपेक्षा मर्सर मीट्सची इमारत खूपच मोठी होती. पांढऱ्या रंगाची ही इमारत आधुनिक पद्धतीची होती. पण त्या इमारतीमधे खास काहीही नव्हतं. आजूबाजूचा परिसर उत्तमप्रकारे राखलेला होता. पार्किंगच्या भागात झाडांची बेटे तयार केलेली होती. सगळ्या परिसरात श्रीमंती उठून दिसत होती. दरवाजाजवळ 'पाहुण्यांसाठी' असं लिहिलेल्या राखीव जागांपैकी एका जागी किमने गाडी पार्क केली. तो गाडीतून उतरून चालत निघाला. जाताना तो स्वतःच्या मनाला रागावर ताबा ठेवायचा आहे हे सारखे बजावत होता. ओनियन रिंगच्या अनुभवामुळे त्याच्या लक्षात आले होते की, जर राग आटोक्यात राहिला नाही तर ते त्याच्या दृष्टीने वाईट होणार होते.

रिसेप्शनचा भाग हा मांसप्रक्रिया उद्योगापेक्षा एखाद्या विमा कंपनीच्यासारखा वाटत होता. जमिनीवर अत्यंत महागडे गालिचे सगळीकडे पसरलेले होते. फर्निचरदेखील

उत्तम प्रकारे सजवलेले होते. भिंतीवर अनेक चित्रे लावलेली होती. या चित्रांमधले विषय त्या उद्योगाला साजेसे होते. तिथे अनेक जातींच्या गाईगुरांची चित्रे होती.

एका गोलाकार डेस्कपाशी एक पोक्त स्त्री बसलेली दिसली. तिने कॉर्डलेस हेडसेट लावलेला होता. ''मी काही मदत करू शकते का?'' तिने विचारले.

''होय.'' किम म्हणाला, ''मर्सर मीट्सच्या अध्यक्षांचं नाव काय?''

''एव्हरेट सोरेनसन.'' ती स्त्री म्हणाली.

''तुम्ही त्यांना फोन करून सांगाल का की डॉ. किम रेग्गीस त्यांना भेटायला आले आहेत.''

''कशासंबंधी? मी त्यांना काय सांगू?'' ती किमकडे संशयाने पाहात म्हणाली. किमचा अवतार बेघर भणंगासारखा दिसत होता.

''ते सांगणं जरुरी आहे का?''

''मि. सोरेनसन अत्यंत कामात आहेत.''

''तसं असेल तर त्यांना सांगा की, मर्सर मीट्स ओनियन रिंग या रेस्टॉरंट साखळीला घाणेरड्या हॅम्बर्गर पॅटी पुरवत आहेत त्याबद्दल मला बोलायचं आहे.''

''काय म्हणालात?'' त्या स्त्रीने किमचे बोलणे ऐकले होते. पण तिचा त्या शब्दांवर विश्वास बसला नव्हता.

''त्यापेक्षा असं सांगणं जास्त योग्य होईल..'' किम आपण आपल्या मनावर ताबा ठेवायचा आहे हे विसरून जाऊ लागला होता. ''त्यांना सांगा की, मर्सर मीट्सने बनवलेले खराब हॅम्बर्गर खाल्ल्यामुळे माझी मुलगी मृत्यूशी झुंज देत आहे. याविषयी मला त्यांच्याशी चर्चा करायची आहे.''

''तुम्ही बसून घेतलंत तर बरं होईल.'' रिसेप्शनिस्ट म्हणाली आणि नर्व्हसपणे तिने आवंढा गिळला. किम आता डेस्कवर पुढे झुकला होता आणि बोटांच्या पेरांवर रेलून उभा होता. ''ठीक आहे. मी अध्यक्षांना तुमचा निरोप देते.''

''धन्यवाद.'' किम म्हणाला. तिच्याकडे पाहून कृत्रिम हास्य केले आणि बाजूला जाऊन कोचावर बसला.

ती स्त्री हेडसेटमधे बोलताना मधूनमधून किमकडे नर्व्हसपणे कटाक्ष टाकत होती. किमने पुन्हा एकदा तिच्याकडे पाहून स्मित केले. ती काय बोलत होती ते किमला ऐकू येत नव्हते. पण ते त्याच्याबद्दल होते हे तिच्या चेहऱ्यावरून स्पष्ट कळत होते.

किम पायावर पाय टाकून बसला होता. तो अधूनमधून पाय हलवत होता. पाच मिनिटे उलटून गेली होती. किमला पुन्हा राग येऊ लागला होता. आता आपण आणखी वाट पाहू शकणार नाही असा विचार त्याच्या मनात आला होता. एवढ्यात एकजण तिथे आला. त्याच्याही अंगावर किमसारखाच लांब पांढरा कोट होता.

फरक फक्त एवढाच होता की, त्याचा कोट स्वच्छ आणि चांगला कडक इस्त्री केलेला होता. त्याच्या डोक्यावर बेसबॉलची निळी टोपी होती. त्यावर 'मर्सर मीट्स' असे लिहिलेले होते. त्याच्या हातात पॅड होते.

तो माणूस सरळ किमच्या दिशेने आला आणि त्याने आपला हात पुढे केला. किमच्या मनात नसूनही त्याने उठून त्या माणसाशी हस्तांदोलन केले.

"डॉ. रेग्गीस, मी जॅक कार्टराईट. आपल्याला भेटून मला आनंद वाटला."

"अध्यक्ष कुठे आहेत?"

"ते आत्ता एका कामात अडकले आहेत." जॅक म्हणाला, "पण त्यांनी तुमच्याशी बोलायला मला मुद्दाम पाठवले आहे. कंपनीच्या अनेक उपाध्यक्षांपैकी मी एक आहे. इतर गोष्टींप्रमाणे जनसंपर्काची जबाबदारी माझ्याकडे सोपवण्यात आलेली आहे.

जॅक आडव्या बांध्याचा होता. त्याचा चेहरा कणकेसारखा मऊसूत होता आणि नाक डुकराप्रमाणे किंचित वर वळलेले होते. तो उपकार केल्यासारखा स्मितहास्य करत होता.

"मला अध्यक्षांशी बोलायचं आहे."

"हे पाहा." जॅक तत्काळ म्हणाला, "तुमची मुलगी आजारी आहे हे ऐकून मला खरोखरच वाईट वाटलं."

"नुसती आजारी नव्हे. ती मृत्यूच्या दारात अक्षरश: झगडते आहे. इ. कोलाय ०१५७ : एच ७ नावाच्या जीवाणूविरुद्ध तिची झुंज सुरू आहे. मला वाटतं की तुम्ही या जंतूचं नाव नक्कीच ऐकलेलं असावं."

"दुर्दैवाने होय." जॅक म्हणाला त्याच्या चेहऱ्यावरचे हसू तत्काळ मावळले, "मांस उद्योगाशी संबंधित प्रत्येकाला हा जंतू माहिती आहे. विशेषत: हडसन मीट्स प्रकरण झाल्यापासून तर आहेच. खरं म्हणजे त्याची आम्हांला एवढी दहशत वाटते की आम्ही यु.एस.डी.ए. ने सुचवलेल्या सर्व गोष्टींपेक्षा जास्त नियमांचं अगदी कटाक्षाने पालन करतो. आमच्या इथे कमतरता किंवा काही दोष आहे हे एकदाही पुढे आलेले नाही यावरूनच हे सिद्ध होतं."

"हॅम्बर्गरसाठी ज्या पॅटी बनवल्या जातात, त्या बनवण्याचा भाग मला पहायचा आहे." किम म्हणाला. जॅकच्या ठोकळेबाज स्पष्टीकरणामधे त्याला रस नव्हता.

"पण हे मात्र शक्य होणार नाही." जॅक म्हणाला, "प्रदूषण होऊ नये म्हणून आम्ही त्या ठिकाणी प्रवेश फार मर्यादित ठेवला आहे..."

"थांबा!" किमने जॅकचे वाक्य तोडले. त्याचा चेहरा लालसर झाला. "मी डॉक्टर आहे. प्रदूषण म्हणजे काय ते मला चांगलं समजतं. त्या ठिकाणी जाण्यासाठी जो काही पोशाख नेहमी केला जातो तो करायला मी तयार आहे. पण मी याबाबतीत कोणत्याही परिस्थितीत नकार ऐकणार नाही."

"हो हो...जरा शांतपणानं घ्या." जॅक खेळकरपणाने म्हणाला, "तुम्ही माझं म्हणणं पूर्ण होऊ दिलं नाहीत. तुम्ही प्रत्यक्ष उत्पादन होतं त्या ठिकाणी जाऊ शकत नाही. पण आम्ही बाहेरूनच सर्व प्रक्रिया दिसेल अशा प्रकारे काचांची पॅनेल बसवली आहेत. तुम्हाला हे कपडे बदलावे लागणार नाहीत. आणखी काय पाहिजे?"

"हे चांगलं झालं" किम म्हणाला.

"ठीक तर! ... माझ्या मागोमाग या."

जॅकच्या पाठोपाठ किम एका कॉरिडॉरमधून चालू लागला.

"तुम्हाला फक्त हॅम्बर्गरचे उत्पादन कसे होते ते पाहायचं आहे का?"

"होय फक्त हॅम्बर्गर."

"उत्तम!" जॅक उत्साही स्वरात म्हणाला.

दोघे आता एका जिन्यावरून वर जाऊ लागले होते.

"आम्ही इथे मर्सर मीट्समधे स्वच्छतेच्या बाबतीत वाघ आहोत हे मी मुद्दाम सांगू इच्छितो. मांस उत्पादनाचा सर्व भाग रोजच्यारोज स्वच्छ केला जातो. प्रथम जास्त दाबाची वाफ वापरली जाते आणि मग क्वॉर्टर्नरी अमोनिअम रसायनाचा वापर होतो. खाली पडलेली वस्तू उचलून खाता येईल एवढी स्वच्छता असते."

"हं...हं"

"सगळा उत्पादन विभाग पस्तीस डिग्रीला ठेवलेला आहे." पायऱ्या चढून वर गेल्यावर जॅक म्हणाला. जॅकने एका हँडलला हात घातला. "यामुळे कामगारांना त्रास होतो. पण त्यामुळे जीवाणूंना मात्र जगणं मुश्कील होतं. म्हणजे मला काय म्हणायचं आहे ते तुमच्या लक्षात आलं असेलच." जॅक हसला. पण किम त्यावर काहीही बोलला नाही.

ते आता एका काचा लावलेल्या कॉरिडॉरमधे उभे होते. हा कॉरिडॉर संपूर्ण उत्पादनभागावरून उंचीवरून जात होता.

"हे सारं फार छान आहे. नाही?" जॅक अभिमानाने म्हणाला.

"पॅटी कुठं तयार होतात?"

"आपण ते पाहाणार आहोत. पण मी तुम्हाला ही सारी यंत्रे कायकाय कामे करतात ते स्पष्ट करून सांगतो."

खालच्या उत्पादन विभागात पांढरे कपडे घातलेले कामगार कामे करताना दिसत होते. त्यांच्या डोक्यावर शॉवर घेताना वापरतात तशा टोप्या होत्या. शिवाय हातमोजे आणि बुटांवर आवरणेही दिसत होती. ही सगळी व्यवस्था अत्यंत स्वच्छ आणि नवीन आहे हे किमने मनोमन कबूल केले. त्याला यापेक्षा काहीतरी गचाळ दृश्य दिसण्याची अपेक्षा होती. त्यामुळे तो चकित झाला होता.

यंत्रांचा आवाज खूप मोठा असल्याने जॅक मोठ्या आवाजात बोलत होता.

कॉरिडॉरच्या दोन्ही बाजूला लावलेल्या काचा एकेरी होत्या. त्यामुळे आवाज खूपच मोठा होता.

"ताजे आणि गोठवलेले मांस एकत्र मिसळून हॅम्बर्गर तयार होते याची तुम्हाला कल्पना आहे की नाही हे मला माहिती नाही. मांस स्वतंत्रपणे तिकडे पिसले जाते. अर्थातच गोठवलेले मांस परत नेहमीच्या तापमानास अगोदर आणले जाते."

किमने मान डोलावली.

"प्रथम साधारण पिसलेले दोन्ही प्रकारचे मांस तिकडे त्या ब्लेंडरमधे टाकले जाते. यामधे विशिष्ट फॉर्म्युल्यानुसार एक बॅच तयार केली जाते. मग ही बॅच भरपूर पिसली जाते. हे काम त्या मोठ्या ग्राईंडरमधे केले जाते."

जॅकने बोटाने ग्राईंडर दाखवले. किमने मान डोलावली.

"दर तासाला पाच बॅचवर प्रक्रिया केली जाते. मग या बॅच एकत्र करून एक लॉट बनवला जातो."

किमने एका मोठ्या रबरी किंवा प्लॅस्टिकच्या टाकीकडे बोट दाखवलं. ह्या टाक्यांना चाके लावलेली होती, "ताजे मांस त्यामधून आणले जाते काय?" किमने विचारले.

"होय." जॅक म्हणाला, "त्यांना आम्ही कॉम्बो टाक्या म्हणतो. त्यांची क्षमता दोन हजार पौंड इतकी आहे. ताज्या मांसाबद्दल आम्ही फार जागरूक असतो. ताजे मांस पाच दिवसांत वापरावे लागते. तसेच ते सतत पस्तीस डिग्रीखाली ठेवावे लागते. हे तापमान नेहमीच्या फ्रीजमधील तापमानापेक्षा कमी असते याची तुम्हाला कल्पना असेलच."

"लॉटचे पुढे काय होते?"

"बारीक पिसणाऱ्या ग्राईंडरमधून बाहेर पडला की लॉट या पट्ट्यावरून पलीकडच्या भागात असलेल्या पॅटी बनवणाऱ्या यंत्राकडे रवाना होतो. किमने मान डोलावली. पॅटी बनवण्याचे यंत्र इतर भागापासून वेगळे काढलेले होते. त्याच्यासाठी स्वतंत्र खोली होती. दोघेजण चालत त्या यंत्राच्या थेट वरच्या बाजूला आले.

"फार छान आहे की नाही हे यंत्र?"

"त्याला वेगळी खोली कशासाठी आहे?"

"ते अधिक स्वच्छ राहावं आणि त्याचे काही नुकसान होऊ नये म्हणून. हे यंत्र म्हणजे या ठिकाणी काम करणारे सर्वांत किमती यंत्र आहे. या उत्पादनविभागाचा मुख्य भार याच यंत्रावर आहे. ते बाळ रेग्युलर अशा एकदशांश पौंडांच्या किंवा एकचतुर्थांश पौंडाच्या पॅटी बाहेर टाकते."

"या यंत्रामधून बाहेर पडणाऱ्या पॅटींचे पुढे काय होते?"

"एका पट्ट्यावरून त्या सरळ द्रवरूप नायट्रोजन असलेल्या एका बोगद्यातून

पुढे जातात. इथे त्या अत्यंत कमी तापमानाला गोठवल्या जातात. मग पुढे गेल्यावर त्या हाताने उचलून खोक्यांमधे भरल्या जातात आणि त्यानंतर आणखी मोठ्या खोक्यांमधे पॅकिंग होते.

"मांस कुठून आलं हे तुम्हाला शोधून काढता येतं का?" किमने विचारले, "म्हणजे मी जर तुम्हाला उत्पादनाची तारीख, लॉट नंबर आणि बॅच नंबर हे तपशील दिले तर..."

"नक्कीच तसं करता येईल. हे सारे तपशील पॅटीरूमच्या लॉगबुकात नोंदवले जातात."

किमने खिशात हात घालून एक कागदाचा तुकडा बाहेर काढला. ओनियन रिंग रेस्टॉरंटच्या वॉक-इन फ्रीजमधून त्याने हॅम्बर्गरची माहिती नोंदवून घेतलेली होती. त्याने कागदाची घडी उलगडून कागद जॅकच्या हातात ठेवला.

"या दोन दिवशी तयार झालेल्या लॉटसाठी मांस कुठून आलं होतं हे मला जाणून घ्यायचं आहे."

जॅकने कागदावर नजर फिरवली आणि मान हलवली. "माफ करा ही माहिती मी तुम्हाला देऊ शकत नाही."

"का नाही?" किम आव्हानात्मक स्वरात म्हणाला.

"मला ते शक्य नाही." जॅक म्हणाला, "ही माहिती गोपनीय आहे. ती लोकांना मिळणारी नाही."

"त्यामधे गुपित काय आहे?"

"गुपित वगैरे काही नाही. पण हे कंपनीचे धोरण आहे."

"मग लॉगबुकात नोंदी तरी कशासाठी करायच्या?"

"कारण यु.एस.डी.ए.चा तसा नियम आहे."

"हे मला संशयास्पद वाटतंय." किम म्हणाला. त्याच्या मनात सकाळी कॅथलीनने सांगितलेल्या गोष्टी रुंजी घालू लागल्या. "यु.एस.डी.ए. या सार्वजनिक संस्थेसाठी लॉगबुकात नोंदी ठेवल्या जातात आणि ही माहिती ज्यांच्यासाठी आहे त्या लोकांनाच ती मिळत नाही हा काय प्रकार आहे?"

"मी नियम तयार करत नाही," जॅक मवाळपणाने म्हणाला.

किमने पॅटीरूममधे सगळीकडे नजर फिरवली. तिथली स्टेनलेस स्टीलची भांडी, उपकरणे आणि जमिनीवरच्या टाईल्स वगैरे सर्वकाही चकचकीत होते. पॅटी बनवणाऱ्या यंत्रापाशी तीन पुरुष आणि एक स्त्री काम करत होते.

किमच्या लक्षात आले की, त्या स्त्रीच्या हातात पॅड आहे आणि ती अधूनमधून त्यावर काहीतरी खरडत होती. इतर तिघांप्रमाणे ती यंत्राला स्पर्श मात्र करत नव्हती.

"ती कोण आहे?" किमने विचारले.

"तिचे नाव मार्शा बाल्डविन."

"ती काय करते आहे?"

"तपासणी करते आहे." जॅक म्हणाला, "यु.एस.डी.ए. ने तिची इथे तपासनीस म्हणून नेमणूक केलेली आहे. ती आठवड्यातून तीनचार वेळा किंवा कधीकधी पाचवेळा येते. ती फार खडूस आहे. ती सगळीकडे नाक खुपसत असते."

"मला वाटतं की तिला मांस कुठून आलं त्याची माहिती मिळू शकेल."

"होय." जॅक म्हणाला, "ती प्रत्येकवेळी इथं आली की पॅटीरूमचं लॉगबुक तपासून पाहाते."

"ती आत्ता काय करते आहे?" किमने विचारले. मार्शा पुढे वाकून पॅटी बनवणाऱ्या यंत्राच्या उघड्या तोंडामधून आत डोकावत होती.

"मला अजिबात कल्पना नाही." जॅक म्हणाला, "कदाचित ती यंत्राची साफसफाई जशी हवी तशी झाली आहे की नाही हे पाहात असावी. सफाई व्यवस्थित झालेली असणारच म्हणा. ती या बारीकसारीक गोष्टींत फार दक्ष असते. असो, निदान तिच्यामुळे आम्ही कामात चोख राहातो हे नक्की."

"आठवड्यातून तीन-चार किंवा पाचवेळा." किमने जॅकचे शब्द पुन्हा उच्चारले. हे विशेषच आहे म्हणायला हवं."

"चला." जॅक किमला पुढे चलण्यासाठी खूण करत म्हणाला, "तुम्ही अद्याप खोकी कशी पॅक केली जातात ते पाहिलेले नाही. ही खोकी बाहेर पाठवण्यासाठी अतिथंड ठिकाणी साठवून ठेवली जातात."

आपल्याला हवं ते सारं पाहून झालं असल्याचे किमच्या लक्षात आले. एव्हरेट सोरेनसन भेटणार नाही हेदेखील त्याच्या ध्यानात आले.

"जर तुम्हाला आणखी काही विचारायचं असेल तर मला फक्त एक फोन करा." जॅक विजयी स्मितहास्य करत म्हणाला. ते दोघे आता रिसेप्शनपाशी परत आले होते. त्याने एक कार्ड काढून किमच्या हातात ठेवले. त्याच्याशी हस्तांदोलन करून त्याचे भेट दिली म्हणून आभार मानले आणि त्याच्या पाठीवर हलकेच थाप मारली.

किम इमारतीमधून बाहेर पडला आणि गाडीत जाऊन बसला. गाडी सुरू न करता त्याने रेडिओ लावला. आपला सेलफोन सुरू आहे याची खात्री करून घेतली आणि मग तो आरामात बसला. काही वेळाने त्याने खिडकीची काच अर्ध्यावर आणली. त्याला झोप लागू नये याची काळजी घ्यायची होती.

वेळ अगदी सावकाश पुढे सरकत होती. अनेकदा त्याने तिथून निघून जायचे ठरवले होते. ट्रेसीला आय.सी.यू. वेटिंगरूममधे एकटे टाकून आल्याबद्दल त्याला सतत अपराधी वाटत होते. पण एक तासभराने वाट पाहात बसण्याच्या प्रयत्नांना

फळ आले. मार्शा बाल्डविन त्याला बाहेर पडताना दिसली. तिने खाकी रंगाचा कोट घातलेला होता आणि हातात सरकारी ब्रीफकेस दिसत होती.

ती गाडीमधे बसण्याच्या आत तिला गाठण्यासाठी किमची थोडी गडबड उडाली. त्याच्या गाडीचे दार उघडेना. मागे एकदा बसलेल्या छोट्या धडकीनंतरचे हे फळ होते. कधीकधी दार गच्च बसत असे. हाताने थोडे धपके घातल्यावर दार उघडले. किमने बाहेर उडी टाकून तिच्या दिशेने धाव घेतली. किम तिच्यापर्यंत पोहोचेपर्यंत मार्शाने आपल्या पिवळ्या रंगाच्या फोर्ड सेडन गाडीचे मागचे दार उघडले होते. मागच्या सीटखाली ब्रीफकेस ठेवून ती सरळ उभी राहात असतानाच किमने तिला गाठले. तिची उंची पाहून किमला आश्चर्य वाटले. ती निदान पाच फूट दहा इंच उंच होती.

"मार्शा बाल्डविन?"

अशाप्रकारे एकदम नावाने हाक मारल्यामुळे चकित झालेल्या मार्शाने किमकडे वळून पाहिले. आपल्या गडद पाचूच्या रंगाच्या डोळ्यांनी तिने त्याचे आपादमस्तक निरीक्षण केले. तिने कपाळावर आलेली गडद सोनेरी केसांची बट झटक्यात मागे सारून कानामागे बसवली. किमच्या हाकेमुळे ती गोंधळली होती आणि त्याच्या स्वरामधल्या भांडखोर छटेमुळे ती सावध झाली होती.

"होय, मीच मार्शा बाल्डविन," ती साशंकपणाने म्हणाली.

किमच्या एकूण चित्र लक्षात आले. गाडीच्या बंपरवर 'मॅनटीजना वाचवा' असं लिहिलेला स्टीकर होता. गाडी निश्चितपणे सरकारी दिसत होती. तिचे वय पंचवीसपेक्षा जास्त नाही हे किमच्या लक्षात आले. तिच्या त्वचेचा रंग पोवळ्यासारखा होता. नाक सरळ होतं आणि त्यामुळे ती उमराव वर्गातली वाटत होती. तिच्या ओठांची रेषा धारदार होती.

"आपल्याला बोललं पाहिजे." किम ठासून म्हणाला.

"अस्सं?" मार्शाने विचारले, "आणि तुम्ही कोण आहात? बेकार सर्जन की तुम्ही काल रात्रीच्या विचित्र कपड्यांच्या पार्टीतून सरळ इकडे आला आहात?"

"इतर कोणत्याही परिस्थितीत मी ह्या शेऱ्याला दाद दिली असती. मला कळलं की तुम्ही यु.एस.डी.ए. मधे तपासनीस आहात."

"ही माहिती तुम्हाला कोणी दिली?" मार्शाने किंचित चिंतेत पडून विचारले. तिच्या प्रशिक्षणकाळात तिला याची कल्पना देण्यात आली होती की, कधीमधी तिला एखाद्या माथेफिरूशी सामना करावा लागेल.

किमने मर्सरमीट्‌सच्या दरवाजाकडे बोट दाखवले, "तिथल्या जॅक कार्टराईट नावाच्या अतिशय नम्र माणसाने."

"बरं मीच यु.एस.डी.ए. ची तपासनीस आहे. पुढे काय?" तिने मागचे दार बंद करून पुढचे उघडले. तिला या परक्या माणसाबरोबर जास्त बोलायची इच्छा नव्हती.

किमने खिशातून पॅटींच्या खोक्यावरून नोंदवून घेतलेला कागद बाहेर काढला. त्याने तो उंच धरला. "या दोन लॉटमधले मांस कुठून आले हे तुम्ही शोधून काढावं अशी माझी मागणी आहे."

मार्शाने कागदावर एकदा नजर टाकली, "आणि ते कशासाठी?"

"कारण त्या दोन्हींपैकी एका लॉटमधे असलेल्या इ. कोलाय जीवाणूमुळे माझी मुलगी मृत्युशय्येवर आहे. मला हे मांस कुठून आलं याची माहिती तर हवी आहेच. शिवाय या लॉटमधला माल कुठेकुठे गेला आहे हे देखील जाणून घ्यायचं आहे."

"ते मांस याच लॉटमधलं आहे हे तुम्हाला कसं कळलं?"

"मला अजून नक्की माहिती नाही."

"अस्सं?" मार्शा किमला डिवचत म्हणाली.

"होय तसंच." किम रागाने म्हणाला. तिच्या स्वरामधली कुचेष्टा त्याला सहन झाली नाही.

"माफ करा. मी ही माहिती तुम्हाला देऊ शकत नाही."

"का नाही?"

"अशी माहिती लोकांना पुरवणे हे माझे काम नाही. ते नियमात बसणारे नाही."

मार्शा गाडीत बसण्यासाठी पुढे झाली. किमच्या डोळ्यांसमोर बेकीचे हॉस्पिटलमधले मृत्यूशी झगडणारे रूप आले. त्याने एकदम मार्शाचा दंड गच्च धरला. "त्या नियमांना आग लावा! हे महत्त्वाचे आहे. तुम्ही लोकांचे रक्षण करण्यासाठी आहात आणि तसे करण्याची संधी आता चालून आलेली आहे."

मार्शा जरादेखील गडबडली नाही. तिने किमच्या हाताकडे नजर टाकली आणि मग किमच्या उर्मट, उग्र चेहऱ्याकडे पाहिले, "माझा हात सोड. नाहीतर चक्रम माणसा मी जीव खाऊन ओरडेन."

ही बाई बोलल्याप्रमाणे केल्याखेरीज राहाणार नाही, हे लक्षात येताच किमने तिला सोडून दिले. तिच्यामधला कणखरपणा त्याला सर्वस्वी अनपेक्षित होता.

"हं... आता नीट वागा जरा. मी तुमचं काहीएक बिघडवलेलं नाही." मार्शा एखाद्या लहान मुलाला समजावण्याच्या पद्धतीने म्हणत होती.

"बिघडवलेलं नाही कसं?" किम म्हणाला, "तुम्ही लोक जर निव्वळ कामाचा देखावा न करता या मांस उद्योगाची नीट तपासणी करत असता तर आज माझी मुलगी आजारी नसती. इतकेच नाहीतर दरवर्षी पाचशे लहान मुलं मेली नसती."

"एक मिनिट." मार्शाने प्रत्युत्तर दिले. "मी माझं काम गंभीरपणाने करते, समजलं?"

"हॅट!" किम फटकारत म्हणाला, "मी ऐकलंय की तुम्ही लोक फक्त स्वत:पुरतं खूप काम करता. माझ्या कानावर आलंय की, ज्या मांस उद्योगाची तुम्ही तपासणी करणे आवश्यक आहे त्याच्याबरोबर तुम्ही झोपता."

मार्शा आ वासून त्याच्याकडे पाहात राहिली. ती रागाने पेटून निघाली होती, ''मी यावर काहीही बोलणार नाही.'' तिने आत शिरून दार लावून घेतले. तिने इग्निशनमधे किल्ली सरकवली.

किम खिडकीवर धपके मारू लागला, ''प्लीज!... माझं ऐकून घ्या. प्लीज...मला माफ करा...'' किमने आपल्या विस्कटलेल्या केसांमधून बोटं फिरवली. ''मला तुमच्या मदतीची फार गरज आहे. मला तुम्हाला वैयक्तिक बाबीबद्दल काहीही म्हणायचं नव्हतं. मी तुम्हाला ओळखतदेखील नाही.''

काही सेकंद विचार केल्यानंतर मार्शाने गाडीची काच खाली केली. काही वेळापूर्वी तिला जो माणूस विक्षिप्त माथेफिरू वाटला होता. तोच आता वेगळा दिसत होता. त्या माथेफिरू माणसाच्या चेहऱ्यावर पिळवटून टाकणारी वेदना प्रकट झालेली होती.

''तुम्ही खरोखरच डॉक्टर आहात?''

''होय.'' किम म्हणाला, ''नेमकं सांगायचं तर कार्डियाक सर्जन आहे.''

''तुमची मुलगी खरोखरच आजारी आहे का?''

''होय. खूपच आजारी आहे.'' किम फाटलेल्या आवाजात म्हणाला, ''तिला इ. कोलायच्या एका फार भयंकर प्रकारचा संसर्ग झाला आहे. तिला तो कच्च्या हॅम्बर्गरमधूनच झाला याबद्दल माझी जवळपास खात्री पटलेली आहे.''

''हे ऐकून मला फार वाईट वाटलं'' मार्शा म्हणाली, ''पण मी काय म्हणते ते नीट ऐका. तुम्ही माझ्याशी बोलून काही फायदा नाही. मी यु.एस.डी.ए. मधे फार काळ काम करत नाहीये. शिवाय मी तिथल्या एकूण रचनेत फार खालच्या स्तरावर आहे.''

''मी कोणाशी बोलावं?''

''डिस्ट्रीक्ट मॅनेजर. त्यांचं नाव स्टर्लिंग हेंडरसन. मी त्यांचा फोन नंबर देऊ शकते.''

''ज्याला मध्यम स्तरावरचे व्यवस्थापन म्हणतात त्यामधे हे हेंडरसन येतात का?'' किमला कॅथलीनचे शब्द आठवत होते.

''कदाचित.''

''मग मला त्यांच्याशी बोलण्यात रस नाही.'' किम म्हणाला, ''यु.एस.डी.ए. च्या तपासणी सेवेमधे गडबड आहे हे माझ्या कानावर आले आहे. विशेषत: मध्यम स्तरावरील व्यवस्थापनाच्या हितसंबंधांमुळे मोठ्या समस्या उद्‌भवलेल्या आहेत. तुम्हाला त्याची काही कल्पना आहे का?''

''हं...काही समस्या आहेत हे मलाही कळलं आहे.'' मार्शाने कबूल केले, ''तो सारा प्रकार राजकीय स्वरूपाचा आहे.''

"म्हणजे अब्जावधी डॉलर्सची उलाढाल करणारा बीफ उद्योग सगळीकडे आपला दबाव आणतो असा त्याचा अर्थ आहे का?"

"जवळपास तसंच."

"प्लीज, माझ्या मुलीसाठी मला मदत करणार का?" किम म्हणाला, "मी डॉक्टर म्हणून तिला काहीही मदत करू शकत नाही. पण तिला हा आजार कुठं आणि कसा झाला हे मात्र मी शोधून काढायचा चंग बांधला आहे. त्यामुळे काही मुलांच्या वाट्याला येणारे दुर्दैव टळेल. या कागदावर मी ज्या दोन लॉटचे नंबर लिहिले आहेत, त्यांपैकी एकामधे इ. कोलायचा महाभयंकर प्रकारचा जीवाणू आहे हे नक्की."

"ओह गॉड! मला काय म्हणावं ते कळेनासं झालं आहे." मार्शा स्टिअरिंग व्हीलवर बोटांनी ताल धरत मनामधे सर्व शक्यतांचा विचार करू लागली. काही मुलांना घातक रोगापासून वाचवण्याची कल्पना तिला पटत होती. पण किमचे ऐकण्यामधे काही प्रमाणात धोकाही होता.

"तुमच्या मदतीशिवाय मी ही माहिती मिळवू शकतच नाही." किम म्हणाला, "म्हणजे ती जर लवकर मिळाली नाहीतर काही उपयोगही होणार नाही."

"सार्वजनिक आरोग्य विभागाला कळवलं तर?"

"तसं करता येईल." किम म्हणाला, "मी सोमवारी त्या मार्गाचाही अवलंब करून पाहाणार आहेच. पण खरं सांगायचं तर मला त्यातून काही निष्पन्न होईल असं वाटत नाही. मला आणखी एका नोकरशाही यंत्रणेला सामोरे जावे लागेल. शिवाय त्याला वेळही खूप लागेल. तसेच मला हे काम स्वतः करायचे आहे. माझा एक डॉक्टर म्हणून काही उपयोग नाही, या गोष्टीची मला एक प्रकारे भरपाई करायची आहे."

"माझी नोकरी त्यामुळे धोक्यात येऊ शकेल." मार्शा म्हणाली, "मी माझ्या बॉसची मदत घेण्याचा विचार एकदा केला होता. पण खरी गोष्ट अशी आहे की, बॉस आणि मी यांच्यामधे तसे फारसे चांगले संबंध अजून निर्माण झालेले नाहीत."

"बॉस म्हणजे मघाशी तुम्ही डिस्ट्रिक्ट मॅनेजर म्हणालात तोच की काय?"

"होय, स्टर्लिंग हेंडरसन."

"आपण ही गोष्ट आपल्या दोघांमधेच ठेवू." किम म्हणाला.

"हे तुम्हाला म्हणणं फार सोपं आहे. कारण माझ्या नोकरीच्या प्रश्न आहे, तुमचा नाही."

"मला एक सांगा." किमच्या मनात अचानक एक कल्पना आली, "इ. कोलायमुळे आजारी पडलेले एखादे मूल तुम्ही कधी पहिले आहे का? मी हे विचारलं याचं कारण म्हणजे मी स्वतः डॉक्टर आहे. तरीही माझी मुलगी आजारी पडेपर्यंत मी पाहिले नव्हते. म्हणजे मी त्याविषयी ऐकलेलं होतं, पण ते सारं अमूर्त आणि निव्वळ आकडेवारीच्या स्वरूपात होतं."

"नाही. मी कधीही इ. कोलायचा संसर्ग झालेले मूल पाहिलेले नाही."

"तर मग माझ्याबरोबर या आणि पाहा." किम म्हणाला, "तिला पाहिल्यानंतर काय करायचं ते तुम्ही ठरवू शकता. तुम्ही काहीही निर्णय घेतलात तरी तो मला मान्य असेल. अगदीच काही नाहीतरी निदान तुमच्या कामामधला एक नवीन पैलू तुम्हाला दिसेल."

"कुठे आहे तुमची मुलगी?"

"ती युनिव्हर्सिटी मेडिकल सेंटरमधे आहे." किम म्हणाला, "मी त्याच हॉस्पिटलमधे काम करतो." किमने पुढच्या दोन सीटच्यामधे ठेवलेल्या सेलफोनकडे बोट दाखवलं. तुम्हाला काही शंका वाटत असेल तर हॉस्पिटलला फोन लावा. माझं नाव डॉ. किम रेग्गीस. माझ्या मुलीचे नाव बेकी रेग्गीस."

"मी तुमच्यावर विश्वास ठेवते." मार्शा अजूनही डळमळीत स्वरात म्हणाली, "कधी जायचं म्हणता?"

"आत्ता लगेच." किम म्हणाला, "चला, माझी गाडी तिकडे आहे. मी तुम्हाला परत इथंच आणून सोडेन."

"नाही. ते जमणार नाही." मार्शा म्हणाली, "मी तुम्हाला नीट ओळखत नाही."

"ठीक आहे." किम म्हणाला. मार्शा बेकीला पाहायला तयार झाली म्हणून तो उल्हसित झाला होता. "माझ्यामागे या. मला फक्त तुम्ही हॉस्पिटलमधे गाडी कुठे पार्क करणार याची काळजी वाटत होती. पण हरकत नाही. माझ्या मागोमाग डॉक्टरांसाठीच्या पार्किंग लॉटमधे या. तुमचं काय म्हणणं आहे?"

"मी म्हणेन की तुम्ही मन वळवण्यात वाकब्गार आहात आणि चिकाटीही मोठी आहे तुमची."

"ठीक तर मग!" किम उद्गारला. त्याने आपल्या म्हणण्याला जोर येण्यासाठी मूठ घट्ट मिटवून उंचावली, "मी गाडी वळवून आणतो. तुम्ही मागे या."

"ओके," मार्शा म्हणाली. अजून आपण ह्या असल्या भानगडीत अडकतोय हे बरोबर की चूक, त्याबद्दल तिच्या मनात शंका होती.

जॅक कार्टराईट खिडकीला नाक लावून बाहेर पाहात होता. त्याने किमवर नजर ठेवली होती. त्याने मार्शा आणि किम यांच्या भेटीचा सगळा भाग पाहिला होता. त्यांच्यामधे काय बोलणं झालं ते त्याला अर्थातच कळलेलं नव्हतं. पण मार्शा किमच्या पाठोपाठ बाहेर पडली हे त्याच्या नजरेतून सुटले नव्हते. त्यांच्यामधे काहीतरी ठरले असावे याचीही त्याला कल्पना आली होती.

जॅक घाईघाईने प्रशासन विभागाकडे गेला. तिथे बसलेल्या अनेक सेक्रेटरींपैकी एकीला म्हणाला, "बॉस आत आहे का?"

"होय आहे." सेक्रेटरी संगणकावरची नजर न हटवता म्हणाली.

जॅकने अध्यक्षाच्या दारावर टक्‌टक्‌ केले. त्याला गडगडाटी आवाजात उत्तर मिळाले, "आत या."

एव्हरेट सोरेनसन ही कंपनी गेली वीस वर्षे यशस्वीरीत्या चालवत होता. त्याच्याच नेतृत्वाखाली कंपनी फूडस्मार्टने विकत दिली होती. सोरेनसनच्या कारकीर्दीमधेच नवीन कारखाना उभारला गेला होता. सोरेनसन जॅकपेक्षाही धष्टपुष्ट आणि विशालकाय होता. त्याच्या देहाच्या मानाने कानांचा आकार छोटा होता. त्याला चमचमणारे भव्य टक्कल होते.

"तू एवढा का पेटला आहेस?" एव्हरेटने आत येणाऱ्या जॅकला पाहून विचारणा केली. एव्हरेटला आपल्या हाताखालच्या लोकांच्याबाबतीत जणू सहावे इंद्रिय होते. त्याने जॅकला पॅटी विभागात काम करताना अक्षरश: अगदी खालच्या स्तरावरून उचलून व्यक्तिश: कंपनीच्या सत्तारचनेत समावून घेतले होते.

"एक समस्या उद्‌भवली आहे."

"ओह!" एव्हरेट म्हणाला. त्याने आपले अजस्त्र धूड खुर्चीत पुढे झुकवले आणि कोपरावर भार घेत त्याने विचारले, "काय भानगड उपटली?"

एव्हरेटच्यासमोर दोन खुर्च्या होत्या. जॅक त्यातल्या एकीत बसला. "तुम्ही आज सकाळी पेपरमधे आलेली एक बातमी दाखवली होती... कोणीतरी एक वेडपट डॉक्टर इ. कोलायच्या मागावर ओनियन रिंग रेस्टॉरंटमधे गेला होता आणि मारामारीसाठी त्याला अटक झाली होती... लक्षात आलं का?"

"होय, पण त्याचं काय आता?"

"तो आत्ता इथं आला होता."

"तो डॉक्टर?" एव्हरेटने अविश्वासाने विचारले.

"होय, तोच डॉक्टर. त्याचं नाव डॉ. किम रेग्गीस. मी तुम्हाला स्पष्ट सांगतोय हा माणूस माथेफिरू आहे आणि त्याचा स्वत:वर ताबा नाही. त्याची खात्री झाली आहे की, आपण पुरवलेल्या हॅम्बर्गर पॅटीतून त्याच्या मुलीला इ. कोलायचा संसर्ग झाला आहे."

"डॅम!" एव्हरेट म्हणाला, "हे चांगलं नाही..."

"हे आणखी वाईट होण्याची शक्यता आहे. आत्ता काही मिनिटांपूर्वी तो पार्किंग लॉटमधे मार्शा बाल्डविनशी बोलत होता हे मी पाहिलं आहे. नंतर ते पाठोपाठ बाहेर पडले."

"म्हणजे तुला वाटतं की ते दोघे बरोबर बाहेर गेले?"

जॅकने मान डोलावली, "होय, दिसत तरी तसं होतं. जाण्याअगोदर ते पार्किंग लॉटमधे एकमेकांशी बोलत उभे होते."

"जीझस ख्राईस्ट!" एव्हरेट म्हणाला. त्याने आपला फावड्यासारखा मोठा

पंजा टेबलावर आपटला आणि खुर्ची मागे सरकवून, उठून तो फेऱ्या मारू लागला, "हे आपल्या दृष्टीने चांगलं लक्षण नाही. अजिबात नाही! ती गॉडडॅम बाल्डविन! कुत्री! ती इथे आल्यापासून मला सलतीय आणि सतत ती मूर्खासारखे ते रिपोर्ट पाठवते आहे. तरी बरं, स्टर्लिंग हेंडरसन आहे म्हणून पुढे त्यांची विल्हेवाट लागते."

"स्टर्लिंग तिचं काही करू शकेल का? म्हणजे तिला काढून टाकणे..."

"तसं झालं तर उत्तमच की. मी अकटोविकट प्रयत्न करून तिच्याबद्दल स्टर्लिंगकडे तक्रारी करतोय."

"तो अजून इथं काम करतोय असं मानून आपण त्याला एवढी रक्कम पुरवतोय की निदान त्याने तिची बदली तरी करायला हावी."

"त्याच्या बाजूने विचार केला तर असं दिसतंय की, त्याची परिस्थिती अवघड आहे." एव्हरेट म्हणाला, "तिच्या बापाचं वॉशिंग्टनमधे काहीतरी संधान आहे."

"म्हणजे आता आपण आपल्याच बळावर मार्ग काढायचा आहे तर!" जॅक म्हणाला, "आता आपलं काम जरुरीपेक्षा जास्त चोख काम बजावण्याचं ध्येय बाळगणारी ही तपासनीस आणि तो मोकाट सुटलेला डॉक्टर यांची जोडी जमलेली दिसते आहे. ती आपल्या नियमानुसार काम करायला तयार नाही आणि हा डॉक्टर तर केवळ आपला मुद्दा पटवण्यासाठी जेलमधे जायला तयार असण्याएवढा माथेफिरू आहे. हा माणूस तर मला **कामीकाझे** वैमानिकांसारखा वाटू लागलाय. तो स्वतःही मरेल आणि आपल्यालाही मारेल."

"हे मला फार वाईट दिसू लागलंय. जे घडतंय ते चांगलं नाही. इ. कोलायमुळे आणखी एक फार्स झाला तर काही खरं नाही. आपण खलास होऊ. या जंतूंशी मुकाबला करताना हडसन मीट्स कंपनीचे लोक टिकले नाहीत. आपण आता काय करणार आहोत?"

"आपल्याला तातडीने उपाययोजना केलीच पाहिजे." जॅक म्हणाला, "मला वाटतं की नव्याने तयार झालेल्या 'प्रतिबंधक समितीला' कामाला लावायची हीच योग्य वेळ आहे. म्हणजे मला असं म्हणायचं आहे की, ज्या परिस्थितीचा विचार करून समिती तयार झालेली आहे, नेमकी तीच परिस्थिती आता उद्‌भवली आहे."

"तुझं म्हणणं बरोबर आहे." एव्हरेट म्हणाला, "हे अगदी योग्यच होईल. शिवाय आपणही त्यात कुठे असणार नाही. हे एकदम उत्तम झालं."

"बॉबी बो मॅसनना फोन केला तर कसं होईल?"

"मी करतो फोन." एव्हरेटला नवीन कल्पनेमुळे उत्साह आला होता. त्याला जॅककडे पाहून आनंदही वाटला. अशाप्रकारे व्यूहरचना करणे आणि निर्णय घेणे यासाठीच तर त्याने जॅकला वर आणून उपाध्यक्ष केले होते.

"मात्र यामधे वेळेला फार महत्त्व आहे." जॅक म्हणाला.

"मी त्याला लगेचच फोन करतो."

"कदाचित आज रात्री बोने आयोजित केलेल्या डिनर पार्टीचा आपण उपयोग करून घेऊ शकू." जॅक म्हणाला, "त्यामुळे आपलं काम वेगाने होऊ शकेल. कारण पार्टीमधे सर्वजण भेटतील."

"हा मुद्दा उत्तमच आहे!" एव्हरेट म्हणाला आणि त्याने फोन उचलला.

किमने आपली गाडी चटकन पार्क केली. उतरून त्याने मार्शाला एका मोकळ्या जागी गाडी लावायला सांगितले. डॉक्टरांसाठी राखीव जागेमधली ती जागा शनिवारी वापरली जाणार नाही याबद्दल त्याला खात्री वाटत होती. मार्शाची गाडी थांबताच किमने पुढे होऊन तिच्या गाडीचे दार उघडले.

"ही कल्पना ठीक आहे. अशी तुमची खात्री आहे ना?" मार्शाने गाडीतून उतरताना पुन्हा एकदा विचारलं. ती हॉस्पिटलच्या भव्य दर्शनीभागाकडे पाहात होती. गाडीतून हॉस्पिटलकडे येताना तिच्या मनात पुन्हा चलबिचल सुरू झाली होती.

"मला तर ही कल्पना उत्कृष्ट वाटते. मला ती इतक्या उशिरा का सुचली, हेच समजत नाही. बरं चला!"

किमने मार्शाच्या दंडाला धरून तिला हॉस्पिटलमधे न्यायला सुरुवात केली. सुरुवातीला तिने थोडासा विरोध केला. पण मग तिने तो प्रयत्न सोडून दिला. ती हॉस्पिटलमधे फारशी गेलेली नव्हती. त्यामुळे तिला थोडी धाकधूक वाटत होती. पण लिफ्टसाठी किमबरोबर उभी असताना तिला हे पाहून आश्चर्य वाटले की तिच्याऐवजी किमच थरथरत होता.

"तुम्ही ठीक आहात ना?" मार्शाने विचारले.

"खरं सांगायचं तर उत्तर 'नाही' असंच आहे." किमने कबूल केले, "मी मेडिकल कॉलेजमधे असल्यापासून हॉस्पिटलमधे ये-जा करत आलो आहे. मला कधी त्याबद्दल काहीच वाटत नव्हतं. पण आता मात्र प्रत्येकवेळी हॉस्पिटलमधे येताना माझ्या मनात प्रचंड भीती दाटून येते. म्हणूनच तर मी शक्यतो चोवीस तास इथंच राहाण्याचा प्रयत्न करतोय."

"हे फार कठीण असणार आहे सहन करायला."

"त्याची कल्पनाच तुम्ही करू शकणार नाही."

त्यांनी गच्च भरलेल्या लिफ्टमधे प्रवेश केला. त्यानंतर आय.सी.यू. कडे जाणाऱ्या कॉरिडॉरमधे येईपर्यंत दोघे गप्प होते.

"मला अनावश्यक चौकशा करायच्या नाहीत. पण अशावेळी तुमची बायको या सगळ्याला कशी काय सामोरी जाते आहे?"

"आमचा घटस्फोट झालेला आहे." किम म्हणाला, "पण बेकीच्या काळजीमुळे आम्ही एकत्र आलो आहोत. माझ्या माजी पत्नीचे नाव ट्रेसी आहे. तिला हे सहन करणे जड जात आहे. पण ती माझ्यापेक्षा जास्त खंबीरपणाने परिस्थितीला तोंड देते आहे. ती इथंच असणार. मी तुमची ओळख करून देतो."

मार्शा मनोमन थरारली. एका आईला अशा प्रकारे भेटणे हा अनुभव निश्चितच फार चांगला असणार नव्हता. आपण कशाला या फंदात पडलो, असा विचार तिच्या मनात आला. त्यातच मार्शाला आय.सी.यू. ची दिशा दाखवणारी पाटी दिसली.

"तुमची मुलगी आय.सी.यू. मधे आहे की काय?" मार्शाने विचारले. या प्रश्नाला नकारार्थी उत्तर मिळावे अशी तिची इच्छा होती.

"होय." किम म्हणाला.

मार्शाने एक निश्वास टाकला. आपण समजलो होतो त्यापेक्षाही परिस्थिती जास्त गंभीर आहे हे तिच्या लक्षात आले.

किम आय.सी.यू. वेटिंगरूमच्या दारापाशी थांबला. त्याला ट्रेसी दिसली. त्याने मार्शाला मागोमाग येण्यासाठी खूण केली. तो ट्रेसीजवळ पोहोचेपर्यंत ट्रेसी उठून उभी राहिली होती.

"ट्रेसी मी तुझी ओळख करून देतो. मार्शा बाल्डविन. बेकीने कोणते मांस खाल्ले याचा शोध घेण्यामधे या यु.एस.डी.ए. तपासनीस मला मदत करतील अशी मला आशा आहे."

ट्रेसीने ताबडतोब काहीही उत्तर दिले नाही. तिच्या चेहऱ्यावरचे भाव पाहून किमच्या तत्काळ लक्षात आले की, काहीतरी घडलेले आहे. प्रत्येक वेळी तो बाहेर जाऊन परत आला की बेकीची तब्येत आणखी खालावलेली दिसण्याची ही आणखी एक वेळ होती. एखादा खराब सिनेमा पुन्हापुन्हा दिसत राहावा तसं त्याला वाटत होतं.

"आता काय झालं आहे?" किमने गंभीर होऊन विचारले.

"तू फोनला उत्तर का दिले नाहीस?" ट्रेसीने हताशपणे विचारले.

"रिंग झाली नाही."

"मी कितीतरी वेळा फोन करायचा प्रयत्न केला."

आपण मर्सरमीट्सच्या इमारतीत असताना आणि मार्शाशी बोलत असताना सेलफोन गाडीतच होता हे त्याच्या लक्षात आलं.

"बरं, आता तर मी इथे आहे ना... काय झालं?"

"तिचं हृदय बंद पडलं." ट्रेसी म्हणाली, "पण त्यांनी पुन्हा ते चालू केलं. हे घडलं तेव्हा मी तिच्या खोलीमधेच होते."

“मला वाटतं की मी इथून जावं.” मार्शा म्हणाली.

“नको!” किम ठासून म्हणाला, “प्लीज थांबा!... मी आत जाऊन काय झालं ते पाहातो.” किम गर्रकन वळला आणि आय.सी.यू कडे धावला.

ट्रेसी आणि मार्शा एकमेकींकडे अस्वस्थपणे पाहात होत्या.

“तुमच्या मुलीविषयी मला खरोखरच वाईट वाटतंय.” मार्शा म्हणाली.

“हे म्हटल्याबद्दल धन्यवाद.” ट्रेसी डोळ्यांचे कोपरे टिपत म्हणाली. गेल्या दोन दिवसांत ती एवढी रडली होती की, जणू तिचे सारे अश्रू आटून गेले होते.

“तुमची मुलगी एवढी गंभीर आजारी असेल याची मला कल्पना नव्हती.” मार्शा म्हणाली, “हे सहन करणे फारच अवघड जात असेल.”

“कल्पनेच्या पलीकडचे आहे सारं.”

“अशा प्रसंगात मी तुमच्या खाजगी बाबतीत शिरले आहे. हे मला फार भयंकर वाटतंय. मला माफ करा. मी खरं तर इथून निघून जायला हवं.”

“तुम्ही असं जाण्याची गरज नाही.” ट्रेसी म्हणाली, “तुम्ही थांबावं असा किमचा आग्रह होता. या अशा परिस्थितीत मांस कुठून आलं याचा शोध घ्यावा ही कल्पनाच त्याला कशी सुचते हे मला समजत नाही. मला तर निव्वळ श्वास घेणंही मुश्कील झालं आहे.”

“ते डॉक्टर आहेत. हे त्याचं कारण असावं.” मार्शा म्हणाली, “त्यांनी ही गोष्ट मला स्पष्टपणाने सांगितली की, ते इतर मुलांना हा आजार होऊ नये म्हणून ही सारी धडपड करत आहेत.”

“मी त्याचा या दृष्टीने कधी विचारच केला नव्हता.” ट्रेसी म्हणाली, “कदाचित मी फार घाईघाईने मत बनवलं असं दिसतंय.”

“त्यांना असं वाटतंय की एका अख्ख्या बॅचमधेच प्रदूषित मांस मिसळले गेलेले आहे.”

“तशी शक्यता आहे खरी.” ट्रेसी म्हणाली, “ पण मला एक गोष्ट समजली नाही. त्याने तुम्हाला इथे का आणावं? माझा हे म्हणताना तुम्हाला दुखवावं असा हेतू नाही.”

“मी समजू शकते.” मार्शा म्हणाली, “त्यांनी मला विशिष्ट लॉटमधील मांसाचा उगम शोधायची सूचना केली. मी खळखळ केली असं मी म्हणत होते, तेव्हा ‘हा माझ्या कामाचा भाग नाही. उलट मी अशी माहिती दिली हे उघड झालं तर माझी नोकरी जाऊ शकते.’ मी तुमची मुलगी आजारी आहे आणि इ. कोलाय काय करू शकतो हे पाहावं म्हणजे माझा विचार बदलेल ही त्यांची कल्पना आहे. कमीतकमी तपासनीस म्हणून माझ्या कामाला आणखी एक अर्थ प्राप्त होईल असं त्यांना वाटतं.”

''बेकीचे हाल पाहून तुम्ही जगातल्या फार सावध तपासनीस व्हाल. तुम्हाला अजूनही बेकी किती आजारी आहे हे पाहायचे आहे? त्यासाठी फार मोठे धैर्य लागेल.''

''कोण जाणे!'' मार्शा मनापासून म्हणाली, ''मी मघाशी सांगितलंच की मला तुमच्या खासगी जीवनात ढवळाढवळ करायची इच्छा नाही.''

''तुम्ही तसं बिलकुल समजू नका.'' ट्रेसी एकदम म्हणाली, ''चला, आपण बेकीला भेटून येऊ या.''

ट्रेसी मार्शाला घेऊन आय.सी.यू.च्या दारापाशी आली. ''माझ्या अगदी मागे राहा. या ठिकाणी आपण असं शिरणं अपेक्षित नाही.'' मार्शाने मान डोलावली. तिचे हृदय धडधडत होते आणि तिला घाम येऊ लागला होता.

ट्रेसीने दार उघडले. दोघी बेकीच्या खोलीत जाऊ लागल्या. अनेक नर्सनी त्यांना पाहिलं होतं. पण त्या काही बोलल्या नाहीत. गेल्या काही दिवसांत ट्रेसी त्यांच्या परिचयाची झाली होती.

''तुम्हाला हे बघणं फारसं आनंदाचं नाही याची मला जाणीव आहे.'' ट्रेसी बेकीच्या खोलीपाशी बाहेर उभी होती. त्या छोट्या खोलीत किमशिवाय आणखी सहा डॉक्टर आणि दोन नर्स एवढेजण दाटीवाटीने उभे होते. त्यांच्यामधे फक्त किमच्या बोलण्याचा आवाज येत होता, ''तिचं हृदय अनेकवेळा बंद पडलं होतं हे मी ऐकलं आहे.'' किम ओरडत होता. हताशपणा आणि भीती यांच्यामुळे त्याचं मन क्षुब्ध झालं होतं. इतके वर्षं वैद्यकीय व्यवसायात असल्याने बेकी आता खरोखरच मृत्यूच्या दाढेत आहे हे त्याला समजत होते. पण कोणीही त्याला सरळ काहीही सांगत नव्हते. सर्वजण निव्वळ हनुवटीला हात लावून बघत उभे होते. किम संतापाने म्हणाला, ''मी काय विचारतोय? काय चाललंय हे?'' किमने जॅसन झिमरमानकडे पाहिले. झिमरमान लहान मुलांच्या हृदयरोगाचा तज्ज्ञ होता. नुकतीच त्याची ओळख झाली होती. जॅसन झिमरमानने कार्डियाक मॉनिटर पाहातो असा बहाणा करत किमकडे दुर्लक्ष केले. बेकीच्या हृदयाचे ठोके अनियमित होते. काहीतरी भयंकर घडत होते हे नक्की.

किमने वळून क्लेअर स्टीव्हन्स्‌कडे पाहिले. त्याला मागे उभ्या असलेल्या ट्रेसी आणि मार्शा दिसल्या.

''आमच्या काहीही लक्षात येत नाही.'' क्लेअर म्हणाली, ''आम्हाला पेरिकार्डियल फ्लुईड अजिबात दिसत नाही. याचा अर्थ टॅम्पोनेड नाही...''

''मला तर असं वाटतंय की, मायोकार्डियममधे मुळातच काहीतरी गडबड झालेली आहे.'' जॅसन म्हणाला, ''इ. के.जी. काढावा लागेल.''

जॅसनचे हे शब्द पुरे होतात न होतात तोच मॉनिटरची घंटा वाजू लागली.

मॉनिटरवरचा कर्सर सपाट होऊन एक सरळ रेषा तयार झाली. बेकीचे हृदय पुन्हा एकदा बंद पडले होते.

"कोड ब्ल्यू!" इतरांना सावध करण्यासाठी एक नर्स ओरडली. पहिली प्रतिक्रिया जॅसनची होती. त्याने किमला बेकीच्या बेडपासून बाजूला सारले आणि ताबडतोब कार्डियाक मसाज सुरू केला. त्याने दोन्ही हात जोडले आणि बेकीच्या नाजूक छातीवर दाब देऊन मसाज द्यायला प्रारंभ केला. भूल देणारी तज्ज्ञ जेन फ्लॅनॅगन अद्याप तिथेच होती. घशामधे असलेली नळी योग्य ठिकाणी राहील याची तिने काळजी घेतली. तिने रेस्पिरेटर यंत्रामधून बेकीला दिल्या जाणाऱ्या ऑक्सिजनचे प्रमाणही वाढवले.

आय.सी.यू. मधल्या नर्सनी 'क्रॅशकार्ट' ढकलत आणली. मार्शा आणि ट्रेसीने वेळीच बाजूला उडी मारली. नाहीतर त्यांची ट्रॉलीशी धडकच झाली असती.

बेकीच्या खोलीत अनेक गोष्टी एकदम घडत होत्या. तिथे असलेले सर्व डॉक्टर मदत करू लागले होते. बेकीच्या हृदयाची हालचाल थांबली तर होतीच, पण शिवाय तिच्या हृदयातल्या सर्व विद्युतक्रिया बंद पडल्या आहेत हे सर्वांच्या लक्षात आले होते.

ट्रेसीने चेहरा ओंजळीत खुपसला. तिला तिथून निघून जावं असं वाटलं खरं. पण ती जागची हलू शकली नाही. जणू ती जागच्याजागी गोठून गेली होती. समोर घडणाऱ्या भीषण गोष्टी पाहाणे हे तिच्या भाग्यात लिहिलेलं होतं. मार्शा ट्रेसीच्या मागे अंग चोरून उभी होती. आपण मधे अडथळा निर्माण करू की काय, याची तिला धास्ती वाटत होती.

किम सुरवातीला भीती आणि अविश्वास या भावनांमुळे मागे सरकला होता. तो आळीपाळीने कार्डियाक मॉनिटर आणि आपल्या कोवळ्या मुलीच्या छातीवर मसाज करणाऱ्या जॅसनकडे पाहात होता.

"इपिनेफ्राईन!" जॅसन मसाज चालू ठेवत ओरडला. क्रॅशकार्टजवळ उभ्या असलेल्या नर्सनी तत्काळ सिरिंज भरून त्याच्याकडे पाठवली. अनेकजणांच्या हातातून ती जॅसनकडे आली. जॅसनने मसाज तात्पुरता थांबवला आणि सुई थेट बेकीच्या हृदयात खुपसली.

ट्रेसी डोळे मिटून हुंदके देऊ लागली. मार्शाने आपणहून तिच्याभोवती हात टाकला. ती समोर घडणारे भीषण नाट्य पाहाणे मनात असूनही टाळू शकली नाही.

जॅसनने मॉनिटरकडे पाहात पुन्हा मसाज सुरू केला. पण मॉनिटरवर काहीही फरक पडलेला दिसत नव्हता.

"पॅडल्स्!" जॅसन ओरडला, "शॉक देऊन तरी काही विद्युतक्रिया सुरू होतात का ते पाहू या, जर त्याचाही उपयोग झाला नाही तर आपल्याला तिला पेस करावं लागेल. तयारीत राहा."

तिथल्या अनुभवी नर्सनी अगोदरच **डीफायब्रिलेटर** चार्ज केला होता. त्यांनी पॅडल्स् पुढे केली. जॅसनने मसाज थांबवून ती घेतली. पॅडल्स् योग्य जागेवर बसवून तो ओरडला, "सर्वजण मागे व्हा!" सर्वजण पुरेसे मागे झाले आहेत हे पाहिल्यावर जॅसनने डिस्चार्ज बटण दाबले.

बेकीचे पांढरेफटक पडलेले शरीर एकदम थडथडले आणि हात बाजूला आपटले. सर्वजण मॉनिटरकडे पाहात होते. त्यावर काहीतरी बदल दिसावा अशी सगळ्यांची अपेक्षा होती. पण कर्सरमधे काहीही फरक पडला नाही. तो सरळ रेषेत पुढे सरकत होता.

किम पुढे झाला. जॅसनची मसाज करायची पद्धत त्याला योग्य वाटली नाही,"तुम्हाला पुरेसा दाब देता येत नाही. मागे व्हा. मी बघतो."

"नाही." क्लेअर म्हणाली. त्याच्यामागे येऊन तिने किमचा हात मागे खेचला. "डॉ. रेग्गीस. हे करणं योग्य होणार नाही. आम्ही इथं आहोत. आम्ही पाहातो काय करायचं ते. तुम्ही बाहेर उभे राहिलात तर जास्त चांगलं होईल."

किमने क्लेअरचा हात झटकला. त्याचे डोळे मोठे झाले होते आणि चेहरा लाल झाला होता.

किमच्या शब्दांचा अर्थ जॅसनच्या लक्षात आला. त्याची देहयष्टी लहानखुरी असल्याने त्याचा जोर पडत नव्हता. म्हणून त्याने बेडवर चढून बेकीच्या अंगावर बसून दोन्ही गुडघे टेकवले आणि मसाज चालू ठेवला. आता त्याचा जोर एवढा पडत होता की तिथे उभ्या असलेल्या प्रत्येकाला बेकीच्या अनेक बरगड्यांचा कटकट असा आवाज स्पष्ट ऐकू आला.

"आणखी इपिनेफ्राईन!" किम ओरडला.

"नाही!" जॅसन धापा टाकता टाकता कसाबसा म्हणाला, "कॅल्शिअम आणा!"

"इपिनेफ्राईन!" किम पुन्हा ओरडला. त्याची नजर मॉनिटरकडे लागलेली होती. सीरिंज आली नाही हे पाहून त्याने मागे वळून क्रॅशकार्टपाशी उभ्या नर्सकडे नजर टाकली. "इपिनेफ्राईन..."

"कॅल्शिअम!" जॅसन ओरडला, "आयनांचा समतोल नक्कीच बिघडला आहे. थोडीफार विद्युत्क्रिया सुरू होते का पाहू या."

"नाही!" आजूबाजूला असलेल्या लोकांना बाजूला सारत किम क्रॅशकार्टपाशी उभ्या असलेल्या नर्सपाशी आला आणि जळजळीत नजरेने पाहात ओरडला.

नर्सने किमच्या रागाने फुललेल्या चेहऱ्याकडे आणि मग क्लेअरकडे नजर टाकली. आपण काय करावं हे तिला कळेना.

अशा प्रकारे आपली आज्ञा पाळली न जाण्याची किमला सवय नव्हती. त्याने सिरिंजचे पाकीट टर्र्कन फाडले. इपिनेफ्राईनची छोटी नळी घेतली. तिचे टोक मोडून

टाकले. त्याच्या थरथरणाऱ्या बोटांमधून सीरिंजला लावायची सुई खाली पडली. त्याने दुसरी घेतली.

"डॉ. रेग्गीस नाही!" क्लेअर म्हणाली. तिने किमचा एक हात धरला. रक्तविज्ञान तज्ज्ञ असलेल्या वॉल्टर ओहानेसियनने किमचा दुसरा हात पकडण्याचा प्रयत्न केला. किमने जोराने दोघांना सहज झटकून टाकले आणि सीरिंज भरली. किम बेकीच्या बेडकडे जायचा प्रयत्न करू लागताच तिथे प्रचंड गोंधळ सुरू झाला. कॅथलीन आणि आर्थर आता मदतीसाठी पुढे झाले होते. त्या ठिकाणाला पकडापकडीच्या सामन्याचे स्वरूप आले होते.

"ओह गॉड!" ट्रेसी हुंदके देत म्हणाली.

"सर्वजण जागच्याजागी थांबा!" जेन एवढ्या मोठ्या आवाजात ओरडली की सर्वजण एकदम गप्प उभे राहिले. मग ती नेहमीच्या आवाजात म्हणाली, पण तिच्या आवाजात आणीबाणीची सूचना होती, "काहीतरी चमत्कारिक घडतंय. जॅसन आता नीट दाब देत आहे. मी ऑक्सिजन शंभर टक्क्यांवर नेला आहे आणि तरी तिचे डोळे विस्फारू लागले आहेत. कोणत्यातरी कारणामुळे रक्तप्रवाह सुरळीत नाही..."

किमने त्याला पकडणाऱ्यांचे हात वेगाने झटकून टाकले. इतर सर्वजण स्तिमित होऊन केवळ पाहात होते. जेनच्या म्हणण्यावर पहिला प्रतिसाद किमने दिला. त्याच्यामधला प्रशिक्षित कार्डियाक सर्जन त्याला सांगत होता की, आता एक क्षणही गमावून चालणार नाही. छातीवर भरपूर दाब देऊनही रक्तप्रवाह चालू नाही याचा अर्थ त्याच्या तत्काळ लक्षात आला. तो गर्रकन मागे वळला आणि क्रॅशकार्टजवळ उभ्या असलेल्या नर्सना उद्देशून ओरडला, "स्काल्पेल!"

"नाही!" क्लेअर उद्गारली.

"स्काल्पेल!" किम जोर देत ओरडला.

"नाही!" क्लेअरही मोठ्या आवाजात ओरडली.

"स्काल्पेल!" किमचा आवाज आता फाटला होता. हातामधली इपिनेफ्राईनची सीरिंज फेकून देत किम क्रॅशकार्टकडे झेपावला. त्याने क्रॅशकार्टवरची स्काल्पेल असणारी काचेची नळी घेतली. थरथरत्या बोटांनी त्याचं झाकण काढलं आणि आतलं धारदार पातं बाहेर काढलं. हातातली काचेची नळी तशीच खाली टाकली. ती जमिनीवर पडून खळ्कन फुटली. मग किमने दातांनी अल्कोहोलचा बोळा असलेलं पाकीट फोडलं. त्याक्षणी किमला अडवण्याचं भान फक्त क्लेअरला होतं. ती पुढे झाली पण त्याचक्षणी किमने तिला हलकेच बाजूला सारले.

"नाही...नाही!" ट्रेसी आक्रंदत म्हणाली. ती जरी डॉक्टर नसली तरी किम काय करणार हे तिच्या ताबडतोब लक्षात आलं होतं. ती किमला थांबवण्यासाठी पुढे झाली.

किम बेकीजवळ पोहोचला आणि त्याने जॅसनला अक्षरश: खाली पाडले. ट्रेसी त्याच्याजवळ पोहोचण्याच्या आधीच किमने बेकीच्या छातीला अल्कोहोलच्या बोळ्याने पुसून घेतले आणि एकाच हालचालीत बेकीची छाती मधोमध चिरली. त्याची हालचाल एवढी सफाईदार आणि वेगवान होती की रक्ताचा एक थेंबही बाहेर पडला नाही.

ट्रेसी सोडून सर्वजणांनी एकदम नि:श्वास टाकल्याचा आवाज आला. ट्रेसी मात्र आक्रोश करत होती. ती बेकीच्या बेडपाशी चाललेल्या भीषण दृश्यापासून धडपडत मागे सरकली. आर्थर हॉरोविट्झने तिला सावरले; नाहीतर ती कोलमडूनच पडणार होती.

बेडच्या पलीकडे पडलेला जॅसन उठून उभा राहिला होता. पण किम काय करतोय हे पाहाताच तो देखील मागे झाला.

किममधल्या निष्णात सर्जन मनाने अजिबात वेळ घालवला नाही. इतरांकडे साफ दुर्लक्ष करत त्याने दोन्ही हातांनी बेकीच्या छातीचे दोन भाग जोराने बाजूला केले. फासळ्यांच्या मोडण्याचा आवाज आला. मग त्याने आपले उघडे हात छातीच्या पोकळीत घातले आणि तो एका लयीत हृदयाला मसाज देऊ लागला. किमचे हे अचाट प्रयत्न फार काळ चालू शकले नाहीत. काही सेकंदांतच किमच्या लक्षात आले की, बेकीच्या हृदयाचा पृष्ठभाग निराळा झालेला आहे. जणू त्या जागी स्नायू नसून काहीतरी मऊ भाग आहे असे त्याच्या लक्षात आले. त्याच्या बोटांमधे हृदयाचा पृष्ठभाग चिरडला जात होता. ही अनपेक्षित बाब समोर येताच स्तिमित झालेल्या किमने हात बाहेर काढले. तसे करताना त्याच्या हाताला लागून हृदयाच्या ऊतीचा काही भाग आला. गोंधळलेल्या किमने हातामधे काय आले आहे ते पाहाण्यासाठी हात डोळ्यांजवळ आणले.

किमच्या ओठांतून कर्कश आक्रोश बाहेर पडला. त्याच्या लक्षात आले होते की, त्याच्या बोटांमधे बेकीच्या हृदयाच्या मृत ऊतीचा आणि पेरिकार्डियमचा भाग होता. टॉक्सिनने कोणतीही दयामाया न दाखवता बेकीला जणू आतून खाऊन टाकले होते.

आय.सी.यू. चे दार जोराने उघडले. हॉस्पिटलचा युनिफॉर्म घातलेले दोन सुरक्षा कर्मचारी आत घुसले. इपिनेफ्राईनवरून जो वाद झाला होता, त्यानंतर मुख्य नर्सने त्यांना बोलावले होते.

दोन्ही सुरक्षा कर्मचारी आत शिरताच जागच्याजागी थबकून उभे राहिले. बेकीला अजूनही कृत्रिम श्वासोच्छ्वास दिला जात होता. तिची गुलाबी रंगाची फुफ्फुसे, छातीला घेतलेल्या छेदामधून हळूहळू वरखाली होताना दिसत होती. दु:खाने बेभान झालेला किम बेकीच्या बेडजवळ रक्ताळलेल्या हातांनी उभा होता. त्याने ती कुजलेली ऊती पुन्हा छातीच्या पोकळीत सरकवण्याचा प्रयत्न केला. पण ते जमले

नाही. मग किमने डोके मागे घेतले. त्यानंतर त्याने जो आक्रोश केला तसा आवाज आय.सी.यू.मधे त्यापूर्वी कधीही कुणी ऐकला नव्हता.

ट्रेसी आता थोडीशी भानावर आली होती. ती किमला सावरण्यासाठी पुढे झाली खरी. पण किमला आजूबाजूचे लोक किंवा कशाचेही भान नव्हते. कोणालाही काही कळायच्या आत किम लोकांमधून वाट काढत तीरासारखा आय.सी.यू च्या दारातून बाहेर पडला होता.

कॉरिडॉरमधे त्याला पाहून लोक बाजूला झाले. पण एक ऑर्डली वेळेत बाजूला झाला नाही. किमची त्याला धडक बसली तो माणूस आणि त्याची ट्रॉली बाजूला उडाली.

हॉस्पिटलच्या बाहेर पडून किम वेगाने गाडीत घुसला. इंजिन सुरू केले आणि तो डॉक्टरांसाठी राखीव पार्किंगमधून इतक्या जोराने निघाला की पाठीमागे जळलेल्या रबराची एक रेषा उमटली होती.

किम वेड्यासारखा फार वेगाने प्रेअरी हायवेकडे निघाला. मधे पोलिसांची गाडी त्याला भेटली नाही हे त्याचे सुदैव. त्याने गाडी जोराने ओनियन रिंग रेस्टॉरंटच्या आवारात घुसवली, यावेळी मात्र पार्किंग लॉटमधे न जाता त्याने गाडी सरळ रेस्टॉरंटच्या दारापुढे आणली होती. गाडी एक गचका देत थांबली.

किमने रेस्टॉरंटकडे नजर टाकली. हॅम्बर्गर, मिल्कशेक, फ्राईज वगैरेची मजा चाखत असलेल्या लोकांची, शनिवार दुपार असल्याने बरीच गर्दी होती. त्याच्या मनस्थितीची कल्पना नसलेल्या लोकांची ती गर्दी पाहून किम अचानक भानावर आला. आत्यंतिक भावनांच्या उद्रेकाने क्षुब्ध झालेल्या त्याच्या मेंदूमधे कोपऱ्यात कुठेतरी विवेकाचा क्षीण किरण चमकला. तो खरेतर कोणालातरी बळीचा बकरा बनवण्यासाठी तिथे आला होता. आता मात्र तो गाडीतून बाहेर पडला नाही.

त्याने हात उचलून त्यांच्याकडे नजर टाकली. आपल्या मुलीच्या रक्ताचे सुकलेले गडद रंगाचे डाग पाहून त्याला भीषण वास्तवाची जाणीव झाली. बेकी गेली होती. तो तिला वाचवण्यासाठी काहीही करू शकला नव्हता.

किम स्टिअरिंग व्हीलवर डोके टेकून हुंदके देऊ लागला.

ट्रेसीने अविश्वासाने समोर नजर टाकली होती. जे काही घडलं ते कल्पनेच्या बाहेरचे होते. तिने आपल्या अस्ताव्यस्त झालेल्या केसांमधून हात फिरवला. मार्शा बाल्डविन तिच्या पाठीवर हलकेच थोपटत होती. त्या परिस्थितीतही एक अनोळखी व्यक्ती आपले सांत्वन करत आहे हे तिला चमत्कारिक वाटले. ट्रेसीची अवस्था किमच्या नेमकी उलटी झाली होती. आंधळ्या संतापाने तिथून पळून जाण्याऐवजी ट्रेसी जागच्याजागी खिळून गेली होती. धक्का एवढा जबरदस्त होता की तिला रडूही आले नव्हते.

किम बेफामपणाने निघून गेल्यानंतर क्लेअर आणि कॅथलीन ट्रेसीला घेऊन आय.सी.यू. वेटिंगरूममधे आल्या होत्या. मार्शाही त्यांच्याबरोबर होती. पण ट्रेसीला त्यावेळी त्या गोष्टींचे भान नव्हते. कॅथलीन आणि क्लेअर काही वेळ ट्रेसीबरोबर थांबल्या. त्यांनी तिला जे झाले ते समजावून दिले. तसेच तिचे सांत्वन केले. ट्रेसीने विचारलेल्या प्रश्नांना उत्तरे देताना त्यांनी काहीही हातचे राखून ठेवले नाही. इ. कोलायच्या टॉक्सिनने बेकीच्या हृदयाभोवतीच्या पेरिकार्डियम या आवरणावर आणि हृदयाच्या स्नायूंचा नाश केला असल्याचेही त्यांनी तिला सांगितले.

कॅथलीन आणि क्लेअरने ट्रेसीला घरी पोहोचवण्याची तयारी दाखवली. पण ट्रेसीने त्यांना आपण गाडी चालवू शकू असे सांगितले. त्या दोघी निघून गेल्या. त्यानंतर ट्रेसीला मार्शा तिथे असल्याची जाणीव झाली. दोघी एकमेकींशी बोलू लागल्या, ''तुम्ही इतका वेळ थांबलात, त्यासाठी धन्यवाद.'' ट्रेसी म्हणाली, ''तुम्ही मला खूप आधार दिलात. मी तुम्हाला बेकीविषयीच्या गोष्टी सांगितल्या त्यामुळे तुम्हाला कंटाळा आला नसावा अशी आशा आहे.''

''ती फार गोड मुलगी होती असं दिसतंय.''

''सर्वोत्तम होती'' ट्रेसी उत्कंठित स्वरात म्हणाली आणि मग एक मोठा श्वास घेत ती खुर्चीमधे ताठ बसली. दोघी खिडकीजवळ बसल्या होत्या. बाहेर हिवाळ्यातल्या संध्याकाळच्या लांब सावल्या वाढत चालल्या होत्या.

''तुमच्या एक गोष्ट लक्षात आली का?'' ट्रेसी म्हणाली, ''ज्याच्यामुळे तुम्ही इथं आला आहात त्या माझ्या माजी नवऱ्याबद्दल आपण इतका वेळ बोलत असूनही एकही शब्द उच्चारलेला नाही.''

मार्शाने मान डोलावली.

''जीवन हे केवढं चमत्कारिक आहे.'' ट्रेसी सुस्कारा टाकत म्हणाली, ''आत्ता या क्षणी मी माझ्या जीवनाचा केंद्रबिंदू असलेली माझी लाडकी मुलगी गमावलेली आहे आणि तरीही मी त्याची काळजी करते आहे! बेकीच्या जाण्यामुळे त्याचा तोल जाऊ नये एवढीच मला आशा वाटते म्हणजे झालं.''

''म्हणजे काय?''

''मलाही ते नीट सांगता येणार नाही.'' ट्रेसीने कबूल केले, ''तो काहीतरी करेल या विचाराने माझा थरकाप होतो आहे. रेस्टॉरंटच्या मॅनेजरवर हल्ला केला म्हणून अगोदरच त्याला अटक झाली होती. त्याने वेडेपणा करून स्वत:ला किंवा दुसऱ्याला काही इजा करू नये म्हणजे मिळवलं.''

''ते फार रागावलेले आहेत.''

''हा शब्द फारच सौम्य झाला. किमला सर्वकाही परिपूर्ण लागतं. त्याचा राग पूर्वी मुख्यत: स्वत:वर केंद्रित होत असायचा. त्यामुळे त्याला काहीतरी मिळवण्यासाठी

जोम येत असे. पण गेल्या काही वर्षांमधे मात्र त्याच्यात फरक पडत चालला आहे. आमचा घटस्फोट व्हायचं तेच तर मुख्य कारण आहे.''

''हे ऐकून वाईट वाटलं.''

''मुळामधे किम चांगला आहे. अहंकारी आणि आत्मकेंद्रित आहे खरा. पण डॉक्टर म्हणून उत्कृष्ट आहे. त्याच्या क्षेत्रामधल्या सर्वोत्कृष्ट सर्जन्मधे त्याची गणना होते.''

''त्याबद्दल मला शंकाच नाही.'' मार्शा म्हणाली, ''मला एका गोष्टीचं नवल वाटलं हे एवढं सगळं होत असतानाही त्यांच्या मनात सतत इतर मुलांना वाचवण्याचा विचार होता.''

''तुम्ही आता काय करणार आहात? त्याला मदत करणार का? त्याच्या रागाची दिशा बदलून काहीतरी सकारात्मक घडावं अशी माझी अपेक्षा आहे.''

''मला मदत करायला नक्की आवडेल; पण त्यांची मला भीती वाटते. तुम्ही जशा त्यांना ओळखता तसे माझे नाही. त्यामुळे त्यांच्या कोणत्याही वागण्याचा नेमका अर्थ लावणं मला कठीण जात आहे.''

''मी हे समजू शकते.'' ट्रेसी म्हणाली, ''तुम्ही जरूर विचार करा. मी तुम्हाला त्याचा पत्ता देते. मी त्याला चांगली ओळखते त्याचा राग आणि अन्याय झाल्याची भावना मनावर ताबा मिळवेपर्यंत तो घरातच स्वत:ला कोंडून घेईल. माझं म्हणणं इतकंच आहे की तो जे काही करेल त्यामधे तुमची मदत झाली तर काहीतरी चांगला परिणाम होईल.''

मार्शा आपल्या गाडीत बसली. पण तिने गाडी लगेच सुरू केली नाही. त्या दिवसातल्या चमत्कारिक घटनांवर ती विचार करत होती. त्या दिवशी अचानकपणे मर्सर मीट्समधे काही जास्त तास काम करावे म्हणून ती गेली असताना या सर्व प्रकाराला सुरुवात झाली होती. किमला हवी असणारी माहिती कशी मिळवता येईल यावर ती विचार करू लागली. कोणत्या लॉटमधे मांस कुठून आले आहे याची नोंद पॅटीरूमच्या लॉगबुकात केली जात होती. पण विशिष्ट नोंदी पाहाणे हा तिच्या नेहमीच्या कामाचा भाग नव्हता. या नोंदी केल्या आहेत की नाहीत हे तपासणे एवढेच तिचे काम होते. आपल्यावर तिथे नेहमीच लक्ष ठेवले जाते हे माहिती असल्याने आपण काय करावे हे तिच्या लक्षात येईना. ती काय करते आहे हे तिच्या बॉसला कळू नये ही तिची इच्छा होती. तिच्या हालचालींची सारी माहिती मर्सर मीट्समधून तिच्या बॉसकडे नियमितपणे जाते हे तिला ठाऊक होते. म्हणूनच हे काम करण्यामधला धोका तिच्या लक्षात येत होता. तिच्या मनात विचार आला की, मर्सर मीट्समधे ऑफिसच्या वेळेनंतर जावे. त्यावेळी फक्त साफसफाई करणारे लोक असल्याने तिचे काम सोपे होणार होते.

मार्शाने ट्रेसीने दिलेला पत्ता बघितला. गाडीतला शहराचा नकाशा काढून तिने त्याच्या घराकडे जाण्याचा मार्ग ठरवला. किमचे घर फार दूर नव्हते. किमला अजून तिची मदत हवी आहे का ते पाहावे असा विचार करून किमच्या घराकडे निघाली.

किमचे घर शोधायला तिला फारसा वेळ लागला नाही. पण घरापाशी आल्यावर ती चकित झाली. घरामधे एकही दिवा नव्हता. आजूबाजूच्या झाडांच्या दाट गर्द अंधारात घर एखाद्या अजस्र गलबताप्रमाणे दिसत होते.

मार्शा तशीच परत जाणार होती. पण एवढ्यात तिला किमची गाडी दिसली. किम आत आहे का, ते बघावं म्हणून ती दारापाशी आली. तिने बेलचे बटण दाबले बेलचा आवाज अपेक्षेपेक्षा मोठा वाटला. तिचे लक्ष सहज दाराकडे गेले आणि तिच्या लक्षात आले की, दार अर्धवट उघडे होते. तिने पुन्हा बटण दाबले आणि वाट पाहात थांबली. आतून काहीही उत्तर आले नाही. मग तिने दार हलकेच ढकलले आणि आत डोकावली.

काही क्षणातच तिचे डोळे अंधाराला सरावले. तिला आतल्या किचनपर्यंतचा भाग दिसला. मार्शाने किमला हाक मारली. पुन्हा एकदोनदा हाका मारूनही आतून काहीच प्रतिसाद मिळेना. पुढे काय करावं याचा विचार ती करू लागली. 'त्याने स्वत:ला किंवा दुसऱ्याला काही इजा करू नये' हे ट्रेसीचे शब्द तिला आठवले. पोलिसांना बोलवावं काय, हा विचारही तिच्या मनात आला. पण पुरेसा पुरावा नसताना तसं करणे जरा टोकाचे ठरले असते हे तिच्या लक्षात आले.

मनोमन धैर्य एकवटून ती आत शिरली आणि काही क्षणातच जागच्याजागी खिळून उभी राहिली. किम एका खुर्चीत बसलेला होता. आजूबाजूला फारसं फर्निचर नव्हतं, त्यामुळे खोली रिकामी दिसत होती. जुन्या घड्याळातल्या रेडियमप्रमाणे अंधारात त्याचा पांढरा कोट चमकत होता.

"माय गॉड!" मार्शा उद्गारली, "मी केवढी घाबरले!"

किमने काहीही उत्तर दिले नाही. तो जागचा हललादेखील नाही.

"डॉ. रेग्गीस?" मार्शाने विचारले. क्षणभर तिला वाटलं की किम जिवंत तरी आहे की नाही.

"काय हवंय तुम्हाला?" किम थकलेल्या एकसुरी आवाजात म्हणाला.

"मी आले हे बरोबर की चूक कोणास ठाऊक. पण मी तुम्हाला मदत करण्यासाठी आले आहे."

"कशी मदत करणार मला?"

"तुम्ही मला जे अगोदर सांगितलं आहेत तेच करून." मार्शा म्हणाली, "त्यामुळे तुमची मुलगी परत येणार नाही याची मला कल्पना आहे. पण ते खराब

मांस कुठून आलं हे शोधायला मी मदत करू शकते. अर्थातच, तसं करणं कदाचित निरुपयोगी ठरेल. तुम्हाला याची कल्पना असेलच की, सध्याच्या जगात एका हॅम्बर्गर पॅटीमधे असलेले मांस दहा देशांमधल्या शंभर गाईंचे असू शकते. असं असलं तरी जर तुम्ही म्हणत असाल तर मी ह्या दिशेने प्रयत्न करायला तयार आहे.''

''हे मतपरिर्वतन कसं काय झालं?''

''प्रत्यक्ष आजारी मूल पाहून. शिवाय यु.एस.डी.ए. बद्दल तुम्ही जे बोललात त्यामधला बराचसा भाग खरा आहे. मी हे मान्य करायला तयार नव्हते. पण माझे वरिष्ठ नेहमी माझे पाय ओढतात आणि त्यांच बीफ उद्योगामधल्या काहीजणांशी साटंलोटं आहे हे माझ्या लक्षात येतंय. मी काही त्रुटी दाखवणारा रिपोर्ट पाठवला की प्रत्येकवेळी माझा बॉस तो दाबून टाकतो. जर काही त्रुटी दिसली तर मान फिरव एवढंच सांगायचं आता बाकी आहे.''

''हे मला आधी का सांगितलं नाही?''

''कोण जाणे!'' मार्शा म्हणाली, ''माझ्या मालकांवरची माझी निष्ठा असेल कदाचित. असं पाहा की यंत्रणा तशी चांगली आहे. माझ्यासारखे काही लोक जरी तेथे असले तरी ती यंत्रणा व्यवस्थित काम करू शकेल.''

''आणि दरम्यान खराब मांस खाऊन लोक आजारी पडत राहातील आणि बेकीसारखी मुलं बळी जातील.''

''दुर्दैवाने तसंच घडतंय.'' मार्शा म्हणाली, ''पण या सगळ्यामधे नेमकी गडबड कुठे आहे हे माझ्यासारख्या माणसाला कळणं अवघड नाही. मुख्य गडबड कत्तलखान्यातच असणार. सुरक्षित मांसापेक्षा नफा मिळवणे याला जास्त महत्त्व आहे.''

''तुम्ही मदत करायला कधी तयार आहात?''

''केव्हाही.'' मार्शा म्हणाली, ''हवं असल्यास आत्ता. खरं तर आजची रात्र त्यासाठी अधिक योग्य ठरेल. आज रात्री मर्सर मीट्‌समधे फक्त साफसफाई करणारे लोक असतील. मी पॅटीरूमची लॉगबुक पाहाते आहे याकडे त्यांचे लक्ष जाणार नाही. त्यामुळे आज रात्री गेल्यास धोका कमी होईल.''

''ठीक तर मग.'' किम म्हणाला, ''चला.''

❖

तेरा

शनिवार संध्याकाळ, २४ जानेवारी

ट्रेसीला बसलेला धक्का जबरदस्त होता. घटस्फोटाच्या वेळच्या घटना सहन करायला फार अवघड होत्या. विशेषत: बेकीच्या कस्टडीसाठी तिला किमशी द्याव्या लागलेल्या झुंजीने फारच मन:स्ताप झाला होता. पण आजच्या स्थितीपुढे ते काहीच नाही असे ट्रेसीला वाटत होते. मानसोपचार करण्याचा अनुभव असल्याने तिला स्वत:ला सगळी लक्षणे स्पष्ट दिसत होती. ती वैफल्याच्या गर्तेत पडण्याच्या बेतात होती. अशा प्रसंगी इतर लोकांना सल्ला देण्याचे काम केले असल्याने परिस्थिती किती अवघड आहे हे तिला कळत होते. पण ती तरीही वैफल्य येऊ नये म्हणून झगडणार होती. त्याचवेळेस आपल्या दु:खाला वाट मिळाली पाहिजे हे तिला समजत होते.

ती घराच्या कोपऱ्यावरून वळली तेव्हा तिला दारामधे कार्लची पिवळी लोबोर्गिनी गाडी उभी आहे हे दिसले. आत्ता त्याला भेटून बरे वाटेल की नाही याबद्दल तिच्या मनात शंका आली.

ट्रेसीने गाडी घराजवळ आणली आणि इंजिन बंद केले. तिला पाहून कार्ल पायऱ्या उतरून पुढे आला. त्याच्या हातात फुलांचा गुच्छ होता.

ट्रेसी गाडीतून बाहेर आली आणि कार्लच्या मिठीत शिरली. काही वेळ दोघेही एकमेकांशी काही बोलले नाहीत. कार्लने तिला तसेच आपल्याजवळ धरून ठेवले.

"तुला कसं समजलं?" ट्रेसीचे डोके अजून कार्लच्या छातीवर होते.

"हॉस्पिटलच्या बोर्डावर असल्याने मला सर्व बातम्या कळतात. मला फार वाईट वाटलं बेकीबद्दल ऐकून."

"धन्यवाद." ट्रेसी म्हणाली, "मला फार थकल्यासारखं वाटतंय."

"होय, मला कल्पना आहे त्याची, चल अगोदर आत चल."

दोघे घरापुढच्या पायवाटेवरून चालू लागले.

"किमनं बराच गोंधळ केला असं माझ्या कानावर आलंय. हे देखील तुला आणखी सहन करावं लागलं."

ट्रेसीने मान डोलावली.

"त्याचा खरोखरच स्वत:वरचा ताबा सुटलेला आहे. कोण समजतो तो स्वत:ला अं? देव की काय? मी तुला सांगतो सगळ्या हॉस्पिटलमधे हलकल्लोळ उडालाय."

ट्रेसीने यावर काहीही न बोलता दार उघडले. दोघे आत शिरले. ''किमला फार त्रास होतोय.''

''हां!'' कार्ल उपहासाने म्हणाला. त्याने ट्रेसीचा कोट हॉलमधल्या कपाटात टांगला. ''हे म्हणणं फार सौम्यपणाचं आहे. ट्रेसी तू नेहमीप्रमाणे समजुतदारपणा दाखवते आहेस. पण मी तेवढा कनवाळू नाही. खरं म्हणजे माझ्या हातात असतं तर ओनियन रिंग रेस्टॉरंटमधे जे काही त्याने केले त्यासाठी त्याला फटके लगावले असते. तू पेपरमधे आलेली बातमी वाचलीस का? त्यामुळे ओनियन रिंगच्या शेअरवर मोठा परिणाम झाला आहे. त्याच्या या माथेफिरूपणामुळे माझं किती नुकसान झालंय ते तुला सांगूच शकत नाही.''

ट्रेसी दिवाणखान्यात जाऊन कोचामधे धाड्कन पडली. तिला फार थकल्यासारखं वाटत होतं आणि त्याचवेळी कसली तरी काळजी तिला सतत पोखरत होती. कार्ल ट्रेसीच्या पाठोपाठ दिवाणखान्यात आला.

''मी तुझ्यासाठी काही आणू का?'' कार्लने विचारले, ''म्हणजे खायला किंवा एखादं ड्रिंक?''

ट्रेसीने मानेनेच नकार दिला. कार्ल तिच्यासमोर बसला, ''मी आज फूडस्मार्टच्या बोर्डवर असणाऱ्या काहीजणांशी बोललो. जर शेअरची किंमत अशीच घसरत राहिली तर आम्ही त्याला कोर्टात खेचण्याचा विचार गंभीरपणाने करत आहोत.''

''पण त्याने उगाच आरोप केलेले नाहीत.'' ट्रेसी म्हणाली, ''आजारी पडण्याच्या आदल्या रात्री बेकीने तिथेच अर्धवट बनवलेले बर्गर खाल्ले होते.''

''ओह! काहीतरीच काय.'' कार्ल हाताच्या फटकाऱ्याने ट्रेसीचे बोलणे उडवून देत म्हणाला, ''बेकीच्या आजाराचा त्याच्याशी संबंध नाही. त्या रेस्टॉरंट साखळीमधे शेकडो नव्हे, तर हजारो बर्गर तयार होतात. त्यामुळे कोणी आजारी पडत नाही. आम्ही आमची बर्गर मरेस्तोवर शिजवतो.''

ट्रेसी काहीही बोलली नाही. आपण काय म्हणालो ते एकदम कार्लच्याच लक्षात आले, ''माफ कर... अशा परिस्थितीत मी हे शब्द वापरायला नको होते.''

''ठीक आहे कार्ल.'' ट्रेसी अवघडून म्हणाली.

''मला कशाचा त्रास होतोय तर तो या इ. कोलायचा,'' कार्ल म्हणाला, ''या इ. कोलायच्या हुल्लडीमधे विनाकारण हॅम्बर्गर बदनाम होत आहेत. आता ते प्रतिक्षिप्त क्रियेसारखं झालं आहे. इ. कोलाय आणि हॅम्बर्गर. खरंतर इ. कोलायचा संसर्ग होण्याचे कितीतरी मार्ग आहेत. सफरचंदाचा रस, लेट्यूस, दूध इतकेच नाही तर पोहण्याच्या तलावातील प्रदूषित पाणीदेखील. पण लोकांना मात्र इ. कोलाय म्हटलं की हॅम्बर्गर आठवणार. हे बरोबर नाही असं नाही तुला वाटत?''

''कोण जाणे!'' ट्रेसी म्हणाली, ''कार्ल, मी यापेक्षा जास्त प्रतिसाद देऊ शकत

नाही म्हणून मला माफ कर. मी बधिर झाले आहे. मला आत्ता काहीही विचार करताच येत नाहीये.''

''ओह डियर!'' कार्ल म्हणाला, ''मला खरं म्हणजे ही अशी चर्चा चालू ठेवायला शरम वाटायला हवी. मला वाटतं की, तू काहीतरी खायला हवंस. तू या अगोदर केव्हा जेवली होतीस ते आठवतंय का?''

''नाही, मला आठवत नाही.''

''हं मी काय म्हणालो होतो. आपण एखाद्या निवांत ठिकाणी जेवायला जायचं का?''

ट्रेसी कार्लकडे विस्मयाने पाहात राहिली, ''माझी मुलगी काही वेळापूर्वी गेलीय. मी कुठेही बाहेर येणार नाही... तुला हे विचारावं असं तरी कसं वाटलं?''

''ओके...ओके.'' कार्ल शरणागतीच्या स्वरात हात उंचावत म्हणाला, ''मी एक कल्पना मांडली होती इतकंच. पण तू काहीतरी खावंस हे मात्र मला नक्की वाटतं. बरं मी बाहेरून काही घेऊन येऊ का?''

ट्रेसीने आपला चेहरा ओंजळीत लपवला. तिच्या त्या परिस्थितीत कार्लची काहीच मदत होत नव्हती, ''कार्ल मला भूक नाही. शिवाय मी आज रात्री एकटी राहिले तर जास्त बरं होईल. माझी कंपनी तुला सुखावणारी नाही कार्ल.''

''खरंच?'' कार्ल दुखावला गेला होता.

''खरंच.'' ट्रेसी मान वर करत म्हणाली, ''तुला करण्यासारखं बरंच काही असेल नाही.''

''हं... आज बॉबी बो मॅसनकडे डिनर पार्टी आहे. आठवतं का तुला, मी त्याच्याबद्दल सांगितलं होतं मागे एकदा?''

''खरं म्हणजे नाही.'' ट्रेसी अत्यंत थकलेल्या स्वरात म्हणाली, ''हा बॉबी बो कोण आहे?''

''तो इथला स्थानिक उद्योगपती आहे. पशुउद्योग सम्राट. त्याची अमेरिकन बीफ अलायन्सच्या अध्यक्षपदी निवड झाली आहे. त्या प्रीत्यर्थ ही पार्टी आहे.''

''हे अध्यक्षपद फार महत्त्वाचं दिसतंय.'' ट्रेसी मनामधे नेमकं उलटं वाटत असूनही हे वाक्य बोलली.

''आहेच मुळी.'' कार्ल म्हणाला, ''या उद्योगामधलंही सर्वांत प्रभावी अशी राष्ट्रीय पातळीवरची संघटना आहे.''

''तसं असेल तर मग मी तुला तिकडे जाण्यापासून अडवून ठेवणं बिलकुल योग्य नाही.''

''तुझी काही हरकत नाही ना?'' कार्ल म्हणाला, ''माझ्याजवळ सेलफोन आहेच. मला कधीही फोन कर. मी जास्तीत-जास्त वीस मिनिटांत इथं हजर होईन.''

"माझी अजिबात हरकत नाही." ट्रेसी म्हणाली, "उलट केवळ माझ्यामुळे तुझी पार्टी हुकली तर मला फार वाईट वाटेल."

गाडीमधल्या पॅनेलच्या प्रकाशामुळे किमचा चेहरा उजळून निघाला होता. गाडी चालवताना अधूनमधून मार्शा त्याच्याकडे कटाक्ष टाकत होती. तिला आता त्याच्याकडे नीट पाहायची संधी मिळाली होती. दोन दिवसांची खुरटी दाढी वाढलेली असूनही किम दिसायला देखणा आहे हे तिला जाणवलं.

गाडीमधे बराच वेळ दोघे एकमेकांशी काही बोलले नाहीत. अखेर मार्शाने किमला बोलते केले. तिने त्याला बेकीबद्दल प्रश्न विचारले. बेकीबद्दल बोलण्याने किमला बरे वाटेल अशी तिची कल्पना होती आणि ती योग्य आहे हे तिच्या लक्षात आले. किम तिच्याविषयी भरभरून बोलू लागला. त्याने बेकीच्या स्केटिंगमधील कौशल्याबाबत कितीतरी गोष्टी सांगितल्या. याबाबतीत ट्रेसीने तिला काहीच सांगितले नव्हते.

बेकीचा विषय बोलून संपल्यावर मार्शाने किमला तिच्या आयुष्याबद्दल थोडीफार माहिती दिली. व्हेटर्नरी कॉलेजमधून बाहेर पडताना आपण आणि आपली एक मैत्रीण दोघींना यु.एस.डी.ए. मधे रस निर्माण झाला असल्याचे तिने सांगितले. त्यांची काहीतरी भरीव कामगिरी करण्याची प्रतिज्ञाच होती. पण यु.एस.डी.ए. मधे व्हेटर्नरी बाजूने प्रवेश मिळण्यात काही अडचणी होत्या. फक्त तपासनीस म्हणून आत शिरणे शक्य होते. एक वर्षानंतर त्यांची बदली होऊ शकत होती. पण मार्शाच्या मैत्रिणीची एक वर्ष अशाप्रकारे वाया घालवण्याची तयारी नव्हती, म्हणून तिने आपली प्रॅक्टिस सुरू केली. अशाप्रकारे एकटी मार्शाच यु.एस.डी.ए. मधे दाखल झाली.

"व्हेटर्नरी कॉलेज?" किमने विचारले, "मला तशी अपेक्षा नव्हती."

"का?"

"मला नक्की सांगता येणार नाही." किम म्हणाला, "कदाचित तुम्ही फारच." तो मधेच थांबला. त्याला शब्द सापडत नव्हते. अखेर तो म्हणाला, "तुम्ही फार... म्हणजे सुरेख आहात. मी असं बोलणं योग्य नाही हे मला समजतंय. पण मी अशी अपेक्षा केली होती..."

"कशी?" मार्शाने विचारले. किमचे अडखळणे पाहून तिला गंमत वाटत होती.

"थोडी पुरुषी व्यक्तिमत्त्वाची." किम च्यॅक् असा आवाज करत म्हणाला, "हे म्हणणं मूर्खपणाचे आहे बहुतेक."

मार्शा हसली, किमला स्वत:ला त्याच्या बोलण्यातली विसंगती जाणवली हे पाहून तिला मजा वाटली.

"मी एक गोष्ट विचारली तर चालेल का?" किम म्हणाला, "हा प्रश्न विचारणं अनुचित आहे याची मला कल्पना आहे... तुमचं वय किती आहे? जर तुम्ही अगदी लहान वयात चमकणाऱ्या मुलांपैकी नसाल तर नुकतीच विशी पार केलेली असणार होय ना?"

"नाही." मार्शा म्हणाली, "एकोणतीस पुरं होऊन तीस चालू आहे."

मार्शाने पुढे झुकून वायपर्स सुरू केले. पाऊस पडायला सुरुवात झालेली होती. संध्याकाळचे फक्त सहा वाजले होते तरी बाहेर गडद अंधार पडला होता.

"आपण कसं काय करणार आहोत?" किमने विचारले.

"कशाचं काय म्हणालात?"

"मी मर्सर मीट्समधे शिरणे."

"मी तुम्हांला सांगितलं त्याप्रमाणेच काहीही प्रॉब्लेम येणार नाही. दिवसपाळीचे सर्व कामगार आणि पर्यवेक्षक अगोदरच निघून गेलेले असणार. फक्त जादा वेळेत काम करणारे सफाई कामगार आणि सुरक्षा कर्मचारी असणार."

"आणि सुरक्षा कर्मचारी काही मला सुखासुखी आत सोडणार नाहीत. मी गाडीतच थांबावं हे उत्तम."

"त्याची काळजी नको. माझ्याजवळ यु.एस.डी.ए. आणि मर्सर मीट्स दोन्हीही ओळखपत्रे आहेत."

"तुमचं ठीक आहे. पण माझं काय?"

"अजिबात चिंता नको. ते मला ओळखतात. त्यांनी कधीच माझं ओळखपत्र मागितलेलं नाही. जर तशीच वेळ आली तर तुम्ही माझे बॉस आहात असं मी सांगेन किंवा मी तुम्हाला प्रशिक्षण देण्यासाठी आणलंय असं सांगते." मार्शा हसली.

"माझ्याकडे बघून मी यु.एस.डी.ए. मधला आहे असं वाटणं अवघड आहे."

मार्शाने किमकडे पुन्हा एकदा पाहिले आणि ती आणखी खिदळली, "त्या रात्रीच्या रक्षकाला काही कळणार नाही आणि तुमचा अवतार एवढा गंमतशीर आहे की, तुम्ही काहीही वाटू शकता."

"या बाबतीत तुम्ही फार आगाऊपणा करता आहात..." किम म्हणाला.

"असो. जास्तीतजास्त काय होईल? आपण आत शिरू शकणार नाही."

"आणि तुम्ही अडचणीत याल."

"मी त्याचा विचार अगोदरच केलेला आहे. आता काय होईल ते होईल."

मार्शाने गाडी एक्सप्रेस वेवरून बार्टनव्हिलेकडे जाणाऱ्या रस्त्यावर घेतली. बार्टनव्हिलेमधल्या एकमेव ट्रॅफिक सिग्नलपाशी ते थांबले. इथे मुख्य रस्त्यापासून मर्सर स्ट्रीट सुरू होत होता.

"मी हॅम्बर्गरबद्दल विचार करते तेव्हा मला लोक ती कशी खातात याचं कायम

आश्चर्य वाटतं.'' मार्शा म्हणाली, ''ही नोकरी सुरू करण्याआधी मी अर्धीमुर्धी शाकाहारी होते. पण आता मात्र मी कट्टर शाकाहारी झाले आहे.''

''हे यु.एस.डी.ए. मधल्या तपासनीस कर्मचाऱ्याने म्हणावं ही नवलाची गोष्ट आहे.''

''हॅम्बर्गरमधे कायकाय असतं हे माहिती असल्याने मला उलटीच येते.''

''म्हणजे काय? त्यामधे स्नायू असतात.'' किम म्हणाला.

''स्नायू आणि इतर बरंच काही,'' मार्शा म्हणाली, ''तुम्ही मांस काढण्याच्या प्रगत तंत्रज्ञानाबद्दल काही ऐकलं आहे का?''

''बहुतेक नाही.''

''गाईगुरांच्या हाडांपासून कण न् कण मिळवण्यासाठी उच्च दाबाचा वापर करणारे यंत्र असते. त्याचा वापर केला की करड्या रंगाचा एक चिकट प्रकार तयार होतो. त्याला लाल रंग देऊन हॅम्बर्गरमधे घालतात.''

''हे किळसवाणं आहे.''

''याखेरीज प्राण्यांच्या मध्यवर्ती चेतासंस्थेचे भागही त्यात असतात. उदाहरणार्थ पाठीच्या कण्यामधला भाग नेहमीच हॅम्बर्गरमधे घातलेला असतो.''

''हे खरं आहे?''

''शंभर टक्के'' मार्शा म्हणाली, ''आणि ती गोष्ट तर कल्पना करता येणार नाही एवढी भयंकर आहे. तुम्ही मॅडकाऊ डिसीजचं नाव ऐकलं आहे का?''

''ते कोणाला माहिती नाही? मला हा रोग फार भीतिदायक वाटतो. उष्णतेला दाद न देणारे प्रथिन तुमच्या खाण्यातून शरीरात शिरतात आणि तुम्ही खलास होता. हे फारच भीषण आहे. आपल्या देशामधे हा रोग नाही हे सुदैवच म्हणायचं.''

''अजून तरी नाही.'' मार्शा म्हणाली, ''म्हणजे अजूनतरी तो दिसून आलेला नाही. पण माझ्यामते हा फक्त काही काळाचा प्रश्न आहे. हा रोग इंग्लंडमधे कसा उद्भवला ठाऊक आहे?''

''बकऱ्यांचे मांस गाईगुरांना खायला घातल्यामुळे असं मी वाचलंय. स्क्रेपी नावाच्या रोगामुळे आजारी बकऱ्यांमधून हा रोग गाईगुरांमधे आला.''

''अगदी बरोबर.'' मार्शा म्हणाली, ''आपल्या देशामधे गाईगुरांना बकऱ्यांचे मांस खायला घालण्याची बंदी आहे. पण तुम्हाला एक गोष्ट माहिती नसेल. या नियमाची अंमलबजावणी होत नाही. मला आतल्या काही सूत्रांकडून कळलंय की, निदान एकचतुर्थांश खाटीक तरी या बंदीला जुमानत नाहीत.''

''वेगळ्या शब्दांत सांगायचं तर इंग्लंडमधे मॅडकाऊ डिसीज उद्भवण्याची सगळी कारणं आपल्या देशातही आहेत.''

''होय.'' मार्शा म्हणाली, ''आणि पाठीचा कणा व तत्सम इतर भाग हॅम्बर्गरमधे नियमितपणे घातले जात असल्याने, बकरी ते माणूस ही साखळी पूर्ण झाली आहे.

म्हणूनच मी म्हणते की, आपल्याला या रोगाच्या केसेस दिसू लागणे हा केवळ काळाचा प्रश्न आहे.''

''बापरे!'' किम उद्‌गारला, ''या गलिच्छ उद्योगाबद्दल मला जास्तच तिरस्कार वाटू लागला आहे. मला खरोखर या सगळ्याची कल्पना नव्हती.''

''सामान्य माणसांना ह्याची अजिबात माहिती नसते.''

मर्सर मीट्‌सची पांढरी इमारत दिसू लागली. मार्शाने आवारात शिरून पार्किंग लॉटमधे गाडी उभी केली. आज तिथे फार थोड्या गाड्या होत्या आणि त्यादेखील विखुरलेल्या होत्या. मार्शाने गाडी दरवाजाजवळच आदल्यावेळी लावली होती तिथेच उभी केली होती. मार्शाने इंजिन बंद केले.

''तयार?''

''मी आलोच पाहिजे का आत?'' किमने विचारले.

''हं...चला!'' मार्शाने दार उघडले आणि ती बाहेर पडली.

मर्सर मीट्‌सचे पुढचे दार बंद होते. मार्शाने दारावर थाप मारली. रिसेप्शन डेस्कपाशी काहीतरी मॅगेझिन वाचत बसलेला रक्षक उठून दारापाशी आला. त्या प्रौढ वयाच्या रक्षकाने बारीक मिशा राखलेल्या दिसत होत्या. त्याचा युनिफॉर्म फारच ढगळ होता.

''मर्सर मीट्‌स बंद आहे.'' रक्षक काचेमागूनच म्हणाला.

मार्शाने मर्सर मीट्‌सचे ओळखपत्र काढून त्याच्यासमोर धरले. त्याने डोळे किलकिले करून त्यावर नजर टाकली आणि दरवाजा उघडला.

''धन्यवाद'' असं म्हणत मार्शा लगोलग आत घुसली. किमही पाठोपाठ आत शिरला. रक्षक किमकडे संशयाने पाहात होता. पण त्याने काहीही न बोलता दार लावून घेतले.

मार्शा तडातडा पुढे गेली असल्याने किमला धावत जावे लागले. ती रिसेप्शन डेस्क ओलांडून पुढे गेली होती. किम जवळ येताच ती म्हणाली, ''मी काय सांगितलं होतं, काहीही प्रॉब्लेम येणार नाही...''

रक्षक रिसेप्शन डेस्कच्या पुढे आला आणि त्याने हॉलमधे डोकावून पाहिले. उत्पादन विभागाकडे जाणाऱ्या कॉरिडॉरमधून मार्शा आणि किम जाताना त्याने पाहिले. मग तो डेस्कपाशी परत आला, आणि त्याने फोन उचलला. त्याला आवश्यक तो नंबर काऊंटरच्या कडेपाशी चिकटवून ठेवलेला होता. ''मि. कार्टराईट ती यु.एस.डी.ए.ची बाई मिस बाल्डविन, तुम्ही मला नजर ठेवायला सांगितलं होतं ना, तीच बाई आत्ता आत आली आहे. तिच्याबरोबर आणखी एक माणूस आहे.''

''त्या माणसाच्या अंगावर डॉक्टर घालतात तसा पांढरा कोट होता का?''

"होय."

"ते दोघे बाहेर पडू लागले की त्यांना सही करायला सांग." जॅक म्हणाला, "ते इथं आल्याचा पुरावा मला हवा आहे."

"मी तसं सांगतो सर."

जॅक कार्टराईटने रीसिव्हर जागेवर ठेवायची तसदी घेतली नाही. त्याने फास्ट डायलिंगचे बटण दाबले. काही क्षणातच पलीकडून सोरेनसनचा दणदणीत आवाज घुमू लागला.

"मार्शा बाल्डविन आणि तो डॉक्टर आपल्या कारखान्यात पुन्हा आले आहेत." जॅक सांगू लागला.

"बापरे!" एव्हरेट पुटपुटला, "मला हे ऐकायंच नव्हतं...बरं तू कसं काय शोधून काढलंस?"

"ती जर परत आली तर मला कळव असं मी सुरक्षा कर्मचाऱ्याला सांगून ठेवलं होतं. मी एक शक्यता म्हणून हे केलं होतं."

"छान." एव्हरेट म्हणाला," पण ते तिथं कशासाठी आले असावेत?"

"माझा अंदाज असा आहे की, ते मांस कुठून आलं ते शोधत असावेत?" जॅक म्हणाला, "सकाळी मला त्या डॉक्टरनं नेमकं तेच विचारलं होतं."

"अंदाज नको. तू लगेच तिकडे जा आणि ते काय करत आहेत ते पाहा. मग मला फोन कर. मला आजची संध्याकाळ खराब करून घ्यायची नाही."

जॅकने फोन ठेवला. त्यालाही ती संध्याकाळ वाया घालवायची इच्छा नव्हती. बॉबी बो मॅसनकडच्या पार्टीची तो महिनाभर आतुरतेने वाट पाहात होता. त्याला त्यावेळी कारखान्यात परत जायची अपेक्षा नसल्याने त्याचा मूड खराब झाला. कोट उचलून तो गाडी बाहेर काढण्यासाठी गॅरेजकडे निघाला.

किम हात हलवत आणि पाय आपटत होता. पॅटीरूममधे पस्तीस डिग्री तापमान असले तरी त्याला फारच थंडी वाटत होती, तापमान पंचवीस किंवा पंधरा डिग्री एवढं कमी तर नाही ना, असे त्याला वाटू लागले होते. त्याने हॉस्पिटलच्या कोटावर मर्सर मीट्सचा पांढरा कोट घातला होता. पण दोन्ही सुती असल्याने थंडीपासून बचाव होत नव्हता. डोक्यावरच्या पांढऱ्या टोपीचाही उपयोग होत नव्हता.

पंधरा मिनिटांपेक्षा जास्त वेळ मार्शा लॉगबुके चाळत होती. अपेक्षेपेक्षा तिला नेमक्या लॉटची नोंद सापडायला जास्त वेळ लागत होता. सुरुवातीला किमही डोकावून पाहात होता. पण थंडी वाजू लागल्यावर त्याने तो नाद सोडून दिला होता.

मार्शा आणि किमखेरीज पॅटीरूममधे आणखी दोघेजण होते. ते होजपाईप

आणून पॅटी बनवणारे यंत्र साफ करण्यात मग्न होते. मार्शा आणि किम तिथे जाण्याअगोदरच ते तिथे होते. पण त्यांनी या दोघांकडे पाहिलेदेखील नव्हते.

"ओह! सापडली." मार्शा विजयी स्वरात म्हणाली, "एकोणतीस डिसेंबरच्या नोंदी इथं आहेत." तिने बोट एका रकान्यातून खाली आणून लॉटनंबर दोनवर स्थिर केले. मग आडवे बोट फिरवून ती ठराविक बॅचची नोंद पाहू लागली. "अं...अं"

"काय झालं?" किमने तिच्याजवळ येत विचारले.

"मला वाटलं होतं तेच." मार्शा म्हणाली, "एक ते पाच या बॅचमधे हिगीन्स आणि हॅनकॉकमधून आलेल्या बोनलेस बीफचा वापर झालेला होता. शिवाय त्यामधे आयात केलेले पिसलेले बीफ वापरलेले होते. आयात केलेल्या बीफच्या बाबतीत ते कोणत्या देशातून आलं होतं एवढंच शोधता येईल. अर्थातच तुम्ही जे शोधता आहात त्यादृष्टीने त्याचा काही उपयोगही नाही."

"हिगीन्स आणि हॅनकॉक म्हणजे काय?"

"ते इथल्या स्थानिक कत्तलखान्याचं नाव आहे. हा खूप मोठा कत्तलखाना आहे.",

"बरं, दुसऱ्या लॉटचं काय?"

"बघू या." मार्शा म्हणाली, "ही ती तारीख आहे. बरं कोणता लॉट पाहायचा आहे? नंबर पुन्हा सांगा जरा." मार्शा पाने उलटत म्हणाली.

"लॉट नंबर सहा आणि नऊ ते चौदा बॅच नंबर." किम आपल्याजवळच्या कागदाकडे नजर टाकत म्हणाला.

"ठीक आहे. ही नोंद दिसली." मार्शा म्हणाली, "जर बारा जानेवारी ही तारीख असेल, तर आपण शोधण्याच्या बाबतीत सुदैवी ठरू कदाचित. कारण त्या सर्व बॅचमधे वापरलेले मांस हिगीन्स आणि हॅनकॉककडूनच आले होते."

किमने मार्शा दाखवत होती ती नोंद पाहिली. त्यानुसार असे दिसत होते की हिगीन्स् आणि हॅनकॉकमधे नऊ जानेवारीला तयार झालेल्या ताज्या बीफपासून बारा जानेवारीचा सहा नंबरचा सगळा लॉट तयार झाला होता."

"आपल्याला आणखी नेमकेपणाने लॉट शोधायचा काही मार्ग नाही का?" मार्शाने विचारले.

"ओनियन रिंगमधल्या हॅम्बर्गर बनवणाऱ्याने जी माहिती दिली त्यानुसार तसंच दिसतंय. पण मी दोन्ही दिवसांच्या पॅटीपैकी एक-एक नमुना प्रयोगशाळेत तपासणीसाठी नेऊन दिलेला आहे. सोमवारपर्यंत त्याचा रिपोर्ट कळेल."

"तोपर्यंत आपण जानेवारीमधली तारीख गृहीत धरू. कारण ह्याच तारखेला मांसाचा उगम शोधणे शक्य आहे. आपण हिगीन्स आणि हॅनकॉकच्याही पलीकडे पोहोचू शकू."

"खरंच?" किमने विचारले, "आपण कत्तलखान्यामधे आणलेली गुरे कुठून आली होती ते शोधू शकू असं म्हणायचं आहे का?"

"होय. ही व्यवस्था तरी निदान त्यासाठी तयार केलेली आहे." मार्शा म्हणाली, "म्हणजे तात्त्विकदृष्ट्या ते शक्य व्हायला हवे. पण प्रॉब्लेम असा आहे की, बोनलेस बीफ बनवणाऱ्या त्या दोन हजार पौंड क्षमतेच्या कॉम्बो टाक्यांमधे कितीतरी गाईंचे मांस वापरलेले असते. तरीही खरेदीच्या पावत्यांवरून ह्या गाई कुठल्या रॅन्चमधल्या किंवा फार्ममधल्या होत्या हे कळू शकते. असो. आता पुढची पायरी म्हणजे हिगीन्स आणि हॅनकॉक येथे भेट देणे."

"ते लॉगबुक मला द्या!" जॅक कार्टराईट ओरडला. जॅक त्यांच्याकडे झेपावत आलेला पाहून मार्शा आणि किम एकदम दचकले. पॅटी तयार करणारे यंत्र साफ करण्यासाठी उच्च दाबाच्या वाफेचा उपयोग केला जात असल्याने, त्या आवाजात मार्शा आणि किमला जॅकची चाहूल लागली नव्हती. मार्शाच्या हातातले लॉगबुक खेचून घेत जॅक तिला विजयी स्वरात म्हणाला, "अखेर मिस बाल्डविन तुम्ही तुमची मर्यादा ओलांडली तर!" तो तिच्यासमोर बोट नाचवत होता.

मार्शा सरळ उभी राहिली आणि तिने धैर्य एकवटून पवित्रा घेतला.

"तुमच्या म्हणण्याचा अर्थ काय?" तिने अधिकारवाणीने बोलण्याचा प्रयत्न केला, "मला लॉगबुक पाहाण्याचा अधिकार आहे."

"आहे तर!" बोट तिच्यावर रोखूनच जॅक गुरगुरला, "आम्ही लॉगबुक ठेवतो की नाही हे पाहाण्याचा अधिकार आहे; पण लॉगबुक ही एका खासगी कंपनीची खासगी मालमत्ता आहे. त्यापेक्षा महत्त्वाचं म्हणजे तुम्हाला यु.एस.डी.ए. च्या नावाखाली बाहेरच्या लोकांना आत आणण्याचा आणि ही लॉगबुके दाखवण्याचा अधिकार नाही."

"बस्स!" किम दोघांच्यामधे जात म्हणाला," दोष द्यायचाच असेल तर तो मला द्यावा लागेल."

जॅकने किमकडे अजिबात लक्ष दिले नाही, "एका गोष्टीची मी तुम्हाला खात्री देतो मिस बाल्डविन, की तुम्ही केलेल्या अधिकारभंगाची हकिकत स्टर्लिंग हेंडरसन यांना नक्कीच कळवली जाईल."

किमने जॅकचा हात बाजूला केला, "बास्टर्ड!...तेलकट माणसा ऐक..."

मार्शाने किमचा हात धरला, "नाही!... तसं नको करायला. त्यामुळे आणखी गुंतागुंत होईल."

नाइलाजाने किमने जॅकची धरलेली कॉलर सोडली.

"तुम्ही दोघं इथून चालते व्हा." जॅक कोटाची कॉलर साफ करत गुरगुरला, "नाहीतर मी पोलिसांना बोलावून तुम्हांला ताब्यात घ्यायला सांगेन."

किमने मर्सर मीट्सच्या त्या उपाध्यक्षाकडे जळजळीत नजरेने पाहिले. क्षणभर किमला आपला राग काढण्यासाठी योग्य माणूस मिळाला असं वाटलं, पण तेवढ्यात मार्शाने त्याला बाहेर जाण्यासाठी बाही ओढून खूण केली.

मार्शा आणि किम बाहेर पडताच जॅकने खाली काढलेली लॉगबुके शेल्फमधे जागच्याजागी लावली. मग तो घाईघाईने दोघांच्या मागे रिसेप्शनपाशी आला. पण त्याला थोडा उशीर झाला होता. त्याला मार्शाची गाडी वेगाने बाहेर पडताना दिसली.

''मी त्यांना सही करा म्हणून सांगत होतो. पण त्यांनी माझ्याकडे लक्षच दिले नाही.'' रक्षक जॅकला म्हणाला.

''त्याने काही फरक पडत नाही.'' जॅक म्हणाला आणि तो आपल्या ऑफिसात परत आला. तेथून त्याने एव्हरेटला फोन लावला.

''हं... बोल, कायकाय कळलंय तुला?'' एव्हरेट म्हणाला.

''माझी शंका खरी ठरली. ते दोघे पॅटीरूमची लॉगबुके पाहात होते.''

''रक्षकाच्या म्हणण्यानुसार ते पॅटीरूमखेरीज आणखी कुठेही गेले नव्हते. तेव्हा त्यांनी 'ती' लॉगबुके पाहिली नाहीत हे नक्की.''

''निदान हे तरी छान झालं.'' एव्हरेट म्हणाला, ''आपण जुन्या झालेल्या, गोठवलेल्या पॅटी पुन्हा मिसळतो हे कोणालाही कळता कामा नये. जर कोणी फॉर्म्युलेशन लॉगबुक पाहिले तर ते सहज समजू शकेल.''

''यावेळी त्याबद्दल फिकीर करायची आवश्यकता नाही. महत्त्वाची गोष्ट म्हणजे ही जोडगोळी हिगीन्स आणि हॅनकॉकमधे शिरण्याची शक्यता आहे. मी त्यांना पकडण्याअगोदर ते त्याबद्दलच बोलत होते. माझ्या मते आपण डॅरिल वेबस्टरना कळवायला हवं.''

''चांगली कल्पना आहे.'' एव्हरेट म्हणाला, ''पार्टीच्यावेळी भेटला की आपण डॅरिलच्या कानावर घालू. का असं करायचं? मी त्याला पट्कन फोन केला तर?''

''जितक्या लवकर शक्य होईल तितकं जास्त चांगलं होईल.'' जॅक म्हणाला, ''हे दोघं काय करतील कुणास ठाऊक. तो डॉक्टर तर चक्रमच आहे.''

''बॉबी बो याच्या घरी भेटू.'' एव्हरेट म्हणाला.

''मला थोडासा उशीर होण्याची शक्यता आहे. मला परत घरी जाऊन कपडे बदलून तिथं यायचं आहे.''

''ठीक आहे, तू आता निघ लगेचच. मला तू 'प्रतिबंधक समितीच्या बैठकीसाठी हवा आहेस.''

''मी प्रयत्न करतो.'' जॅक म्हणाला.

एव्हरेट सोरेनसनने फोन ठेवला आणि डॅरिल वेबस्टरचा फोन नंबर शोधून

काढला. एव्हरेटने पार्टीला जाण्यासाठी टक्सेडो पोशाख घातलेला होता आणि तो वरच्या मजल्यावरच्या आपल्या स्टडीरूममधे होता. तो जॅकचा फोन आला तेव्हा शर्टाच्या गुंड्या लावत होता. एव्हरेटला फार औपचारिक पोशाख करायला आवडत नसे.

"एव्हरेट!" बेडरूममधून ग्लॅडिस सोरेनसनची, त्याच्या बायकोची हाक आली. लग्नाला किती वर्षं झाली हेदेखील एव्हरेटला आठवत नव्हतं. "जरा लवकर आटप. आपल्याला अर्धा तासाच्या आत मॅसनकडे पोहोचलं पाहिजे."

"मला एक फोन करणं जरूर आहे." एव्हरेटने ओरडून उत्तर दिले. त्याने नंबर शोधून भराभरा फोन लावला होता. पहिल्याच घंटीला पलीकडून फोन उचलला गेला.

"डॅरिल, एव्हरेट सोरेनसन बोलतोय."

"आश्चर्यच आहे." डॅरिल वेबस्टर म्हणाला. डॅरिल आणि एव्हरेटमधे खूपच साम्य होते. दोघांची व्यावसायिक प्रगती सारखीच झाली होती. इतकेच नाही तर दोघांच्या दिसण्यातही साम्य होते. एव्हरेटप्रमाणेच डॅरिलसुद्धा दणकट बांध्याचा होता. त्याची मान जाडजूड होती आणि हात फावड्यासारखे होते. त्याचा चेहरा लालबुंद होता. दोघांमधला फरक एवढाच होता की, डॅरिलचे कान चेहऱ्याच्या योग्य प्रमाणात होते आणि डोक्यावर भरपूर केस होते. "मी आणि माझी बायको मॅसनकडच्या पार्टीसाठी जायच्या तयारीत आहोत."

"ग्लॅडिस आणि मी तेच करत आहोत." एव्हरेट म्हणाला, "पण अचानक फोन करण्याची गरज उद्‌भवली आहे. तुला ती मला त्रास देणारी मार्शा बाल्डविन आठवते का? ती आमच्या बुडाला खुपणारी तपासनीस?"

"हं...हेंडरसननी मला तिच्याबद्दल सांगितलं होतं. फार वैताग देणारी बाई आहे वाटतं ती?"

"हं... आणि आता एका रागाने बेभान झालेल्या वेड्या डॉक्टरबरोबर संधान बांधून ती काम करते आहे. या वेड्या डॉक्टरला ओनियन रिंग रेस्टॉरंटमधे काल रात्री पकडलं होतं, तू ती बातमी वाचली आहेस का?"

"ती कशी माझ्या नजरेतून सुटेल?" डॅरिल म्हणाला, "तो डॉक्टर तिथे इ. कोलायचा माग काढत होता हे वाचून मला घामच फुटला होता."

"मलादेखील" एव्हरेट म्हणाला, "आणि आता तर ही गोष्ट आणखी पुढच्या थराला गेली आहे. काही वेळापूर्वी ती त्या डॉक्टरला घेऊन माझ्या कारखान्यात घुसली होती. त्या डॉक्टरने तिला मांसाचा माग काढण्याच्या कामासाठी काहीतरी करून राजी केलेलं दिसतंय."

"तो इ. कोलायच्या मागावरच तिथं पोहोचला की काय?"

"यात काहीच शंका नाही."

"हे फार भयंकर आहे."

"आणखी काय बोलणार यावर!" एव्हरेट म्हणाला, "जॅक कार्टराईटने त्यांचे बोलणे ऐकले आहे. ते हिगीन्स आणि हॅनकॉकबद्दल काहीतरी बोलत होते. ते दोघे तुझ्या कारखान्यातही शिरतील म्हणून मला काळजी वाटते."

"तसं होणं फार धोकादायक ठरेल."

"आपण काहीतरी दीर्घकालीन उपाययोजना करायला हवी. आज रात्री आपण त्यावर चर्चा करणारच आहोत. बरं, तुला निरोप कळला का?"

"होय बॉबी बो याने फोन केला होता."

"दरम्यान तू काहीतरी करावसं असं वाटतं."

"मला सावध केल्याबद्दल आभार." डॅरिल म्हणाला, "मी माझ्या सुरक्षा यंत्रणेला तशी सूचना करतो."

"मी हेच सुचवणार होतो." एव्हरेट म्हणाला, "थोड्या वेळात भेटूच."

डॅरिलने फोन बंद केला आणि आपल्या बायकोला हॅझेलला खूण केली. थाटमाट करून हॅझेल दारापाशी वाट पाहात होती. तिने वैतागून पाय आपटले. इकडे डॅरिलने आपल्या कत्तलखान्याचा नंबर फिरवला.

मार्शाने गाडी किमच्या गाडीमागे उभी केली. तिने इंजिन आणि दिवे दोन्ही चालू ठेवले होते.

"तुम्ही मला खूप मदत केलीत." किम म्हणाला. त्याचा हात हँडलवर होता. पण त्याने दार उघडले नाही, "पण सर्वकाही सुरळीत पार पडलं नाही म्हणून मला वाईट वाटतंय."

"यापेक्षाही वाईट घडू शकलं असतं," मार्शाचा चेहरा उजळलेला होता, "आणि आणखी काय होणार आहे कुणास ठाऊक? पाहू या आता काय काय होतंय ते."

"आत येणार का? माझं घर तसं पार खलास झालेलं आहे. पण मला एक ड्रिंक घेण्याची गरज आहे. तुमचं काय?"

"धन्यवाद. पण मी वेगळा विचार करते आहे." मार्शा म्हणाली. "तुम्ही मला ज्या कामात ओढलं आहेत ते मी पूर्ण करणार आहे. तुमच्याकडे सोमवारी सकाळी प्रयोगशाळेतून रिपोर्ट येईपर्यंत मी मांस कुठून आलं त्याचा जास्तीत जास्त माग काढते. त्यामुळे आपण 'बाजारातून माल परत घ्या' अशी मागणी करण्याच्या दिशेने खूप पुढे गेलेलो असू."

"तुमचा आत्ता आणखी काही करायचा विचार आहे की काय?"

"होय." मार्शा मान डोलावत म्हणाली. तिने घड्याळाकडे नजर टाकली. "मी

आत्ता सरळ हिगीन्स् आणि हॅनकॉककडे जाणार आहे. ही एकच संधी आहे. मी मागे सांगितल्याप्रमाणे माझा बॉस आणि माझं अजिबात सख्य नाही. सोमवारी सकाळी जॅककडून त्याला आजच्या माझ्या घुसखोरीची बातमी कळली की माझी नोकरी गेलेली असेल. त्याचा अर्थ माझ्याजवळ ओळखपत्र असणार नाही.''

''ओह गॉड!'' किम म्हणाला, ''तुझी नोकरी गेली तर मला फार वाईट वाटेल. असं काही व्हावं असं मला वाटत नव्हतं.''

''तुम्ही त्यासाठी स्वत:ला जबाबदार धरायची गरज नाही.'' मार्शा म्हणाली, ''मी करते आहे त्यातला धोका पत्करायलाच हवा हे नक्की. तुम्ही मागे म्हणाला होतात त्याप्रमाणे लोकांचे रक्षण करणे हे माझे कामच आहे.''

''तुम्ही जर आत्ता तिकडे जाणार असाल तर मीदेखील येतो.'' किम म्हणाला, ''मी तुम्हाला एकटीला जाऊ देणार नाही.''

''माफ करा. पण ते शक्य नाही.'' मार्शा म्हणाली, ''मर्सर मीट्समधे जाताना काहीही प्रॉब्लेम नाही असं मी म्हणाले होते. तसंच घडलं पण हिगीन्स आणि हॅनकॉकची गोष्ट निराळी आहे. माझ्या यु.एस.डी.ए. ओळखपत्राचा वापर करूनही मला आत शिरणं कठीण जाणार आहे.''

''का बरं? यु.एस.डी.ए. ची तपासनीस म्हणून तुम्ही कोणत्याही कत्तलखान्यात पाहणीसाठी जाऊ शकत नाही?''

''जिथे माझी नेमणूक झालेली नाही तिथे नाही.'' मार्शा म्हणाली, ''आणि कत्तलखान्यात तर मी जाणं अपेक्षितच नाही. त्यांच्यासाठी यु.एस.डी.ए.मधे वेगळा विभाग आहे. असं पाहा, पाहुण्यांच्या भेटीचा प्रश्न आला की कत्तलखाने अणुप्रकल्पासारखे वागतात. त्यांना लोकांनी भेटी देऊ नयेत असं वाटतं. कारण तसं झालं तर समस्या उद्‌भवतात.''

''कत्तलखान्यांमधे लपवण्यासारखं काय असतं?''

''मुख्यत: त्यांच्या पद्धती.'' मार्शा म्हणाली, ''मुळातच कत्तलखाना ही काही फार प्रेक्षणीय जागा नसतेच. ऐंशी सालानंतर नियमामध्ये शिथिलता आल्यानंतर तर कत्तलखान्यांनी त्यांच्या उत्पादन विभागांचा वेग प्रचंड वाढवला. म्हणजे दर ताशी किती प्राणी वापरायचे याचे प्रमाण वाढले. काही कत्तलखान्यात आता ताशी अडीचशे ते तीनशे प्राणी मारले जातात. एवढ्या प्रचंड वेगामधे प्रदूषण होणे अपरिहार्य आहे. ते इतके अपरिहार्य आहे की, यु.एस.डी.ए.ने मांसामधे इ. कोलाय आहे म्हणून जाहीर करताच बीफ उद्योगाने सरळ यु.एस.डी.ए. वर खटलाच भरला.''

''हे तुम्ही गंभीरपणाने सांगत नाही ना?''

''हे खरं आहे, माझ्यावर विश्वास ठेवा.''

"तुमच्या म्हणण्याचा अर्थ असा की, मांसामधे इ. कोलाय आहे याची बीफ उद्योगाला पूर्ण कल्पना आहे आणि ते आता तसं होणं अटळ आहे असा कांगावा करत आहेत?"

"अगदी बरोब्बर." मार्शा म्हणाली.

"हे चीड आणणारं आहे" किम म्हणाला, "आणि ही गोष्ट सामान्य माणसांना कळायलाच हवी. हे जास्त काळ चालू देता कामा नये. आता नक्कीच कत्तलखाना बघावा असं मला वाटू लागलंय."

"म्हणून तर कत्तलखान्यात लोकांनी येऊ नये असं वाटतं. तसेच तुम्ही कधीच तिथं जाऊ शकणार नाही. अर्थात, त्याला एक पर्याय आहे म्हणा. कत्तलखान्यात नेहमीच भरपूर माणसे काम करतात. त्यांची मुख्य डोकेदुखी म्हणजे त्यांच्याकडे माणसांचा नेहमी तुटवडा असतो. जर तुम्हाला कार्डियाक सर्जन म्हणून काम करायचा कंटाळा आला असेल तर, तुम्हाला तिथे कामगार म्हणून सहज काम मिळेल. जर तुम्ही बेकायदेशीर स्थलांतर केलेले परदेशी असाल तर फारच उत्तम. कारण मग तुम्हाला किमान वेतनापेक्षाही कमी पगार दिला तरी चालतो."

"हे चित्र चांगलं नाही..." किम म्हणाला.

"पण ते वास्तव आहे." मार्शा म्हणाली, "या उद्योगातले काम फार कष्टाचे आणि त्रासाचे असते. बीफ उद्योगामधे नेहमीच स्थलांतरित माणसांना रोजगार मिळत आला आहे. फरक एवढाच आहे की, पूर्वी त्यांचे कामगार पूर्व युरोपमधले असायचे. आता ते लॅटिन अमेरिका आणि विशेषत: मेक्सिकोमधले असतात."

"हे सगळं वाटतंय त्यापेक्षा फारच भयंकर आहे असं म्हणायचं आहे का तुम्हाला?" किम म्हणाला, "मी कधीच याचा विचार केला नाही. मी देखील मांस खातो. माझ्या मनात कधीच याचा विचार कसा आला नाही? एकप्रकारे मी देखील त्याला जबाबदार आहेच."

"ही भांडवलवादाची काळी बाजू आहे." मार्शा म्हणाली, "मी हे काही कडव्या समाजवादी भूमिकेतून बोलत नाही. पण हे नफा मिळवण्यासाठी नैतिकता झुगारून देण्याचे आणि परिणाम काय होईल याबद्दल संपूर्ण बेफिकीरीचे जळते उदाहरण आहे. या सगळ्यामुळेच तर मी यु.एस.डी.ए. मधे नोकरी करायची असं ठरवलं. कारण याच माध्यमातून काहीतरी बदल घडू शकेल."

"जर सत्तेवर असणाऱ्यांना बदल करावा असं वाटलं तरच तसं होणार."

"हे बरोबर आहे."

"या सगळ्याचा मथितार्थ असा की, आपण ज्या उद्योगाबद्दल बोलतोय तो उद्योग कामगारांचे शोषण करतो आणि दरवर्षी हजारो पोरं मेली तरी त्याला काहीही पर्वा वाटत नाही." किमने मान हलवली. त्याचा या सगळ्यावर विश्वास बसत

नव्हता, ''कोणतीही नैतिकता न पाळत असल्यामुळेच मला तुम्ही तिथे जाणं जास्तच धोकादायक वाटू लागलंय.''

''म्हणजे काय?''

''तुम्ही यु.एस.डी.ए. चे ओळखपत्र दाखवून हिगीन्स् आणि हॅनकॉकमधे खोटं कारण सांगून जाणार ना?''

''होय. मी त्याखेरीज आत जाऊच शकणार नाही.''

''आणि ते जर सुरक्षेबद्दल इतके काटेकोर असतील तर, तुम्ही तिथे जाण्यात केवढा धोका आहे? मी नोकरी जाण्याबद्दल बोलत नाहीये.''

''तुम्ही काय म्हणताय, हे माझ्या लक्षात आलं. माझ्याबद्दल एवढी काळजी केल्याबद्दल धन्यवाद. पण मला फारशी फिकीर वाटत नाही. जास्तीत जास्त काय होईल तर जॅक कार्टराईट म्हणाला त्याप्रमाणे ते लोक माझ्या बॉसकडे तक्रार करतील.

''एवढंच? तुमची पक्की खात्री आहे तशी?'' किम म्हणाला, ''जर त्यात जराही धोका असेल तर, तुम्ही जाऊ नये. माझ्यासाठी एवढा धोका तुम्ही पत्करू नये. कदाचित मी जे काही करू शकतो ते पुरेसं होईल. तुम्ही तिथं गेलात तर, माझी परिस्थिती फार अवघड होईल.''

''तुम्ही माझ्याबद्दल एवढी काळजी करता आहात हे पाहून मला फार बरं वाटलं.'' मार्शा म्हणाली, ''पण मी जावं असंच मला खात्रीने वाटतं आहे. मी आता आणखी काय अडचणीत येणार? मला काहीही होणार नाही. मी तुम्हाला म्हटल्याप्रमाणे तुम्ही एकटे काहीच करू शकणार नाही. तुम्हाला त्या ठिकाणी आत प्रवेशच करता येणार नाही.''

''तुम्ही सुचवल्याप्रमाणे मी कामगार म्हणून गेलो तर?''

''ओहो! मी केवळ गमतीनं तसं म्हणाले होते.''

''मी सर्वकाही करायला तयार आहे.''

''आपण असं करू. मी माझा सेलफोन बरोबर ठेवते आणि दर पंधरावीस मिनिटांनी मी तुम्हाला फोन करते. ही कल्पना कशी वाटते?''

''हे करता येईल.'' किमच्या आवाजात उत्साह नव्हता. पण नंतर मात्र त्याला ही कल्पना आवडली. तसेच कत्तलखान्यात कामगार म्हणून घुसण्याची कल्पना तशी सुखावह नव्हतीच. मार्शा धोका पत्करायला तयार होती आणि ती तिच्या निर्णयावर ठाम होती.

''मला तिथे फार वेळ लागणार नाही.'' मार्शा म्हणाली, ''ते काम झालं की मी इथं परत येईन, आणि मग ड्रिंक घेईन. अर्थात मघाशी दिलेलं आमंत्रण अजून खुले असेल तर.''

''अर्थातच.'' किम म्हणाला आणि त्याने मान डोलावली. मग त्याने गाडीतून

बाहेर पडण्याअगोदर मार्शाचा दंड हलकेच दाबला. दार बंद न करता तो पुढे झुकला, ''माझा फोन नंबर घेतलेला बरा.''

''होय. तो तर हवाच की, '' मार्शाने कागद-पेन शोधून काढलं. किमने नंबर लिहून दिला. ''मी अगदी फोनजवळ बसून राहाणार आहे. तेव्हा फोन करायला विसरून चालणार नाही.''

''माझी काळजी करू नका.''

''गुडलक.''

''मी लवकरच परत येईन. मग आपण बोलूच.''

किमने दार बंद केले. मार्शाने गाडी वळवली आणि ती वेगाने निघून गेली. तिच्या गाडीचे मागचे दिवे आणि खालच्या ओल्या रस्त्यावरचं त्यांचं प्रतिबिंब पूर्णपणे नाहीसे होईपर्यंत किम पाहात उभा होता.

किम मागे वळला. त्याचं अंधारात बुडालेले घर पाहून त्याला एकदम बेकीच्या जाण्याचे वास्तव आठवले. बेकीच्या जाण्याचे दुःख एकदम त्याच्यावर कोसळले आणि त्याला चिरडून टाकू लागले. किमने डोके हलवले. आपले आयुष्य किती क्षणभंगुर आहे हे लक्षात येताच त्याचा थरकाप उडाला. त्याचे कुटुंब आणि सर्जन म्हणून त्याची यशस्वी कारकीर्द हे किती भक्कम वाटत होते आणि जणू डोळ्यांचे पाते लवते न लवते तोच सगळ्याचा पार चक्काचूर होऊन गेला होता.

बॉबी बो मॅसनचे घर लास वेगासच्या एखाद्या कॅसिनोसारखे सजलेले होते. त्या रात्रीच्या पार्टीला धमाल यावी म्हणून त्याने मुद्दाम रंगमंचावर प्रकाशयोजना करणाऱ्या माणसाकडून सगळी व्यवस्था करून घेतली होती. समोरच्या हिरवळीवर एक मांडव घातला होता आणि त्यामधे एक बॅन्ड बसवलेला होता. थोड्याफार पावसामुळे पार्टीची रंगत कमी होणार नव्हती.

बॉबी बो हा देशामधल्या बीफ उद्योगातला सर्वांत मोठा उद्योगसम्राट होता. त्याच्या दर्जाला अनुरूप असेच घर त्याने बांधले होते. त्याच्या घराची सजावट थेट रोमन साम्राज्याचा वारसा चालवणारी होती. सगळीकडे उंचउंच कमानी आणि खांब होते. रोमन आणि ग्रीक पुतळ्यांच्या प्रतिकृती जागोजागी होत्या. काहीतर पूर्ण आकाराचे होते आणि काही पुतळ्यांना नैसर्गिक रंगाने रंगवलेले होते.

घरापुढच्या गोलाकार जागेमधे उत्तम पोशाख केलेले अनेक नोकर तयारीत होते. त्या ठिकाणी सहा फूट उंचीच्या भव्य ज्योतींचा प्रकाश पडण्याची व्यवस्था केलेली होती.

एव्हरेट सोरेनसनची मर्सिडीज, डॅरिल वेबस्टरच्या लेक्ससच्या एकच मिनिट अगोदर येऊन पोहोचली होती. जणू त्यांनी आधी ठरवल्याप्रमाणे हे घडून आलं होतं.

दोघांनी उतरून एकमेकांना आलिंगन दिले. त्यांच्या बायकांनीही तसेच केले.

काही नोकरांनी त्यांच्या गाड्या पार्किंगसाठी नेल्या. तर काहीजणांनी पाहुण्यांचे पावसापासून रक्षण करण्यासाठी त्यांच्या डोक्यावर मोठ्या छत्र्या धरल्या. चौघेजण मोठ्या पायऱ्यांवरून प्रशस्त अशा दरवाजाकडे निघाले.

"तू तुझ्या सुरक्षा यंत्रणेला सूचना दिली आहेस ना?" एव्हरेटने हलक्या आवाजात विचारले.

"तुझ्याशी बोलणं होताक्षणी!" डॅरिलने उत्तर दिले.

"छान." एव्हरेट म्हणाला, "आपण निष्काळजीपणा करून चालणार नाही."

त्यांनी दरवाजापाशी जाऊन बेल दाबली. ते दार उघडण्याची वाट पाहात असताना ग्लॅडिसने पुढे होऊन एव्हरेटच्या टायची क्लिप सारखी केली.

दार उघडले. आतला प्रकाश प्रखर असल्याने आलेल्या पाहुण्यांना डोळे किलकिले करून पाहावे लागले. आतल्या संगमरवरी जमिनीवरून प्रकाश परावर्तित होत होता. समोरच्या भव्य ग्रॅनाईट कमानीत बॉबी बो मॅसन उभा होता.

बॉबी बो मॅसनदेखील धष्टपुष्ट होता. त्याच्या सहकाऱ्यांप्रमाणेच त्याचे आपल्या उत्पादनावर विलक्षण प्रेम असल्याने तो भरपूर स्टीक खात असे. त्याची छाती एखाद्या पिंपासारखी होती. त्याने खास त्याच्यासाठी बनवलेला पोशाख केला होता. गळ्यातला बो-टाय हाताने विणलेला असून त्याला सोनेरी धागे वापरलेले होते. बटणे अणि कफलिंक हिऱ्यांनी मढवलेली होती.

"लोकहो या!" बॉबी गडगडाटी आवाजात म्हणाला. तो हसला तेव्हा त्याचे सोन्याचे मुलामा दिलेले अनेक दात चमकले, "कोट काढून ठेवा आणि शँपेनचा आस्वाद घ्या."

दिवाणखान्यातून हसण्या-खिदळण्याचे आवाज येत होते. सोरेनसन आणि वेबस्टर मंडळींच्या अगोदर बरेच पाहुणे आलेले होते. बाहेरच्या बॅन्डच्या तुलनेत आतील संगीत सौम्य होते. चार तंतुवाद्ये आत वाजवली जात होती.

कोट काढून दिल्यानंतर ग्लॅडिस आणि हॅझेल हातात हात घालून पार्टीमधे सामील झाल्या. बॉबी बो याने डॅरिल आणि एव्हरेटला हाताने थांबवून घेतले.

"स्टर्लिंग हेंडरसन अजून आलेला नाही." बॉबी बो म्हणाला, "तो आला की आपण लायब्ररीमधे छोटीशी बैठक घेऊ. इतर सर्वांना मी तसं सांगितलेलं आहेच."

"जॅक कार्टराईटलाही यायला थोडा वेळ लागला आहे. तो सुद्धा त्यामधे असावा असं माझं मत आहे." एव्हरेट म्हणाला.

"माझी हरकत नाही." बॉबी म्हणाला, "बरं, आज आणखी कोण आहे इथं, ते ओळखा पाहू."

एव्हरेटने डॅरिलकडे पाहिले. दोघांनाही अंदाज करण्याची इच्छा नव्हती.

"कार्ल स्टाल." बॉबी बो विजेत्याच्या थाटात म्हणाला.

एव्हरेट आणि डॅरिलवर भीतीची सावली पसरली.

"मी या बातमीमुळे अस्वस्थ झालो आहे." एव्हरेट म्हणाला.

"मलाही तसंच वाटतंय" डॅरिल म्हणाला.

"काय हे?" बॉबी बो चिडवत म्हणाला, "तो जास्तीत जास्त काय करेल? तुम्हाला तुमच्या जागेवरून हाकलून देईल." बॉबी बो मोठ्याने हसला.

"या विषयावर विनोद केलेला मला आवडणार नाही." डॅरिल म्हणाला.

"मलाही आवडणार नाही," एव्हरेट म्हणाला, "पण त्या गोष्टीचा विचार करायचा तर आपण एक करायला हवं. सध्या निर्माण झालेली समस्या आणखी वाढायच्या आत निपटून टाकणे."

❖

चौदा

शनिवार रात्र, २४ जानेवारी

अखेरच्या वळणावरून मार्शाची गाडी वळली. तिला हिगीन्स आणि हॅनकॉकचे पहिले दर्शन झाले. अस्ताव्यस्तपणे पसरलेल्या कमी उंचीच्या इमारती आणि मागचे मोठे कुंपण घातलेले विस्तीर्ण आवार. अंधार आणि पावसात हे सारे अनिष्टसूचक वाटत होते.

मार्शाने गाडी मोठ्या पार्किंग लॉटमधे घेतली. त्यावेळी तिथे फारशा गाड्या नव्हत्या. ज्या काही होत्या त्या विखरून लावलेल्या दिसत होत्या. तीन ते अकरा अशी पाळी करणारे सफाई कर्मचारी आले तेव्हा पार्किंगमधे दिवसपाळीच्या कामगारांच्या गाड्या खच्चून भरलेल्या होत्या.

प्रशिक्षणाच्या काळात मार्शा एकदा तिथे आलेली असल्याने तिला साधारण कल्पना होती. तिने गाडी बाजूला वळवली. समोर एक दार होते. त्यावर काहीही लिहिलेले नव्हते. ही कामगारांची आत शिरण्याची जागा आहे हे तिच्या लक्षात आले. दाराच्यावरच्या बाजूला भिंतीवर जाळीमधे लावलेला एकच दिवा होता. त्यामुळे प्रकाश कमी दिसत होता.

मार्शाने गाडी थांबवून इंजिन बंद केले, पण ती गाडीमधेच बसून राहिली. ती धैर्य गोळा करण्याचा प्रयत्न करत होती. किमशी बोलल्यानंतर तिला थोडेफार

अस्वस्थ वाटत होते. किमने तिच्या जीवाला धोका आहे असे सुचवेपर्यंत मार्शाला तसे काही होऊ शकेल याची जाणीव नव्हती. त्यानंतर मात्र तिचे मन डळमळीत होऊ लागले होते. स्थलांतरित कामगार आणि कामगार संघटनांकडे कल असणाऱ्यांना सरळ करण्यासाठी बीफ उद्योगामधले लोक धाक-दहशत वगैरे मार्ग वापरतात हे तिच्या कानावर आले होते. आता आपण जे करतो आहोत त्यावर उद्योगाची काय प्रतिक्रिया होईल यावर ती विचार करत होती. 'तू फार अतिरंजित विचार करत आहेस.' मार्शा स्वत:शीच मोठ्याने म्हणाली. आता मात्र तिचा विचार पक्का झाला होता. तिने गाडीमधे अडकवलेला सेलफोन काढला. त्याची बॅटरी तपासून पाहिली आणि मग 'चला तर आता' असे स्वत:ला बजावत ती गाडीतून बाहेर पडली.

तिला वाटले होते त्यापेक्षा पाऊस जोरात होता. ती धावत दारापाशी आली आणि तिने दार ओढून उघडण्याचा प्रयत्न केला. पण दार बंद होते. बाजूला तिला एक बटण दिसले. त्यावर 'कामाच्या तासांनंतर' असे लिहिलेली छोटी पाटी होती. तिने ते बटण दाबले.

अर्ध मिनिट उलटूनही आतून काहीच प्रतिसाद आला नाही. मार्शाने पुन्हा बटण दाबले आणि दारावर थापही मारली. आपण गाडीमधे परत जावे आणि फोन करावा असा विचार ती करत असतानाच दार धाडकन उघडले. तपकिरी-काळा युनिफॉर्म घातलेला एक सुरक्षा कर्मचारी गोंधळून तिच्याकडे पाहात होता. त्या ठिकाणी भेट देणारे लोक फार दुर्मिळ असल्याने त्याच्या काही लक्षात येत नव्हते.

मार्शाने त्याच्यासमोर आपले यु.एस.डी.ए. चे ओळखपत्र नाचवून आत घुसण्याचा प्रयत्न केला. पण तो माणूस जागचा हलला नाही. त्यामुळे तिला पावसातच बाहेर उभे राहावे लागले.

"मला नीट पाहू द्या." पहारेकरी म्हणाला.

त्याने ते उलटेपालटे करून नीट पाहिले.

"मी यु.एस.डी.ए.ची तपासनीस आहे." मार्शा त्रासिक स्वरात म्हणाली, "मला असं पावसात उभं राहायला लावणं बरोबर आहे का?"

"तुम्ही इथं कशासाठी आला आहात?"

"तपासनीस काय करतात तेच करण्यासाठी" मार्शा म्हणाली, "फेडरल नियमांचे योग्य प्रकारे पालन होत आहे की नाही ते पाहाणे."

पहारेकरी थोडासा मागे सरकला त्यामुळे मार्शाला आत शिरता आले. तिने तोंडावरचे पाणी निपटून काढले आणि मग हात झटकले.

"आत्ता फक्त साफसफाई चालू आहे." पहारेकरी म्हणाला.

"मला त्याची कल्पना आहे" मार्शा म्हणाली, "बरं, आता माझं ओळखपत्र परत मिळेल का?"

पहारेकऱ्याने मार्शाचे ओळखपत्र परत दिले. "तुम्ही कुठं जाणार आहात?"

"मी यु.एस.डी.ए. च्या ऑफिसमधे असेन." मार्शा जाताजाता म्हणाली. पहारेकऱ्याने अडवल्यामुळे थोडी चकित झालेली असूनही आणि त्यामुळे आणखी अस्वस्थ वाटत असूनदेखील मार्शा निर्धाराने पुढे निघाली होती. एकदाही मागे वळून न पाहाता ती सरळ आत शिरली.

बॉबी बो मॅसनने लायब्रीचे उत्तम महोगनी लाकडापासून बनवलेले दार बंद करून घेतले. घरामधे चाललेल्या आनंदी हास्यविनोदाचे आवाज एकदम बंद पडल्यासारखे वाटले. लायब्रीच्या आत विखरून बसलेल्या आपल्या पाहुण्यांकडे बॉबी बो वळला. त्या ठिकाणी शहरामधल्या बीफ उद्योगामधले बहुतेक सर्वजण आलेले होते. त्यामधे फार्मचे मालक, कत्तलखान्यांचे मालक, मांसप्रक्रिया उद्योगामधील कंपन्यांचे संचालक, मांस उद्योगातल्या कंपन्यांचे अध्यक्ष यांचा समावेश होता. काहीजण गडद हिरवे मखमली आवरण घातलेल्या खुर्च्यांमधे विसावलेले होते, तर काहीजण छातीपाशी शँपेनचे ग्लास धरून उभे होते.

लायब्रीची ही खोली बॉबी बो मॅसनला फार आवडत असे. आपल्या घरी येणाऱ्या प्रत्येकाला ती खोली बॉबी बो आग्रहाने दाखवत असे. पाहुण्यांनी कौतुक करावे ह्यासाठीच तर बॉबी बो याने ही लायब्री सजवली होती. त्यासाठी खास ब्राझीलमधून आणलेल्या अत्यंत जुन्या महोगनी लाकडांचा वापर केलेला होता. खाली पसरलेला गालिचा एक इंच जाडीचा होता आणि तोदेखील अत्यंत उंची पुराणवस्तूंपैकी होता. यामधली एकच गोष्ट गमतीची होती. ती म्हणजे या 'लायब्रीमधे' एकही पुस्तक नव्हते.

"आपण ही बैठक लवकरात लवकर संपवू या. म्हणजे मग आपल्याला खाणे-पिणे या जास्त महत्त्वाच्या गोष्टींकडे वळता येईल." बॉबी बो याच्या या बोलण्यावर थोडासा हशा उसळला. बॉबी बो याला अशाप्रकारे लोकांच्या नजरेत भरायला आवडत असे. या वर्षीचा अमेरिकन बीफ अलायन्सचा अध्यक्ष म्हणून झगझगाटात राहायला मिळणार म्हणून बॉबी बो खुष होता. "आत्ता आपल्यापुढचा विषय मिस मार्शा बाल्डविन हा आहे." सर्वांचे लक्ष आपल्या बोलण्याकडे आहे हे पाहून बॉबी बो म्हणाला.

"माफ करा." कोणीतरी म्हणाले, "मला काही सांगायचं आहे." धष्टपुष्ट असा स्टर्लिंग हेंडरसन उभा राहिला. काहीशा राकट चेहऱ्याच्या या माणसाचे केस चंदेरी होते.

"मी सर्वप्रथम दिलगिरी व्यक्त करतो." स्टर्लिंग विषण्ण स्वरात म्हणाला, "मी अगदी पहिल्या दिवसापासून त्या बाईला लगाम घालण्याचा प्रयत्न केला. पण कशाचाही उपयोग झाला नाही."

''तुझ्यावर काही बंधनं होती याची आम्हां सगळ्यांना जाणीव आहे.'' बॉबी बो म्हणाला, ''पण एक गोष्ट तू लक्षात घे. अचानकपणे घेतलेली ही बैठक कोणालाही दोषी ठरवण्यासाठी नसून, तिचा मुख्य उद्देश समस्येचे निराकारण करणे हा आहे. कालपर्यंत तू जे काही करत होतास ते ठीकच होतं. पण आज मात्र परिस्थिती वेगळी आहे. मिस बाल्डविन आणि तो चक्रम डॉक्टर यांनी इ. कोलायचा विषय प्रसिद्धि माध्यमांपुढे आणण्याचा चंग बांधलेला आहे. त्यासाठी दोघे एकत्र आलेले आहेत.''

''आणि ते एकत्र येण्यामुळे केवळ त्रास वाढणार आहे.'' एव्हरेट म्हणाला, ''एका तासापूर्वी आम्ही त्या दोघांना पॅटीरूमच्या लॉगबुकांमधे डोकावताना पकडलं आहे.''

''तिनं त्या डॉक्टरला तुमच्या इथं आतमधे आणलं होतं?'' स्टर्लिंगला प्रचंड धक्का बसलेला दिसत होता.

''होय. ते खरं आहे'' एव्हरेट म्हणाला, ''आपल्यापुढे केवढे अवघड आव्हान आहे हे यावरून तुमच्या लक्षात येईल. परिस्थिती गंभीर आहे. आपण लगेच काहीतरी केलं नाही तर इ. कोलायचं नवीन प्रकरण उद्‌भवलंच म्हणून समजा.''

''हा इ. कोलाय आपल्या बुडाला फार बोचतोय,'' बॉबी बो पुटपुटला, ''मला सगळ्यांत जास्त चीड कशाची येत असेल तर ती या गोष्टीची की, कुक्कुटपालन उद्योगामधून बाहेर पडणाऱ्या उत्पादनात सालमोनेला किंवा कॅम्पिलोबॅक्टर अगदी शंभर टक्के असतातच. त्याबद्दल कोणी चकार शब्द काढत नाही आणि आपल्याबाबतीत मात्र... आपल्या उत्पादनांपैकी दोनतीन टक्क्यांमधे जरा काही असलं की सगळेजण चवताळून उठतात. हा काय न्याय झाला? हा काय प्रकार आहे? त्यांची लॉबी आपल्यापेक्षा जास्त ताकदवान आहे काय?''

बॉबी बो याने केलेल्या या उलट भाषणानंतर पसरलेल्या शांततेचा भंग झाला. सेलफोनची रिंग वाजू लागली. पाचसहा लोकांनी भराभरा आपल्या कोटाच्या खिशात हात घातले. डॅरिलचा फोन वाजत होता. डॅरिल उठून एका कोपऱ्यात गेला.

''कुक्कुटपालन उद्योग कसा काय यातून सुटतो त्याची मला कल्पना नाही,'' एव्हरेट म्हणाला, ''पण आत्ता याक्षणी आपण या विषयाकडे वळून आपले लक्ष विचलित करून घ्यायला नको. मला एक गोष्ट नक्की माहिती आहे. इ. कोलायमुळे उपटलेल्या त्या भानगडीनंतर हडसन मीट कंपनीचे व्यवस्थापन खलास झाले होते. आपल्याला काहीतरी केलं पाहिजे. ताबडतोब हे माझं मत आहे. म्हणजे मला असं म्हणायचं आहे की, नाहीतर आपण ती प्रतिबंधक समिती बनवली तरी कशासाठी?''

डॅरिलने फोन बंद करून जाकिटाच्या आतल्या खिशात ठेवला. तो पुन्हा सर्वांजवळ आला. त्याचा चेहरा नेहमीपेक्षा जास्त लाल झालेला होता.

''वाईट बातमी की काय?'' बॉबी बो याने विचारले.

“होय” डॅरिल म्हणाला, “हिगीन्स आणि हॅनकॅकमधल्या माझ्या एका पहारेकऱ्याचा फोन होता. मार्शा बाल्डविन आत्ता याक्षणी यु.एस.डी.ए. च्या नोंदी पाहात आहे. ती आपले यु.एस.डी.ए.चे ओळखपत्र नाचवत आत शिरली. फेडरल नियमांचे योग्य पालन होत आहे की नाही, हे ती पाहात आहे म्हणे.”

“तिनं तिथे असं जाणं तिच्या अधिकारात बसत नाही” स्टर्लिंग संतापून म्हणाला, “आणि यु.एस.डी.ए. च्या नोंदी पाहाणं हे तर नाहीच नाही.”

“बरोबर आहे.” एव्हरेट म्हणाला, “आता तर मला या विषयावर आणखी चर्चा करणेच योग्य वाटत नाही. आपला नाईलाज झालेला आहे.”

“मला हे पटतंय” बॉबी बो इतरांकडे नजर फिरवत म्हणाला, “बाकीच्यांचं काय म्हणणं आहे?”

सर्वजण होकारार्थी बोलल्याचा आवाज आला.

“ठीक तर मग.” बॉबी बो म्हणाला, “काम झालंच म्हणून समजा.”

बसलेले लोक उठून उभे राहिले. सर्वजण बॉबी बोने उघडलेल्या दारातून बाहेर पडू लागले. बाहेरचे हसण्याखिदळण्याचे आवाज आणि खाद्यपदार्थांचा सुगंध दरवळू लागला.

बॉबी बो वगळता सर्वजण आपापल्या साथीदारांच्या शोधात लायब्ररीतून निघून गेले होते. बॉबी बो फोनपाशी गेला आणि त्याने भराभरा फोन लावला. फोन आतल्याआत केलेला होता. बॉबी बोनोने रीसिव्हर जागेवर ठेवला न ठेवला तोच शॅनॅहन ओब्रायन तिथे आला.

शॅनहॅन याने गडद रंगाचा सूट घातलेला होता. गुप्तहेर वापरतात तसा इयरफोन त्याच्या कानावर होता. काळसर वर्णाचा आयरिश शॅनहॅन उत्तर आयर्लंडमधील रक्तपाताच्यावेळी बाहेर पडून अमेरिकेत आश्रयाला आलेला होता. त्याला पाहाताक्षणीच बॉबी बो याने त्याला कामावर ठेवून घेतले होते. गेली पाचवर्षे तो बॉबी बो यासाठी सुरक्षाप्रमुख म्हणून काम करत होता. त्याचे आणि बॉबी बो याचे चांगले जमत असे.

“मला बोलवलंत का?”

“आत ये आणि दार बंद कर.”

शॅनहॅनने सांगितल्याप्रमाणे केले.

“प्रतिबंधक समितीकडे पहिली कामगिरी आलेली आहे. ” बॉबी म्हणाला.

“उत्तम.” शॅनहॅनचा आवाज मृदू गॉलिक पद्धतीचा होता.

“खाली बस. मी तुला त्याबद्दल सांगतो.” बॉबी बो म्हणाला.

पाच मिनिटांनंतर दोघेजण लायब्ररीमधून बाहेर पडले. बॉबी बो मुख्य दिवाणखान्यात आला. तिथे असलेली शांतता पाहून तो ओरडला, “हा काय प्रकार आहे? हा शोकसमारंभ आहे की काय? चला मजा करू या!”

लायब्ररीमधून बाहेर पडलेल्या शॅनहॅनने गॅरेजमधून आपली काळी चेरोकी गाडी बाहेर काढली. रिंग रोडचा वापर करून तो फ्रीवेवर आला आणि वेगाने पश्चिमेकडे निघाला. वीस मिनिटांनंतर तो 'एल टोरो' नावाच्या एका प्रसिद्ध नाईटक्लबपाशी येऊन पोहोचला. इमारतीवर निऑन साईन्सनी बनवलेली बैलाची मोठी आकृती झगझगत होती. शॅनहॅनने गाडी बाहेरच्या बाजूला पार्क केली. त्याने दोन गाड्यांमधे भरपूर अंतर राखण्याची दक्षता घेतली. कोणीतरी दार उघडताना आपल्या नवीन गाडीला पोचा पाडावा अशी त्याची इच्छा नव्हती.

बारपाशी जायच्या अगोदरच शॅनहॅनला आतल्या स्पॅनिश संगीताचा दणदणाट ऐकू आला. आतमधे तर त्या आवाजाने कानठळ्याच बसायच्या बाकी होत्या. बारमधे त्यावेळी भरपूर गर्दी होती. सगळा बार धुराने गच्च भरून गेलेला होता. एलटोरो ही घसा शांत करण्यासाठी असलेली फार लोकप्रिय जागा होती. त्या ठिकाणी बहुतेक सर्व पुरुषच होते. तुरळक प्रमाणात भडक कपडे घातलेल्या आणि भक्ष्याच्या शोधात फिरणाऱ्या बायका दिसत होत्या. एका बाजूला लांबलचक बार होता, तर दुसऱ्या बाजूला काही बूथ होते. मधल्या जागेत टेबलखुर्च्या आणि छोटी डान्स फ्लोअर होती. एका भिंतीपाशी जुन्या पद्धतीचा चकाकणारा ज्यूक बॉक्स उभा केलेला होता. मागच्या बाजूला असलेल्या कमानीमधून पलीकडची काही पूल टेबल्स दिसत होती.

शॅनहॅनने बारमधे बसलेल्या सर्वांकडे नजर टाकली. पण अपेक्षित माणूस तिथे दिसला नाही. त्याने मग सर्व बूथमधे डोकावून पाहिले. अखेर तो गर्दी असलेल्या बारपाशी आला. तिथे एवढी गर्दी होती की, बार टेंडरचे लक्ष वेधून घेण्यासाठी त्याला अक्षरश: अंग चोरून आत घुसावे लागले.

शॅनहॅनच्या ओरडण्याचा काहीही उपयोग झाला नाही. पण त्याने दहा डॉलरची नोट नाचवताच अपेक्षित गोष्ट लगेच घडून आली. त्याने ती बारटेंडरच्या हातात दिली.

"मी कार्लोस माटेवला शोधतोय." शॅनहॅनने ओरडून सांगितले.

दहा डॉलरची नोट जादूची असल्याप्रमाणे क्षणार्धात दिसेनाशी झाली. त्या बारटेंडरने काही न बोलता बोटाने मागच्या बाजूला जाण्याची खूण केली. शॅनहॅन डान्स फ्लोअरमधून वाट काढत मागच्या बाजूला आला. इथे बाहेरच्या बाजूला एवढी गर्दी नव्हती. त्याला हवा असलेला माणूस दुसऱ्या पूल टेबलापाशी दिसला.

प्रतिबंधक समितीच्या कामासाठी योग्य माणसाचा शोध घेण्यासाठी शॅनहॅनने खूप मेहनत घेतली होती. अनेक ठिकाणी चौकशा करून आणि पुष्कळजणांना पाहून झाल्यानंतर अखेर त्याला कार्लोस पसंत पडला होता. कार्लोस मेक्सिकोमधल्या एका तुरुंगातून पळालेला कैदी होता. सहा महिन्यांपूर्वी पहिल्याच प्रयत्नात कार्लोस

अमेरिकेत शिरण्यात यशस्वी झाला होता. कामाची निकड असल्याने तो हिगीन्स् आणि हॅनकॉकमधे येऊन पोहोचला होता.

शॅनहॅनला या माणसाचा एक गुण फार आवडला होता. कार्लोस मृत्यूबद्दल पूर्णपणे बेफिकीर होता. स्वत: कार्लोसने जरी फारशी माहिती सांगितली नसली, तरी शॅनहॅनने त्याच्याबद्दल बरीच माहिती मिळवली होती. त्याने मेक्सिकोमधे एका परिचित माणसाला भोसकून ठार केले होते. हिगीन्स् आणि हॅनकॉकमधे काम करत असताना तो दररोज दोन हजारांपेक्षा जास्त जनावरांना मारत असे. आपली गाडी साफ करणे आणि ठार मारणे या दोन्ही गोष्टी कार्लोसला सारख्याच वाटत असत.

शॅनहॅन दुसऱ्या पूल टेबलापाशी टाकलेल्या प्रकाशझोतात उभा राहिला. कार्लोस शॉट लावण्याच्या तयारीत होता. त्याने शॅनहॅनच्या अभिवादनाकडे लक्ष दिले नाही. शॅनहॅनला थांबावे लागले.

''माअेर्दा!'' बॉल पॉकेटमधे पडला नाही हे पाहून कार्लोस उद्गारला. त्याने टेबलाची कड मागे सरकवली आणि सरळ उभा राहून त्याने शॅनहॅनकडे नजर टाकली. सडसडीत बांधा असलेल्या कार्लोसचे केस गडद रंगाचे होते. त्याचा चेहरा काळवंडल्याने काळसर झालेला होता. त्याच्या दोन्ही दंडांवर बटबटीत गोंदलेले दिसत होते. त्याने शर्ट घातलेला नव्हता. अंगात फक्त काळे कातडी जाकीट होते. त्याच्या भुवया दाट होत्या. गाल खप्पड होते आणि डोळे काळ्या गोट्यांसारखे होते. त्याने बारीक काडीसारख्या मिशा राखलेल्या होत्या.

''मी तुझ्यासाठी काम घेऊन आलोय'' शॅनहॅन म्हणाला, ''काम आपण पूर्वी बोललो होतो तसंच आहे आणि ते आत्ता लगेच करायचं आहे. तयार आहेस?''

''मला पैसे मिळाले की मी तयार आहे.'' कार्लोसचे उच्चार स्पॅनिश धाटणीचे होते.

''माझ्याबरोबर चल.'' शॅनहॅनने कार्लोसला कमानीमधून पलीकडे दिसणाऱ्या मुख्य दाराकडे चलण्याची खूण केली.

कार्लोसने हातातली स्टिक बाजूला ठेवली. तक्रार करणाऱ्या प्रतिस्पर्धी खेळाडूच्या हातात काही चुरगाळलेल्या नोटा कोंबल्या आणि तो मग शॅनहॅनच्या मागे निघाला.

बारच्या बाहेर येईपर्यंत दोघे गप्प होते.

''तुला पाच मिनिटांपेक्षा जास्त वेळ तो गोंगाट सहन कसा करता येतो याचं आश्चर्य वाटतंय.''

''का बरं? किती छान संगीत आहे!''

शॅनहॅन आणि कार्लोस दोघे शॅनहॅनच्या गाडीत शिरले.

''काम भराभरा उरकू या.'' शॅनहॅन म्हणाला, ''नाव मार्शा बाल्डविन, पंचवीस वर्षं वयाची उंच आणि सुंदर अशी सोनेरी केसांची पोरगी.''

कार्लोसचा चेहरा आनंदाने फुलला. त्याच्या मिशा नाकाखाली दोन रेषा असल्याप्रमाणे दिसू लागल्या.

"तुला ताबडतोब कामाला लागायला हवं, याचं कारण म्हणजे तू जिथे रोज काम करतोस तिथंच ती आत्ता याक्षणी आहे."

"हिगीन्स् आणि हॅनकॉकमधे?"

"होय. तिने जे पाहू नये अशी अपेक्षा आहे त्या नोंदी पाहात ती आत्ता रेकॉर्डरूममधे आहे. तुला तिला ओळखायला अडचण येणार नाही. ती सापडली नाही तर पहारेकऱ्याला विचार. तो तिच्यावर नजर ठेवून आहे."

"किती मिळतील मला?"

"जर तू लगेच काम करणार असशील तर आपण बोललो त्यापेक्षा जास्त. पण काम मात्र मला ताबडतोब व्हायला हवं आहे."

"आत्ता शंभर आणि जर काहीही माग न राहता ती नाहीशी झाली तर नंतर दोनशे." शॅनहॅनने जाकीटामधे हात घालून पाकीट बाहेर काढलं आणि एक कोरी नोट काढून ती कार्लोसला दिसेल अशी धरली. निऑनच्या लाल रंगामधे ती लालभडक दिसत होती.

"माझ्या नोकरीचं काय?"

"मी पूर्वी वचन दिलं आहे तेच." शॅनहॅन म्हणाला, "या महिनाअखेरीस मी तुला आहेस त्या, ठार मारण्याच्या जागेवरून हलवून दुसरीकडे पाठवीन. तुला कुठं जायचं आहे? बोनिंगरूम की कॅरकॅस रूम?"

"बोनिंग रूम."

"ठीक. मग सौदा पक्का झाला तर?"

"होय." कार्लोसने नोट घेऊन घडी करून जीन्स् पॅन्टच्या खिशात ठेवली. तो बाहेर पडू लागला. त्याचा अविर्भाव असा होता की, जणू त्याला कोणी पाने तोडण्याचे किंवा बर्फ बाजूला सारण्याचे काम दिले असावे.

"विचका करू नकोस." शॅनहॅनने बजावले.

"ती जर हिगीन्स् आणि हॅनकॉकमधे असेल तर काम फारच सोपे आहे."

"आम्हालादेखील नेमकं असंच वाटतंय."

मार्शाने हात ताणून आळस दिला. ती बराचवेळ ड्रॉवरमधले कागद पाहात वाकून उभी असल्याने तिच्या पाठीला रग लागली होती. तिने पार्श्वभागाचा वापर करून ड्रॉवरला धक्का दिला. ड्रॉवर बंद झाल्याचा क्लिक असा आवाज आला. सेलफोन बाहेर काढत ती यु.एस.डी.ए. ऑफिसकडे निघाली. जाताजाता तिने किमला फोन लावला. फोन लागत असाताना मार्शाने दार उघडून हॉलमधे नजर

फिरवली. आत कोणीही नाही हे पाहून तिला बरं वाटलं. ती फाईल्स पाहात असताना तिला पहारेकऱ्याच्या पावलांचा आवाज आला होता. तो मधेच एकदोनदा थबकलाही होता. तो आत शिरला नव्हता, तरीपण त्याच्या रेंगाळण्यामुळे तिच्या काळजीत भर पडली होती. तिथे त्यावेळी सफाई कामगार असणे अपेक्षित होते. पण कोणीच अद्याप तरी दिसलेले नव्हते. आपण एकटे आहोत आणि पहारेकरी आत शिरला तर आपण त्याच्या कचाट्यात सहज सापडू ही जाणीव तिला अस्वस्थ करत होती.

"हं फोन केला हे उत्तम." किम हॅलो वगैरे काहीही न म्हणता थेट म्हणाला.

"फोनवर बोलण्याची ही पद्धत चमत्कारिक आहे." मार्शा नर्व्हस स्वरात म्हणाली. तिने यु.एस.डी.ए. ऑफिसचे दार बंद केले आणि ती मोकळ्या हॉलमधून चालू लागली.

"तुमचा फोन केव्हा येईल याचीच मी वाट पाहात होतो." किम म्हणाला.

"मला अजून तरी काहीही मिळालेले नाही." किमच्या तक्रारवजा स्वराकडे दुर्लक्ष करत मार्शा म्हणाली.

"पण फोन करायला एवढा वेळ का लागला?"

"हो, हो... जरा शांतपणाने घ्या!" मार्शा म्हणाली, "मी कामच करते आहे. यु.एस.डी.ए. मधे किती कागदपत्रे भरतात याची तुम्हाला कल्पना नाही. दररोज साफसफाईचे अहवाल, मारलेल्या प्राण्यांच्या नोंदी, प्रक्रिया करताना काही कमतरता आढळल्या तर त्यांच्या नोंदी, किती प्राणी मारावेत याच्या ऑर्डर, खरेदीच्या पावत्या अशा कितीतरी गोष्टींच्या नोंदी कराव्या लागतात. नऊ जानेवारीच्या दिवसासाठी मला या सगळ्या फाईल्स पाहाव्या लागल्या."

"त्यात काय मिळालं?"

"विशेष काही नाही." मार्शा म्हणाली. ती आता एका काचेच्या दारापाशी आली होती. त्यावर 'रेकॉर्ड्स' असे लिहिलेले दिसले. मार्शाने दार ढकलून पाहिले. दार उघडेच होते. तिने आत शिरून दार बंद करून घेतले.

"हं... तुम्ही हे पाहिले हे बरंच झालं. पण आता बाहेर पडा."

"नाही. मला अजून कंपनीच्या नोंदी पाहायच्या आहेत."

"सव्वाआठ झाले आहेत. तुम्ही म्हणाला होता की फार वेळ लागणार नाही..."

"तसा फार वेळ लागणार नाही, हे नक्की." मार्शा म्हणाली. "मी आत्ता रेकॉर्डरूममधे आहे. मी अर्ध्या तासात पुन्हा फोन करते."

किम आणखी काही बोलायच्या आत मार्शाने फोन बंद केला. तो मोठ्या टेबलावर ठेवला आणि ती बाजूला भिंतीला असलेल्या मोठ्या फाईल कॅबिनेटकडे

वळली. समोरच्या भिंतीला एकच खिडकी होती. त्या खिडकीच्या तावदानांमधून तिला पावसाचे थेंब पडताना दिसत होते. आतून ते तांदळाच्या दाण्यांसारखे भासत होते. रेकॉर्डरूमच्या दुसऱ्या टोकापाशी एक दार होते. ते बंद आहे ना, याची तिने खात्री करून घेतली. आता तिला पहिल्यापेक्षा जास्त सुरक्षित वाटत होते. पुन्हा फाईल कॅबिनेटपाशी येऊन तिने पहिला ड्रॉवर बाहेर खेचला.

काही मिनिटांनंतर किमने रीसिव्हरवरचा आपला हात मागे घेतला. मार्शा लगेच फोन करेल असे त्याला वाटत होते. त्यांचे संभाषण एवढ्या अचानक बंद झाले होते की, किमला वाटले फोनमधेच काही व्यत्यय आला की काय. पण मग मार्शानेच फोन बंद केला याची त्याला जाणीव झाली.

किम अजूनही त्याच खुर्चीत बसलेला होता. मार्शा येऊन गेली त्यानंतर त्याने व्हिस्की ओतून घेतली होती. बाजूच्या टेबलावर तो ग्लास तसाच पडला होता. किमने त्याला हात लावलेला नव्हता.

किमला त्यापूर्वी आयुष्यात एवढ्या भयंकर परिस्थितीला तोंड द्यावे लागले नव्हते. बेकीच्या अनेक प्रतिमा त्याच्या मनात पिंगा घालत होत्या. तिच्या आठवणींनी मन भरून येत होतं. मधेच एकदम त्याला हे सारे खरे नाही तर स्वप्न आहे असा भास झाला. बेकी समुद्रात कोसळते आहे हे स्वप्नातले दृश्य त्याला आठवले.

किचनमधून फ्रीजचा आवाज ऐकू आला. त्यामुळे आपण काहीतरी खावं अशी त्याला जाणीव झाली. पोटात काहीतरी गेल्याला किती वेळ झाला हे त्याला आठवत नव्हते. काहीतरी खायला हवं हे त्याला कळत होतं. पण त्याला जराशीही भूक लागलेली नव्हती. आपण अंघोळ करून कपडे बदलावेत असा विचार त्याच्या मनात आला. पण तसे करण्यासाठी बरेच श्रम पडणार हे लक्षात येताच त्याने विचार बदलला. त्याने फोनची वाट पाहात बसून राहायचे ठरवले.

जुन्या टोयोटा पिकअप ट्रकमधे हिटर नसल्याने कार्लोस हिगीन्स आणि हॅनकॉकच्या आवारात शिरेपर्यंत थंडीने कुडकुडत होता. आवारात शिरल्यावर त्याने चालू असणारा एकुलता एक दिवा बंद केला. त्याला त्या ठिकाणी वावरण्याची सवय असल्याने तो अंदाजाने गाडी चालवत मागच्या बाजूला आला. तिथे असलेल्या दारामधून दिवसा दुर्दैवी प्राणी प्रवेश करत असत.

इमारतीच्या सावलीत गाडी उभी करून कार्लोसने हातातले जाड मोजे काढून टाकले. त्याने घट्ट बसणारे हातमोजे चढवले. सीटखालून त्याने लांबलचक वाकडा सुरा बाहेर काढला. अशा प्रकारचा सुरा तो दिवसा गुरांना मारण्यासाठी वापरत असे. सवयीनुसार त्याने धारेवर अंगठा फिरवून पाहिला. कातडी हातमोजा असूनही सुरा तेज आहे हे त्याच्या लक्षात आले.

पाऊस पडत असल्याने त्याने डोळे जरा मिचकावले आणि मग उडी मारून तो इमारतीपाशी असलेल्या चिखलाने भरलेल्या आवारात उतरला. तिथे पसरलेल्या शेणाकडे लक्ष न देता तो वेगाने चिंचोळ्या दरवाजातून आत शिरला.

एका हातामधे काट्यामधे ऑयस्टर घेतलेला बॉबी बो मॅसन कॉफी टेबलावर उभा राहिला. त्याच्या दुसऱ्या हातात बूरबाँने भरलेला कट-क्रिस्टलचा ग्लास होता. हे करताना त्याने त्या दिवशीचा खास पदार्थ 'मॅरिनेटेड श्रिंप' असलेल्या दोन प्लेट उडवल्या होत्या.

बॉबी बो याने हातातल्या काट्याने ग्लासवर टकटक आवाज केला. पण वाजवणाऱ्यांनी वाद्ये वाजवणे बंद करेपर्यंत कोणाचेही बॉबी बो याचेकडे लक्ष गेले नाही.

"हं...सर्वजण ऐका." बॉबी बो मोठ्या आवाजात पाहुण्यांना उद्देशून म्हणाला, "डायनिंग रूममधे जेवण तयार आहे. सर्वांनी आपल्याबरोबर एक नंबर आणावा. तो तुमच्या टेबलाचा नंबर आहे. जर कोणी अजून घेतला नसेल तर इथं फॉयरमधे ठेवलेल्या बकेटमधून तो आणा."

सर्वजण एकदम डायनिंग रूमकडे निघाले. आणखी काही तोडफोड न होता बॉबी बो कॉफी टेबलावरून खाली उतरला. फक्त त्याला पाहून एक कुत्रं घाबरून किचनकडे पळाले.

बॉबी बो देखील डायनिंगरूमकडे निघाला असताना त्याला शॅनहॅन ओब्रायन दिसला. गर्दीमधून मागे होऊन तो आपल्या सुरक्षा प्रमुखाजवळ आला.

"हं...काय झालं?" बॉबी बो कुजबुजत म्हणाला.

"उत्तम."

"आज रात्री की...?"

"आजच. आपण हे बोलत असतानाच." शॅनहॅन म्हणाला, "मला वाटतं आपण डॅरिल वेबस्टरना ही गोष्ट सांगावी. म्हणजे मग ते त्यांच्या सुरक्षा यंत्रणेला हस्तक्षेप करू नका म्हणून सांगू शकतील."

"ही कल्पना छान आहे." आनंदाने हसत बॉबी बो याने शॅनहॅनच्या पाठीवर थाप मारली आणि मग तो आपल्या पाहुण्यांच्या पाठोपाठ घाईघाईने डायनिंग रूमकडे निघाला.

दारावरच्या बेलमुळे किम एकदम दचकला. बराच वेळ तो अत्यंत खिन्न विचारांमधे गुरफटून गेलेला होता. क्षणभर त्याला आवाज कुठून येतोय ते कळेना. त्याला फोन वाजण्याची अपेक्षा होती. पण हा आवाज फोनचा नसून बेलचा आहे

हे त्याच्या लक्षात आले. शनिवारी रात्री यावेळी कोण आलं याचा विचार तो करू लागला. त्याला फक्त जिंजर येईल असे वाटले. पण जिंजर असण्याची शक्यता नाही हे लगेचच त्याच्या लक्षात आले. कारण जिंजर अगोदर फोन केल्याशिवाय अचानक कधीच येत नसे. कदाचित तिने अगोदर फोन केला असावा हा विचार त्याच्या मनात डोकावला. आपण आन्सरिंग मशीनमधले संदेश ऐकलेले नाहीत हे त्याला आठवले. हे सगळे विचार मनात येत असतानाच बेल पुन्हा वाजली.

किमला जिंजरला भेटण्याची इच्छा नव्हती. त्यामुळे तो जागीच बसून राहिला. पण तिसऱ्या खेपेस बेल वाजली आणि पाठोपाठ दारावर टकटक झाल्यानंतर मात्र किमचा नाइलाज झाला. जिंजरशी आपण काय बोलावं याचा विचार करत असतानाच किम एकदम चकित झाला. दारामधे जिंजर नसून ट्रेसी उभी होती.

"तू ठीक आहेस ना?" ट्रेसीने मृदू स्वरात विचारले.

"होय." किम कसाबसा म्हणाला. त्याला काय बोलावं ते कळेना.

"मी आत आले तर चालेल का?"

"अं...अर्थातच!" किमने मागे सरकून ट्रेसीला आत येण्यासाठी जागा करून दिली, "माफ कर. मी तुला ताबडतोब आत बोलवायला हवं होतं. पण मी तुला पाहून चकित झालो आहे."

ट्रेसी आत शिरली. फॉयरमधे फारसा प्रकाश नव्हता. ट्रेसीने कोट आणि टोपी काढून किमच्या हातात दिली.

"मी अशाप्रकारे इथं आले यामुळे तुला काही अडचण तर नाही ना होणार?" ट्रेसी म्हणाली, "मी अशातऱ्हेने येणं हे उत्स्फूर्त आहे हे मला कळतंय."

"ठीक आहे." किम ट्रेसीची कोट-टोपी स्टँडला टांगत म्हणाला.

"मला आज कोणाचाही सहवास नको होता."ट्रेसी सांगू लागली, "पण मग माझ्या मनात तुझा विचार आला. तू हॉस्पिटलमधून बाहेर पडलास तेव्हाची तुझी मन:स्थिती आठवली. आपल्या दोघांची मुलगी गेल्यामुळे आपल्याला काय भोगावं लागतंय याची कल्पना आपल्याशिवाय कोणाला असणार, हा विचार माझ्या मनात आला. मला असं म्हणायचं आहे की, मला यामधून सावरण्यासाठी मदतीची गरज आहे आणि मला वाटतं की तुलाही त्याची गरज असावी."

ट्रेसीच्या या शब्दांनी पुन्हा एकदा वास्तव परिस्थिती किमच्या अंगावर आदळली. त्याला दु:खाचा जोरदार उमाळा आला. प्रयत्न करूनही त्याला त्यातून बाहेर पडता येईना. सद्‌गदित होऊन त्याचा आवाज घशातच कोंडला. काही क्षण त्याला बोलता येईना.

"तू इथे बराच वेळ असाच बसला आहेस का?"

किमने मान डोलावली.

“मी डायनिंगरूममधून खुर्ची आणते.”

“नको मी आणतो,” किम म्हणाला. त्याने आत जाऊन खुर्ची आणली आणि ती जमिनीजवळ लावलेल्या दिव्याच्या प्रकाशामधे ठेवली.

“मी तुझ्यासाठी काही आणू का?” किम अश्रू थोपवत कसाबसा म्हणाला, “मी थोडी स्कॉच ओतून घेतली आहे.”

“धन्यवाद. पण नको.” ट्रेसी म्हणाली. ती धाड्कन खुर्चीत बसली. तिने हनुवटी हातांच्या ओंजळीत धरली होती.

किमने पुन्हा आपल्या खुर्चीत बसून आपल्या माजी बायकोकडे नजर टाकली. तिचे भरगच्च कुरळे केस विस्कटलेले होते. ती नेहमी हलका मेकअप करत असे. तो जरासा फिस्कटलेला होता. ती प्रचंड दु:खात होती हे दिसत होते. तरीही नेहमीप्रमाणे तिच्या डोळ्यांत चमक आहे हे किमला जाणवले.

“मला तुला आणखी एक गोष्ट सांगायची आहे.” ट्रेसी म्हणाली, “मी विचार केला आणि मग माझ्या लक्षात आलं की, बेकीच्या बाबतीत तू आज जे केलेस ते करायला फार धैर्य लागतं.” ट्रेसी काही क्षण थांबली. ती ओठ चावत होती. मग ती पुढे म्हणाली, “मी सर्जन असते तरी ते करू शकले नसते.”

“हे म्हटल्याबद्दल धन्यवाद.”

“सुरुवातीला मला तुझ्या त्या कृत्याची घृणा वाटली होती.”

“होय. तशा तऱ्हेने हृदय उघडून त्याला थेट मसाज करणं हा शेवटचा उपाय असतो आणि तो स्वत:च्या मुलीच्या बाबतीत वापरणं म्हणजे...पण तू जसं पाहाते आहेस तसं हॉस्पिटलमधले लोक त्याकडे पाहाणार नाहीत.”

“पण तू ते केवळ प्रेमापोटीच केलंस. मला सुरुवातीला वाटलं तेवढं काही ते हिडीस नव्हतं.”

“बाहेरून केलेल्या मसाजचा काहीही उपयोग होत नाही हे माझ्या स्पष्ट लक्षात आलं म्हणूनच मी ते केलं. बेकीला तशाप्रकारे विरून जाताना पाहाणं मला शक्यच नव्हतं. तिचं हृदय वारंवार का बंद पडत होतं हे कोणालाच कळत नव्हतं. अर्थात तसं होण्याचं कारण माझ्या आता लक्षात येतंय.”

“त्या इ. कोलायमुळे एवढा भयानक आजार होतो याची मला कल्पना नव्हती.”

“मलादेखील नव्हती.”

फोनच्या आवाजाने दोघेही दचकले. किमने एकदम झेपावून रीसिव्हर उचलला आणि तो गुरगुरला, “हॅलो.”

किमच्या चेहऱ्यावर सुरुवातीला गोंधळ आणि मग चिडखोरपणा दिसला. “थांबा!” किम फटकारत म्हणाला, “वटवट पुरे. मला तुमच्या कंपनीच्या व्हिसा

कार्डमधे रस नाही आणि आता फोन बंद करा.'' किमने धाड्कन फोन खाली ठेवला.

''तू कोणाच्यातरी फोनची वाट पाहातो आहेस असं दिसतंय.'' ट्रेसी तिरकस स्वरात म्हणाली आणि उठून उभी राहिली. ''मी इथून निघून जावं हे बरं.''

''नाही.'' किम म्हणाला आणि मग एकदम त्याने बोलण्यात दुरुस्ती केली, ''म्हणजे होय. मला असं म्हणायचंय की मी फोनची वाट पाहातोय हे खरं. पण तू समजतेस तसं मात्र नाही. तू जायची गरज नाही.''

ट्रेसीने वैतागून डोके बाजूला फिरवले, ''तुझ्या वागण्याचा अर्थच मला कळत नाही. हे काय चाललंय किम?''

''मी जरासा विस्कळीत झालोय हे खरं पण...''

फोनच्या आवाजाने किमचे स्पष्टीकरण मधेच बंद पडले. त्याने यावेळीही घाईघाईने रीसिव्हर उचलला आणि घाबऱ्या आवाजात 'हॅलो' म्हणाला.

''मी मार्शा बोलते आहे आणि यावेळी मला काहीतरी सापडलं आहे.''

''काय?'' ट्रेसीला बसण्याची खूण करत किम म्हणाला.

''काहीतरी महत्त्वाचं सापडलं आहे.'' मार्शा म्हणाली, ''जानेवारी नऊ या तारखेच्या यु.एस.डी.ए. नोंदी आणि हिगीन्स् आणि हॅनकॉकच्या रेकॉर्डमधे निश्चित फरक आहे.''

''म्हणजे काय?''

''त्यादिवशी अखेरीस एक जादा प्राणी मारण्यात आला होता. कंपनीच्या रेकॉर्डमधे त्याचा नंबर लॉट छत्तीस आणि हेड सत्तावन्न असा आहे.''

''अच्छा?'' किमने विचारले, ''या जादा प्राण्यामुळे काही फरक पडला असेल?''

''मला तसं वाटतं,'' मार्शा म्हणाली, ''जादा प्राणी होता याचा अर्थ यु.एस.डी.ए. च्या व्हेटर्नरी डॉक्टरने हा प्राणी पाहिलेला नव्हता.''

''म्हणजे हा शेवटचा प्राणी आजारी असू शकतो असं म्हणता येईल का?''

''तशी शक्यता आहे.'' मार्शा म्हणाली, ''आणि याला आणखी एक आधार आहे. खरेदीच्या पावत्यांमधून मला दिसतंय की, हा शेवटचा प्राणी म्हणजे बीफसाठी मुद्दाम वाढवलेला बैल नसून एक गाय होती. दुधासाठी म्हणून पोसलेल्या गाईंपैकी ही गाय बार्ट विनस्लो नावाच्या माणसाने आणली होती.''

''हे कसं काय घडेल ते माझ्या लक्षात येत नाही.''

''त्याचं असं आहे की, अनेकदा दुधासाठी पोसलेल्या गाईदेखील हॅम्बर्गरसाठी वापरल्या जातात.'' मार्शा स्पष्टीकरण देऊ लागली, ''हा एक भाग झाला. पण आणखी एक गोष्ट माझ्या लक्षात येते आहे. हे नाव बार्ट विनस्ले मी ऐकलेलं आहे. हा माणूस आजारी, मरणपंथाला लागलेली आणि मेलेली जनावरे घेऊन जातो आणि

त्यांची विल्हेवाट लावतो. अशा प्राण्यांचा खतासाठी किंवा पशुखाद्यासाठी वापर करण्यासाठी नेणं हे त्याचं काम आहे.''

''मला पुढचं सांगायची जरुरी नाही... कधीकधी असे प्राणी विल्हेवाट लावायला न देता ते कत्तलखान्यांमधे नेऊन विकतात...''

''बहुतेक या शेवटच्या प्राण्याच्या बाबतीत हेच घडलं असावं.'' मार्शा म्हणाली, ''छत्तिसाव्या लॉटमधली ही सत्तावन्न नंबर दिलेली गाय आजारी असावी.''

''हे कल्पनेच्या पलीकडचं आहे.'' किम म्हणाला.

''हे तर काहीच नाही.'' मार्शा म्हणाली, ''मी या नंबरची नोंद पाहिली तर त्यामधे कुठेही ती गाय आजारी असल्याचा किंवा कसलाही उल्लेख नाही. हे फार भयंकर आहे. ऐका...''

''सांगा!'' किम म्हणाला.

''ओह...'' मार्शा मधेच थांबली, ''दरवाजापाशी कोणीतरी आहे. मला हे कागद पुन्हा जागच्याजागी ठेवले पाहिजेत!''

किमला एक मोठा आवाज आला. कागदपत्रे भरली जात असल्याचा आणि ड्रॉवर बंद केल्याचा आवाज त्याला स्पष्ट ऐकू आला. ''मार्शा!'' किम ओरडला. पण मार्शाकडून प्रत्युत्तर आले नाही. उलट त्याला काच फुटल्याचा आवाज ऐकू आला. त्या आवाजामुळे किमने एकदम दचकून फोन कानापासून क्षणभर दूर केला. एवढा तो आवाज मोठा होता. ''मार्शा!'' किम पुन्हा ओरडला. पण याखेपेसही मार्शाने काही उत्तर दिले नाही. आता फर्निचर सरकल्याचा आणि धडपडीचा आवाज आला. नंतर मात्र एकदम शांतता पसरली.

किमने फोन बाजूला करून ट्रेसीकडे पाहिले. त्याच्या डोळ्यांत भीती स्पष्ट दिसत होती.

''काय झालं?'' ट्रेसीने चमकून विचारले, ''फोनवर मार्शा बाल्डविन होती?''

''होय...ती नक्कीच संकटात आहे. ओह गॉड!''

''संकट? कसलं संकट?'' किमची घबराट पाहून ट्रेसीने विचारले.

''मला जायला पाहिजे!'' किम ओरडला, ''माझीच चूक झाली!''

''कसली चूक किम?'' ट्रेसी विनवणी करत म्हणाली, ''हा काय प्रकार आहे?''

यावर उत्तर न देता किम एकदम उठून तीरासारखा दाराबाहेर पडला. ट्रेसी त्याच्या पाठोपाठ बाहेर आली आणि त्याला ओरडून कुठं जातोस असं विचारू लागली.

गाडीत बसण्यापूर्वी किम ओरडला, ''इथंच थांब. मी लगेच परत येतोय.''

किमने दार बंद करून घेतले आणि पुढच्याच क्षणी किमची गाडी रोंरावत रस्त्यावरून बाहेर पडून दिसेनाशी झाली. ट्रेसीने आपल्या गुंता झालेल्या केसांमधून हात

फिरवला. आपण गाडीत बसून निघून जावं असा विचार तिच्या मनात आला. पण पुढच्याच क्षणी तिचा विचार बदलला. तिला काय चाललं आहे ते कळलं नाही तरी किमची काळजी वाटली. शिवाय घरी जाण्याचा विचारही फारसा चांगला नव्हता. कारण ती तिथूनच तर पळून आलेली होती. अखेर पडणाऱ्या पावसामुळे ट्रेसीला निर्णय घेणे भाग पडले. ती मागे वळून घरात गेली. किमच्या म्हणण्याप्रमाणे ती वाट पाहात थांबणार होती.

दारावरची काच फुटल्यानंतर पाठलागाला प्रारंभ झाला. फुटलेल्या भागातून एक हातमोजा घातलेला हात आत आला. त्याने दरवाजा आतून उघडला. नंतर दार एकदम धाडकन उघडले आणि बाजूच्या भिंतीवर आदळले.

मार्शाच्या तोंडून एक कर्कश किंकाळी बाहेर पडली. तिच्यासमोर एक काळसर वर्णाचा बारीक शरीरयष्टीचा माणूस उभा होता. त्याच्या हातात एक मोठा सुरा परजलेला दिसत होता. ह्या माणसाने तिच्या दिशेने एक पाऊल उचलताच मार्शाने मागे वळून जीवाच्या आकांताने धाव घेतली होती. पळताना तिने अनेक खुर्च्या उलटयापालटया करून टाकल्या. त्यामुळे पाठलाग करणाऱ्याला थोडाफार अडथळा होईल अशी तिची कल्पना होती. त्या माणसाकडे पाहाताच तो आपल्याला ठार करण्यासाठीच आलेला आहे हे तिला जाणवले होते.

मार्शाने मागचे दार घाईघाईने उघडले. मागून तिला खुर्च्या पडल्याचा आवाज आला आणि स्पॅनिशमधे दिलेल्या काही शिव्यादेखील. मार्शाला मागे वळून पाहाण्याचे धाडस झाले नाही. ती हॉलमधे आली आणि तिने कोणी माणूस दिसतोय का ते पाहिले. त्यावेळी तिला तर तो भिववणारा पहारेकरीही चालला असता. पण तिथे कोणीही नव्हते. मार्शाने ओरडण्याचा प्रयत्न केला. पण पळत असताना केलेल्या श्रमांमुळे तिच्या घशातून नीट आवाज फुटला नाही.

मार्शा हॉलच्या बाजूला असणाऱ्या रिकाम्या ऑफिसच्या खोल्यांसमोरून धावत लंचरूममधे शिरली. तिथल्या एका लांबलचक टेबलावर अनेक डबे आणि थर्मास होते. पण एकहीजण तिथे दिसत नव्हता. तिला पाठीमागून येणाऱ्या पावलांचा आवाज ऐकू आला. लंचरूमच्या दुसऱ्या टोकापाशी एक उघडे दार मार्शाला दिसले. त्यातून तीनचार पायऱ्याही दिसल्या. ती तिकडे धावली आणि एका दमात दोन पायऱ्या चढत ती वर आली. या दरम्यान तिने जमतील तेवढ्या खुर्च्या आडव्यातिडव्या टाकल्या.

मार्शा आता एका फायर डोअरसमोर उभी होती. तिला लंचरूममधे खुर्च्या सरकल्याचा आवाज ऐकू येत होता. फायर डोअर उघडून मार्शा पलीकडच्या मोठ्या मोकळ्या जागेत वेगाने धावत निघाली. ह्या ठिकाणी एकदम गार वाटलं तिला. ती जागा आलेली गुरे ठार करण्याची होती. कमी प्रकाशात ती जागा भयाण वाटत

होती. नुकतीच त्याठिकाणी वाफ वापरून स्वच्छता केलेली असल्याने त्या जागेला चमत्कारिक रूप आलेले होते. करड्या रंगाचे थंडगार धुके तिथे पसरलेले होते. वरच्या बाजूला टांगलेले हूक आणि कत्तलखान्यातली इतर उपकरणे अधिकच भीषण दिसत होती.

तिथल्या यंत्रांमुळे मार्शाचा पळण्याचा वेग कमी झाला होता. तिने पुन्हा एकदा मदतीसाठी ओरडण्याचा प्रयत्न केला. तिचा आवाज त्या मोकळ्या जागेत घुमला.

तिच्या मागच्या बाजूला फायर डोअर उघडल्याचा आवाज आला. मार्शाला पाठलाग करणाऱ्याचा धापा टाकण्याचा आवाजदेखील ऐकू आला. तिला कुठूनतरी पाणी पडल्याचा आवाज आला. सफाई करणारे लोक जवळपासच कुठेतरी असणार. फक्त त्यांना शोधून काढले पाहिजे हे तिच्या लक्षात आले. मार्शाने मागे पाहिले, पण तिला तो माणूस दिसला नाही.

अचानक क्लिक् असा आवाज आला आणि सगळा भाग प्रखर प्रकाशाने न्हाऊन निघाला. मार्शाच्या हृदयाचा एक ठोका चुकला. आता त्या प्रकाशामुळे ती सहज सापडू शकत होती. तिने पुन्हा एकदा फायर डोअरकडे नजर टाकली. आपण जर आल्यामार्गाने बाहेर पडलो तरच वाचू हे तिच्या लक्षात आले. तिने फायरडोअरकडे धाव घेतली. हॅन्डल गच्च धरून ती दार जोराने ओढू लागली. तो जाडजूड दरवाजा जरासा उघडला. पण जोर लावूनही तो आणखी उघडेना. अचानक मार्शाला गोंदलेला एक हात दिसला. त्याने दरवाजा ओढून धरलेला होता. मार्शा मागे वळून दाराला पाठ लावून उभी राहिली. भयंकर भीतीने मार्शाची नजर त्या माणसावर खिळून राहिली. त्याचे काळे थंडगार डोळे आणि डाव्या हातातला मोठा सुरा तिला दिसला.

"तुला काय हवंय?'' मार्शा किंचाळली.

कार्लोसने काहीही उत्तर दिले नाही. उलट त्याने थंडपणाने हसत सुरा दुसऱ्या हातात घेतला.

मार्शाने पुन्हा एकदा निसटण्याचा प्रयत्न केला. पण यावेळी ती ओल्या सिमेंट जमिनीवरून घसरली आणि खालच्या थंडगार जमिनीवर आपटली. क्षणार्धात कार्लोसने तिच्या अंगावर झेप घेतली. मार्शाने कार्लोसच्या हातातला सुरा पकडण्याचा निकराचा प्रयत्न केला. पण सुरा तळव्यातून शिरून पार हाडांपर्यंत पोहोचण्याखेरीज काही उपयोग झाला नाही. तिने एकदा किंचाळण्याचा प्रयत्न केला. पण कार्लोसने तिचे तोंड दाबून धरले होते. तिने त्याचा हात दूर करण्याचा निकराचा प्रयत्न केला. कार्लोसने त्वरेने सुरा उगारला आणि तिच्या डोक्यावर जोराचा फटका मारला. मार्शाची सगळी हालचाल तत्काळ थांबली.

कार्लोस उभा राहिला. त्याने खोलवर श्वास घेतला. मार्शाचे हात पोटावर धरून

त्याने तिला जमिनीवरून ओढत टोकापाशी असणाऱ्या जाळीदार पन्हाळीपाशी आणले. पलीकडे जाऊन त्याने एक बटण दाबले आणि गुरे ठार करण्याच्या त्या खोलीतली यंत्रणा सुरू केली.

पावसामुळे ओल्या झालेल्या निसरड्या रस्त्यांची पर्वा न करता किम वेड्यासारखा गाडी चालवत होता. हिगीन्स आणि हॅनकॉकमधे काय घडले असेल, यावर तो विचार करत होता. मार्शा ठीक असावी अशी त्याला वेडी आशा होती. तिला पहारेकऱ्याने अचानक पकडले असावे. तसे झाले असेल तर फारतर तिला अटक होईल हा विचार त्याच्या मनात आला. यापेक्षा वेगळे काही घडले असेल यावर त्याचे मन विचारच करू शकत नव्हते.

किमला पार्किंगमधे अगदी कमी गाड्या दिसल्या. मार्शाची गाडी एका टोकापाशी होती. किमने गाडी सरळ मुख्य दरवाजासमोर उभी केली. उडी मारतच तो दारापाशी आला. दार बंद होते. त्याने दारावर धक्के मारून पाहिले. डोळ्यांभोवती आडोसा करून त्याने काचेमधून आत नजर टाकली. आतमधला कॉरिडॉर फक्त त्याला दिसला. जवळपास कुठेही सुरक्षा कर्मचारी दिसत नव्हते.

किम आवाजाचा मागोवा घेऊ लागला. पण कुठूनही कोणाचीही चाहूल लागेना. त्याची काळजी वाढू लागली. थोडासा मागे येऊन किमने इमारतीचा दर्शनी भाग निरखला. पार्किंग लॉटच्या समोर काही खिडक्या दिसल्या. किमने खिडक्यांपाशी जाऊन त्या उघडून पाहिल्या. पण सर्व खिडक्या बंद होत्या. त्याने खिडक्यांमधून आत काय दिसतंय ते पाहायला सुरुवात केली. तिसऱ्या खिडकीतून आत पाहाताच त्याला आतली परिस्थिती लक्षात आली. तिथल्या खुर्च्या उलट्यापालट्या पडलेल्या होत्या. टेबलावर बहुधा मार्शाचा फोन होता. इतर खिडक्यांप्रमाणे ही खिडकीदेखील बंद होती. किमने जास्त विचार न करता खाली पडलेला एक मोठा धोंडा उचलला आणि हात उंचावून त्याने तो फेकला. खळ्कन काच फुटली आणि तो धोंडा आतल्या लाकडी जमिनीवर आदळून इतर खुर्च्यांवर पडत गेल्याचा आवाज आला.

कार्लोसने थबकून आवाजाचा कानोसा घेतला. तो हेड-बोनिंग रूममधे होता. या ठिकाणी गुरांच्या जिभा आणि गालांचा भाग सोलून काढला जात असे. किमने मारलेल्या धोंड्याचा आवाज तिथे थप्प् एवढाच आला होता. पण अनुभवी घरफोड्या असलेल्या कार्लोसला हे माहिती होते की अशा कोणत्याही आवाजाकडे दुर्लक्ष करून चालत नाही.

कार्लोसने कॉम्बो टाकीचे झाकण बंद केले आणि मग सगळे दिवे मालवले. अंगावरचा रक्ताने माखलेला पांढरा कोट उतरवला. कोपरापर्यंत लांब पिवळे रबरी

हातमोजे काढले. या गोष्टी त्याने एका सिंकखाली घुसवल्या आणि मग सुरा घेऊन तो आवाज न करता पुन्हा गुरे ठार करण्याच्या जागी आला. तिथलेही दिवे त्याने बंद केले. पुन्हा एकदा थबकून त्याने चाहूल घेतली. खरेतर तो आल्या त्या मार्गाने बाहेर पडणार होता. पण अजून त्याचे तिथले काम पूर्ण झाले नव्हते.

फुटलेल्या काचा लागणार नाहीत याची काळजी घेत किम खिडकीमधून आत उतरला. पण तरीही तळहातावर काही छोटे काचेचे तुकडे घुसलेले होतेच. ते त्याने काढून टाकले आणि खोलीभर नजर फिरवली. कोपऱ्यात उंचीवर लावलेल्या हालचाल शोधणाऱ्या यंत्रामधे लाल दिवा लागलेला दिसला. पण किमने त्याच्याकडे दुर्लक्ष केले.

दाराची फुटलेली काच, उलट्यापालट्या पडलेल्या खुर्च्या आणि टेबलावर पडलेला फोन पाहून किमची खात्री पटली की, मार्शाने याच खोलीतून त्याला फोन केला होता. त्याला मागच्या बाजूचे उघडे दार दिसले. किम त्या दिशेने धावला.

त्याने समोरच्या रिकाम्या हॉलमधे नजर टाकली आणि थबकून कानोसा घेतला. कुठूनही कसलाही आवाज येत नव्हता. त्यामुळे त्याच्या चिंतेमधे भर पडली. किमने हॉलमधे शिरून तिथल्या सगळ्या खोल्या, लॉकररूम, टॉयलेट वगैरे सर्व ठिकाणांची दारे उघडून पाहिली. मग तो लंचरूममधे आला. तिथे त्याला आडव्यातिडव्या पडलेल्या खुर्च्या दिसल्या. खुर्च्यांचा माग काढत तो मागच्या दारापाशी पोहोचला. पायऱ्या चढून त्याने फायर डोअर उघडले आणि मग तो पुन्हा थबकून कानोसा घेऊ लागला.

तो आला होता त्या ठिकाणी भरपूर यंत्रे, धातूचे प्लॅटफॉर्म वगैरे होते. त्यांच्या चमत्कारिक सावल्या तिथे पसरलेल्या होत्या.

किमला त्या ठिकाणी काहीसा परिचित वाटणारा उग्र वास आला. त्याने तो आठवण्याचा प्रयत्न केला. काही सेकंदातच त्याच्या लक्षात आले. वैद्यकीय शिक्षण घेताना दुसऱ्या वर्षी शवविच्छेदन शिकताना तसा वास आलेला होता हे त्याला आठवले. जुन्या आणि मनात दाबून ठेवलेल्या अप्रिय आठवणींनी तो किंचित थरथरला.

"मार्शा!" किम मोठ्या आवाजात ओरडला.

त्याच्या हाकेला काहीच प्रतिसाद आला नाही. फक्त त्याच्या आवाजाचे प्रतिध्वनी तेवढे ऐकू आले. किमच्या उजव्या बाजूला अग्निशमनासाठी लागणाऱ्या वस्तू ठेवलेले कपाट होते. किमने तिथला लांबलचक, मोठा फ्लॅशलाईट काढला आणि तो सुरू केला. त्याच्या निमुळत्या झोतामुळे भिंतींवर आणखीच विचित्र सावल्या पडू लागल्या. किम आता फ्लॅशलाईट अर्धवर्तुळाकारात फिरवत बारीक नजरेने शोध घेत पुढे जात होता.

"फ्लॅशलाईटचा झोत जाळीदार पन्हाळीपाशी पडला. तिथे त्याला एक गडद रंगाचा मोठा डाग दिसला. तिथे जाऊन त्याने डागावर झोत टाकला. खाली वाकून

त्याने बोटाने त्या डागाला स्पर्श केला. त्या स्पर्शामुळे त्याच्या सर्वांगाचा थरकाप झाला. ते रक्त होते!

हेड-बोनिंग रूममधे कार्लोस एका भिंतीला चिकटून उभा होता. त्याच्या अगदी जवळच गुरे ठार करण्याच्या जागेकडे जाणारे दार बंद होते. पण त्या ठिकाणी दरवाजे बसवलेले नव्हते. कार्लोसला किम खूप अगोदरच दिसला होता. हा अनोळखी माणूस कोण आहे आणि तो काय करतो आहे याची कार्लोसला काहीच कल्पना नव्हती. ऑफिसच्या भागात फिरून तो परत जाईल अशी त्याची अपेक्षा होती. पण गुरे ठार करण्याच्या भागात किम शिरला आणि त्याने मार्शाला हाका मारल्यानंतर मात्र कार्लोसच्या लक्षात आले. आता ह्या माणसालाही ठार करायलाच हवे.

या नवीन परिस्थितीमुळे कार्लोस अजिबात बिचकला नव्हता. आपल्या कामात अचानक उद्‌भवणाऱ्या प्रसंगांना तोंड देण्याची त्याला सवय होती. कार्लोसला त्या अनोळखी माणसाचा आकार किंवा त्याची शक्ती यांची फिकीर वाटत नव्हती. कारण त्याच्या हातात त्याचे आवडते हत्यार होते. त्याने सुरा डोक्याजवळ उभा धरलेला होता. कार्लोस अनुभवी होता. आपण त्या अनोळखी माणसाला अचानक गाठू शकू याची त्याला कल्पना होती.

कार्लोसने हेड-बोनिंगरूममधून बाहेर डोकावून पाहिले. गुरे ठार करण्याच्या भागात अनोळखी माणूस फिरताना त्याला दिसला. त्याच्या हातातल्या फ्लॅशलाईटमुळे कार्लोसचे काम सोपे झाले होते. अनोळखी माणूस जाळीदार पन्हाळीपाशी वाकलेला त्याला दिसला. नंतर तो पुन्हा शोधू लागला होता. कार्लोस श्वास रोखून भितींला चिकटून उभा होता. त्याच्या हृदयाचे ठोके वाढू लागले होते आणि सारे शरीर सळसळू लागले होते. कार्लोसला ही गोष्ट फार आवडत असे.

आपण एका कत्तलखान्यात आलो आहोत आणि दिवसभर तिथे काम चालत असल्याने रक्त आढळणे ही गोष्ट स्वाभाविक आहे हे किमला कळत होते. पण हे रक्त ताजे वाटत होते. ते मार्शाचे असेल हा विचार फार भयंकर होता. पण त्या विचाराने त्याचा कोपिष्ट स्वभाव उफाळून आला. आत मार्शाला शोधणे किंवा तिला इजा करणाऱ्याला शोधणे अत्यावश्यक झाले होते. किमने आता इतर भागात शोध घेण्याचे ठरवले आणि त्याप्रमाणे तो आल्यामार्गाने परत जाण्यासाठी निघालादेखील. एवढ्यात त्याच्या सावधगिरीमुळे तो वाचला. त्याच्या डोळ्याच्या कोपऱ्यातून त्याला त्याच्या उजवीकडे काहीतरी हालचाल जाणवली. त्याने त्याचक्षणी पुढे उडी मारली आणि हालचाल झाली त्या दिशेने हातातला फ्लॅशलाईट फिरवला.

कार्लोसने किमवर सावलीतून वार केला होता. वार करून किमला पाडून मग

संपवून टाकावे असा त्याचा विचार होता. पण वार नेमका न झाल्यामुळे किमच्या हातावर किंचितशी जखम झाली. कार्लोसने आपला तोल सावरण्याचा प्रयत्न केला. किमने मारलेला फ्लॅशलाईट त्याच्या खांद्यावर लागला होता. त्यामुळे फारशी इजा झाली नसली तरी कार्लोस खाली पडला होता. तो उठून उभा राहाण्याच्या आधीच किम तेथून वेगाने धावत निघाला होता.

किम आता हेड-बोनिंग रूममधून मुख्य बोनिंग रूममधे आला होता. ही जागादेखील गुरे ठार करण्याच्या जागेएवढीच प्रशस्त होती. त्या ठिकाणी मोठमोठी स्टेनलेस स्टीलची टेबले होती आणि वस्तू वाहून नेण्यासाठी लागणारे कन्व्हेअर बेल्ट होते. त्या भागात वरच्या बाजूने जाणारे जाळ्या लावलेले अनेक मार्ग तयार केलेले होते. त्यावर उभे राहून खाली चाललेल्या कामावर पर्यवेक्षक लक्ष ठेवत असत. खालच्या लांबरुंद टेबलांवर निरनिराळ्या अवयवांचे ठरल्याप्रमाणे तुकडे केले जात असत.

किमने आता तिथे काहीतरी हत्यार मिळते का ते पाहाण्याचा प्रयत्न केला. त्याने फ्लॅशलाईट बंद केला होता आणि पुन्हा तो चालू करण्याचे त्याचे धाडस झाले नव्हते. त्यामुळे अंधारात तिथे त्याला काहीच सापडले नाही.

किम एका मोठ्या कचऱ्याच्या पिंपाला धडकला. आपली जागा मारेकऱ्याला समजू नये म्हणून त्याने घाईघाईने पिंप पकडून जागीच धरून ठेवले. त्याला क्षणभर मारेकरी दिसला होता. सुरा उंच धरलेला माणूस पुन्हा अगदी अलगद सावलीत शिरलेला त्याने पाहिला. भीतीमुळे त्याचा थरकाप झाला. कशाचीही पर्वा न करणारा मारेकरी त्याच्या मागावर होता आणि त्या ठिकाणी त्याला कसलीही मदत मिळण्याचा संभव नव्हता. पहिल्यावेळी जरी किम सुटला असला तरी पुढच्या खेपेस तसे होणार नाही हे कळण्याएवढा किम हुशार होता.

अचानक त्या ठिकाणी कर्कश आवाज सुरू झाले त्यामुळे किमने दचकून उडी मारली. त्याच्याभोवती सगळीकडे कन्व्हेअर बेल्ट फिरू लागलेले होते. त्याचबरोबर सगळीकडे झगझगीत प्रकाश पसरला होता. किमच्या पोटात खड्डा पडला. आता तो मारेकऱ्याच्या हाती पडण्याची शक्यता वाढली होती. किम प्लॅस्टिकच्या पिंपामागे जमेल तेवढे अंग चोरून बसला. टेबलाखालून त्याला त्याचा पाठलाग करणारा माणूस दिसला. त्याच्या उजव्या हातातला सुरा जवळजवळ छोट्या तलवारीएवढा मोठा वाटत होता.

किम प्रचंड घाबरला. त्याच्या पाठलागावरचा माणूस आता खूपच जवळ आलेला होता. आता फक्त काही सेकंदच उरले होते. एखाद्या योद्ध्याप्रमाणे ओरडत किमने प्लॅस्टिकचे पिंप दोन्ही हातांनी धरून सरळ त्याच्या मारेकऱ्यावर चाल केली आणि तो त्याच्या अंगावर जाऊन आदळला. या अनपेक्षित प्रकाराने गोंधळला असला तरी कोर्लोसने प्रसंगावधान राखून हातातला सुरा सोडला नव्हता. दरम्यान

त्याच्यावर आदळून पुढे पडलेला किम उठून पळू लागलेला होता. पळणे हाच वाचण्याचा योग्य मार्ग आहे हे त्याच्या लक्षात आले होते. तो आता एका थंडगार आणि कमी उजेड असलेल्या ठिकाणी आला होता. त्या जागी अर्धी कापलेली गुरांची धुडे हूकवर टांगलेली होती. या टांगलेल्या धुडांच्या मधे मोकळी कॉरिडॉरसारखी जागा होती. किम त्या कॉरिडॉरमधून लपण्याची जागा शोधत पळत होता. त्या ठिकाणी एवढा गारवा होता की, किमला आपला श्वास धुरासारखा बाहेर पडताना दिसत होता. किमला समोर हिरव्या रंगाने चमकणारी 'बाहेर' अशी खूण दिसली. तो तिकडे गेला पण लगेचच त्याच्या लक्षात आले की दार साखळीने बंद आहे आणि त्याला जाडजूड कुलूप लावलेले आहे. किमला आता त्याचा पाठलाग करणाऱ्याच्या पावलांचा आवाज ऐकू येत होता. त्याने मागे फिरून बाहेर पडण्यासाठी आणखी दार शोधण्याचा प्रयत्न सुरू केला. त्याला एक दार सापडलेदेखील. पण तेसुद्धा कुलूप लावून बंद केलेले होते.

किम आता टांगलेल्या धुडांमधून वाट मिळेल तसा पळत होता. त्याला एक दार दिसले. सुदैवाने ते उघडे होते. किम त्यातून आत शिरला आणि दाराजवळच असणारे बटण त्याने दाबले. त्या प्रकाशात त्याला दिसले की, ती स्टोअररूम होती. त्यात अनेक लोखंडी रॅक होते. आपल्याला हत्यार म्हणून काही वापरता येईल का ते त्याने शोधले. पण तशा प्रकारची काहीही वस्तू त्याला आढळली नाही. तिथे काही खोकी होती आणि फक्त झाडू ही एकच वापरण्याजोगी वस्तू त्याला दिसली. त्याने तो उचलला आणि तो बाहेर पडण्यासाठी दरवाजाजवळ आला. त्याच्या पाठलागावरचा माणूस त्याला समोरून वीस फुटांवरून येताना दिसला. किम दरवाजाजवळ भिंतीला चिकटून उभा राहिला.

पावले दरवाजाकडे येत असल्याचा आवाज आला. मधेच त्याच्या पाठलागावरचा माणूस थांबला असावा असे वाटले. पुन्हा चालण्याचा आवाज आला. किमने हातातल्या झाडूवरची पकड घट्ट केली. श्वास रोखून तो स्तब्ध उभा होता. मारेकरी आत येत होता!

किमचे हृदय धडधडू लागले. दार धाड्कन उघडल्याचा आवाज आला. किमने सारी शक्ती एकवटून हातातला झाडू फिरवून फटका मारला. येणाऱ्याच्या हातामधला सुरा खाली पडला. हातात झाडू घेऊनच किमने सुरा उचलण्यासाठी उडी मारली आणि त्याच क्षणी त्याला वस्तुस्थितीची जाणीव झाली. तो सुरा नसून फ्लॅशलाईट आहे.

"जागीच उभा राहा!" कोणीतरी आज्ञा दिलेली किमला ऐकू आली. किम उठून सरळ उभा राहिला आणि पाहू लागला. पण त्याला काही दिसेना. कारण दुसऱ्या फ्लॅशलाईटचा प्रखर प्रकाश त्याच्या डोळ्यांवर पडत होता. त्याने त्यापासून वाचण्यासाठी डोळ्यांवर हात धरले. आता त्याच्या लक्षात आले की, जमिनीवर

पडलेला माणूस त्याचा पाठलाग करणारा मेक्सिकन नसून हिगीन्स आणि हॅनकॉकचा युनिफॉर्म घातलेला दुसराच कोणीतरी होता. त्या पहारेकऱ्याच्या तोंडातून रक्त येत होते.

''झाडू खाली टाक!'' फ्लॅशलाईटच्या मागून आवाज आला.

किमने झाडू आणि फ्लॅशलाईट दोन्ही जमिनीवर सोडून दिले. आता प्रखर प्रकाशाचा झोत खाली करण्यात आला. किमला आता दिसून आले की त्याच्यासमोर दोन पोलीस उभे होते. त्याला ते पाहून बरे वाटले. फ्लॅशलाईट न घेतलेल्या पोलिसाच्या दोन्ही हातात किमवर रोखलेली पिस्तुले होती.

आपल्यावर रोखलेले पिस्तूल अवघ्या काही फुटांवर असूनही किम म्हणाला, ''थँक गॉड!''

''थोबाड बंद'' पिस्तुलधारी पोलीस म्हणाला, ''भिंतीपाशी जा आणि तिकडे तोंड करून उभा राहा.''

किमने आनंदाने सांगितल्याप्रमाणे केले. सिनेमामधे पाहून काय करतात याची त्याला कल्पना होती.

''झडती घे.''

किमला आपल्या सगळ्या शरीरावर हात फिरवताना जाणवले.

''काहीही नाही.''

''वळ आता.''

किम पोलिसांचा गैरसमज होऊ नये म्हणून हात उंच धरून मागे वळला. त्याला आता दोन्ही पोलीस अधिकाऱ्यांची नावे वाचता आली. हातात पिस्तुले असणाऱ्याचे नाव डग्लस फॉस्टर होते आणि दुसऱ्याचे नाव लेरॉय मॅकहाल्वरसन. पहारेकरी आता उठून बसला होता आणि रुमालाने नाक हलकेच दाबत होता.

''बेड्या चढव त्याला.'' डग्लस म्हणाला.

''थांबा! थांबा!'' किम म्हणाला, ''तुम्ही बेड्या घालायला हव्यात तो माणूस वेगळा आहे. मी नाही.''

''अस्सं?'' डग्लस कुत्सित स्वरात म्हणाला, ''कोण तो माणूस म्हणे?''

''इथं आणखी कोणीतरी आहे. सडपातळ बांध्याचा काळसर वर्णाचा माणूस. त्याच्या हातावर गोंदलेले आहे आणि हातात मोठा सुरा आहे.''

''त्याच्या तोंडावर बुरखा आहे आणि त्याचे नाव जॅसन आहे!'' डग्लस टिंगलीच्या सुरात म्हणाला.

''मी गंभीरपणाने सांगतोय'' किम म्हणाला, ''मी इथं आलो आहे याचं कारण मार्शा बाल्डविन नावाची एक स्त्री आहे.''

दोन्ही पोलिस अधिकाऱ्यांनी एकमेकांकडे सहेतुक नजर टाकली.

"खरंच!" किम म्हणाला, "ती यु.एस.डी.ए. ची तपासनीस आहे. काही कामासाठी ती इथं आली होती. ती माझ्याशी फोनवर बोलत असताना कोणीतरी तिच्यावर हल्ला केला असावा. मला काच फुटल्याचा आणि धडपडीचा आवाज ऐकू आला म्हणून मी तिला शोधण्यासाठी इकडे आलो. तर माझ्यावरही सुऱ्याने हल्ला झाला. बहुधा त्याच माणसाने मिस बाल्डविनवर हल्ला केला असावा."

दोघांही पोलीस अधिकाऱ्यांची खात्री पटत नव्हती.

"हे पाहा मी युनिव्हर्सिटी मेडिकल सेंटरमधे सर्जन आहे." किम म्हणाला. त्याने कोटाच्या खिशात हात घालून थरथरत्या हाताने आपले ओळखपत्र चाचपले. डग्लसने आपल्या पिस्तुलावरची पकड घट्ट केली. किमने त्याचे लॅमिनेशन केलेले ओळखपत्र काढून डग्लसपुढे धरले. डग्लसने लेरॉयला 'ते घे' अशी खूण केली.

"ते अस्सल दिसतंय." लेरॉय ओळखपत्रावर नजर फिरवत म्हणाला.

"अर्थातच अस्सलच आहे ते."

"तुम्ही डॉक्टर लोकांनी स्वत: स्वच्छ राहाणं सोडून दिलं आहे की काय?" किमने आपल्या खरखरीत दाढीवरून हात फिरवला आणि स्वत:कडे नजर फिरवली. त्याने शुक्रवारी सकाळपासून घातलेले कपडे तसेच त्याच्या अंगावर होते. त्याने अंघोळ किंवा दाढीही केलेली नव्हती, "माझा हा वेष चांगला दिसत नाही याची मला कल्पना आहे. मी त्याबद्दल स्पष्टीकरण देऊ शकतो, पण आत्ता या क्षणी मला मिस बाल्डविनविषयी चिंता लागली आहे आणि त्या हातात सुरा घेतलेल्या माणसाचीदेखील..."

"कर्ट हा काय म्हणतोय?" डग्लसने पहारेकऱ्याला विचारले, "इथं कोणी यु.एस.डी.ए. तपासनीस बाई किंवा काळसर दिसणारा माणूस आला होता का?"

"नाही ." कर्ट म्हणाला," निदान मी असताना तरी नाही. मी इथे दुपारी तीन वाजल्यापासून आहे."

"माफ कर." डग्लस म्हणाला, "तू कहाणी चांगली रचली होतीस खरी." मग तो लेरॉयला उद्देशून म्हणाला, "पुढे हो आणि बेड्या घाल."

"एक सेकंद!..." किम म्हणाला, "तिकडे पलीकडच्या खोलीत रक्त पडलेलं मी पाहिलंय. कदाचित ते मिस बाल्डविनचं असू शकेल."

"कुठे?"

"तिकडे आहे मी दाखवू शकतो."

"हा कत्तलखाना आहे." कर्ट म्हणाला, "इथं रक्त सांडलेलं असायचंच."

"पण ते रक्त ताजं होतं."

"ठीक आहे त्याला बेड्या घाल मग जाऊन पाहू" डग्लस म्हणाला.

किमने मग बेड्या घालून घेतल्या. हात पाठीमागे बांधून त्याला इतरांच्यापुढे चालवत नेण्यात आले. कर्टने दोघा पोलिस अधिकाऱ्यांना थांबायला सांगून फिरणारे पट्टे आणि यंत्रे बंद केली.

"हातात सुरा घेतलेल्या त्या माणसानेच ती चालू केली होती." किम म्हणाला.

"होय तर!" डग्लस म्हणाला.

यावर किमने वाद घालण्याचा प्रयत्न केला नाही. त्याने झटापटीसाठी वापरलेले प्लॅस्टिकचे पिंपही त्यांना दाखवले नाही. जमिनीवर पडलेले रक्त पाहून त्यांचे समाधान होईल अशी त्याला खात्री वाटत होती. किमने त्यांना जागा दाखवली. कर्टने त्या ठिकाणी प्रकाशझोत टाकला. पण त्याजागी काहीच नव्हते.

"याच ठिकाणी होतं रक्त!" किम अविश्वासाने डोके हलवत म्हणाला, "मी पाहिलं होतं... कोणीतरी ते धुऊन टाकलं असावं"

"ते काम हातात सुरा घेतलेल्या माणसाचं असणार." लेरॉय तोंडाने च्यॅक असा आवाज काढत म्हणाला.

"दुसरं कोण असणार म्हणा!"

"जरा थांबा!" किम घाईघाईने म्हणाला, "फोन!... मिस बाल्डविन माझ्याशी फोनवर बोलत होती. तिचा सेलफोन रेकॉर्डरूममधे आहे."

"तुझी कल्पनाशक्ती चांगली आहे." डग्लस म्हणाला. मग तो कर्टकडे वळला. "बघायचं का तिथं जाऊन? आपण बाहेर पडायच्या वाटेवरच आहे का ती रूम?"

"होय"

किमला घेऊन डग्लस रेकॉर्डरूमकडे गेला. कर्ट त्यांना वाट दाखवत होता. दरम्यान लेरॉय बाहेर गेला होता आणि त्याने गाडीमधून पोलीस स्टेशनशी संपर्क साधला होता.

रेकॉर्डरूमच्या दारापाशी येताच कर्ट थांबला आणि त्याने इतरांना आत जाऊ दिले. आत शिरताच किमच्या डोक्यावर जणू वज्राघात झाला. तिथल्या सर्व खुर्च्या व्यवस्थित मांडलेल्या होत्या आणि टेबलावर फोन नव्हता.

"फोन इथंच होता. मी शपथ घेऊन सांगतो... आणि या खुर्च्याही उलट्यापालट्या पडलेल्या होत्या."

"मी काच फुटली तो आवाज ऐकून मघाशी इथं आलो तेव्हा मला काही फोन दिसला नव्हता आणि खुर्च्या तर तुम्ही आत्ता पाहाता आहात तशाच होत्या."कर्ट म्हणाला.

"पण त्या दाराच्या फुटलेल्या काचेचं काय? किम दाराकडे मानेने खूण करत म्हणाला, "मी जो आवाज फोनवर ऐकला तो याच दाराच्या काचेचा असणार."

"मला वाटतं की खिडकी आणि दार हे एकाच घरफोडीच्या प्रयत्नांचा भाग आहेत." कर्ट म्हणाला.

"ते शक्य नाही." किम म्हणाला, "खिडकीची काच तर मी फोडली. पण हे

दार तर आधीच फुटलेलं होतं. पाहा दाराच्या फुटलेल्या काचेचे सर्व तुकडे आतल्या बाजूला पडलेले आहेत. म्हणजे कोणीतरी हॉलमधून ही काच फोडलेली आहे.''

''हं..हं'' डग्लसने वाकून दारापाशी पडलेल्या काचांचे निरीक्षण केले.

''त्याच्या म्हणण्यात तथ्य दिसतंय.''

''तिची गाडी!'' किमला एकदम मार्शाच्या गाडीची आठवण झाली.

''तिची गाडी बाहेर आहे. पिवळी फोर्ड सेडन. तिची गाडी इमारतीच्या टोकापाशी लावलेली आहे.''

किमच्या या सूचनेवर डग्लस काही बोलायच्या आत लेरॉय तिथे परतला होता. त्याच्या चेहेऱ्यावर कुत्सित हास्य पसरलेले होते, ''मला आत्ताच संदेश मिळाला आहे. या डॉक्टरबद्दलची माहिती स्टेशनमधे मिळवण्यात आली आहे आणि काय सापडलं माहिती आहे का? त्याच्यावर अगोदरची एक केस आहे. कालच रात्री त्याला अटक करण्यात आली होती. आरोप आहेत खाजगी ठिकाणी अनधिकृत प्रवेश. फास्ट-फूड रेस्टॉरंटच्या मॅनेजरवर हल्ला. अटकेला विरोध करताना पोलिस अधिकाऱ्याशी झटापट करणे. आत्ता तो या क्षणी वैयक्तिक हमीवर मोकळा आहे.

''माय गॉड!'' डग्लस म्हणाला, ''पुन्हा पुन्हा गुन्हा करणारा आहे तर हा! ठीक आहे. डॉक, आता फालतू बडबड पुरे झाली. चल बाहेर निघ.''

❖

पंधरा

रविवार सकाळ, २५ जानेवारी

किमसाठी हा अनुभव अगदी मागच्यासारखाच होता. तो त्याच कोर्टात आणि त्याच न्यायाधीशासमोर होता. फरक फक्त हवेमधे होता. या खेपेला उन्हे नव्हती. आकाश ढगाळलेले होते आणि मधूनमधून बर्फ पडत होते. दिवसाप्रमाणेच न्या. हार्लोवे यांचा मूडदेखील करडा होता.

किम एका ओरखाडे असलेल्या टेबलापाशी बसला होता. शेजारी ट्रेसी बसलेली होती. त्यांच्यासमोर बेंचच्याखाली जस्टिन देवेरॉव हा किमचा जुना वकील मित्र उभा होता. त्याच्याकडे पाहून हा उमराव घराण्यातला आहे असे वाटत असे. हॉर्वर्डला शिक्षण झाल्यानंतर 'तरुणांनो पश्चिमेकडे जा' ही जुनी उक्ती त्याने तंतोतंत अमलात आणली

होती. त्याने शहरामधली एक आजची सर्वांत मोठी आणि सर्वांत यशस्वी फर्म सुरू केली होती. त्याच्या यशाचे प्रमाण कोणीही हेवा करावा एवढे होते. पण त्या दिवशी जस्टिनचा चेहरा चिंताग्रस्त होता. तो न्या. हार्लोवेच्या संतापाशी झगडत होता.

किमचा अवतार आणखी भयानक झालेला होता. त्याने त्याच खराब कपड्यांवर आणखी एक रात्र कोठडीत काढली होती. अजूनही त्याने दाढी व अंघोळ केलेली नव्हतीच. तो देखील आता काय होणार, या चिंतेत होता. आपल्याला पुन्हा तुरुंगात जावे लागेल की काय या विचारांनी तो अस्वस्थ झालेला होता.

जस्टीनने खाकरून घसा साफ केला, ''आपल्या परवानगीने मी पुन्हा एकवार सांगू इच्छितो, की त्यांच्या एकुलत्या एक मुलीचा दुर्दैवी अंत होण्यापूर्वी डॉ. किम रेग्गीस खरोखरच समाजाचे एक आधारस्तंभ होते.''

''कौन्सेलर, काल याच कोर्टापुढे येण्यासाठी मुलीचा मृत्यू हेच कारण होते.'' न्या. हार्लोवे उतावीळपणे म्हणाले, ''विकएन्डला कोर्टामधे आल्यावर मला तोच चेहरा दोनवेळा पाहाणे आवडत नाही. पहिल्या गुन्ह्यानंतर मी एखाद्याला सोडणे या माझ्या निर्णयाचा त्यामुळे अवमान होतो.

''डॉ. रेग्गीसना त्यांच्या मुलीच्या मृत्यूमुळे फार जबरदस्त धक्का बसलेला आहे युवर ऑनर...''

''ते तर दिसतंच आहे,'' न्या. हार्लोवे म्हणाले, ''प्रश्न असा आहे की, सध्याच्या या मन:स्थितीमधे हा माणूस समाजाला धोकादायक आहे की नाही.''

''ज्या काही चमत्कारिक घटना घडल्या त्या पुन्हा होणार नाहीत,'' जस्टिन म्हणाला, ''मी तुम्हाला सांगितलं आहेच की त्यांच्या हातून घडलेल्या भडक कृत्यांचा डॉ. रेग्गीस यांना चांगलाच पश्चात्ताप होतो आहे.''

न्या. हार्लोवेनी चष्म्याशी पुन्हा चाळा करत किमकडे नजर फिरवली. या माणसाची स्थिती वाईट आहे हे त्यांना मान्य करावे लागले. हा माणूस फार करुण दिसतोय हे त्यांच्या लक्षात आले. त्यांनी ट्रेसीकडे नजर टाकली. ट्रेसीच्या कोर्टातील उपस्थितीमुळे आणि तिने दिलेल्या जबानीमुळे न्या. हार्लोवे प्रभावित झाले होते.

''ठीक आहे.'' न्या. हार्लोवे म्हणाले, ''मी जामीन मंजूर करतो. पण कौन्सेलर त्यासाठी तुमचे ते शब्दबंबाळ भाषण जबाबदार नाही हे पक्के ध्यानात ठेवा. या कोर्टापुढे साक्ष देण्यासाठी डॉ. रेग्गीसची माजी बायको उपस्थित राहिली ही गोष्ट विशेष म्हणावी लागेल. माझा एवढ्या वर्षांचा अनुभव सांगतो, की ती जबानी मनापासून दिलेली आहे. त्या जबानीमधे दिलेल्या चारित्र्याचा हवाला मी मान्य करतो. पाच हजार डॉलरचा जामीन, आणि चार आठवड्यांनंतर केस उभी राहील. पुढची केस!'' न्या. हार्लोवेनी हातातला हातोडा आपटला आणि पुढच्या केसचे कागद समोर घेतले.

''माफ करा युवर ऑनर.'' जस्टिन म्हणाला, ''इथे आरोपी पळून जाण्याची शक्यता नाही, तेव्हा पाच हजारांचा जामीन जरा जास्त वाटतोय.''

न्या. हार्लोवेनी चष्म्यावरून रोखून पाहिले. त्यांच्या भुवया उंचावल्या होत्या. ''हे शब्द मी ऐकले नाहीत असं मानायला मी तयार आहे आणि कौन्सेलर तुमच्या अशीलाची केस आणखी पुढे रेटू नये असा माझा तुम्हाला सल्ला आहे. पुढची केस!''

जस्टिनने खांदे उडवले आणि माघार घेत तो ट्रेसी आणि किमजवळ आला. स्वत:च्या सर्व वस्तू गोळा केल्यानंतर त्याने दोघांना चलण्यासाठी खूण केली. जस्टिनच्या मदतीमुळे जामिनाचे काम झटपट पूर्ण झाले. अर्ध्या तासाच्या आत तिघेजण कोर्टाच्या इमारतीबाहेर आले. ते पायऱ्या उतरून खाली येऊन थांबले. हवा ढगाळ आणि थंड होती. मधूनमधून बर्फ खाली येताना दिसत होते.

''सुरुवातीला मला भीती वाटत होती की न्या. हार्लोवे तुला जामीन मंजूर करणार नाहीत.'' जस्टिन म्हणाला,''न्यायमूर्तींच्या शब्दांचा अर्थ जाणून घे. किम तू स्वत:ला सुदैवी समजायला हवंस.''

''माझ्या सध्याच्या परिस्थितीत मी सुदैवी आहे हे मानायला मला जड जातंय,'' किम कोरड्या स्वरात म्हणाला, ''असो. पण तू केलेल्या मदतीबद्दल धन्यवाद. तुला रविवारी सकाळी माझ्यासाठी घराबाहेर पडावं लागलं म्हणून मला खेद होतोय.''

''त्यात विशेष काही नाही.'' जस्टिन म्हणाला, ''आणि बेकीचं ऐकून मला फार वाईट वाटलं. मी तुम्हां दोघांच्या दु:खात सहभागी आहे.''

किम आणि ट्रेसी दोघांनी जस्टिनचे आभार मानले.

''मी आता जायला हरकत नाही.'' हॅटच्या कडेला स्पर्श करत जस्टिन म्हणाला, ''पुन्हा भेटू. अशा अवघड परिस्थितीतून बाहेर पडण्यासाठी दोघांनाही माझ्या शुभेच्छा.''

जस्टिनने ट्रेसीच्या गालावर पुसटसे ओठ टेकवले आणि किमशी हस्तांदोलन करून तो निघाला. काही पावले पुढे गेल्यावर तो थबकला, ''किम, तुला माझा सल्ला आहे. पुन्हा अटक करवून घेऊ नकोस. जर तसं झालं तर तुला जामीन मिळणार नाही याची खात्री बाळग. ज्याप्रकारे लागोपाठ तू सापडलास त्यामुळे तू साहजिकच विशेष प्रकारात गणला जातोस.''

''मला कल्पना आहे.'' किम म्हणाला, ''मी काळजी घेईन.''

जस्टिन निघून गेल्यानंतर ट्रेसी आणि किम एकमेकांकडे वळले. ''आता मला नेमकं काय घडलं ते सांग.'' ट्रेसी म्हणाली.

''मला जेवढं माहिती आहे ते सारं सांगतो.'' किम भावरहित स्वरात म्हणाला, ''पण मला माझी गाडी परत आणायची आहे. तू मला हिगीन्स आणि हॅनकॉकपर्यंत घेऊन जाशील का? तुझी काही हरकत नाही ना?''

"अजिबात नाही." ट्रेसी म्हणाली, "माझाही तोच बेत होता."

"आपण गाडीतून जाताजाता बोलू."

दोघे कोर्टाच्या पार्किंग लॉटच्या दिशेने निघाले.

"मला हे सारे भयंकर स्वप्नासारखे वाटत आहे." किम म्हणाला.

"मी काल रात्री म्हणाले त्याप्रमाणे आपल्या दोघांनाही मदतीची गरज आहे आणि आपणच दोघे ती एकमेकांना करू शकतो."

किमने उसासा टाकला, "मी या इ. कोलाय विरुद्धच्या धर्मयुद्धात स्वत:ला झोकून दिले आहे ही गोष्ट तुला वेडेपणाची वाटत असणार. आपली मुलगी गेलेली असताना मी हाणामाऱ्या करत फिरतोय." किमने डोके हलवले, "ट्रेसी, इतकी वर्षं मी खंबीर आहे असा मला विश्वास होता. मला त्याचा अभिमान होता, पण आता मात्र मला दिसतंय की खरं म्हणजे तुझ्याकडे जबरदस्त आंतरिक शक्ती आहे. मला खरोखरच बेकी गेली ही कल्पना सहन होत नाही. मला वाटतं, तुला हे समजत असेल."

ट्रेसी काही क्षण गप्प राहिली. मग तिने पुढे होऊन किमच्या हातावर हात ठेवला, "मला कल्पना आहे. मी घाईघाईने काहीही म्हणणार नाही. मी तुझ्या कामात मदतही करायला तयार आहे. किम, तुला बेकी गेली हे कधीतरी मान्य करायलाच हवं. किती काळ तू वास्तव नाकारू शकशील?"

"होय." किम मान डोलावत अस्फुट स्वरात म्हणाला. "...आणि धन्यवाद."

गाडीतून जाताना किमने ट्रेसीला सर्वकाही तपशीलवार सांगितले. मार्शा घरी आल्यापासून ते पोलिसांनी पकडेपर्यंत काय काय घडले ते त्याने ट्रेसीला सांगितले. त्याने मारेकऱ्याने केलेला वारदेखील कसा होता ते सांगून तिला हातावरची छोटी जखम दाखवली. "तो माणूस कसा होता?" किमने वर्णन केलेला प्रसंग ऐकून तिच्या अंगावर काटा आला होता.

"सारं काही एवढ्या वेगाने झाले की मला नीट काही सांगता येणार नाही."

"म्हातारा की तरुण?" ट्रेसी विचारत होती, "उंच की बुटका?" कोणत्या तरी अज्ञात कारणासाठी ट्रेसीला त्या माणसाचे वर्णन हवे होते.

"काळसर." किम म्हणाला, "काळसर वर्ण आणि गडद रंगाचे केस. मला तो मेक्सिकन वाटला. निदान दक्षिण अमेरिकन असावा. सडपातळ असला तरी त्याचे स्नायू पीळदार होते आणि हातावर भरपूर गोंदलेलं होतं."

"हे सगळं तू जस्टिनला का सांगितलं नाहीस?"

"त्याचा काय उपयोग होता?"

"निदान जस्टिनने यातलं काहीतरी न्यायमूर्तींच्या कानावर घातलं असतं."

"पण त्याने काहीच फरक पडला नसता," किम म्हणाला, "उलट मला

वाटतं की त्यामुळे वाईट परिणाम झाला असता. माझ्या सांगण्यातल्या सर्व गोष्टी असंभव वाटतात. शिवाय मला काहीही करून तुरुंगात अडकून पडायचं नव्हतं. नाहीतर मला पुढे काहीच करता येणार नव्हतं.''

''तुला अजून वाटतंय का, की मार्शा बाल्डविन तिथेच हिगीन्स आणि हॅनकॉकमधे असेल?'' ट्रेसीने विचारले,''म्हणजे तिला पकडून ठेवलं असेल काय?''

''होय तसंच, किंवा त्यापेक्षाही भयंकर काहीतरी घडलं असावं. जर मी पाहिलेले रक्त मानवी असेल तर ती नक्कीच ठार झाली असावी.''

''मला काय बोलावं तेच सुचत नाही.''

''माझीही तीच अवस्था आहे.'' किम म्हणाला, ''मला अजून आशा आहे की मार्शा तिथून बाहेर पडली असावी. मी माझ्या आन्सरिंग मशीनमधे बघायला हवं होतं. कदाचित तिने फोन केला असेल.''

ट्रेसीने गाडीत अडकवलेला फोन काढून किमकडे दिला. त्याने नंबर दाबून काही वेळ फोनवरचं बोलणं ऐकलं. काही मिनिटांनी त्याने फोन पुन्हा जागेवर ठेवला.

''काय बातमी?''

किमने निराशेने डोके हलवले, ''नाही फक्त जिंजरचा फोन होता.''

''तू आणि मार्शा फोनवर बोलत असताना शेवटी तू काय ऐकलंस ते मला पुन्हा एकदा सांग.'' ट्रेसी म्हणाली.

किमने मग काचा फुटल्याचा आवाज कसा आला वगैरे सर्व सांगितले. ''मला वाटतं की ज्या कोणी तिच्या बोलण्यात खंड पाडला त्यानेच तिचा पाठलाग केला असावा.''

''आणि हे सारे तू पोलिसांना सांगितले होतेस ना?''

''अर्थातच, '' किम म्हणाला, ''पण त्याचा काहीही उपयोग झाला नाही. कारण पोलिसांना मी वेडपट वाटतोय. मी त्यांना रक्त दाखवायला नेलं तर ते अगोदरच कोणीतरी धुऊन टाकलं होतं. मी त्यांना फोन आहे म्हणून सांगितलं तर फोन तिथे नव्हता. इतकेच नाही तर तिची गाडीही पार्किंगमधे नव्हती.''

''कदाचित ती आपला फोन उचलून गाडीत बसून निघून गेली असण्याची शक्यता आहे.''

''तसं व्हावं अशी मी देवाकडे प्रार्थना करतो,'' किम म्हणाला, ''दुसरं काही झालं नसेल तर उत्तम. इतर काही पर्याय असेल हे स्वीकारण्याची माझ्या मनाची तयारीच नाही. मला फार अपराधी वाटतंय. कारण ती माझ्यासाठीच तिकडे गेली होती.''

''पण तू तिच्यावर काही करण्याची सक्ती थोडीच केली होतीस? मी थोडाच

वेळ तिच्याशी बोलले आहे. पण कोणी जोर करावा आणि तिने ऐकावं असा तिचा स्वभाव नाही हे नक्की माझ्या लक्षात आलं आहे.''

''मी त्या पहारेकऱ्याला गाठायला हवं,'' किम म्हणाला, ''त्याने जरी ते मान्य करायला नकार दिला असला तरी मार्शा तिथं गेली होती हे त्याला नक्कीच माहिती असणार.''

''पण त्याने जर पोलिसांसमोरही खोटं सांगितलं असेल तर तो तुला तरी खरं कशावरून सांगेल?''

''पण मला काहीतरी केलंच पाहिजे.''

''तुला तिच्याबद्दल काही माहिती आहे का? म्हणजे ती कुठे राहाते, किंवा ती कुठची आहे, या शहरात तिचं आणखी कोण आहे? वगैरे काही...''

''मला तिच्याविषयी फारशी माहिती नाही,'' किमने कबूल केले, ''ती एकोणतीस वर्षांची आहे आणि ती व्हेटर्नरी कॉलेजमधे शिकलेली आहे बस्स एवढंच मला माहिती आहे.''

''त्याचा काही उपयोग नाही.'' ट्रेसी म्हणाली, ''जर तुला हे सिद्ध करता आलं की ती हरवलेली आहे तर मात्र पोलिसांना तुझं बोलणं गंभीरपणाने ऐकावं लागेल.''

''तुझ्या बोलण्यातून मला एक कल्पना सुचली.'' किम सरळ बसत म्हणाला, ''मी जर केली ॲन्डरसनकडे गेलो तर कसं होईल?''

''कल्पना वाईट नाही पण प्रश्न असा आहे की, ती मदत करेल का?''

''मी तिला विचारल्याशिवाय तरी ते कसं कळणार?''

''तिच्यामुळे तुला खूप त्रास झालेला आहे. तेव्हा मला वाटतं की तिने तुला मदत करायला हवी.''

''गॉड!...प्रसिद्धी माध्यमाचा मला खूप उपयोग होईल हे आत्ता लक्षात येतं आहे.'' किम म्हणला, ''या मार्शाच्या संदर्भातच नव्हे तर खराब मांसाच्या त्या संपूर्ण प्रकरणातच मला त्यांचा उपयोग करून घेता येईल.''

''मला ही कल्पना आता अधिकाधिक आवडू लागली आहे.'' ट्रेसी म्हणाली, ''मी तुला तिला पटवून देण्यामधे मदत करू शकेन.''

किमने आपल्या माजी बायकोकडे नजर टाकली. तिचं बोलणं ऐकून त्याला बरं वाटत होतं. घटस्फोटाच्या वेळेचा कटुपणा आणि बेकी कोणाच्या ताब्यात असावी यावरून झालेल्या न्यायालयीन झुंजीमुळे ट्रेसी किती छान आहे हे किम पूर्णपणे विसरून गेला होता, ''ट्रेस...तुला एक सांगू का? ...तू आज सकाळी माझ्यासाठी कोर्टात आलीस म्हणून मी तुझा आभारी आहे आणि निव्वळ तू माझ्यासाठी जमिनाची व्यवस्था केलीस म्हणून नाही, तर मी खरोखरच तुझे आभार मानतोय. कारण एवढं सगळं होऊनदेखील तू माझ्याबरोबर उभी आहेस.''

ट्रेसीने किमकडे पाहिले. किमच्या तोंडून हे शब्द बाहेर पडणे तिला सर्वस्वी अनपेक्षित होते. पण त्याच्या डोळ्यांत पाहून तिला कळलं की किम अगदी मनापासून बोलत होता, "तू म्हणालास ते ऐकून छान वाटलं."

"मी खरंच मनापासून सांगतोय."

"तुझं बोलणं मला फार आवडलं"ट्रेसी म्हणाली, "तू मला कधी धन्यवाद दिले होतेस याआधी, ते मला आठवत नाही... कदाचित आपलं लग्न होण्याआधी असेल."

"होय..." किमने कबूल केले, "तुझं म्हणणं बरोबर आहे. काल रात्री कोठडीत असताना मला विचार करायला थोडा वेळ मिळाला. गेल्या काही दिवसांमधल्या, विशेषत: गेल्या चोवीस तासांत घडलेल्या घटनांनी माझे डोळे उघडले."

"डोळे उघडले म्हणजे काय?"

"जीवनामधे महत्त्वाचं काय असतं ते माझ्या लक्षात आलं," किम म्हणाला, "कदाचित माझं बोलणं थोडं अतिरंजित भडक नाटकासारखं वाटेल. पण मी फार मोठी चूक केली आहे हे माझ्या लक्षात आलं. मी माझी करियर आणि त्यासाठी कराव्या लागणाऱ्या स्पर्धेकडे फार लक्ष दिलं आणि त्यासाठी मी माझ्या कुटुंबाची किंमत मोजली."

"तुझं बोलणं ऐकून मी चकित झाले आहे." ट्रेसी म्हणाली. तिने ज्याच्यापासून घटस्फोट घेतला होता तो किम यापेक्षा वेगळा होता.

"मी कळायला लागल्यापासून फार स्वार्थी जीवन जगत आलो. सारं आयुष्य मी माझा स्वार्थीपणा लपवण्यासाठी व्यक्तिगत लालसा नसणारा आणि कनवाळू डॉक्टर या माझ्या प्रतिमेचा वापर केला. एखाद्या लहान मुलाप्रमाणे मला सतत कोणीतरी आपलं कौतुक करावं आणि स्तुती करावी असं वाटत होतं आणि सर्जन असल्यामुळे ते सहजच घडत होतं.

"या सगळ्याची जाणीव झाल्यामुळे मला शरम वाटत आहे." किम पुढे बोलू लागला, "मला तुझी माफी मागायची आहे... वाया गेलेली वर्षे जर पुन्हा मिळाली तर..."

"मला काय बोलावं ते कळत नाही.." ट्रेसी म्हणाली, "पण मी हे सगळे स्वीकारायला तयार आहे. तुझ्या या आत्मपरीक्षणामुळे प्रभावित झाले आहे."

"धन्यवाद." किम म्हणाला आणि त्याने खिडकीतून बाहेर नजर टाकली. ते आता हिगीन्स आणि हॅनकॉकच्या जवळ आले होते. बर्फ पडलेली ती इमारत स्वच्छ आणि शांत दिसत होती.

"तुझं बोलून संपलं का?"

किमने मान डोलावली, "आपण आता पार्किंग लॉटच्या दारापाशी आलो

आहोत. माझी गाडी अगदी दाराच्यासमोरच असेल. म्हणजे निदान मी तरी ती तिथं उभी केली होती.''

ट्रेसीने किमने दाखवलेल्या दिशेने गाडी नेली. किमची गाडी त्यांना लगेचच दिसली. आजूबाजूला कोणतीही गाडी नव्हती. इतर फक्त दोन गाड्या दूर अंतरावर होत्या.

''त्या दोन गाड्या आहेत त्या ठिकाणी मार्शाची गाडी पार्क केलेली होती.'' किम बोट दाखवत म्हणाला, ''कदाचित त्या ठिकाणी कंपनीच्या कर्मचाऱ्यांसाठी आत शिरायचं दार असेल.''

ट्रेसीने गाडी किमच्या गाडीच्या अगदी जवळ उभी केली. किमने ट्रेसीला आपण धोंडा फेकून काच कशी फोडली ते सांगितले. काचेच्या फुटलेल्या भागाला पुठ्ठा लावून तो बंद करण्यात आलेला दिसला.

''आता पुढे काय बेत आहे?'' किम सांगता सांगता थांबल्यावर ट्रेसीने विचारले.

किमने सुस्कारा टाकला, ''मला हॉस्पिटलकडे जायला हवं. टॉमने माझ्या पेशंटची काळजी घेण्याचे मान्य केले होते खरे. पण मला त्यांच्याकडे पाहायलाच हवं ना. मग मी केली ॲन्डरसनकडे जाईन. ती कुठं राहाते ते मला माहिती आहे.''

''आपल्याला बेकीच्या संदर्भात काही निर्णय घ्यावे लागणार आहेत.'' किमने मान डोलावली आणि मान फिरवून तो दूरवर पाहात राहिला.

''हे करणं अवघड आहे याची मला कल्पना आहे,'' ट्रेसी म्हणाली, ''पण आपल्याला अंत्यविधीची व्यवस्था करावी लागेल. ती गेली हे वास्तव आपण स्वीकारायला हवं.''

किम ओठ चावत बसला.

''वस्तुस्थिती नाकारणे आणि चीड येणे या शोक करण्याच्या प्रक्रियेचे दोन भाग आहेत.'' ट्रेसी म्हणाली. पण किम त्यावर काही बोलला नाही. मग ट्रेसी पुढे म्हणाली, ''मी सुद्धा या दोन्हीच्या मागे लपून वस्तुस्थिती टाळण्याचा प्रयत्न केला. पण आपल्याला जबाबदारी घेऊन काहीतरी करावंच लागेल.''

किमने ट्रेसीकडे पाहिले. त्याच्या डोळ्यांच्या कोपऱ्यात अश्रू जमा झाले होते. ''तुझं म्हणणं बरोबर आहे. पण मला सावरण्यासाठी आणखी वेळ लागेल हे मी तुला सांगितलंच आहे. मी नसलो तरी तू एकटीने अंत्यविधीची तयारी कर असं मी म्हणालो तर फार होईल नाही? असं करणं बरोबर नाही हे मला कळतंय. पण तू काहीही ठरवलंस तरी मला चालेल आणि अर्थातच सर्व्हिससाठी मी येणार आहेच. मला केली ॲन्डरसनला भेटून तो विषय ताबडतोब पुढे न्यायचा आहे.''

ट्रेसी स्टिअरिंग व्हीलवर बोटांनी ताल धरत विचार करू लागली. तिला एकदा वाटलं की किमला नकार द्यावा आणि तो पुन्हा स्वार्थीपणा करतोय हे सांगावं. पण

मग तिने विचार बदलला. तिला एकटीने अंत्यविधीची सारी तयारी करण्याची इच्छा नव्हती खरी. पण ती स्वत:ला सांगू लागली की सर्व्हिस हा भाग प्रत्यक्ष तयारीपेक्षा महत्त्वाचा आहे. किम त्यावेळी येणार होताच. तिच्या हेदेखील लक्षात आले की, सध्याच्या परिस्थितीत किमपेक्षा तीच जास्त सक्षमपणे सगळे पार पाडू शकत होती.

"मी कोणताही दिवस निवडला किंवा सर्व्हिस कुठे असावी हे ठरवलं तर चालेल ना तुला?"

"चालेल." किम म्हणाला, "तू काहीही ठरवलंस तरी माझी हरकत नाही."

"ठीक आहे." ट्रेसी म्हणाली, "पण तू मला घरी पोहोचताच फोन करायला हवास."

"करीन" किम म्हणाला. किमने बाहेर पडण्याआधी ट्रेसीचा दंड हलकेच दाबला.

"तुझी गाडी सुरू होते की नाही ते मी पाहाते मग जाईन."

"होय, ते चांगलं होईल." किम म्हणाला, "आणि धन्यवाद." किमने ट्रेसीच्या गाडीचे दार बंद केले आणि आपल्या गाडीकडे जाताना त्याने हात हलवला. ट्रेसीनेही हात हलवला. आपण करतोय ते बरोबर की चूक हे तिला ठरवता येईना.

किमने गाडीचे दार उघडले पण तो लगेच आत शिरला नाही. त्याने हिगीन्स आणि हॅनकॉकच्या इमारतीकडे नजर टाकली. रात्रीच्या आठवणीने तो थरारला. हातात सुरा घेतलेला मारेकरी आणि त्याने केलेला जीवघेणा पाठलाग या गोष्टी तो कधीही विसरणे शक्य नव्हते.

किमने गाडीत शिरण्यासाठी पाय उचलला खरा पण तो पुन्हा थबकला. त्यावेळी तिथे कामावर हजर असलेल्या पहारेकऱ्याला भेटून आदल्या रात्री जो कर्ट नावाचा कोणी पहारेकरी होता त्याचा पत्ता काढावा हा विचार त्याच्या मनात क्षणभर डोकावला. पण ट्रेसीचे शब्द त्याला लगेच आठवले. जर कर्ट पोलिसांसमोरही खोटे बोलला असेल तर तो किमला खरे सांगणे शक्यच नाही आणि तो खोटेपणा करतोय याचा अर्थ समोर दिसतंय त्यापेक्षा प्रकरण जास्त खोलात शिरणारं आहे हे त्याच्या लक्षात आलं.

किमची गाडी लगेच सुरू झाली. त्याने ट्रेसीकडे पाहून हात हलवला. ट्रेसी अगोदर बाहेर पडली. किम पाठोपाठ होता. फ्रीवेवर आल्यावर दोघांनी एकमेकांना अभिवादन करण्यासाठी हॉर्न वाजवून आपापले रस्ते धरले.

किम युनिव्हर्सिटी मेडिकल सेंटरपाशी आला. रविवार असल्याने डॉक्टरांसाठी राखीव पार्किंग लॉट जवळजवळ पूर्णपणे मोकळा होता. त्यामुळे किमला दरवाज्याच्या अगदी जवळ गाडी उभी करता आली. किमने गाडीतून उतरताना स्वत:ला बजावले. त्याला सर्वप्रथम स्वच्छ दाढी करून अंघोळ करायची होती.

मार्था ट्रमबुल आणि जॉर्ज कॉस्टंटाईन हे दोघे सत्तरी ओलांडलेले स्वयंसेवक हॉस्पिटलमधे डेस्कपाशी बसलेले होते. रविवारी सकाळी त्यांना हे काम करायला अतिशय आवडत असे. ते दोघे डेस्कपाशी स्वयंसेवक म्हणून काम करत असत आणि त्यांचा या कामात एवढा तळमळीचा सहभाग होता की, त्यांना 'हॉस्पिटलचे मित्र' म्हणून गौरवचिन्हे मिळाली होती. दोघेही ती अत्यंत अभिमानाने कोटावर लावत असत.

जॉर्ज आणि मार्था आपले काम अतिशय मनापासून करत असल्याने त्यांना सगळे हॉस्पिटल अगदी स्वत:च्या घराएवढे माहिती होते. इतकेच नव्हे तर, त्यांना सर्व कर्मचाऱ्यांची नावे ठाऊक होती. किमला पाहून मार्थाने जॉर्जकडे नजर टाकली. "ते डॉ. रेग्गीस आहेत ना?" ती कुजबुजत म्हणाली.

"मला तसंच वाटतंय." जॉर्ज म्हणाला, "पण ते तसला पांढरा कोट घालून काय करत आहेत. त्यांना टायर बदलावा लागला की काय."

"पण त्यांची दाढी कोटापेक्षाही भयंकर दिसते आहे. कोणीतरी त्यांना त्याबद्दल सांगायला हवं. कारण डॉ. रेग्गीस तसे देखणे आहेत."

"एक सेकंद..." जॉर्ज म्हणाला, "आपल्याला डॉ. रेग्गीस दिसले तर आपण डॉ. बिडलना सूचना द्यायची होती ना?"

"पण ते आपण काल करायचं होतं, आजदेखील तसं करणं अपेक्षित आहे काय?"

"आपण चान्स कशाला घ्या?" जॉर्ज म्हणाला आणि त्याने फोन उचलला.

लिफ्ट मोकळी आहे हे पाहून किमला बरं वाटलं. पण सर्जिकल लाउंजकडे जाताना मात्र तिथे बरेचजण होते. नर्स, डॉक्टर आणि कॉफी घेत बसलेल्या लोकांनी त्याच्याकडे उत्सुकतेने नजरा वळवल्या होत्या. पण कोणीही त्याला काही विचारले नाही. या लोकांपासून दूर लॉकररूममधे आल्यावर किमला हायसे वाटले.

लॉकररूममधे त्यावेळी कोणीही नव्हते. किमने आत शिरताच जराही वेळ घालवला नाही. कोटामधून आवश्यक त्या सर्व वस्तू काढून घेतल्यानंतर त्याने अगदी अंडरवेअरसकट सर्व कपडे काढून ते धुण्यासाठी टाकले.

किमला आरशात आपला उघडा देह पाहून धक्का बसला. त्याला वाटलं होतं त्यापेक्षा त्याचा अवतार भयंकर होता. दाढी आणि मिशा चांगल्याच वाढलेल्या होत्या. केसांच्या काही बटा विस्कळितपणे कपाळावर लोंबत होत्या आणि मागचे केस सरळ उभे राहिलेले दिसत होते. तो नुकताच झोपेतून उठला असावा असाच कोणाचाही ग्रह झाला असता.

त्याने लॉकरमधून शांपू वगैरे आवश्यक सर्व वस्तू बाहेर काढल्या. तो या वस्तू लॉकरमधे ठेवत असे. भराभरा दाढी करून तो शॉवरखाली डोके धरत असताना

त्याला कोणीतरी आपल्याला हाक मारत आहे असे वाटले. किमने डोके फवाऱ्यापासून दूर करून कान देऊन ऐकण्याचा प्रयत्न केला. कोणीतरी पुन्हा त्याला हाक मारली होती. आवाजात मित्रत्वाची भावना नसून, त्यात अधिकार गाजवण्याची ढब होती.

किमने साबण धुऊन टाकला आणि शॉवरच्या दारकडे नजर टाकली. त्याला तिथे दोनजण दिसले. कार्डियाक सर्जरी विभागाचा प्रमुख डॉ. फॉरेस्टर बिडल आणि मेडिकल स्टाफच्या प्रमुखपदाचा भार तात्पुरता सांभाळणारा डॉ. रॉबर्ट राथबोर्न ही जोडी फारच मजेशीर होती. शिडशिडीत व नेटकेपणाने राहणारा बिडल आणि मनमुराद खाऊनपिऊन लठ्ठ झालेला रॉबर्ट.

"डॉ. रेग्गीस" किमचे आपल्याकडे लक्ष आहे हे लक्षात येताच रॉबर्ट पुन्हा म्हणाला, "मेडिकल स्टाफचा सध्याचा प्रमुख या नात्याने मी हे सांगणे माझे कर्तव्य समजतो की, हॉस्पिटलमधील तुमचे सर्व अधिकार तात्पुरते काढून घेण्यात आले आहेत."

"मी शॉवर घेत असताना चालू असलेले हे संभाषण फार मजेशीर आहे," किम म्हणाला, "की मला उघड्या अवस्थेत पकडावं असाच तुमचा बेत होता?"

"तुझा तिरकसपणा अनाठायी आहे." बिडल रागाने म्हणाला, "मी तुला पूर्वीही इशारा दिलेला होता."

"पण तुम्ही पाच मिनिटे थांबू शकत नाही?"

"तुम्हाला शक्य तितक्या लवकर कल्पना द्यावी असे आम्हांला वाटले." रॉबर्ट म्हणाला.

"माझ्यावर केलेल्या कारवाईसाठी काय कारणं आहेत?" किम म्हणाला.

"तुमच्या मुलीवर हृदय सुरू करण्याच्या क्रियेमधे अडथळा आणणे," रॉबर्ट म्हणाला, "तीन डॉक्टर आणि दोन नर्सनी लेखी तक्रारी दिलेल्या आहेत. शारीरिक कृती करून तुम्ही त्यांना धाकधपटशा केला आणि त्यामुळे त्यांना आपले काम करता आले नाही."

"रॉबर्ट ती मरणपंथाला लागली होती." किम फिस्कारत म्हणाला,"तिला बाहेरून जो मसाज दिला जात होता त्याचा काहीही उपयोग होत नव्हता. तिच्या डोळ्यांच्या बाहुल्या विस्फारू लागल्या होत्या."

"पण त्या ठिकाणी इतर अनेक सक्षम लोक होते." रॉबर्ट ढोंगीपणाने म्हणाला.

"ते नुसते पो टाकत बसले होते!" किमने फटकारले, "त्यांना काहीही समजत नव्हतं. तिचं हृदय उघडे करून पाहण्यापर्यंत मलादेखील काय होतंय त्याची कल्पना नव्हती." किमच सद्गदित होऊन नजर फिरवून पाहू लागला.

"त्या प्रकाराची सुनावणी होईल." रॉबर्ट म्हणाला, "मुद्दा असा आहे की, तुम्ही स्वतःला आणि इतर पेशंटना धोकादायक झाला आहात काय? तुम्हाला त्या प्रकाराबद्दल स्वतःची बाजू मांडायची संधी मिळेल. दरम्यान या

हॉस्पिटलच्या आवारात तुम्हाला डॉक्टर म्हणून काम करण्यास मनाई करण्यात आली आहे. विशेषत: तुम्हाला कोणत्याही प्रकारची शस्त्रक्रिया करायला साफ बंदी घालण्यात येत आहे.''

''उत्तम. तुम्ही अशाप्रकारे माझ्या ऑफिसमधे आलात आणि मला चांगली बातमी दिलीत हा सभ्य गृहस्थहो, तुमच्या मनाचा मोठेपणा आहे.''

''मी तुमच्या जागी असतो तर एवढा तिरपागडेपणा नक्कीच केला नसता.'' फॉरेस्टर बिडल म्हणााला.

''मी देखील तसं केलं नसतं.'' रॉबर्ट म्हणाला, ''घडलेला प्रकार आणि त्यावर आम्ही केलेली कारवाई याची माहिती बोर्ड ऑफ मेडिसीनला कळवण्यात येईल, आणि लवकरच आपला वैद्यकीय व्यवसाय करण्याचा परवाना धोक्यात येईल हे तुम्हाला समजेल.''

आपल्याकडे आलेल्या दोघांकडे आपल्या शरीराचा कोणता भाग दाखवणे योग्य ठरेल याचा विचार करत किम पाठमोरा झाला आणि मग वाकून तो पुन्हा डोक्याला शांपू लावू लागला.

दिवसा एल टोरो नाईटक्लबची इमारत पूर्णपणे निराळी दिसत होती. दणदणीत संगीत आणि लालभडक निऑन दिवे नसल्याने त्या इमारतीला ओसाडपणाची कळा होती. फक्त पार्किंग लॉटमधे इतस्तत: फेकून दिलेले बियरचे कॅन ती जागा ओसाड नाही हे दाखवत होते. आपली काळी चेरोकी गाडी पार्किंग लॉटमधे आणताना समोर दिसणारी घाण पाहून शॅनहॅनने वैतागाने डोके हलवले. पावसाळी हवा आणि दाट धुके पसरल्याने त्या ठिकाणी आणखीनच भकासपणा जाणवत होता. त्या वातावरणाला शोभून दिसणाऱ्या कार्लोसच्या जुनाट ट्रकपाशी शॅनहॅनने गाडी उभी केली.

कार्लोस उतरून शॅनहॅनच्या गाडीजवळ आला. त्याच्या गाडीच्या काचांना काळी फिल्म लावलेली असल्याने कार्लोसला फक्त त्याचेच प्रतिबिंब दिसले. शॅनहॅनने काच खाली घेतली आणि काहीही न बोलता त्याच्यासमोर शंभर डॉलरची नोट धरली. कार्लोसने एकदा नोटेकडे आणि मग शॅनहॅनकडे पाहिले, ''हे काय? आपलं बोलणं दोनशे डॉलरचं होतं. सांगितल्याप्रमाणे काहीही माग न ठेवता मी तिची विल्हेवाट लावली आहे.''

''तू घोटाळा केलास. काम स्वच्छ झालं नाही. आम्हाला त्या डॉक्टरबद्दल कळलं आहे. तू त्यालाही खलास करायला हवं होतंस. तो त्या बाईला शोधायलाच आला आहे याची तुला कल्पना होती.''

''मी प्रयत्न केला.''

''प्रयत्न केला या म्हणण्याचा अर्थ काय?'' शॅनहॅनच्या स्वरात कुचेष्टा होती,

“तू म्हणे सुरेबाजीत फार नावाजलेला आहेस...आणि तो माणूस तर संपूर्णपणे नि:शस्त्र होता.”

“माझ्यापाशी वेळ नव्हता. त्या माणसाने खिडकी फोडल्याने धोक्याचा इशारा देणारी घंटा सुरू झाली असणार. मी त्याला खलास करण्याअगोदरच पोलिस तिथं येऊन पोहोचले होते. सुदैवाने मी तिचं रक्त आणि गाडी वेळेत नाहीशी करू शकलो.”

“तिच्या गाडीचं काय केलंस?”

“ती माझ्या एका भावाच्या गॅरेजमधे आहे.”

“मी ती घेऊन जायची व्यवस्था करतो.” शॅनहॅन म्हणाला, “मला ती कोणीही वापरलेली चालणार नाही. ती भंगारातच नष्ट व्हायला हवी.”

“ती कोणीही वापरणार नाही.”

“तिच्या सेलफोनचं काय झालं?”

“तो माझ्या ट्रकमधे आहे.”

“जा घेऊन ये!” शॅनहॅनने आज्ञा फर्मावली.

कार्लोसने लगेचच जाऊन ट्रकमधला सेलफोन आणून शॅनहॅनकडे दिला. त्याने तो बाजूला सीटवर टाकला आणि कार्लोसला विचारले, “तू हा फोन वापरला नाहीस ना?”

आपल्याला काहीच कळलं नाही असा अर्विभाव करत कार्लोसने काहीही न बोलता फक्त भुवया उंचावल्या.

शॅनहॅनने डोळे बंद करून कपाळावर हात ठेवला. अतिशय नाराजीने डोके हलवत तो म्हणाला, “तू फोन वापरला नाहीस हे मला तोंडाने स्पष्ट सांग.” शॅनहॅनने दात विचकले होते.

कार्लोसने काहीही उत्तर दिले नाही. मग शॅनहॅनने डोळे उघडले आणि तो थक्क होऊन कार्लोसकडे पाहात आपल्या रागावर नियंत्रण ठेवण्याचा प्रयत्न करत म्हणाला, “ठीक आहे तू कोणाला फोन केलास? तू कुठून फोन केलास ते त्यांना सहज शोधता येईल हे तुला कळत नाही? तू एवढा मद्दड कसा आहेस?”

“मी माझ्या आईला मेक्सिकोमधे फोन लावला होता.” कार्लोसने अपराधी स्वरात कबुली दिली.

कार्लोसच्या बोलण्यावर शॅनहॅनने डोळे फिरवले. आता आपल्याला या माणसाचा निकाल लावणे भाग आहे हे त्याच्या लक्षात आले. अशा प्रकारच्या कामांमधे एकदा काही बिघडायला सुरुवात झाली की गोष्टी बघताबघता हाताबाहेर जातात हे त्याला माहिती होते.

“पण माझ्या आईकडे फोन नाही.” कार्लोस म्हणाला, “माझी बहीण एका स्टोअरमधे काम करते. मी तिथं फोन केला होता.”

“कसलं स्टोअर आहे ते?”

“खूप मोठं, सर्वकाही मिळणारं स्टोअर.”

“डिपार्टमेंट स्टोअरसारखं?”

“होय?”

“तू फोन कधी केला होतास?”

“काल रात्री.” कार्लोस म्हणाला, “शनिवारी रात्री स्टोअर बराच वेळ उघडं असतं आणि माझी आई तिला घरी परत आणण्यासाठी न चुकता जाते.”

“मेक्सिकोमधे कुठे?”

“मेक्सिको सिटी.”

शॅनहॅनला जरा हायसे वाटले. मेक्सिको सिटीसारख्या गजबजलेल्या प्रचंड महानगरातल्या एका मोठ्या स्टोअरमधे आलेला फोन सापडून त्याचा माग काढणं ही फार अवघड गोष्ट होती.

“हा एकच फोन तू केला होतास ना?”

“होय तेवढा एकच.”

“आपण आता पुन्हा त्या डॉक्टरकडे वळू.” शॅनहॅन म्हणाला, “त्या बाईचं काय झालं याची त्याला कल्पना आली का?”

“बहुतेक आली असावी, त्याने तिचे रक्त पाहिलं होतं.”

“कोणत्या ना कोणत्या कारणाने तो माणूस आपल्याला धोकादायक ठरेल. त्याला संपवणं भाग आहे. तू ते केलंस तर मी उरलेले शंभर आणि या कामासाठी म्हणून तीनशे डॉलर देईन. तुझं काय म्हणणं आहे यावर?”

“काम कधी करायचं आहे?”

“आज रात्री” शॅनहॅन म्हणाला, “तो कुठं राहातो ते आम्हांला ठाऊक आहे. शहरातल्या बालमोरल भागात तो एकटाच राहातो.”

“ठीक आहे. पण मला खात्री वाटत नाही. तो चांगलाच धिप्पाड आहे.”

“तुझी जी ख्याती मी ऐकली आहे त्याप्रमाणे तुला त्याची काळजी वाटायचं काही कारण नाही.”

“मारणं अवघड नाही. पण त्याचं रक्त आणि शवाची विल्हेवाट लावणं मात्र सोपं नाही.”

“तू त्याची फिकीर करू नकोस.” शॅनहॅन म्हणाला, “आपलं काम उरकून तू तिथून चालू लाग. काहीतरी किमती वस्तू घेऊन जा म्हणजे मग घरफोडी वाटेल. पण ज्याचा माग काढता येईल असं काही उचलू नकोस.”

“मला खात्री वाटत नाही,” कार्लोस म्हणाला, “बालमोरल विभागात आम्ही

मेक्सिकन लोक फिरलेले पोलिसांना आवडत नाही. मला एकदा तिथे अडवण्यात आलं होतं.''

''हे पाहा कार्लोस...'' शॅनहॅनची सहनशक्ती संपत आली होती, ''याक्षणी तुझ्यापुढे फारसे पर्याय नाहीतच. काल तुझ्यापाशी त्या डॉक्टरला संपवण्यासाठी भरपूर वेळ होता हे एवढंच मला समजतं. शिवाय तुझ्याकडे ग्रीन कार्डदेखील नाही.''

कार्लोसने आपल्या एका पायावरचे वजन दुसऱ्या पायावर घेतले. थंडी वाजत असल्याने त्याने दंड चोळायला सुरुवात केली. अजूनही त्याच्या अंगात फक्त कातडी जाकीट होते.

''पत्ता काय आहे?''

''हे उत्तम झालं.'' शॅनहॅन म्हणाला आणि त्याने कार्लोसच्या हातात एक टाईप केलेले कार्ड ठेवले.

हॉस्पिटलमधे त्याचे काम करण्याचे सगळे अधिकार काढून घेतले असले तरी त्याला न जुमानता किमने हॉस्पिटलभर फिरून आपल्या सर्व पेशंटची विचारपूस केली. बराचसा वेळ त्याने शुक्रवारी शस्त्रक्रिया केलेल्या पेशंटबरोबर घालवला. टॉम ब्रिजेसने कबूल केल्याप्रमाणे या सर्व पेशंटची नीट काळजी घेतलेली होती. कोणालाही काही समस्या न येता सर्वजण व्यवस्थित आहेत हे पाहून किम खूश झाला.

हॉस्पिटलमधून बाहेर पडताना किमने केलीला फोन करायचा विचार केला होता. आता दुपार टळून गेली होती. नंतर मात्र किमचा विचार बदलला. त्याने सरळ तिच्या घरी जायचं ठरवलं. त्याच्याजवळ तिचा फोन नंबरही नव्हताच आणि तिचा फोन डिरेक्टरीत असणार नाही याचीही त्याला कल्पना होती.

केली ॲन्डरसन शहराच्या खिस्ती हाईट्स या भागात राहत होती. किमने गाडी तिच्या घरासमोर उभी केली आणि इंजिन बंद करून तिच्या घराकडे नजर टाकली. तिचे घर खास प्रेअरी भागातल्या घराच्या धाटणीचे होते. हा भाग बालमोरल भागाएवढा पॉश नसला तरी बऱ्यापैकी चांगला होता. किमने क्षणभर थबकून मनाशी विचार करत निर्धार केला. केली ॲन्डरसनकडे जाणं हे त्याच्या दृष्टीने सैतानाशी मैत्री करण्यासारखं होतं. त्याला ती जरी आवडत नसली तरी आपल्याला तिची गरज आहे हे किमला कळत होतं.

किमने दारपाशी जाऊन बेल वाजवली. कदाचित आपल्याला केली भेटणार नाही असाही विचार त्याच्या मनात आला. एवढ्यात केलीच्या वयाच्या मानाने मोठ्या दिसणाऱ्या मुलीने दार उघडले. तिच्याकडे पाहाताच एकदम किमला बेकीची आठवण येऊन गलबलल्यासारखं झालं.

आतून त्याला कोणातरी पुरुषाचा 'कोण आहे?' असे विचारणारा आवाज ऐकू आला.

"मला माहिती नाही." कॅरोलिन ओरडून म्हणाली, "त्यांनी मला अजून सांगितलेले नाही."

"माझं नाव डॉ. किम रेग्गीस." किम कसाबसा म्हणाला.

आतून एडगर अॅन्डरसन बाहेर आला. अंगावर ढगळ कार्डिगन स्वेटर चढवलेला एडगर जाड फ्रेमच्या चष्म्यामुळे शिक्षणक्षेत्राशी संबंधित वाटत होता. त्याच्या तोंडात पाईप होता, "मी आपल्यासाठी काय करू शकतो?"

किमने स्वत:चे नाव पुन्हा सांगितले आणि केलीशी बोलायची इच्छा व्यक्त केली. एडगरने आपण केलीचा नवरा आहोत अशी ओळख करून दिली आणि किमला आत बोलावले. किम दिवाणखान्यात आला. ही खोली कधीच वापरली नसावी असे वाटत होते.

"मी तिला तुम्ही आल्याचं सांगतो." एडगर म्हणाला, "प्लीज बसा. मी तुमच्यासाठी कॉफी वगैरे काही आणू का?"

"नको धन्यवाद." किम म्हणाला. त्याला उगीचच आपण याचक झालो आहोत असं वाटलं. तो दिवाणखान्यामधल्या उंची कोचमधे रेलून बसला. एडगर जरी आत गेला असला तरी कॅरोलिन मात्र एका खुर्चीच्या मागे उभी राहून त्याच्याकडे एकटक पाहात होती. तिच्याकडे नजर टाकताना प्रत्येकवेळी त्याला बेकीची आठवण येत होती. केली दिवाणखान्यात आल्यावर किमला हायसं वाटलं.

"ओह...माय गॉड... हे काय आश्चर्य!" केली किंचित खेळकर स्वरात म्हणाली, "कोल्हाच कुत्र्याच्या पाठी लागला आहे... बरं प्लीज बसा!" किमला उठून उभा राहिलेला पाहून केली म्हणाली. खुर्चीत बसत ती म्हणाली, "आणि मला या भेटीचा अनपेक्षितपणे आनंद मिळण्याचं कारण काय आहे बरं?"

"आपण दोघेच बोललो तर बरं होईल." किम म्हणाला.

जणू कॅरोलिन तिथे अगोदरपासून होती याकडे आपले लक्षच नव्हते असे भासवत केलीने तिला काहीतरी खेळत बस, अशी सूचना केली.

कॅरोलिन निघून जाताच किमने केलीला बेकीबद्दल सांगितले. ते ऐकताच केलीचा तिरकसपणा एकदम संपुष्टात आला. तिला बातमी ऐकून खरोखरच धक्का बसला होता. किमने तिला सारे काही सविस्तर सांगितले. मार्शा बाल्डविन आणि कॅथलीन मॉर्गन यांच्याबरोबर झालेल्या चर्चेचीही माहिती त्याने केलीला दिली. ओनियन रिंग रेस्टॉरंटमधे घडलेला सारा प्रसंग आणि नंतर हिगीन्स आणि हॅनकॉकमधील त्याला आलेल्या भयंकर अनुभवाचे त्याने सविस्तर वर्णन केले.

किमचे बोलणे पूर्ण झाले होते. केलीने मागे रेलत एक सुस्कारा टाकला, "काय भयंकर स्टोरी आहे ही... आणि तुमच्यासाठी फार शोकांतिकाही ठरणारी...

पण तुम्ही माझ्याकडे कशासाठी आला आहात? मी काहीतरी करावं अशी तुमची अपेक्षा असावी.''

''अर्थातच.'' किम म्हणाला, ''तुम्ही त्यावर एक स्टोरी करावी हाच माझा हेतू आहे. लोकांना हे सारं कळायलाच हवं. शिवाय मला मार्शा बाल्डविनबद्दल माहिती प्रसारित व्हायला हवी आहे. मला आता त्या सगळ्या प्रकारामागे काहीतरी कारस्थान असावं हे अधिकाधिक पटू लागले आहे. जरी ती जिवंत असेल तर तिचा शोध लवकरात लवकर लावायला हवा.''

केली जीभ गालात घोळवत किमच्या बोलण्यावर विचार करत होती. त्याच्या कहाणीत काही महत्त्वाचे प्रश्न होते खरे, पण काही ठिकाणी न कळणाऱ्या काही गोष्टीही होत्या. काही वेळाने तिने नकारार्थी मान हलवली, ''तुम्ही इथं येऊन मला हे सारं सांगितलंत त्याबद्दल धन्यवाद. पण व्यावसायिक दृष्टीने मला या स्टोरीमधे रस नाही. निदान आत्ता या क्षणी तर नाहीच नाही.''

किमचा चेहरा पडला. केलीने एकदम नकार दिल्यामुळे त्याला आश्चर्य वाटले आणि तो निराश झाला, ''मला कारण कळू शकेल काय?''

''जरूर'' केली म्हणाली, ''तुमच्या लाडक्या आणि हुशार मुलीच्या मृत्यूबद्दल मला वाईट वाटतंय. मला तुमच्याबद्दल सहानुभूतीही आहे. पण मी अशा प्रकारची पत्रकारिता करत नाही. मला जास्त मोठ्या अशा स्टोरींमधे रस आहे. मला वाटतं तुमच्या लक्षात येतंय मी काय म्हणते आहे ते...''

''पण ही स्टोरीही जबरदस्त आहे,'' किम तक्रारीच्या स्वरात म्हणाला, ''बेकीचा मृत्यू ज्या इ. कोलाय ०१५७:एच ७ मुळे झाला ती एक जागतिक समस्या आहे.''

''होय. पण ही तर एकच केस आहे.''

''तोच तर माझा मुद्दा आहे.'' किम म्हणाला, ''आत्तापर्यंत एकच केस झालेली आहे हे बरोबरच आहे. तिला हा संसर्ग प्रेअरी हायवेवरच्या ओनियन रिंग रेस्टॉरंटमधून झाला अशी माझी खात्री पटली आहे. बेकीची केस ही एका मोठ्या साथीच्या सुरुवातीची 'इंडेक्स केस' असणार असं मला वाटतंय.''

''पण साथ अजून तरी उद्भवलेली नाही.'' केली म्हणाली, ''तुम्ही मला मघाशी सांगितलंत की, तुमची मुलगी एक आठवड्यापूर्वी आजारी पडली. तसं असेल तर एव्हाना आणखी केसेस व्हायला हव्या होत्या. पण तसं झालेलं दिसत नाही.''

''तसं होणार हे मला खात्रीपूर्वक वाटतंय.''

''ठीक आहे.'' केली म्हणाली, ''जेव्हा आणखी केस उघडकीस येतील तेव्हा मी त्या विषयावर स्टोरी करायला तयार आहे. मी यापेक्षा अधिक स्पष्टपणाने काय सांगू?''

"पण दरवर्षी त्या जीवाणुमुळे हजारो जण मृत्युमुखी पडतात आणि लोकांना त्याची कल्पना नाही.''

"ते बरोबर असेल. पण त्या सगळ्या केसेस एकमेकांशी संबंधित नसतात.''

"असतात.'' किम काहीसा हताशपणे म्हणाला, "जवळजवळ या सर्व केसमधे तो जीवाणू पिसलेल्या बीफमधून आलेला असतो. अशी हॅम्बर्गर बनवणारा मांस उद्योग हा सर्व समाजाला धोकादायक आहे. ही परिस्थिती लोकांना समजली पाहिजे.''

"तुम्ही कुठल्या जगात आहात?'' केलीही तितक्याच हताशपणे म्हणाली, "जॅक इन-द-बॉक्स आणि हडसन मीट या दोन्ही प्रकरणांमधे हा जीवाणू दर महिन्याला बातम्यांमधे झळकत होता. ही समस्या पुरेशी लोकांपर्यंत पोहोचली आहे.''

"तशा बातम्या येत असल्या तरी प्रसिद्धीमाध्यमांनी लोकांना चुकीची माहिती पुरवली होती.''

"असं?'' केलीने काहीशा कुचेष्टेने विचारले, "कार्डियाक सर्जनप्रमाणेच तुम्ही प्रसिद्धिमाध्यम तज्ज्ञदेखील आहात असं दिसतंय!''

"माझं तसं अजिबात म्हणणं नाही.'' किम म्हणाला, "पण या प्रकरणांमधे लोकांना दोन प्रकारे चुकीचे संदेश दिले गेले होते एवढं मला नक्की कळतं. एक म्हणजे पिसलेल्या बीफमधे हे इ. कोलाय जीवाणू अपवादात्मक परिस्थितीत आढळतात. दुसरं म्हणजे बीफ सुरक्षित आहे की नाही, यावर यु.एस.डी.ए. चे लक्ष आहे. या दोन्ही गोष्टी साफ चुकीच्या आहेत. दरवर्षी पाचशे मुलं या प्रकारात मरतात यावरूनच हे सिद्ध होतं.''

"ओह!'' केली म्हणाली, "तुम्ही आता गंभीर स्वरूपाचे आरोप करत आहात. तुमच्या म्हणण्याला दुजोरा देणारे काय पुरावे तुमच्याजवळ आहेत?''

"माझ्या मुलीचा मृत्यू'' किम रागाने म्हणाला, "आणि सी.डी.सी. चे अशा प्रकारच्या मृत्यूंबद्दलचे अहवाल.''

"आपण हा इ. कोलाय पिसलेल्या बीफमधे अपवादात्मक नसतो आणि यु.एस.डी.ए. आपले तपासणीचे काम नीट करत नाही या तुम्ही केलेल्या आरोपांबद्दल बोलतोय.''

"माझ्याकडे निश्चित असा पुरावा नाही. पण तुम्ही स्टोरी केलीत तर तो मला मिळेल अशी माझी अपेक्षा आहे. जर मी म्हणतोय ते खरं नसेल तर दरवर्षी शेकडो मुलं मेली नसती आणि मार्शा बाल्डविनने या सगळ्याला दुजोरा दिला होता.''

"होय तर.'' केली साशंकपणाने म्हणाली, "तुम्ही ती यु.एस.डी.ए.ची तपासनीस हरवली असल्याचे जे सांगितले आहे ते मी विसरून चालणार नाही. ती कारस्थानाचा बळी ठरली आहे हे तुम्ही मला सांगितलं होतं.''

"मी तेच तर म्हणतोय. तिला गप्प करण्यात आलं आहे. त्यांना तसं करावं लागलं."

केलीने मान जरा बाजूला फिरवली. तिला किमबद्दल काही निश्चित ठरवता येईना. त्याच्या दोनदा झालेल्या अटकेविषयी ऐकून तिला भीती वाटू लागली होती. मुलीच्या मृत्यूमुळे किमच्या मनावर परिणाम झालेला आहे आणि त्यामुळे कोणीतरी आपल्यामागे लागलंय याविषयी त्याला भयगंडाने ग्रासले असावे हा विचार तिच्या मनात आला. तो लवकरात लवकर घराबाहेर पडावा असं तिला वाटू लागलं.

"मला परत एकदा सांगा. फोन करताना मधेच तो बंद पडला आणि तुम्ही तिचं रक्त कत्तलखान्यात पाहिलंत या दोन कारणांमुळे तुम्हाला मिस बाल्डविन हरवली आहे असं वाटतंय का?"

"अगदी बरोबर."

"हे सारं तुम्ही पोलिसांना सांगितलं होतं?"

"होय. अर्थातच. पण त्यांचा माझ्या म्हणण्यावर विश्वास बसला नाही."

'मला त्याचं कारण अगदी स्पष्ट दिसतंय.' केली स्वतःशी म्हणाली आणि मग एकदम उठून उभी राहिली. तिचा आवाज मोठा होता, "माफ करा डॉ. रेग्गीस. पण आपण वर्तुळात फिरतोय. तुम्ही सांगितलं ते सारं ऐकीव माहितीवर आधारित आहे आणि म्हणूनच मला त्यामधे अजिबात रस नाही. निदान काहीतरी भक्कम पुरावा हाती येईपर्यंत तर नक्कीच नाही."

किम उठून उभा राहिला. त्याला प्रचंड चीड येऊ लागली होती, पण त्याने रागावर प्रयत्नपूर्वक ताबा मिळवला. जरी केलीने त्याचे म्हणणे मान्य केले नसले तरी तिला ते समजले आहे हे त्याच्या लक्षात आले. त्यामुळे त्याचा निर्धार आणखी पक्का झाला. "ठीक आहे" तो निश्चयाने ठाम स्वरात म्हणाला, "मी काहीतरी भक्कम पुरावा मिळवून मगच पुन्हा येईन."

"जरूर" केली म्हणाली, "मग मी स्टोरी करीन."

"मी हे लक्षात ठेवीन." किम म्हणाला.

"मी माझ्या शब्दाला पक्की आहे." केली म्हणाली, "अर्थातच पुरावा पुरेसा आहे की नाही हे ठरवण्याचा अधिकार माझा आहे."

"काहीही धूसर राहणार नाही याची मी काळजी घेईन."

केलीच्या घरातून बाहेर पडून किम अक्षरशः धावत आपल्या गाडीपाशी गेला. आता पावसाचा जोर वाढला होता. पण किमने धावत जाण्याचे ते कारण नव्हते. किमला केलीचे समाधान करण्यासाठी पुरावा मिळवण्याची घाई झाली होती. आता तो एका विशिष्ट ध्येयाने भारून गेलेला होता. किमने यू-टर्न घेतला आणि तेथून

निघून गेला. केली दारात उभी राहून नकारार्थी डोकं हलवते आहे हे त्याच्या लक्षात आलं नाही.

फ्रीवेवर येताच किमने सेलफोन काढून ट्रेसीचा नंबर दाबला. "ट्रेस" किम काहीही इतर न बोलता सरळ म्हणाला, "मला मॉलमधे भेट." फोनवर पलीकडून काही आवाज आला नाही. किमने पुन्हा फोन करायचा विचार केला. तो तसं करणार होता एवढ्यात ट्रेसीचा आवाज आला, "मी तू सांगितल्याप्रमाणे केलं आहे. मी दफनविधीची तयारी करून घेतली आहे."

किमने उसासा सोडला. काही वेळा तो बेकीला साफ विसरून जात होता. ट्रेसी मात्र खंबीर होती म्हणून बरं, हा विचार त्याच्या मनात आला. तिच्या मदतीशिवाय आपण बेकीच्या मृत्यूचा आघात सहन करू शकणार नाही हे किमच्या लक्षात आले, "धन्यवाद" किम कसाबसा म्हणाला. त्याला बोलण्यासाठी योग्य शब्द सापडत नव्हते, "माझ्याशिवाय तू ती व्यवस्था केलीस याबद्दल मी तुझा आभारी आहे."

"सर्व्हिस रिव्हर स्ट्रीटवरच्या सुलीव्हान फ्यूनरल होममधे असेल," ट्रेसी म्हणाली, "आणि ती मंगळवारी असणार आहे."

"ठीक आहे." किम म्हणाला. त्याची अद्याप त्याविषयी विचार करण्याची तयारी झालेली नव्हती, "मला तू मॉलमधे भेटलीस तर बरं होईल."

"तुला इतर तपशील ऐकायचे नाहीत का?"

"या क्षणी तू मला मॉलमधे भेटणं जास्त महत्त्वाचं आहे." किम म्हणाला. आपला आवाज फार कोरडा वाटू नये असे त्याला वाटत होते, "त्यानंतर तू माझ्याबरोबर घरी येशील का?"

"मॉलमधे जाणं हे आपल्या मुलीच्या दफनविधीपेक्षा जास्त महत्त्वाचं आहे?" ट्रेसी वैतागली होती.

"माझ्यावर विश्वास ठेव." किम म्हणाला, "आपण भेटलो की मग मी तुझ्याकडून तपशीलवार माहिती घेईन."

"किम हे सारं काय चाललं आहे?" ट्रेसीला किमच्या आवाजामधली उत्तेजना जाणवत होती.

"मी मग सांगतो."

"मॉलमधे कुठे येऊ?" ट्रेसी माघार घेत म्हणाली, "मॉल खूप मोठा आहे."

"कॅनौली ड्रग्ज." किम म्हणाला, "स्टोअरमधे ये."

"कधी येऊ?"

"मी तिकडेच निघालो आहे." किम म्हणाला, "तुला जमेल तितक्या लवकर ये."

"मला अर्ध्या तासापेक्षा जास्त वेळ लागेल आणि तुला माहिती असेलच की, स्टोअर आज सहा वाजता बंद होतं."

"मला माहिती आहे. पण अजून बराच वेळ शिल्लक आहे."

ट्रेसीने फोन ठेवला. आपण किमला दफनविधीच्या तयारीपासून दूर ठेवण्यामुळे त्याला मदत होते आहे की तो दुखावला गेला आहे हे तिच्या लक्षात येईना. पण त्यावेळी तिला यावर विचार करत बसण्याएवढा वेळ नव्हता. अतिशय कटु प्रसंग घडून आणि घटस्फोट घेतलेला असूनही किमबद्दल विचार करताना ट्रेसीमधली मातृत्वाची भावना जागृत झाली. किमने याआधी केव्हा खाल्ले असेल, हा विचार तिच्या मनात आला. आपल्याला भूक लागलेली नसली तरी दोघांनी काहीतरी खायला हवं हा विचार तिने केला आणि एका पिशवीत काही खाद्यपदार्थ भरून ती बाहेर पडली.

पाऊस पडत असल्याने आणि थंडी भरपूर असल्याने त्या दिवशी रविवारी दुपारी रस्त्यांवर फारशी गर्दी नव्हती. तिच्या अंदाजापेक्षा तिला मॉलपर्यंत जायला कमी वेळ लागला. मॉलच्या पार्किंग लॉटमधेही फारशी गर्दी नव्हती. तिला पहिल्यांदाच अगदी पायऱ्यांजवळ गाडी लावायला जागा मिळाली. पण आत शिरल्यावर मात्र तिच्या अपेक्षेपेक्षा जास्त गर्दी तिला दिसली. वृद्ध माणसांचा एक गट बहुधा व्यायाम करण्यासाठी वेगाने चालत तिच्याकडे आला. ट्रेसी अगदी वेळेत बाजूला झाली, नाहीतर ती चिरडलीच गेली असती. मॉलच्या मधल्या भागाकडे जाताना ट्रेसीने स्केटिंगच्या रिंगणाकडे पाहाणे प्रयत्नपूर्वक टाळले.

कॅनौली ड्रग्ज या स्टोअरमधे नेहमीप्रमाणे भरपूर गर्दी होती. प्रिस्क्रिप्शन काउंटरपाशी तर वीसपेक्षा जास्त लोक थांबलेले दिसत होते. ट्रेसीने भराभरा चालत जात किमला शोधायचा प्रयत्न केला. तो सापडला नाही, म्हणून मग ती रेंगाळत हळूहळू एकेक भाग पाहात जाऊ लागली. अखेर तिला तो केसांच्या संबंधित उत्पादनांच्या विभागात सापडला. त्याच्या हातात हेअरक्लिपर असलेली पिशवी होती. आणखी एका पिशवीत कपडे होते. ही पिशवी मॉलमधल्या अत्याधुनिक फॅशनचे कपडे विकणाऱ्या दुकानाची होती.

"ओह ट्रेसी." किम तिला पाहून म्हणाला, "अगदी वेळेत आलीस. मला केस धुण्यासाठी आवश्यक ते हेअर रिन्स निवडायला मदत कर. मी माझे केस सोनेरी करायचं ठरवलं आहे."

ट्रेसीने हात मागे बांधून आश्चर्याने आपल्या माजी नवऱ्याकडे पाहिले, "तू ठीक आहेस ना?"

"आहे." किम म्हणाला तो तिथे असलेल्या अनेक प्रकारच्या उत्पादनांमधून योग्य ती वस्तू निवडण्यात गुंग होता.

"सोनेरी करायचे म्हणजे?"

"म्हणजे सोनेरी करायचे." किम ठासून म्हणाला, "आणि मला कसेतरी गचाळ सोनेरी केस नको आहेत. चांगले चकचकीत आणि खरेखुरे सोनेरी हवेत."

"किम हा मूर्खपणा आहे." ट्रेसी म्हणाली, "तुला स्वत:ला हे कळायला हवं आणि जर ते कळत नसेल तर मला खरोखरच तुझी काळजी वाटू लागली आहे."

"काळजी करायचं काही कारण नाही." किम म्हणाला, "मी माझी जुनी अतृप्त राहिलेली इच्छा पूर्ण करतोय असं तुला वाटत असेल तर तसं काही नाही. मला माझा वेष बदलायचा आहे कारण मी आता भूमिगत होणार आहे."

ट्रेसीने पुढे होऊन त्याच्या खांद्यावर हात ठेवला. तसं करताकरता तिची नजर एकदम त्याच्या कानावर खिळली, "हे काय आहे किम? तू कानात इयररिंग घातली आहेस?"

"तुझं लक्ष गेलं म्हणून मला बरं वाटलं. तू येण्याअगोदर मला थोडा वेळ मिळाला. मी तेवढ्यात ही खरेदी करून टाकली. मला ही वस्तू एकदम चमत्कारिक दिसेल असं वाटलं. शिवाय मी एक कातडी पोशाखही खरेदी केला आहे."

"आणि या हेअर क्लिपरचं काय काम आहे?"

"त्यांचा वापर तू माझे केस कापायला करशील."

"पण मी या अगोदर कोणाचेही केस कापलेले नाहीत, आणि तुला त्याची कल्पना आहे."

"त्यानं काही फरक पडत नाही," किम हसत म्हणाला.

"हा फार विक्षिप्तपणा झाला." ट्रेसी तक्रार करत म्हणाली.

"जितकं जास्त चमत्कारिक दिसेल तेवढं जास्त चांगलं. मला कोणीही ओळखता कामा नये."

"का?"

"कारण मी आज केली अॅन्डरसनची भेट घेऊन आलो आहे. मी तिला निर्विवाद पुरावा आणून देईपर्यंत ती तिची पत्रकारितेची ताकद वापरायला तयार नाही."

"कशाचा पुरावा?"

"मार्शा बाल्डविन आणि कॅथलीन मॉर्गन या दोघींनी यु.एस.डी.ए. वर जे आरोप केले होते ते सिद्ध करण्यासाठी पुरावा लागणार आहे."

"आणि वेष बदलून तुला तो कसा काय मिळणार आहे?"

"मला त्यामुळे नोकरी मिळवता येईल." किम म्हणाला, "मार्शा बाल्डविनने मला सांगितलं होतं की, हिगीन्स आणि हॅनकॉकसारख्या कत्तलखान्यांना पाहुणे आलेले आवडत नाहीत. पण तिथे नोकरी मात्र मिळू शकते. ती म्हणाली होती की जर मी बेकायदेशीर रीतीने स्थलांतर केलेला परदेशी माणूस वाटलो तर मला सहज नोकरी मिळेल. मी अगदी तसाच दिसेन असं मला म्हणायचं नाही. पण मी जर समाजाच्या कमकुवत गटामधला गरजू माणूस वाटलो तरी चालण्यासारखं आहे."

"माझा यावर विश्वास बसत नाही." ट्रेसी म्हणाली, "तू ज्या ठिकाणी तुला

ठार मारण्याचा प्रयत्न झाला त्या ठिकाणी म्हणजे हिगीन्स आणि हॅनकॉकमधे नोकरी करायला जाणार आहेस?''

''नोकरी देणारा माणूस आणि तो सुराधारी मारेकरी वेगळे असतील अशी मला आशा आहे.''

''किम, ही हसण्यावारी नेण्याची बाब नाही.'' ट्रेसी म्हणाली, ''मला तुझी ही कल्पना अजिबात पसंत नाही. विशेषत: मार्शाचं काय झालं असावं, हे विचारात घेतलं तर नक्कीच नाही.''

''मला ते ओळखतील असं वाटत नाही. तसं झालं तर ते जरा अवघड ठरेल हे खरं आहे. म्हणून तर मला वेष चांगलाच बदलायचा आहे. मार्शाच्या म्हणण्यानुसार लोक टिकत नसल्याने हिगीन्स् आणि हॅनकॉकमधले फारशी चिकित्सा करत नसावेत.''

''मला हे बिलकुल पसंत नाही.'' ट्रेसी म्हणाली, ''मला त्यात फार धोका दिसतोय. तू दुसरा काहीतरी मार्ग मिळतो का ते पाहा. मी जर केली अॅन्डरसनशी बोलले तर?''

''ती अजिबात दाद देणार नाही.'' किम म्हणाला, ''तिनं मला तसं स्पष्ट सांगितलं आहे. धोका असला-नसला तरी मला हिगीन्स आणि हॅनकॉकमधे जाणं भाग आहे. बेकीसाठी मी ती जोखीम पत्करायलाच हवी. तिचं जाणं निरर्थक ठरू नये म्हणून मी एवढंच करू शकतो.''

किमच्या डोळ्यांत पाणी जमा झालं होतं. तरीही तो कसाबसा पुढे म्हणाला, ''शिवाय सध्यातरी मी बेकार आहे. मला हॉस्पिटलमधून सक्तीने तात्पुरत्या रजेवर पाठवण्यात आले आहे.''

''आय.सी.यू. मधे जे घडलं त्यासाठी?''

''हं...'' किम म्हणाला, ''मी केलेले कृत्य धैर्याचे होते हे फक्त तुलाच वाटलं असं दिसतंय.''

''होय ते कृत्य धैर्याचंच होतं'' ट्रेसी ठासून म्हणाली. किममधे झालेल्या बदलामुळे ती चकित झाली होती आणि ती प्रभावितही झाली होती. किम बेकीसाठी काहीही करायला तयार होता. त्यासाठी त्याची सारं काही, अगदी त्याचं नाव, त्याची डॉक्टर म्हणून कीर्ती हे सारे पणाला लावायची तयारी होती. त्याच्या हेतूविषयी तिच्या मनात अजिबात शंका नव्हती. काहीही न बोलता ट्रेसी समोरच्या कपाटांकडे वळली आणि शोधाशोध करू लागली. तिला हवी ती वस्तू लगेचच सापडली.

कार्लोस अंधार पडायला सुरुवात होईपर्यंत थांबला. मग त्याने आपला जुनाट

टोयोटा पिकअप ट्रक बालमोरल भागाकडे वळवला. त्या भागात फक्त कोपऱ्यावरच्या रस्त्यांच्या नावाच्या पाट्यांवर दिवे होते. त्यामुळे त्याभागात तसा अंधार होता. ही गोष्ट कार्लोसला आवडली. त्या भागाचा नकाशा अगोदर पाहिलेला असल्याने त्याला किमचे घर असणारी एडिंनूबर्ग लेन सापडायला वेळ लागला नाही.

कार्लोसने किमच्या घरासमोरच्या झाडाखाली ट्रक उभा करण्याआधी त्याचा एकुलता एक चालू दिवा बंद केला, गाडीचं इंजिन बंद केलं आणि तो काहीवेळ तसाच बसून राहिला. काळवंडत चाललेल्या आकाशाच्या पार्श्वभूमीवर त्याला किमचे अंधारे घर पाहून आनंद झाला. घरात दिवा नाही याचा अर्थ घरात किम नाही हे त्याच्या लक्षात आलं. त्यामुळे तो किमला बेसावध गाठू शकणार होता.

वीस मिनिटांनी, आता बाहेर पडायला हरकत नाही हे वाटल्यावर मगच कार्लोस खाली उतरला. त्याला कुत्र्याच्या भुंकण्याचा आवाज आला. तो जागच्याजागी स्तब्ध उभा राहिला. कुत्रं पुन्हा भुंकलं, पण तो आवाज तसा फार जवळून येत नव्हता. कार्लोसच्या शरीरातला ताण कमी झाला. त्याने सीटखालून एक लांबलचक सुरा बाहेर काढला. सुरा कोटाखाली दडवून तो किमच्या शेजाऱ्याच्या घरामधे आणि किमच्या घरामधे असणाऱ्या झाडीत शिरला. काळा कातडी कोट आणि गडद रंगाची पॅन्ट घातलेली असल्याने तो सहजासहजी कोणाच्याही दृष्टीस पडणार नव्हता.

कार्लोसला घराची मागची बाजू नीट दिसू लागताच कार्लोस आणखी खूष झाला. कोणत्याही खिडकीमधून दिवा दिसत नव्हता. आता घरात कोणीही नाही याबद्दल त्याची खात्री झाली होती. पुढे झुकत कार्लोसने झाडीसमोरच्या मोकळ्या जागेतून धाव घेतली आणि तो घराच्या भिंतीला चिकटून उभा राहिला. काहीवेळ तो तसाच उभा राहून आतून काही आवाज येतो का, ते पाहात होता. आजूबाजूलाही सारे काही शांत होते. अगोदर भुंकणाऱ्या कुत्र्याचा आवाजही आता बंद पडलेला होता.

घराच्या सावलीत राहून कार्लोस मागच्या पोर्चच्याजवळ आला. तिथे पडदा लावलेला होता. क्षणभर पडदा कापताना कार्लोसचा सुरा चमकला. कार्लोस त्या फटीतून अलगद शिरला. घरफोडी हे कार्लोसचे खरे क्षेत्र होते. ठार करण्याचे कौशल्य केवळ गरजेपोटी विकसित झाले होते.

मुख्य रस्त्यावरून आत वळून किमची गाडी बालमोरल इस्टेट असे लिहिलेल्या गेटमधून आत शिरली. आरशात पाहून त्याने ट्रेसीची गाडी मागे आहे याची खात्री करून घेतली. ट्रेसी मदत करायला तयार झाली म्हणून त्याला खूप आनंद झाला होता. तिची गरज होती यापेक्षा ती आपल्या सहवासात आहे म्हणून तो खूष होता. तिने आपणहून त्यांच्यासाठी काहीतरी खायला करायची तयारी दाखवली म्हणून

त्याला बरं वाटलं होतं. आपण याआधी कधी जेवलो होतो ते त्याला आठवत नव्हतं. बहुधा शेवटचं जेवण गुरुवारी रात्री झालं होतं.

आपली गाडी गॅरेजसमोर उभी करून हातातली पाकीटे व पिशव्या घेऊन तो ट्रेसीच्या गाडीपाशी आला. पावसाचा जोर आता आणखी वाढला होता. दोघे घरापुढच्या पायवाटेवरची डबकी चुकवत पोर्चमधे आले. किमला किल्ली शोधावी लागेल म्हणून ट्रेसीने पाकिटे-पिशव्या सांभाळण्यासाठी हात पुढे केला.

"त्याची जरुरी नाही." किम म्हणाला, "दरवाज्याला कुलूप नाही."

"हे बरोबर नाही." ट्रेसी म्हणाली.

"त्याला काय झालं?" किम म्हणाला, "घरात नेण्यासारखं काहीही नाहीच म्हणा आणि शिवाय रिअल इस्टेट एजंटांनाही ते जास्त सोईचं जातं."

"तसंच असेल." ट्रेसी अजूनही त्याचं म्हणणं मान्य करायला तयार नव्हती. तिने दार उघडून फॉयरमधे प्रवेश केला. त्यांनी कोट काढले आणि डोक्यावर पडलेलं पाणी झटकून टाकलं. मग ते त्यांच्याजवळची पाकिटे आणि पिशव्या घेऊन किचनमधे आले. ट्रेसी सर्व गोष्टी टेबलावर ठेवत म्हणाली, "मी तुला एक सांगू का? मी काहीतरी खायला बनवते आणि तुझे केस नीट करायलाही मदत करते. पण त्याआधी मला शॉवरखाली अंघोळ करून उबदार व्हायचं आहे. तुझी हरकत नाही ना?"

"छे... कसली हरकत?" किम म्हणाला, "जरूर कर."

"मला हे म्हणायला वाईट वाटतंय पण या घरातल्या शॉवर या एकाच गोष्टीची मला तिकडे उणीव भासते."

"मी समजू शकतो," किम म्हणाला, "आपण खास बनवून घेतलेली ती एकमेव गोष्ट आहे. आतमधे टॉवेल्स आहेत. तुझे काही कपडे इथं आहेत पण मी ते हॉलमधल्या कपाटात हलवले आहेत."

"काळजी करू नकोस. मला काहीतरी मिळेल."

"मी हॉस्पिटलमधे अंघोळ केलेली आहे. तेव्हा तू शॉवर घेईपर्यंत मी जाऊन लाकडं आणतो. जरा शेकोटी पेटवली की उबदार वाटेल. या रिकाम्या घरामधली निराश करणारी भावना त्यामुळे कदाचित कमी होईल."

ट्रेसी वरच्या मजल्यावर गेल्यानंतर किमने किचनमधल्या अनेक वस्तूंनी खचाखच भरलेल्या ड्रॉवरमधून फ्लॅशलाईट शोधून काढला आणि मग तो लाकडं साठवून ठेवलेल्या तळघराकडे निघाला. त्याने तळघरातला दिवा लावला खरा; पण तो एवढ्या मोठ्या तळघराला पुरेसा नसल्याने प्रकाश अगदी अंधुक होता. किमला तळघरामधे जाताना नेहमीच अस्वस्थ वाटत असे. त्याचं कारण त्याच्या बालपणीच्या एका प्रसंगात होतं. किम सहा वर्षांचा असताना त्याच्या मोठ्या भावाने त्याला

तळघरात कोंडले होते. नंतर तो ती गोष्ट विसरून गेला होता. किमने वाईनसेलरच्या त्या पक्क्या दारावर बेभान धडका मारल्या होत्या. रात्रीच्या जेवणाच्यावेळी किम कुठेही सापडेना तेव्हा त्याच्या आईने शोधाशोध सुरू केली. तेव्हा त्याच्या भावाला आपण किमला कोंडलं होतं याची आठवण झाली होती. हा भयंकर अनुभव मोठेपणीही किमला अस्वस्थ करत असे. त्यावेळीही अडतीस वर्षांपूर्वीची ती भीती त्याच्या मनात उफाळून आली होती. लाकडे गोळा करताना त्याला बाजूच्या स्टोअररूममधून काहीतरी खुडबुड ऐकू आली तेव्हा तर त्याच्या अंगावरचे केस ताठ झाले. तो स्तब्ध होऊन कानोसा घेऊ लागला. त्याला तोच आवाज पुन्हा ऐकू आला. तिथून पळून जावं ही इच्छा दडपून टाकत तो स्टोअररूमच्या दारापाशी आला. त्याने सारे धैर्य एकवटून दार उघडले आणि प्रकाशझोत टाकला. अंधारात माणकांसारखे सहा डोळे चमकून त्याच्याकडे पाहाताना आढळले. किमने नि:श्वास टाकला. दार बंद करून घेतले आणि तो पुन्हा लाकडे गोळा करण्यासाठी परत ढीगापाशी आला.

ट्रेसी पायऱ्या चढून वर जात असताना तिच्या मनात आठवणी दाटून आल्या. ती कितीतरी काळानंतर त्या घराच्या वरच्या मजल्यावर येत होती. बेकीच्या खोलीचे दार बंद होते. ती त्या खोलीसमोर थांबली आणि उघडून आत डोकावून पाहावं की काय असा विचार तिच्या मनात आला. अखेर तिने दरवाजा किंचित किलकिला केला आणि ती खोलीच्या उंबऱ्यापाशी थांबली.

बेकीच्या खोलीमधे काहीच फरक पडलेला नव्हता. बेकीचा ताबा दोघांकडे असल्यामुळे बेकीसाठी ट्रेसीने तिच्या खोलीतले फर्निचर तसेच ठेवले होते. तिने आपल्या घरात नवीन फर्निचर बनवून घेतले होते. बेकीनेही तिच्या लहानपणीच्या सर्व गोष्टी तशाच या घरात ठेवल्या होत्या. तिने आपली खेळणीदेखील तिथेच ठेवलेली होती. बेकी गेली ही कल्पना तिला सहन होत नव्हती. किम आणि तिच्यामधले संबंध संपत आल्यानंतर तर बेकी हाच ट्रेसीच्या जीवनाचा केंद्रबिंदू होता.

ट्रेसीने एक खोल श्वास घेतला आणि बेकीच्या खोलीचा दरवाजा बंद करून घेतला. हाताने डोळ्यांच्या कोपऱ्यात जमा झालेले अश्रू पुसत ती मास्टर सूटमधे आली. पुढचे काही महिने किम आणि तिला किती अवघड जाणार आहेत हा विचार तिच्या मनात आला.

बेडरूममधून न जाता ट्रेसी सरळ मास्टर बाथरूममधे शिरली. तिने लाईट लावला आणि इकडेतिकडे नजर फिरवली. ती त्या घरात राहात असताना जशी स्वच्छता असे तशी तिला त्यावेळी तिथे आढळली नाही. पण शॉवर मुळातच सुंदर होता आणि त्यामुळे तिला बरं वाटलं. तिने शॉवरमधला पाण्याचा फवारा सुरू

केला. कपाटामधून मोठा टॉवेल बाहेर काढला आणि तिने ओले कपडे काढायला सुरुवात केली.

शॉवरचा आवाज ऐकून कार्लोस स्वत:शी हसला. त्याच्या कल्पनेपेक्षा त्याचं काम जास्त सोपं झालं होतं. मास्टर बेडरूममधल्या मोठ्या वॉक-इन कपाटात तो दडून बसलेला होता. किम दार उघडायला येईल तेव्हा तो बेसावध सापडेल अशी त्याची अपेक्षा होती. पण त्याऐवजी त्याला शॉवर सुरू झाल्याचा आवाज आला. बाथरूमसारख्या छोट्या बंदिस्त जागेमधे किम सापडला म्हणून त्याला आनंद झाला. आता किम सुटणं शक्यच नव्हतं.

कार्लोसने कपाटाचं दार किंचित किलकिलं करून बाहेर नजर टाकली. प्रकाशाची एक हलकी रेषा त्याच्या चेहऱ्यावर पडली. तिथे फक्त बाथरूममधून येणारा प्रकाश होता. ही गोष्टदेखील कार्लोसला आवडली. आता अंधुक प्रकाशात त्याचं काम आणखीनच सोपं झालेलं होतं.

कार्लोस एका हातात सुरा धरून मांजरासारखा अलगद पावलांनी पुढे येऊ लागला. प्रत्येक पावलागणिक त्याला बाथरूमच्या काचेमधून आतला भाग अधिकाधिक स्पष्ट दिसू लागला. त्याला एक हात हललेला दिसला आणि कपडे खाली टाकलेले दिसले.

एक पाऊल पुढे टाकल्यावर त्याला आतले दृश्य स्पष्टपणे दिसू लागले. त्याच क्षणी तो जागीच खिळला. तिथे किम नव्हता त्या जागी एक सेक्सी स्त्री होती आणि ती ब्रेसियरचा हूक काढत होती. पुढच्याक्षणी त्याला तिचे पांढरे स्तन दिसले. त्या स्त्रीने मग पॅन्टीच्या इलॅस्टिकमागे अंगठे घालून ती काढून टाकली. त्या अनपेक्षित पण विलोभनीय दृश्यामुळे कार्लोसची नजर समोरच्या बाथरूमवर खिळून बसली होती. ट्रेसीने आता त्याच्याकडे पाठ केली होती. तिने काचेचं दार बंद करून घेतलं आणि गरम पाण्याचा फवारा सुरू केला. कार्लोस पापणीही न हालवता बाथरूमच्या दिशेने पुढे सरकला. त्याला समोरचे दृश्य डोळे भरून पाहायचे होते.

ट्रेसीने शॉवरच्या फवाऱ्याखाली हात धरून पाहिला. पाणी खूपच गरम झालं होतं. तिने व्हाल्व्ह ॲडजेस्ट करून घेतला आणि साबणाच्या डिशकडे नजर टाकली. साबण तिथे नसून बाहेर सिंकपाशी आहे हे तिच्या लक्षात आलं. तिने साबण आणण्यासाठी दार उघडलं त्याचक्षणी तिच्या नजरेत प्रकाशाची तिरीप भरली. कार्लोसच्या हातातला सुरा चमकला होता. क्षणभर तिचा आपल्या डोळ्यांवर विश्वास बसेना. तिला काळे कपडे घातलेला तो माणूस दिसला होता.

दोघांच्या नजरा क्षणार्धात एकमेकांना भिडल्या. कार्लोसची नजर वासनेने भरलेली होती तर ट्रेसीच्या नजरेत प्रचंड भीती होती.

सर्वप्रथम हालचाल ट्रेसीने केली. शॉवरचे दार घट्ट बंद करून घेताना तिच्या तोंडातून किंकाळी बाहेर पडली. तिने मग टॉवेल अडकवण्याचा बार सारी शक्ती एकवटून उचकटून काढला आणि तो शॉवरच्या यू-आकाराच्या हँडलमधे अडकवला. कार्लोसने समोरच्या बाथरूमच्या दिशेने उडी मारली. तिची किंकाळी ऐकून किम तिथे पोहोचण्याआधी त्याला तिला पकडायचे होते. त्याने सुरा डाव्या हातात घेऊन उजव्या हाताने काचेचा दरवाजा ओढायला सुरुवात केली. दार उघडणे सोपे व्हावे म्हणून त्याने पाऊल घट्ट रोवून जोर लावला. हलक्या वजनाचा तो बार हळूहळू वाकडा होऊ लागला.

ट्रेसीच्या किंचाळण्याचा आवाज सगळ्या घरात घुमला. हातात लाकडे घेऊन किम तळघराच्या पायऱ्या चढून वर येत होता. उंदरांमुळे अगोदरच किंचित उत्तेजित झालेल्या किमच्या काळजाचा एक ठोका चुकला. त्याच्या हातातली लाकडे खाली पडली. ती घरंगळत पायऱ्यांवर अस्ताव्यस्तपणे ठेवलेल्या वस्तूंना उडवत खाली गेली.

किम वरच्या मजल्यावर मधल्या सगळ्या खोल्या ओलांडून पोहोचला. नंतर त्याला ते कसं काय झालं ते अजिबात समजलं नाही. त्याला ट्रेसीची किंकाळी पुन्हा एकदा ऐकू आली. त्याने जोरात धडक मारून बाथरूमचं दार उघडलं. खळ्कन काच फुटून त्याचे तुकडे इतस्ततः विखुरले. किम आत शिरताच त्याला शॉवरचे दार उघडण्याच्या प्रयत्नात असलेला कार्लोस दिसला.

काच फुटल्याचा आवाज ऐकताच कार्लोस गर्रकन मागे वळला होता, व त्याने हातातला सुरा फिरवला होता. त्याचे टोक किमच्या नाकाला लागले. किम एकदम मागे झाला. कार्लोसने आता सुरा उजव्या हातात पेलला आणि आपले पूर्ण लक्ष किमकडे वळवले. किम एकटक नजरेने सुऱ्याकडे पहात होता. त्याची पाठ हॉलकडे जाणाऱ्या फुटलेल्या दाराकडे होती.

ट्रेसी हँडलला अडकवलेल्या वाकडातिकडा झालेल्या बारशी झगडत होती. अखेर तो उचकटून काढण्यात तिला यश आले. दरम्यान किम आणि कार्लोस हॉलकडे जाणाऱ्या पॅसेजमधे गेलेले होते. ती शॉवरचे दार उघडून होती तशीच उघडी पॅसेजकडे धावली. कार्लोस सुरा उगारून पुढे येत होता. किमच्या हातात मोडलेल्या दरवाज्याचा एक तुकडा होता. तो घेऊन तो कार्लोसला प्रतिकार करण्याचा क्षीण प्रयत्न करत होता. किमच्या नाकावर झालेल्या जखमेतून रक्त वाहत होतं.

ट्रेसी धावत आली आणि काहीही विचार न करता तिने सरळ कार्लोसच्या मागच्या बाजूने त्याच्या डोक्यावर बारने चारपाच तडाखे मारले. त्या पोकळबारचा फटका फारसा

इजा करणारा नसला तरी कार्लोसला त्याचा प्रतिकार करणे भाग होते. तो तसे करण्यासाठी मागे फिरला आणि ट्रेसीच्या दिशेने सुरा एकदोनदा फिरवला. ट्रेसी मागे सरकली या संधीचा फायदा घेऊन किमने बाजूला असलेल्या छोट्या टेबलाचा एक पाय उचकटून काढला. कार्लोस पुन्हा त्याच्याकडे वळेपर्यंत किम हातातला टेबलाचा पाय दंडुक्यासारखा फिरवत त्याला सामोरा झाला. एका बाजूला किम आणि दुसऱ्या बाजूला ट्रेसी यांना पाहून आपल्या हातातल्या सुऱ्याचा फारसा उपयोग आता होणार नाही हे लक्षात येताच कार्लोस जिन्यावरून खाली धावत सुटला.

किम त्याच्यामागे होता. पाठोपाठ ट्रेसी आली कार्लोसने आता पुढचे दार लाथाडून उघडले होते आणि तो पुढच्या लॉनवरून पळत सुटला होता. किम त्याच्या मागे जाणार होता. एवढ्यात ट्रेसीच्या आवाजाने तो थांबला आणि मागे पाहू लागला.

''मागे फिर,'' ट्रेसी ओरडून सांगत होती, ''ती जोखीम घेण्याची गरज नाही.''

कार्लोसने ट्रकमधे उडी मारली आणि पुढच्याच क्षणी धुराचा लोट सोडत ट्रक वेगाने तिथून निघून गेला. किम ते पाहून घरात मागे आला. फॉयरमधे उभ्या असलेल्या ट्रेसीने अंगावर कोट घालून स्वत:ला थोडंफार झाकून घेतलेलं होतं. किमने तिला आपल्या बाहुपाशात घेतले आणि म्हणाला, ''तू ठीक आहेस ना?'' त्याच्या स्वरात कळकळ होती.

''मला काहीच झालेलं नाही. तुलाच जखम झाली आहे.'' ट्रेसी म्हणाली.

किमच्या नाकावरची जखम अजून वाहात होती. त्याने तिला सोडले आणि तो बाजूच्या रुममधे गेला. तिथल्या आरशात किमने जखम कितपत आहे ते पाहिले. खूप रक्त वाहिले आहे हे पाहून त्याला आश्चर्य वाटले. आरशामधे किमला मागे उभी असलेली ट्रेसी दिसली.

''गॉड!... फार नजीकचा मामला होता.'' किम जखमेकडे नजर टाकत म्हणाला, ''ही जखम गंभीर ठरू शकली असती. या अगोदर त्याने माझ्या हाताला जखम केली होती आणि आता नाकावर अगदी दोन डोळ्यांच्या मधोमध.''

''काल रात्री तुझ्यावर हल्ला करणारा हाच माणूस होता की काय?''

''त्यात काहीच शंका नाही,''किम म्हणाला, ''मला त्याचं वर्णन जरी करता येत नसलं तरी मी त्याला पक्कं ओळखलं आहे.''

ट्रेसी थरथरू लागली. अंगावर कोट असूनही ती कुडकुडल्यासारखी थरथरत आहे हे किमला आरशात दिसले. किम मागे वळला आणि तिच्या खांद्यावर हात ठेवत तिला विचारले, ''तू ठीक आहेस ना? काय झालं?... तुला कुठे लागलं वगैरे तर नाही ना?''

''नाही. मी तशी ठीक आहे,'' ट्रेसी कशीबशी म्हणाली, ''जे काय घडलं ते

आता माझ्या डोळ्यांसमोर स्वच्छ दिसू लागलं आहे. तो माणूस आपल्याला ठार करायला आला होता.''

''मला ठार करायला,'' किम म्हणाला, ''तो मला मारायला आला होता आणि तू अचानक त्याला समोर दिसलीस. त्यामुळे माझे प्राण वाचले खरे. तुला काही झालं नाही ही देवाचीच कृपा म्हणायची.''

ट्रेसी किमच्या बाहुपाशातून मोकळी होण्याचा प्रयत्न करत म्हणाली, ''मी पोलिसांना फोन करते.''

फॅमिली रूमकडे निघालेल्या ट्रेसीला किमने थांबवले. तिचा हात धरून तिला म्हणाला, ''पोलिसांना बोलावण्याची तसदी घेऊ नकोस.''

ट्रेसीने एकदा किमने धरलेल्या हाताकडे आणि मग त्याच्या डोळ्यांत रोखून पाहिले. तिच्या नजरेत अविश्वास होता, ''तसदी घेऊ नको या शब्दांचा अर्थ काय?''

''ते जाऊ दे.'' किम तिला हलकेच जिन्याकडे नेत विनवणीच्या स्वरात म्हणाला, ''आपण माझं पिस्तूल घेऊन येऊ. तो माणूस पुन्हा परत येईल असं मला वाटत नाही, पण आपण तयारीत असणं आवश्यक आहे.''

ट्रेसी जागच्याजागी उभी राहिली, ''पण पोलिसांना का बोलवायचं नाही. मला तरी ते मूर्खपणाचं वाटतं.''

''ते काहीही करणार नाहीत.'' किम म्हणाला, ''आपला पुष्कळ वेळ वाया जाईल. ते या साऱ्या प्रकाराला फसलेली घरफोडी म्हणतील झालं. आपल्याला मात्र नेमकं काय झालंय ते ठाऊक आहे.''

''खरंच?''

''अर्थातच.'' किम म्हणाला, ''मी तुला सांगितलंच आहे. इथं आलेला माणूसच हिगीन्स आणि हॅनकॉकमधे होता. मला जी भीती वाटत होती ती खरी ठरली आहे. मार्शाचं काय झालं ते आता माझ्या लक्षात येतं आहे. त्यासाठी हिगीन्स आणि हॅनकॉकमधले किंवा मांस उद्योगातले जे कोणी लोक जबाबदार आहेत त्यांना माझी भीती वाटते.''

''मग तर उलट पोलिसांना फोन करणे जास्त गरजेचे आहे.''

''नाही!'' किम ठासून म्हणाला, ''ते काहीही करणार नाहीत. उलट त्यामुळे जास्त कटकटी निर्माण होतील. केली ॲन्डरसनसाठी मी जो पुरावा गोळा करणार आहे त्यामधे ते अडथळा आणतील. त्यांच्या दृष्टीने मी एक गुन्हेगार तर आहेच. शिवाय ते मला चक्रम समजतात.''

''पण ते मला तर चक्रम समजणार नाहीत ना?''

''कदाचित त्यांना तसंही वाटेल.'' किम म्हणाला, ''तू माझ्याबरोबर आहेस हे त्यांना कळलं की ते म्हणतील तुझंही डोकं फिरलेलं आहे...''

"असं म्हणतील?" ट्रेसी म्हणाली हा मुद्दा तिच्या लक्षात आलेला नव्हता.

"ते जाऊ दे." किम म्हणाला, "चल आपण पिस्तूल घेऊन येऊ."

ट्रेसी किमच्या मागोमाग जिन्यावर गेली खरी पण मग तिच्या मनात वेगळे विचार येऊ लागले. किमच्या म्हणण्याप्रमाणे वागू नये असं क्षणभर तिला वाटलं. पण पाठोपाठ सुराधारी माणसाच्या भीतीने पुन्हा तिचा पगडा घेतला.

"तू या सगळ्यात पडावंस की नाही याबद्दल माझ्या मनात संभ्रम निर्माण झाला आहे."

"पण माझ्या नाही." किम म्हणाला, "उलट माझा निर्धार आणखी पक्का झाला आहे. माझ्या मनात त्यांना जो काही संशयाचा फायदा देणारा विचार होता तो आता वाऱ्यावर उडून गेला आहे. आता आपली कातडी बचावण्यासाठी ते कुठल्या थराला जातील याची कल्पना मला आलेली आहे."

ते आता बाथरूमच्या फुटलेल्या दारापाशी आले. मारेकरी आणि आपण यांच्यामधे काचेचा फक्त एक पातळ अडसर होता ही जाणीव होताच ट्रेसी शहारली. ती किमच्या पाठोपाठ बेडरूममधे आली. किम सरळ बेडजवळच्या छोट्या टेबलापाशी गेला आणि त्याने ड्रॉवरमधून अडतीस कॅलिबरचे स्मिथ आणि वेसन कंपनीचे पिस्तूल बाहेर काढले. त्याने सिलिंडर तपासून पाहिला. पिस्तूल भरलेले होते. किमने ते जाकीटाच्या खिशात ठेवले. त्याची नजर उघड्या वॉक-इन कपाटाकडे गेली.

"तो इथंच लपला असणार." किम म्हणाला आणि त्याने दिवा लावला. बरेचसे ड्रॉवर रिकामे करून टाकलेले दिसले. जमिनीवर अनेक वस्तू विखरून पडल्या होत्या. किमने पुढे होत एक ड्रॉवर पाहिला. त्यामधे तो त्याच्याकडे असणाऱ्या किरकोळ मौल्यवान वस्तू ठेवत असे. "हं ... त्याने माझ्या वडिलांचे पियाजे घड्याळ लांबवलं आहे."

"किम, मला वाटतं की आपण हा सारा प्रकार विसरून जाऊ. तू तिथं हिगीन्स आणि हॅनकॉकमधे जाऊ नयेस."

"माझ्यापुढे आता काही पर्यायच उरलेला नाही." किम म्हणाला, "मी इतक्या सहजासहजी माझ्या वडिलांचं घड्याळ हातचं जाऊ देणार नाही."

"ही वेळ विनोद करण्याची नाही." ट्रेसी म्हणाली, "मी गंभीरपणाने बोलते आहे. तू तिकडे जाणं फार धोक्याचं आहे."

"मग आपण काय करावं असं तुला वाटतं?" किमने विचारले, "आपण हा देश सोडून जायचं का?"

"हा विचार चांगला आहे."

किम गंमत वाटून हसला, "थांब, थांब जरा. मी निव्वळ गंमत करत होतो. बरं कुठं जायचं आपण?"

"कुठेतरी युरोपमधे.'' ट्रेसी म्हणाली, ''मी तू निघून गेल्यानंतर कॅथलीनशी काही वेळ बोलत होते. तिने मला सांगितलं की युरोपात स्वीडनसारख्या काही देशांमधे अन्नपदार्थ प्रदूषणापासून मुक्त असतात.''

''खरोखरच?''

''निदान ती तरी तसं म्हणाली होती.'' ट्रेसी म्हणाली, ''त्या देशात त्यासाठी थोडा जास्त खर्च येतो. पण तेवढा खर्च सोसायची त्यांची तयारी असते.''

''तू दुसऱ्या देशात राहाण्यासाठी जाण्याचा विचार गंभीरपणाने करते आहेस?''

''तू सुचवेपर्यंत माझ्या मनात तसं आलं नव्हतं,'' ट्रेसी म्हणाली, ''पण होय, बेकीच्या बाबतीत जे घडलं ते पाहता मी तसा विचार करू लागले आहे. मला तर वाटतं की आपण उघडपणाने जाताना या देशातल्या अन्नपदार्थांच्या गुणवत्तेबद्दल विधाने करावीत. ही संधी घेऊन आपण लोकांसमोर सत्य ठेऊ शकू. मला हा मार्ग कमी धोक्याचा वाटतो.''

''तसं असेलही.'' किम क्षणभर ही कल्पना मनात घोळवत म्हणाला. पण पुढच्याच क्षणी त्याने नकारार्थी मान हलवली, ''अशाप्रकारे पळून जाणं हे फार भेकडपणाचं होईल. बेकीसाठी म्हणून मी या प्रकरणाचा छडा लावायचा असा निर्धार केलेला आहे.''

''बेकी गेल्याचं दुःख अंगावर कोसळू नये म्हणून तर तू हे सारं करत नाहीस ना?'' ट्रेसी नर्व्हसपणाने म्हणाली. आपण अत्यंत नाजूक विषयाला हात घातला आहे हे तिला कळत होते.

किमने काही वेळ उत्तर दिले नाही. जेव्हा दिले तेव्हा त्याच्या आवाजात रागाचा लवलेशही नव्हता. पूर्वीच्या किमने ताडकन फटकारले असते, पण आता किम म्हणाला, ''मी हे जे करतोय त्यामधे तू म्हणतेस त्याचा भाग आहे हे मी कबूल करतो. पण मी हे बेकीसाठी करतोय याचा अर्थ असा की, तिच्या वाट्याला आलेलं दुर्भाग्य इतर मुलांच्या वाट्याला येऊ नये.''

ट्रेसीच्या मनात गलबलून आलं. ती पुढे झाली आणि तिने किमच्या अंगाभोवती हात टाकले. किम खरोखरच आता पूर्णपणे वेगळा भासत होता.

''चल,'' किम विनवणी करत म्हणाला, ''तू कोट काढ आणि पुन्हा कपडे चढव अंगावर. आपण बरोबर आणलेल्या वस्तू घेऊन इथून तत्काळ निघून जाऊ.''

''कुठे?''

''अगोदर हॉस्पिटलमधे'' किम म्हणाला, ''मला या जखमेला टाके घालून घ्यायला हवेत. नाहीतर ती मला जन्मभर त्रास देईल. त्यानंतर मग आपण तुझ्या घरी जाऊ. अर्थात तुझी हरकत नसेल तर, पण आपण तिथे जाणं इथल्यापेक्षा जास्त सुरक्षितपणाचं होईल.''

"हं...आता कोण आलं कडमडायला?" बॉबी बो मॅसन म्हणाला. तो, त्याची बायको आणि दोन मुले रविवारी रात्रीच्या जेवणासाठी बसलेले होते. ते सिरलॉन स्टीक, डबल-बेक्ड् बटाटे, वाटाणे आणि कॉर्न मफीन्स् यांचा आस्वाद घेत होते. त्यांच्या जेवणात दरवाजाच्या बेलमुळे खंड पडला होता. बॉबी बोने रुमालाची कड उचलून ओठांचे कोपरे टिपून घेतले. हा रुमाल त्याने गळ्याखाली शर्टामधे खोचलेला होता. बॉबी बोने घड्याळाकडे नजर टाकली. सात वाजून काहीच मिनिटे उलटली होती.

"मी पाहून येऊ का डियर?" बॉबी बोची तिसरी बायको डार्लिन म्हणाली. तिला दोन मुलं होती. शिवाय पूर्वीच्या दोन बायकांची आणखी दोन मुलं होती. ती स्टेट ॲग्रिकल्चरल कॉलेजमधे शिकत होती.

"मी पाहातो." बॉबी बो कुरकुरत उठला आणि दाराकडे निघाला. यावेळी बेल वाजवण्याचं धाडस कोणी केलं असावं, याचा विचार तो करत होता. पण जो कोणी आला असेल तो काहीतरी महत्त्वाचं काम घेऊन आला असणार हे उघड होतं. कारण तो दारावरच्या सुरक्षा यंत्रणेमधूनच आत आलेला होता. बॉबी बोने दार उघडले. दारामधे हातात हॅट घेतलेला शॅनहॅन ओब्रायन उभा होता.

"तू खुशीत दिसत नाहीस?" बॉबी बो म्हणाला.

"नाही... बातमी चांगली नाही."

बॉबी बोने पाठीमागे नजर टाकून डार्लिन दारापाशी आलेली नाही याची खात्री करून घेतली. "लायब्ररीमधे ये" त्याने मागे सरकून शॅनहॅनला आत येण्यासाठी जागा करून दिली. दोघे मग लायब्ररीमधे आले.

"हं... आता बोल, काय भानगड आहे?"

"मला आत्ताच कार्लोसचा फोन आला होता. त्याला डॉक्टरला खतम करता आलं नाही."

"पण हा माणूस तर म्हणे सुरा वापरण्यात निष्णात होता..."

"मला तसं कळलं होतं." शॅनहॅन म्हणाला, "कार्लोसचं म्हणणं आहे, की हा डॉक्टर निव्वळ सुदैवी आहे. तो डॉक्टरच्या घरात शिरला होता. तिथं तो एकटाच असण्याची अपेक्षा होती. पण त्यावेळी मात्र त्याच्याबरोबर एक बाई होती."

"हॅट्!" बॉबी बो म्हणालाा, "हा कार्लोस तर मारेकरी होता ना? ती बाई असली म्हणून काय बिघडलं?"

"तिच्यामुळे त्याचा गोंधळ उडाला म्हणे." शॅनहॅन म्हणाला, "त्याला ती उघड्या अवस्थेत दिसली आणि..."

"पुरे" बॉबी बो हात उंचावत म्हणाला, "मला आणखी काही ऐकायची गरज वाटत नाही. या सगळ्याचा अर्थ एवढाच की, त्या हौशी माणसाने सगळ्याचा विचका करून ठेवलेला आहे."

"होय. हा त्याचा मथितार्थ आहे."

"डॅम!" बॉबी बोने टेबलावर जोराने हात आपटला आणि तो मोठ्या आवाजात शिव्या देत जोरजोराने येरझाऱ्या घालू लागला. शॅनहॅनने आपल्या बॉसचा हा राग सहन केला. त्याच्या रागाची वाफ जाऊ देणे हेच आपल्या हिताचे आहे हे त्याला माहिती होते.

"हं..." बॉबी बो अजून येरझाऱ्या घालतच होता, "या सगळ्याचा अर्थ असा की, काही डॉलर वाचवण्यासाठी नवख्या माणसावर भरंवसा ठेवणं किती मूर्खपणाचं आहे. हा तर आपल्या बढाईखोर प्रतिबंधक समितीच्या दृष्टीने फारच मूर्खपणा ठरेल. आपण ह्या परिस्थितीत आता शिकागोहून सरळ व्यावसायिक माणसाला बोलावणं योग्य ठरेल. काय बरं त्याचं नाव?"

"डेरेक ल्यूटमान." शॅनहॅन म्हणाला, "पण तो फार महागडा आहे. आपण कार्लोसला आणखी एक संधी द्यावी असं मला वाटतं."

"कितपत महागडा आहे तो?"

"कमीतकमी पाच हजार पडतील."

"जर मांस बाजारातून परत घेण्याची वेळ आली तर जे नुकसान होईल त्यामानाने पाच हजार हे काहीच नाहीत." बॉबी बो म्हणाला, "म्हणजे आपण लक्षावधी डॉलर्स नुकसानीचा विचार करतोय हे लक्षात घे. जर लोकांना या इ. कोलाय प्रकरणाची खरी बाजू समजली तर आपला सगळा उद्योगच जगतो का मरतो अशी परिस्थिती उद्‌भवेल तो भाग आणखी निराळाच आहे."

"त्या मार्शा बाल्डविनच्या बाबतीत तो डॉक्टर जे उपद्‌व्याप करतोय त्याची मला जास्त काळजी वाटते." शॅनहॅन म्हणाला.

"होय. ते आणखी आहेच म्हणा."

"कार्लोसचं काय करायचं?" शॅनहॅनने विचारले, "त्याला आता खरोखर राग आलेला आहे. आता तो काहीही न मागता काम पूर्ण करायला तयार आहे. त्याच्या दृष्टीने आता हा प्रश्न प्रतिष्ठेचा झालेला आहे."

"बरं, त्याने विचका केला त्या मागच्यावेळच्या प्रयत्नाची काही चांगली बाजू आहे का?" बॉबी बो म्हणाला, "पोलिसांना कळवण्यात आलं होतं का? मला प्रसिद्धी माध्यमांच्या भडिमाराला तोंड देण्याची वेळ येणार आहे काय?"

"तसं दिसत नाही." शॅनहॅन म्हणाला, "अजून तरी तसं झालेलं नाही."

"या छोट्यामोठ्या कृपेसाठी देवाचे आभार मानले पाहिजेत." बॉबी बो म्हणला, "पण मी तुला सांगतो ते ऐक. जर तशीच परिस्थिती आली तर आपली तयारी असावी म्हणून तू त्या ल्यूटमानशी संपर्क साधून ठेव. दरम्यान इकडे कार्लोसला आणखी एक संधी देता येईल. तुझं यावर काय मत आहे?"

"नुसतं इथं येण्यासाठी ल्यूटमान आगाऊ रक्कम मागेल आणि ती आपल्याला परत मिळणार नाही."

"बरं. पण निदान आपले अडीच हजार तरी वाचू शकतील ना. काहीही झालं तरी आपली तयारी चांगली झालेली असेल. काही ना काही करून त्या त्रासदायक डॉक्टरला संपवून टाकायलाच हवं."

"ठीक आहे." शॅनहॅन म्हणाला, "मी लगेच कामाला लागतो."

"छान." बॉबी बो म्हणाला, "आणि पुढच्या खेपेस माझ्याशी बोलायला येशील तेव्हा बातमी चांगलीच असेल याची काळजी घे."

"ती माझी वैयक्तिक जबाबदारी आहे असं समजा."

"आणखी एक गोष्ट, त्या डॉक्टरबद्दल आणखी माहिती जमा कर. ल्यूटमान इथं आला की त्याला काहीही गोची न होता डॉक्टर सहजासहजी हाती लागला पाहिजे."

युनिव्हर्सिटी मेडिकल सेंटरमधल्या इमर्जन्सी विभागात नेहमीप्रमाणेच भरपूर गर्दी होती. बेकीला आणलं होतं त्यावेळी बसलेल्या जागीच जवळच्या दोन खुर्च्यांत किम आणि ट्रेसी वाट पाहात थांबले होते. किमने नाकावर एक निर्जंतुक केलेलं गॉजपॅड दाबून धरलेलं होतं.

"इथं पुन्हा येणं फारसं सुखावणारं नाही." किम म्हणाला.

"आपण कित्येक वर्षांपूर्वी इथं आलो होतो असं वाटतंय." ट्रेसी नाराजीच्या स्वरात म्हणाली, "अवघ्या काही दिवसांत एवढं सगळं घडलं यावर माझा विश्वास बसत नाही."

"काही दृष्टीने हा कालावधी फार मोठा वाटतोय खरा. पण इतर दृष्टीने हे सारे जणू पापणी लववावी एवढ्या कमी काळात घडल्यासारखं वाटतंय."

किम दातावर दात रोवत म्हणाला, "जर पहिल्या दिवशी बेकीला लगेच तपासून तिच्या नमुन्यांचे संवर्धन करण्यात आले असते तर काही निराळं घडलं असतं की काय, हा विचार सतत माझ्या मनात येतो आहे."

"मी हाच प्रश्न डॉ. मॉर्गनला विचारला होता. त्यांच्या मते त्यामुळे काही फरक पडला नसता."

"मला हे पटत नाही."

"तू तुझ्या एखाद्या सर्जन मित्राला बोलावून टाके का घालून घेत नाहीस?"

"मला ज्या कारणासाठी पोलिसांना टाळायचं आहे त्यासाठीच." किम म्हणाला, "मला जेवढे लवकर टाके घालून घेता येतील तेवढं हवं आहे. कोणी मित्र आला तर तो काही प्रश्न विचारेल. निरर्थक संभाषण वाढत जाईल आणि मला माझ्या मित्राला खोटं सांगणं आवडणार नाही."

''पण तुला इथंही तो प्रश्न विचारला जाणारच आहे.'' ट्रेसी म्हणाली, ''तू यासाठी काय स्पष्टीकरण देणार आहेस?''

''कोण जाणे? मी अजून विचार केलेला नाही.''

''आपल्याला किती वेळ थांबावं लागेल?'' ट्रेसीने विचारले.

''डेव्हिड वॉशिंग्टनच्या म्हणण्यानुसार फार नाही.''

हॉस्पिटलमधे आल्यानंतर योगायोगाने डॉ. वॉशिंग्टन त्यांना भेटला होता. त्याला बेकीच्या मृत्यूची बातमी कळली होती. त्याने त्यांच्याकडे त्याविषयी सहानुभूती व्यक्त केली होती. किमला लवकरात लवकर तिथून बाहेर पडता येईल असं तो म्हणाला होता. आपण टोपणनाव वापरणार आहोत हे म्हणाल्यानंतर डॉ. वॉशिंग्टनने त्याबद्दल काहीही उत्सुकता दाखवली नव्हती.

काही वेळ दोघेजण गप्प बसून होते. समोरून अनेक त्रासलेले रोगी जात होते. बऱ्याच वेळानंतर ट्रेसीने शांतताभंग केला, ''मी जसाजसा आणखी विचार करते आहे त्या प्रत्येकवेळी मला वाटू लागलंय की, मी तुला जाण्याची परवानगी देऊ नये. म्हणजे हे एवढं सगळं झाल्यावर तू हिगीन्स आणि हॅनकॉकमधे जाणं फार धोक्याचं आहे.''

''परवानगी देणार नाहीस म्हणजे काय करणार आहेस?'' किम त्रासिकपणे म्हणाला, ''मला पकडून का ठेवणार आहेस?''

''प्लीज किम'' ट्रेसी म्हणाली, ''मी तुझ्याशी संवाद साधायचा प्रयत्न करते आहे. बेकीच्या बाबतीत जे काही झालं त्यामुळे तू योग्य ते निर्णय घेण्याच्या परिस्थितीत आहेस की नाही याबद्दल मला खात्री वाटत नाही. हिगीन्स आणि हॅनकॉकमधे जाणं फार जोखमीचं आहे हे नक्की.''

''असेलही त्यात जोखीम'' किम म्हणाला, ''पण दुसरा काही मार्गच उरलेला नाही. प्रसिद्धी माध्यमांची मदत मिळणे हा एकमेव आशेचा किरण आहे आणि पुरावा मिळाल्याखेरीज ते मदत करणार नाहीत.''

''तू तिकडे जाऊन नेमकं काय करणार आहेस?''

''मी तिथं गेल्याशिवाय मला ते सांगता येणार नाही.'' किमने कबूल केले. ''पण मला काय हवं आहे त्याची मला कल्पना आहे. बेकीला हा आजार कसा झाला याचं कारण शोधणे हे माझे मुख्य काम आहे. नऊ जानेवारीला एक जास्तीचा प्राणी अगदी शेवटी मारण्यात आला होता ही माहिती मला मार्शाने दिली होती. त्याच्या काहीतरी संबंध असणारच. दुसरी गोष्ट म्हणजे मार्शा बाल्डविनचं काय झालं? त्याबद्दल कोणालातरी काहीतरी माहिती असणारच. मार्शाने मला तिथं प्राणी कसे मारतात याबद्दल सांगितलं होतं. मी स्वत: ते सगळं पाहणार आहे. मग केलीच्या मदतीने यु.एस.डी.ए.चा अकार्यक्षमपणा उघडकीस आणता येईल.''

ट्रेसी दूरवर पाहात गप्प होती.

''तू यावर काही बोलणार नाहीस?''

''होय'' ट्रेसी तंद्रीतून जागी होत म्हणाली, ''तू हे सगळं सांगितलंस ते कोणालाही पटेल असंच आहे खरं. पण आता मी काय सांगते ते ऐक. मी तुला एकट्याला तिकडे जाऊ देणार नाही. माझा त्यामधे कोणत्यातरी प्रकारे सहभाग असायलाच हवा. जरूर असेल तर मीदेखील तिथं नोकरीसाठी यायला तयार आहे.''

''तू हे गंभीरपणाने बोलते आहेस?'' किम थक्क झाला होता.

''होय. मी गंभीरपणानेच बोलते आहे.'' ट्रेसी म्हणाली, ''बेकी माझीही मुलगी होती. असं असताना तू एकट्यानेच का धोका पत्करावास?''

''हं... कल्पना तशी चांगली आहे.'' आता किम विचारात गुंग होऊन दूरवर नजर लावत म्हणाला.

''मला तर वेष बदण्याचीही गरज नाही.'' ट्रेसी म्हणाली, ''त्यांनी मला अगोदर पाहिलेलं नाही.''

''तुला नोकरी सहज मिळेल की नाही हे मला महिती नाही.''

''का बरं?''

''मार्शाच्या म्हणण्याप्रमाणे त्यांना प्रत्यक्ष कत्तलखान्यातल्या कामांसाठी माणसांची कमतरता भासते. तू त्या तसल्या कामांना तयार आहेस असं मला वाटत नाही.''

''नाही. पण कदाचित मला ते सेक्रेटरी किंवा तसल्या काही कामांवर ठेऊन घेतील. आपण प्रयत्न केल्याखेरीज काय कळणार आपल्याला?''

''माझ्या मनात एक जास्त चांगली कल्पना आली आहे.'' किम म्हणाला, ''समारिटनमधे मी असताना तिथे एक ली कूक नावाचा माणूस होता आठवतो का तो तुला?''

''होय तोच ना, तो इलेक्ट्रॉनिक उपकरणे नीट करणारा?''

''बरोबर'' किम म्हणाला, ''विलीनीकरणानंतर तो निवृत्त झाला. तो सध्या स्वत:चं विमान बनवणे किंवा तसले काहीतरी उद्योग करतो आहे. तो मला बग तयार करून देईल. तू पार्किंग लॉटमधे गाडीत बसून माझ्याशी संपर्क ठेवू शकशील. म्हणजे गरज पडली तर तू मदतीसाठी कुमक मागवू शकशील.''

''आपल्याला एकमेकांशी बोलता येईल?''

''मला आत्ता ते निश्चित सांगता येणार नाही. मला त्यासाठी इयरफोन लावावा लागेल आणि ते जरा तिथे चमत्कारिक दिसण्याचा संभव आहे.''

''तू जे बोलशील ते मला रेकॉर्डदेखील करता येईल.'' ट्रेसी आता त्या कल्पनेने उत्तेजित झाली होती.

''हो, तसं करता येईल.''

"बरं व्हिडिओचं काय?"

"कदाचित तेदेखील जमू शकेल." किम म्हणाला, "आता अगदी छोटे कॅमेरे मिळतात असं मी ऐकलं आहे. कदाचित त्यांचा केली ॲन्डरसनला खूप उपयोग होईल."

"मि. बिली रुबीन." त्या ठिकाणी आवाज घुमला. किम उठून उभा राहिला. ट्रेसीही उठून उभी राहिली. त्यांना पाहून पांढरे कपडे घातलेला इमर्जन्सी विभागातला एक रेसिडेंट डॉक्टर त्यांच्याच दिशेने येऊ लागला. त्याच्या हातात एक पॅड होते. हसऱ्या चेहऱ्याच्या त्या डॉक्टरचं नाव स्टीव्ह लुडविग असे होते.

"मि. बिली रुबीन?" त्याने जवळ आल्यावर पुन्हा प्रश्न विचारला. "बिलीरुबीन या शब्दाला वैद्यकीय परिभाषेत अर्थ आहे याची तुम्हाला कल्पना आहे का?"

"नाही" किम म्हणाला.

"आहे. हिमोग्लोबिनचे विघटन होऊन बिलीरुबीन तयार होते. असो. चला आपण तुमची जखम पाहू."

किमने नाकावरचे गॉजपॅड बाजूला केले.

"ओहो... जखम फार मोठी आहे. टाके घालावे लागणार... बरं हे कसं काय झालं?"

"दाढी करताना झाली." किम म्हणाला.

ट्रेसीला प्रयत्न करूनही हसू आवरता येईना.

❖

सोळा

सोमवार, २६ जानेवारी

ट्रेसीने अधीरपणाने एका पायावरचे वजन दुसऱ्या पायावर टाकले. ती हाताची घडी घालून वरच्या मजल्यावरच्या गेस्टरूमच्या बाथरूमसमोर उभी होती. तिला तिथे उभं राहून पाच मिनिटे होऊन गेली होती.

"हं... काय झालं?" ट्रेसीने बंद दारातून पलीकडे हाक मारली.

"तू तयार आहेस ना?" किमने उत्तर दिले.

"मी केव्हाची तयार आहे. दार उघड!"

दार उघडताच ट्रेसीचा हात तोंडावर गेला. ती एकदम खिदळू लागली. किम पूर्णपणे निराळा दिसत होता. त्याचे बारीक कापलेले केस काही ठिकाणी उभे

राहिलेले दिसले. केस आणि भुवया सोनेरी रंगाच्या तर खुरटी दाढी मात्र निराळ्या रंगाची होती. नाकावरचे बँडेज थोडेसे भुवईपर्यंत गेलेले असल्याने त्याचा चेहरा फ्रॅन्केस्टाईनसारखा दिसत होता. त्याने अंगात काळा टी-शर्ट घातला होता आणि वर डबल फ्लॅप असणारा कॉड्रायचा काळा शर्ट घातलेला होता. त्याची पॅन्टदेखील काळ्या रंगाची आणि कातड्याची होती. कंबरेचा पट्टादेखील काळाच होता. हातात तसेच त्याला शोभणारे ब्रेसलेट होते. त्यावर स्टेनलेस स्टीलचे मणी लावलेले होते. या सर्वांवर कडी म्हणून एका कानात खोट्या हिऱ्याची एक इयररिंग झुलत होती. त्याच्या उजव्या दंडावर एका लांडग्याचा टॅटू होता आणि त्याच्याखाली 'लोबो' असे लिहिलेले होते.

"तुझं यावर काय म्हणणं आहे?" किमने विचारले.

"हा वेष फारच चमत्कारिक आहे. मला तू अशा वेषात अंधाऱ्या गल्लीत भेटलास तर काही खरं नाही."

"म्हणजे मला हवा तसा परिणाम साधणारा हा पोशाख आहे तर!"

"मला अशा माणसाची आणि आपली ओळख नसावी असे वाटणारा हा पोशाख आहे."

"उत्तम. तसं असेल तर मी असाच हॉस्पिटलमधे जातो. कदाचित मला पाहून ते कसलीही सुनावणी करण्याचं धाडस न करता माझे अधिकार परत देतील."

"कोणालाही तू डॉक्टर असशील याची पुसटशीही शंका येणार नाही." ट्रेसी हसली, "मला तो टॅटू फार आवडला."

किमने हात उचलून आपण केलेले काम कौतुकाने न्याहाळले, "हा टॅटू कमीतकमी तीनचार दिवस टिकेल असं लिहिलेलं आहे. अर्थात मी अंघोळ केली नाही तर."

"मायक्रोफोन कुठे आहे?"

"इथं कॉलरखाली." किमने शर्टाची वरची कड दुमडून तिला छोटासा मायक्रोफोन दाखवला.

"व्हिडीओ नाही हे फार वाईट झालं." ट्रेसी म्हणाली.

"अजून तशी शक्यता पूर्णपणे मावळलेली नाही." किम म्हणाला, "ली म्हणाला की तो प्रयत्न करणार आहे. ली प्रयत्न करणार म्हणाला याचा अर्थ काम होणारच; फक्त त्याला जरा वेळ लागेल."

"आपण मायक्रोफोन टेस्ट करून पाहू." ट्रेसी म्हणाली, "काल रात्री आपण लीच्या गॅरेजमधे चालवून पहिला त्याप्रमाणे तो आत्ताही काम करतोय की नाही याची मला खात्री करून घ्यायची आहे."

"छान कल्पना आहे." किम म्हणाला, "तू असं कर तू तुझ्या गाडीत बसून

कोपऱ्यापर्यंत जा. ली म्हणाला त्याप्रमाणे दोनशे यार्डांपर्यंत काहीही अडचण येणार नाही. हे अंतर अगदी योग्य आहे.''

''तू कुठं असशील?''

''मी घरात फिरतो मी तळघरातही जाईन.'' किम म्हणाला.

ट्रेसीने जाऊन हॉलमधल्या कपाटातून कोट काढला. मग ती परत पायऱ्यांजवळ येऊन किमला म्हणाली, ''इयरफोन लावायला विसरू नकोस.''

''मी अगोदरच लावलेले आहेत.'' किमने ओरडून उत्तर दिले.

ट्रेसीने गाडी सुरू करून ती कोपऱ्यापर्यंत नेली. इंजिन बंद करून ती रस्त्याच्या कडेला थांबली. तिने खिडकी उघडून त्यातून कामचलाऊ ॲन्टेना बाहेर काढला. मग तिने कानाला स्टिरिओ इयरफोन लावले. लीने बनवून दिलेल्या या उपकरणाचे बटण दाबताच त्यामधे लाल दिवा लागला. तिने ॲम्प्लीफायरच्या वर ठेवलेला मायक्रोफोन उचलला. आजूबाजूला नजर टाकून कोणी पाहात नाही ना याची खात्री करून घेतल्यावर ती मायक्रोफोनमधे म्हणाली, ''किम, तुला ऐकू येतंय का?''

''होय. तू अगदी माझ्याशेजारी उभी असावीस इतकं स्पष्ट ऐकू येतंय.'' किमचा आवाज एवढा मोठा होता की ट्रेसी एकदम दचकली. तिने आवाज कमी केला आणि टेपरेकॉर्डरचे बटण दाबले.

''तू आत्ता कुठे आहेस?''

''तळघराच्या मागच्या भागात.'' किम म्हणाला, ''जर ही यंत्रणा इथे काम करते आहे याचा अर्थ ती तिकडेही चालेल.''

''आवाज फारच स्पष्ट आहे.'' ट्रेसी म्हणाली.

''बरं आता परत ये. आपण प्रत्यक्ष कामाला लागू.''

''टेन फोर!'' ट्रेसी म्हणाली. त्या शब्दांचा अर्थ तिला माहिती नव्हता. पण सिनेमा आणि टी.व्ही. शोमधे तिने हे शब्द अनेकदा ऐकले होते. ट्रेसीने टेपरेकॉर्डर बंद केला. एकदा रेकॉर्डिंग नीट झालं आहे याची खात्री करून घेतली आणि मग ती घरी परत आली.

ट्रेसी परत येईपर्यंत किमने सगळी तयारी करून ठेवली होती. त्याने त्यांच्यासाठी खाण्याचे पदार्थ आणि थर्मास भरून घेतले होते. किमला जर लगेच नोकरीवर ठेऊन घेण्यात आले तर ट्रेसीला वाट पाहात थांबावे लागेल म्हणून तिच्यासाठी जास्तीचा स्वेटर आणि ब्लँकेटही त्याने बरोबर घेतले होते. ट्रेसीला दिवसभर थंडगार गाडीत बसून राहावे लागणार अशी त्याची अटकळ होती. सगळ्या वस्तू मागच्या सीटवर टाकल्यावर किमही मागच्याच सीटवर बसला, कारण पुढच्या सीटवर इलेक्ट्रॉनिक उपकरणे ठेवलेली असल्याने जागा नव्हती. ट्रेसी गाडी सुरू करणार तोच तिच्या मनात विचार आला. ''किम तुझं पिस्तूल कुठे आहे?''

"वरच्या गेस्टरूममधे. का?"

"मला वाटतं तू ते बरोबर घ्यावंस."

"मला ते न्यावं असं वाटत नाही."

"का नाही?" ट्रेसीने विचारले, "देवदयेने तसं होऊ नये पण तुला पुन्हा त्या सुराधारी हरामखोराचा सामना करावा लागला तर?"

किमने या सूचनेवर विचार केला. पिस्तूल नेऊ नये यासाठी त्याच्याकडे दोन कारणे होती. त्याला ते सापडेल अशी भीती वाटत होती. शिवाय त्याने ते कधीही वापरलेले नव्हते. त्यामुळे त्याचा वापर करून कोणावर गोळी चालवता येईल याची त्याला खात्री वाटत नव्हती. पण त्या खतरनाक सुराधारी मारेकऱ्याचा विचार मनात येताच, आपल्याजवळ संरक्षण करण्यासाठी काहीतरी साधन हवे हे त्याला पटत होते.

"ठीक आहे." किम म्हणाला. त्याने ट्रेसीजवळून घराची किल्ली घेतली आणि तो घरात शिरला. काही मिनिटांतच तो परत आला आणि किल्ली ट्रेसीच्या हातात दिली.

ट्रेसी गाडी सुरू करणार होती एवढ्यात किम म्हणाला, "जरा थांब."

ट्रेसीने इंजिन बंद केले आणि गोंधळून त्याला म्हणाली, "आता काय?"

किम घराकडे पाहात होता, "काल रात्री आपण घरी गेलो तेव्हा तो माणूस अगोदरच घरात शिरलेला होता हा विचार माझ्या मनात आला. आपण पुन्हा तसे बेसावध सापडता कामा नये. ते माझ्यावर पाळत ठेऊन मला इथेही गाठू शकतील."

"तुला काय म्हणायचं आहे?" ट्रेसी थरथरत म्हणाली.

"तुझ्या शेजाऱ्यांपैकी कोणी भोचक आहे का?" किमने विचारले, "कारण ही घरं तशी बऱ्यापैकी जवळ आहेत."

"रस्त्याच्या पलीकडे मिसेस इंग्लिश आहे. ती वृद्ध विधवा आहे आणि तिचा दिवसाचा बराचसा वेळ ती खिडकीतून बाहेर बघण्यात घालवत असणार अशी माझी खात्री आहे."

"तू तिला घरावर लक्ष ठेव असं सांगून येशील का?"

"जरूर."

"पण तेवढ्यानं भागणार नाही." किम म्हणाला, "आपण शंभर टक्के खात्रीसाठी पर्यायी व्यवस्था करायला हवी. घराला किती दारं आहेत?"

"नेहमीसारखीच दोन. एक पुढचं आणि एक मागचं."

"तळघराचं काय?"

"तळघराकडे जाणारा जिना घरामधूनच आहे."

"काल रात्री माझ्या घरात तो माणूस मागच्या पडद्यांमधून आत घुसला."

"या घराला तसे पडदे नाहीत."

"उत्तम." किम म्हणाला आणि गाडीतून उतरला. ट्रेसीही खाली उतरली.

“आपण दारांपाशी काही व्यवस्था केली तर?” ट्रेसी सूचना करत म्हणाली, “म्हणजे कोणी ते उघडलं तर आपल्याला कळलं पाहिजे. घरात शिरायला एक तर खिडकी फोडायला हवी किंवा दारांचा वापर करायला हवा.”

“कल्पना चांगली आहे. पण आपल्याला काय करता येईल बरं?”

“आपण घरात परत जायचंच नाही.”

“मग आपण जाणार तरी कुठे?”

“कुठेही एखाद्या मोटेलमधे.” ट्रेसी खांदे उडवत म्हणाली.

“आपण असं करू.” किम म्हणाला, “हिगीन्स आणि हॅनकॉककडे जाताना आपण बँकेत जाऊ आणि रोख रक्कम काढून आणू. आपला पाठलाग व्हायला नको असेल तर आपल्याला क्रेडीट कार्ड्स वापरून चालणार नाही.”

“ओहो. तू फार पुढचा विचार करतो आहेस की! तसं असेल तर आपण आपले पासपोर्टही बरोबर घेऊ या.”

“हे बघ, मी अत्यंत गंभीरपणाने बोलतोय.” किम म्हणाला.

“मी देखील गंभीरपणानेच बोलते आहे. परिस्थिती जर एवढी चिंताजनक असेल तर आपल्यापुढे बाहेर निघून जाण्याचा मार्ग खुला असावा असं माझं म्हणणं आहे.”

“बरोबर आहे. चल तर मग.”

दोघे परत घरात आले. त्यांच्या मनात होत्या त्या सगळ्या गोष्टी पूर्ण करायला त्यांना अर्धा तास लागला. आणखी अर्धा तास बँकेमधे गेला. वेळ वाचावा म्हणून दोघांनी दोन टेलर काउंटरवरून रक्कम काढली. पण वेळ वाचला नाही. किमला रक्कम देणाऱ्या माणसाला किमबद्दल खात्री पटेना. त्याने मॅनेजरकडे जाऊन सही बरोबर असल्याची खात्री करून घेतली.

“मला आपण बँकेवर दरोडा घालणारे आहोत असं वाटतंय.” ट्रेसी गाडीकडे जाताजाता म्हणाली, “मी एवढी रोख रक्कम कधीच बरोबर ठेवलेली नाही.”

“मला वाटत होतं की मला ते रक्कम देणार नाहीत.” किम म्हणाला, “बहुधा माझा वेषपालट जरा जास्तच भडक झाला आहे.”

“पण त्यांनी तुला ओळखलं नाही हा महत्त्वाचा मुद्दा आहे.”

ते फ्रीवेवरून हिगीन्स आणि हॅनकॉककडे निघाले तेव्हा अर्धी सकाळ उलटून गेली होती. उजाडले तेव्हा आकाश स्वच्छ होते. पण आता मात्र ढगांची दाटी झाली होती. त्या भागात हिवाळ्यामधे कधीतरीच बराच वेळ सूर्यप्रकाश असतो याची प्रचीती येत होती.

“तू त्या मिसेस इंग्लिशला काय सांगितलंस?”

“मला फारसं काही बोलावंच लागलं नाही,” ट्रेसी म्हणाली, “तिला ते काम

ऐकून खूप आनंद झाला. असं म्हणणं योग्य नाही, पण आपण बहुधा तिच्या जीवनाला एक नवा अर्थ प्राप्त करून दिला आहे.''

''तू परत कधी येणार वगैरे काही तिला सांगितलंस का?''

''नाही.''

''ठीक आहे. बरं चल आपण शाळेमधे शिकलो होतो त्या स्पॅनिशची जरा उजळणी करू,'' किम एकदम विषय बदलत म्हणाला.

हे ऐकून ट्रेसीने चकित होऊन आरशातून किमकडे नजर टाकली. गेल्या चोवीस तासांचा अनुभव असा होता की, किम केव्हा गंमत करतोय आणि केव्हा गंभीर होऊन बोलतोय ते कळत नव्हतं.

''मी स्पॅनिश वळणाने बोलण्याचा प्रयत्न करणार आहे.'' किम म्हणाला, ''कारण मार्शाच्या म्हणण्यानुसार कत्तलखान्यात काम करणारे बरेचसे कामगार हे स्पॅनिश वंशाचे किंवा मेक्सिकन असतात.

पुढची काही मिनिटे त्यांनी स्पॅनिश आकडे आठवण्याचा प्रयत्न केला आणि छोटी-छोटी वाक्ये बनवून पाहिली. पण दोघांनाही बरेच स्पॅनिश शब्द आठवत नसल्याने थोड्याच वेळात हा प्रकार बंद पडला. काही वेळ गप्प बसल्यानंतर ट्रेसी म्हणाली, ''तुला एक गोष्ट विचारू का?''

''विचार.''

''समजा, सर्वकाही ठीक पार पडलं. म्हणजे समजा आपण केलीला स्टोरी बनवण्याएवढी माहिती पुरवली आणि त्यातून मोठा गौप्यस्फोट झाला तर पुढे काय होईल?''

''दरवर्षी पंचवीस अब्ज पौंडांची पिसलेल्या मांसाची बाजारपेठ उद्ध्वस्त होईल.''

''मग पुढे काय?''

''पुढे काय...'' किम विचार करत म्हणाला, ''पोल्ट्री आणि फार्मवरच्या प्राण्यांची तपासणी करण्याचे अधिकार यु.एस.डी.ए. कडून काढून घेतले जावेत अशी मागणी लोकांनी करावी असे मला वाटते. जर ही जबाबदारी एफ.डी.ए. कडे दिली तर जास्त चांगले होईल. कारण त्यांचे या उद्योगात हितसंबंध गुंतलेले नाहीत. त्यापेक्षाही मला ही यंत्रणा खासगी व्हायला हवी आहे. म्हणजे मग अन्नपदार्थ चांगले आहेत की नाहीत हे पाहाण्याचे काम जास्त चांगल्या पद्धतीने होईल. कारण काम करणाऱ्यांना त्यात त्याचा फायदा मिळू शकेल.''

''तू मांसावर किरणोत्सर्गी प्रक्रिया करण्याच्या बाजूने आहेस का?''

''नाही. मांस उद्योगाने ही नवीन क्लुप्ती शोधून काढली आहे. उलट त्यामुळे सुरुवातीच्या काळात काही जीवाणू राहिले तरी हरकत नाही, कारण नंतर किरणोत्सर्गाने

ते मरणारच आहेत हा विचार बळावेल अगदी ही प्रक्रिया केल्यावरही मांस उद्योग मांस कसे वापरायचे याची सगळी जबाबदारी वापरणाऱ्यांवरच टाकतो हे आपण पाहिलेच आहे.''

''कॅथलीन मॉर्गनचेही मत असेच होते.'' ट्रेसी म्हणाली.

''विचार करणारा कोणीही हेच म्हणणार.'' किम म्हणाला, ''जरी किंमत वाढली तरी हरकत नाही, पण ग्राहकांनी खराब मांस स्वीकारता कामा नये हा संदेश प्रसिद्धिमाध्यमांनी लोकांना द्यायला हवा.''

''ही अपेक्षा फार मोठी आहे.''

''का? काय हरकत आहे? तसं होणं अशक्य नाही. खराब मांस मिळणे ही तशी अलीकडची बाब आहे. पूर्वी एवढ्या प्रमाणात मांस खराब नसायचं.''

गाडी आता हिगीन्स आणि हॅनकॉकच्याजवळ आली होती. कामाचा दिवस असल्याने त्यांना मागच्या चिखलाने भरलेल्या आवारात गुरांचे कळप दिसले.

''त्यांच्याकडे पाहून वाईट वाटतं.'' ट्रेसी म्हणाली, ''जणू या सगळ्यांना मृत्युदंड दिलेला आहे असं वाटतंय.''

गाडी आता पार्किंग लॉटमधे आली होती. आदल्या दिवशीच्या तुलनेत त्यावेळी तिथे बरीच गर्दी होती. त्यामधे बरेच जुने पिकअप ट्रक दिसत होते.

''तू मला दारापाशी सोड आणि तू इमारतीच्या त्या टोकापाशी जा. तिथून सगळा भाग दोनशे यार्डाच्या कक्षेत येईल.''

ट्रेसीने गाडी थांबवली. किमने रेकॉर्डरूमची जी खिडकी फोडली होती. त्या ठिकाणी एकजण काही मोजमापे घेताना दिसला. ''मला त्याला जाऊन मदत करायची इच्छा होते आहे.''

''मूर्खासारखं बोलू नकोस.'' ट्रेसी म्हणाली.

पुढचे दार उघडले. ट्रेसी आणि किम एकदम सीटखाली दडून बसले. पण त्या दोघांचे किम व ट्रेसीकडे अजिबात लक्ष नव्हते. ते एकमेकांशी बोलण्यात मग्न होते. ती जोडी तिथून गेल्यावर किम आणि ट्रेसी पुन्हा सावरून बसले. त्याचा अर्थ कत्तलखाना चालू आहे हे त्यांच्या लक्षात आले.

''भानगड करायला तरुण पोरं बाहेर पडली की जसं करतात तसं आपण वागतोय.'' किम म्हणाला.

''आपण आणखी थोडी चर्चा करायला हवी.''

''चर्चा करायची वेळ आता निघून गेली आहे,'' किम म्हणाला. त्याने पुढे होऊन ट्रेसीचे चुंबन घेतले. इतके दीर्घकाळ चुंबन आपण याअगोदर कधी घेतले होते ते दोघांनाही आठवत नव्हते, ''मला शुभेच्छा दे.''

''मी ह्या सगळ्यामधे सामील कशी काय झाले ते मला कळत नाही.'' ट्रेसी

समोरच्या इमारतीकडे ती काहीतरी भीषण वस्तू आहे अशा तऱ्हेने पाहात होती.

"तू एक नागरिक म्हणून आपली जबाबदारी ओळखलीस." किम खोडकरपणे म्हणाला, "जर आपण या कामात यशस्वी झालो तर मी आयुष्यभर शस्त्रक्रिया करून जेवढी आयुष्ये वाचवली आहेत त्यापेक्षा लक्षावधी पटीने जास्त जणांचे प्राण वाचणार आहेत."

"मला यामधे सगळ्यात आश्चर्य कशाचं वाटतं ठाऊक आहे?" ट्रेसी म्हणाली, ती त्याच्याकडे रोखून पाहात होती, "अवघ्या काही दिवसांत तुझ्यात फार मोठा फरक पडलेला आहे. स्वत:ला त्रास देणारा ते जनहिताचा विचार करणारा. माणसांचे व्यक्तिमत्त्व बदलू शकत नाही असं मला वाटत होतं."

"तुम्ही मानसशास्त्रज्ञ हवं तर त्याचा विचार करा." किम गाडीचे दार उघडत म्हणाला.

"काळजी घे."

"घेईन." किम खाली उतरला होता. पण तो पुन्हा गाडीत डोकावत म्हणाला, "मी फक्त काही विशिष्ट प्रसंगीच कानात इयरफोन घालणार आहे. तेव्हा बराचसा वेळ संभाषण एकतर्फीच होईल हे लक्षात ठेव."

"होय. मला कल्पना आहे." ट्रेसी म्हणाली, "गुडलक किम."

"थँक्स. पुन्हा भेटूच." किम म्हणाला.

आपल्या नवीन वेषभूषेला साजेल अशाप्रकारे चालत किम मुख्य दरवाजाकडे गेला. मनामधे अनेक शंका डोकावत असूनही ट्रेसीच्या चेहऱ्यावर स्मितहास्य दिसू लागले. तिच्यासमोरून एक बिनधास्त आणि बेफिकीर वाटणारा 'टपोरी' जात होता.

किमने सुचविल्याप्रमाणे ट्रेसीने गाडी इमारतीच्या शेवटी असलेल्या जागी नेली आणि एका व्हॅनच्यामागे उभी केली. खिडकीची काच खाली घेऊन तिने ॲन्टेना गाडीच्या टपावर ठेवली. सकाळी केलेल्या प्रयोगाचा अनुभव लक्षात घेऊन तिने आवाज योग्य त्या पातळीवर ठेवला. सर्वकाही व्यवस्थित आहे याची खात्री झाल्यावर तिने बटण दाबले. त्याचक्षणी तिला स्पॅनिश ढबीने बोलणाऱ्या किमचा आवाज ऐकू आला. "मला नोकरीची गरज आहे. मी पार कफल्लक झालो आहे. तुमच्याकडे नोकरी मिळेल असं मला कळलं."

ट्रेसीने टेपरेकॉर्डर सुरू केला आणि ती रेलून आरामात बसली.

आत शिरल्यानंतर फार वेगाने साऱ्या गोष्टी घडलेल्या पाहून किम चकित झाला. गुरे ठार करणाऱ्या भागामधे पर्यवेक्षक असणाऱ्या जेड स्ट्रीट नावाच्या माणसाकडे त्याला पाठवण्यात आले होते. रक्ताचे डाग असलेला पांढरा कोट घातलेल्या जेड स्ट्रीटच्या समोर कागदपत्रांचा ढीग पडलेला दिसत होता. किम

सुरुवातीला दारातून आत शिरला तेव्हा जेडने त्याच्या चमत्कारिक वेषाकडे पाहिले होते. पण नंतर मात्र त्याने तो तसाच आहे हे स्वीकारल्यासारखे दिसत होते.

"तू याअगोदर कत्तलखान्यात काम केलं आहेस का?" खुर्चीमधे मागेपुढे झुलत आणि हातातल्या पेन्सिलशी चाळा करत जेडने विचारले.

"नाही." किम सहजरीत्या म्हणाला, "पहिली वेळ कुठेतरी येणारच की."

"तुझ्याकडे सोशल सिक्युरिटी नंबर आहे का?"

"नाही." किम म्हणाला, "मला कळलं की त्याची गरज नाही."

"तुझं नाव काय?"

"जोस." किम म्हणाला, "जोस रमारेझ."

"तू कुठला आहेस?"

"ब्राऊन्सव्हिले, टेक्सास." किमने स्पॅनिश ढबीपेक्षा आवाजात दक्षिणेत बोलल्या जाणाऱ्या लकबीचा वापर केला होता.

"होय तर, आणि मी फ्रान्समधल्या पॅरिसचा आहे." जेड म्हणाला. किमच्या बोलण्यामधला घोटाळा त्याच्या लक्षात आला नसावा. "हे पाहा हे काम तसं घाणेरडं आहे. तुझी तयारी आहे ना?"

"मी काहीही करायला तयार आहे."

"तुझ्याकडे ग्रीनकार्ड आहे का?"

"नाही."

"कामाला सुरुवात कधीपासून करशील?"

"आत्ता लगेचसुद्धा." किम म्हणाला, "मी दीड दिवस काहीही खाल्लेलं नाही."

"तू यापूर्वी कत्तलखान्यात काम केलेलं नाहीस हे लक्षात घेता तू काही खाल्लेलं नाहीस ही गोष्ट चांगलीच आहे. तुला मी गुरांना ठार करण्याच्या भागाची सफाई करायचं काम देतो. तासाला पाच डॉलर. **सोशल सिक्युरिटी** नंबर नसताना मी यापेक्षा जास्त देऊ शकणार नाही. पगार रोख मिळेल."

"ठीक आहे."

"तुला जर काम करायचं असेल तर तुला तीन ते अकराच्या पाळीसाठीही काम करावे लागेल. अर्थात फक्त आजचा दिवस. आज एकजण आजारी आहे असा निरोप आला आहे. तुझं काय म्हणणं आहे?"

"मला मान्य आहे."

"उत्तम" जेड उठून उभा राहिला, "चल तुला कपडे देतो."

"म्हणजे मला कपडे बदलावे लागतील?" किम काळजीच्या स्वरात म्हणाला, त्याला आपल्याजवळ मांडीपाशी असलेले पिस्तूल आणि छातीजवळ असणारी बॅटरी जाणवत होती.

''नाही'' जेड म्हणाला, ''तुला फक्त पांढरा कोट, बूट, कणखर टोपी, हातमोजे आणि एक झाडू लागेल. तुला फक्त हे पायातले बूट काढून ते घालावे लागतील.''

जेडच्या मागोमाग किम स्टोअररूममधे आला. त्या ठिकाणी त्याने आदल्या रात्री शोधाशोध केलेली होती. जेडने त्याला झाडू सोडून इतर सर्व वस्तू दिल्या. किमला अकरा नंबरचे बूट घालावे लागणार होते. त्याच्या पायाच्या मापाचे बूट तिथे नव्हते. पिवळे रबरी बूट पाहून ते नवीन नाहीत हे किमच्या लक्षात आले. त्यांचा वासही चांगला नव्हता.

नंबरचं एक कुलूप देऊन जेडने किमला लंचरूमजवळ असणाऱ्या एका लॉकररूमपाशी नेले. किमने नवीन बूट चढवून जुने लॉकरमधे टाकले. मग इतर सर्व वस्तू घातल्यानंतर आणि टोपी डोक्यावर चढवल्यावर किम तिथलाच वाटू लागला होता.

''तुझ्या नाकावरची जखम चांगली मोठी दिसते आहे. काय झालं?''

''काचेच दार फुटलं आणि ते लागलं.'' किम विषय उडवून देत म्हणाला.

''हे वाईट झालं.'' जेड म्हणाला, ''बरं तू कामाला तयार आहेस ना?''

''असं वाटतंय.''

जेडने किमला लंचरूममधून फायर डोअरच्या दिशेने जाणाऱ्या पायऱ्यांकडे नेले. पायऱ्यांवरून जाऊन तो किमसाठी थांबला. किमजवळ येताच त्याने खिशात हात घालून काहीतरी वस्तू बाहेर काढली आणि ती किमपुढे धरली, ''मी ही भानगड विसरलोच होतो.'' त्याने किमच्या हातात दोन जवळपास वजनरहित वस्तू ठेवल्या.

''हे काय आहे?''

''इयरप्लग्ज्'' जेड म्हणाला, ''तिथे आतमधे खूपच गोंगाट असतो.''

किमने हातातल्या शंकूसारख्या रबरी वस्तूंकडे नजर टाकली. हे इयरप्लग्ज् देखील पिवळे होते.

''हं आता तुझं काम काय आहे ते सांगतो. तू तिथे सगळीकडे हिंडायचं आणि खालचं शेण गटारात ढकलायचं.''

''शेण?''

''होय'' जेड म्हणाला,''तुला काही प्रॉब्लेम आहे का?''

''खरंखुरं शेण?''

''होय म्हणजे शेण, हाडं, कातडी आणि रक्त वगैरे सर्वकाही. वरच्या असेंब्ली लाईनमधून जे काही खाली पडेल ते सर्व. ही काही पार्टी नाही हे लक्षात ठेव आणि वरून हलत जाणाऱ्या धुडांपासून सावध राहा. तसेच खालची जमीन घसरडी आहे याकडेही लक्ष दे. खाली पडणं हा काही मजेशीर अनुभव नाही.'' जेड हसला.

किमने मान डोलावली आणि आवंढा गिळला. त्याला हे काम करण्यासाठी मन घट्ट करावं लागणार होतं.

जेडने घड्याळाकडे नजर टाकली, ''अजून तासाभरातच लंचसाठी काम थांबेल. पण हरकत नाही. मी तुला कामाशी जुळवून घेण्यासाठी ही संधी देतो. बरं काही विचारायचं आहे का तुला?''

किमने मान हलवली.

''जर काही विचारायचं असेल तर तुला माझं ऑफिस कुठं आहे ते माहिती आहेच.''

''ठीक आहे.'' किम म्हणाला. कारण जेड उत्तराची वाट पाहात थांबलेला आहे हे त्याच्या लक्षात आलं.

''तू ते इयरप्लग्ज् कानात घातले नाहीस?''

''विसरलो.'' असे म्हणून किमने इयरप्लग्ज् कानात सरकवले आणि मग अंगठा उंचावून आपण तयार असल्याची खूण केली.

जेडने दार उघडले कानात प्लग्ज् असूनदेखील तिथल्या आवाजाने किम क्षणभर हादरला. तिथे प्रचंड गोंगाट अक्षरश: कानावर स्फोटासारखा आदळत होता. जेडच्या पाठोपाठ किम प्रत्यक्ष कामाच्याजागी उतरला. त्याच्या आदल्या रात्रीच्या अनुभवापेक्षा तिथला तेव्हाचा अनुभव अगदी निराळा होता. आपली काम करण्याची मानसिक तयारी झाली आहे असे त्याला वाटले होते पण तसे नव्हते. वरच्या कन्व्हेअर बेल्टला अडकवलेली ती हजार पौंडापेक्षा जास्त वजनाची गरम धुडं पाहून त्याच्या चेहऱ्याचा रंग उडाला. तिथल्या हवेमधे कच्चे मांस, रक्त आणि शेण यांचा उग्र दर्प भरलेला होता.

छतापाशी ताकदवान एअरकंडिशनर्स बसवलेले असूनही त्या ठिकाणी हवा गरम होती. हुकावरून फिरणाऱ्या पन्नाससाठ सोललेल्या प्राण्यांच्या शरीरातून वाफा बाहेर पडत होत्या. जाळीने बंदिस्त केलेल्या लोखंडी कॅट-वॉकसारख्या ठिकाणी शेकडो कामगार एकमेकांना चिकटून उभे होते आणि ते समोर येणाऱ्या शरीरावर आपापले काम करत होते. तिथे वरून आलेल्या केबलचे जाळे कोळ्याच्या जाळ्यासारखे वाटत होते. एखाद्या भीषण स्वप्नात असावी अशी ती जणू नरकाची वास्तवातली प्रतिमा होती.

जेडने किमच्या खांद्यावर टकटक करून त्याचे लक्ष जमिनीकडे वळवले. किमने खाली नजर टाकली. त्याजागी अक्षरश: रक्त, मांस, आतले निरनिराळे अवयव, ओकाऱ्या आणि शेण यांचा समुद्रच पसरलेला होता. जेडने पुन्हा किमला खूण केली. जेड त्याला हातात झाडू देणार होता. एवढ्यात त्याला किमचा रंग उडालेला चेहरा दिसला. किमचा चेहरा आणि गाल थरथरत होते. जेडने एक पाऊल सावधगिरीने मागे होत किमला बाजूला जाण्याची खूण केली.

किमने तोंडावर हात ठेवला. त्याला जोरदार उमासे येत होते. तो जेडने दाखवलेल्या दिशेने धावला. समोर एका दारावर वेड्यावाकड्या अक्षरांची 'पुरुषांसाठी' अशी पाटी दिसली. किम धावतच आत शिरला आणि तिथल्या सिंकवर वाकून भडाभडा ओकला. सकाळी ट्रेसीने तयार केलेला ब्रेकफास्ट सगळा पडून गेला होता.

उमासे थांबल्यानंतर किमने पाणी टाकून सिंक स्वच्छ केलं आणि मग तो समोरच्या फुटक्यातुटक्या आरशात पाहू लागला. त्याचा चेहरा पांढराफटक पडलेला होता. लाल डोळ्यांच्यामुळे तो आणखीनच फिक्कट वाटत होता. कपाळावर घाम जमा झालेला त्याला दिसला.

त्याने सिंकचा आधार घेत स्वत:ला सावरलं. एका कानातला प्लग बाहेर काढला आणि खिशातून थरथरत्या बोटांनी इयरफोन शोधून तो कानात बसवला. "ट्रेसी... तू ऐकते आहेस ना?" किम करकरीत स्वरात म्हणाला, "मी इयरफोन लावला आहे. आता आपल्याला बोलता येईल."

"काय झालं? तुला खोकला आला होता की काय?"

"खोकल्यापेक्षा जास्त. माझा सगळा ब्रेकफास्ट उलटून पडला आहे."

"तुझा आवाज भयंकर वाटतोय." ट्रेसी म्हणाली, "तू ठीक आहेस ना?"

"मी तसा ठीक नाही." किमने कबूल केले, "मला शरम वाटते आहे मी एक डॉक्टर असूनदेखील यावेळी मला उलटी होईल अशी माझी अपेक्षा नव्हती. ही जागा म्हणजे... मला या जागेचे वर्णन करताच येणार नाही." किमने आजूबाजूला नजर टाकली. त्याने आजवर पुरुषांचे एवढे घाणेरडे टॉयलेट कधीही पाहिलेले नव्हते. खाली सर्वप्रकारचे घाण डाग दिसत होते. जणू ही जागा कधीच साफ केलेली नसावी असं वाटत होतं. भिंतीवर स्पॅनिशमधे लिहिलेली अश्लील वाक्ये आणि ओंगळ चित्रे होती.

"तू बाहेर पडतोस का? मला तरी हरकत वाटत नाही."

"अजून तरी तसं वाटत नाही." किम म्हणाला, "मी फक्त तिथे अवघे वीस सेकंद असेन पण मी तेवढ्यात पूर्णपणे शाकाहारी झालोय."

अचानक बाजूच्या एका संडासातून पाणी सोडल्याचा आवाज आला. त्यामुळे किम एकदम दचकला. त्याने आजूबाजूला कोणी नाही ना, हे पाहाण्याची काळजी घेतलेली नव्हती. त्याने घाईघाईने इयरफोन काढून त्याची वायर शर्टाखाली दडवली. सिंककडे वळून तो आपण तोंड धुतोय असा बहाणा करू लागला. संडासचं दार उघडलं आतल्या माणसाने आपले बोलणे ऐकले की काय याचा विचार किम करू लागला.

किमला आरशात दिसले की तो माणूस हळूहळू त्याच्यामागून जात होता. त्याच्याकडे पुन्हा बारकाईने नजर टाकताच किमच्या पोटात प्रचंड खड्डा पडला. त्याच्यावर हिगीन्स

आणि हॅनकॉकमधे व पुन्हा घरात त्याच्यावर हल्ला करणाराच तो माणूस होता!

किम हळूच मागे वळला. तो माणूस दारापाशी पोहोचला होता. पण त्याने अजून दार उघडलेले नव्हते. तो किमकडे अद्याप एकटक पाहात होता. क्षणभर किमची आणि त्याची नजरानजर झाली. त्याने हसण्याचा प्रयत्न केला. त्याने समोरच्या टॉवेल्स् डिस्पेन्सरमधून कागदी टॉवेल बाहेर काढण्यासाठी हात घातला. पण तो रिकामा होता. किमने पुन्हा एकदा धाडस करून त्या माणसाकडे नजर टाकली. त्याच्या चेहऱ्यावरचा गोंधळ अजून संपलेला नव्हता. किमने हलकेच मांडीजवळच्या पिस्तुलावर हात ठेवला.

एकएक सेकंद किमला मिनिटांसारखा वाटत होता. त्या माणसाचे थंडगार डोळे किमवर रोखलेले होते आणि तो एखाद्या पुतळ्याप्रमाणे स्तब्ध उभा होता. काहीतरी बोलायची तीव्र इच्छा होत असूनही किमने प्रयत्नपूर्वक स्वत:वर ताबा ठेवला.

तो माणूस अचानक दार उघडून निघून गेला. किमला जरा हायसं वाटलं. त्याने एक दीर्घ नि:श्वास टाकला. आपण इतका वेळ श्वास रोखून धरला आहे याची त्याला कल्पना नव्हती. थोडासा खाली झुकून तो मायक्रोफोनमधे म्हणाला, ''गुड लॉर्ड! तो सुराधारी माणूस बाजूच्या एका संडासात होता. त्याने कायकाय ऐकलंय याची मला कल्पना नाही. तो माझ्याकडे रोखून पाहात होता, पण बोलला मात्र काही नाही. त्याने मला ओळखलं नसावं अशी आशा करू या.''

तोंडावर थंड पाण्याचे फटकारे मारून आणि कानात पुन्हा प्लग बसवून किम बाहेर पडला. तो हळूहळू श्वास घेण्याचा प्रयत्न करत होता. त्याचे पाय अजून लटपटत होते. जर तो माणूस बाहेर उभा असेल तर सावधगिरी म्हणून किमने हात मांडीजवळच्या पिस्तुलावर ठेवला होता.

जेड दाराच्याबाहेरच उभा होता. किमला डोळ्यांच्या कोपऱ्यातून दिसले की तो मारेकरी एका बाजूला निघून जात होता. ''तू ठीक आहेस ना?'' जेड मोठ्या आवाजात म्हणाला.

किमने मान डोलावली आणि हसण्याचा प्रयत्न केला. जेड त्याच्याकडे पाहून कुचेष्टेने हसला आणि त्याच्या हातात मोठा कडक काड्या असणारा झाडू ठेवला, ''तुला वाटलं होतं त्यापेक्षा तुझ्या पोटात बरंच काही असणार'' मग त्याने किमच्या पाठीवर हलकेच थाप मारली आणि तो तिथून निघून गेला.

किमने आवंढा गिळला आणि उलटी होण्याची भावना कशीबशी दाबत त्याने दोन्ही हातात झाडू धरला. त्याने वरून जाणाऱ्या गुरांच्या सोललेल्या धुडांकडे बघायचं टाळलं. त्याने खाली पसरलेली घाण एका गटाराकडे नेण्याचा प्रयत्न सुरू केला. खाली वाकून तो मायक्रोफोनमधे म्हणाला, ''तुला ऐकू येतंय की नाही कोण

जाणे...पण तो सुरा घेतलेला मारेकरी इथंच काम करतो असं दिसतंय. मी त्याला शोधून काढायचा प्रयत्न करतो.''

किम एकदम खाली वाकला. अनावधनाने तो वरून जाणाऱ्या कन्हेअर बेल्टच्याखाली आला होता. मुंडकं नसलेलं एक प्रचंड धूड त्याच्या अगदी जवळून गेलं होतं. त्याच्या अंगावरच्या पांढऱ्या कोटावर आत तिथल्या सर्वांप्रमाणेच रक्ताचे डाग पडले होते. किमने आता सरकणाऱ्या धुडांच्या वेगाचा अंदाज घेऊन त्या बेल्टच्या रेषेच्या पलीकडे पाय टाकला. ''मला या ठिकाणी सर्वांत घाण काम देण्यात आलं आहे हे उघड दिसतंय.''

किम म्हणाला. तेवढ्या प्रचंड गोंगाटातही ट्रेसीला आपलं बोलणं ऐकू येईल या अपेक्षेने तो बोलत होता, ''मी इथं तळागाळातल्या सर्वांत खालच्या स्तरावर आहे खरा. पण त्यामुळे मला हिंडायची संधी मात्र आहे. इतर कामगार येथे एखाद्या असेंब्ली लाईनवर काम करतात तसे एकाजागी उभे आहेत आणि गुरांची सोललेली धुडं त्यांच्यासमोरून पुढे सरकताना दिसत आहेत.''

तो माणूस ज्या दिशेने गेला होता त्या बाजूला किम गेला. या बाजूची जमीन जरा स्वच्छ होती. त्या ठिकाणी रक्ताचे थेंब उडालेले दिसले आणि काही यंत्रांखालून रक्ताचे ओघळ आलेले दिसले.

किम आणखी पुढे गेला. त्या भागात आता प्रकाश कमी होता. त्या ठिकाणी काहीजण काम करताना दिसले. किमला मधूनमधून मोठा 'फट्' असा आवाज ऐकू येत होता. सुतारकामात खिळे मारण्यासाठी जशी एअरगन वापरतात तशा प्रकारचा तो आवाज आहे हे किमच्या लक्षात आले.

जरी झाडण्यासारखं खाली फारसं काही नसलं तरी किम हातातल्या झाडूने खालची घाण लोटत असल्याचा आविर्भाव करत वीसपंचवीस फूट आणखी पुढे गेला. मग आपण कुठल्या भागात आलो आहो हे त्याच्या लक्षात आले. ''मी आत्ता ज्या ठिकाणी आहे त्या ठिकाणी जिवंत गुरे प्रवेश करतात'' किम मायक्रोफोनमधे म्हणाला, ''ती सगळी जनावरे एका ओळीत येतात. जनावर समोरून आलं की एकजण त्याच्या डोक्यासमोर काहीतरी धरतो आणि मग 'फट्' असा आवाज येतो. ही एअरगन असावी. त्यातून एकदम मोठा छर्रा त्यांच्या डोक्यात शिरत असणार. कारण मला मेंदूचा काही भाग बाहेर उडून पडताना दिसतोय.''

किमने नजर बाजूला फिरवली. आयुष्यभर लोकांना वाचवण्यासाठी प्रयत्न करत असल्याने त्याला त्या जनावरांना ठार मारताना पाहाणे शक्य झाले नाही. काही क्षणानंतर पुन्हा त्याने तिकडे पाहाण्याचे धाडस केले. ''जनावरे एका मोठ्या गोल फिरणाऱ्या पिंपात तत्काळ पडतात. या पिंपातून ती पुढे फेकली जातात. एक कामगार त्यांच्या मागच्या पायाकडे हूक अडकवून त्यांना वरच्या बेल्टमधे अडकवतो.

जर कधीकाळी आपल्या देशात मॅडकाऊ डिसिज आला तर जनावरांना अशाप्रकारे मारण्याची पद्धत फार घातक ठरेल. जनावरांचे हृदय अजून काम करत असल्याने मेंदूच्या उतीचा काही भाग नक्कीच त्यांच्या रक्तात मिसळून इतर ठिकाणी जात असणार.''

जरी त्याला आतून सतत उन्मळून येत असूनही किम निर्धाराने आणखी पुढे गेला. आता त्याला सर्वकाही व्यवस्थित दिसत होते.

''अजून एक गोष्ट माझ्या लक्षात आली आहे. त्या बिचाऱ्या दुर्दैवी जीवांना बहुधा आपल्यापुढे काय वाढून ठेवलंय याची चाहूल लागत असावी. कारण ती जनावरे खाली येताना सतत हागताना दिसत आहेत. त्यामुळे जंतूंना मात्र चांगलाच वाव मिळत...''

किमचे वाक्य मधेच तुटले त्याला त्याच्यापासून वीस फुटांवरच तो माणूस दिसला. त्या माणसाला सुरा का आवडत असावा हे त्याच्या लगेच लक्षात आले. तो आणि आणखी एकजण त्यांच्यासमोर टांगलेल्या आणि नुकत्याच मारलेल्या जनावरांचे गळे मोठ्या सुऱ्याने चिरत होते. मनगट फिरवून घाव घालून ते दोघे दूर होत होते. कारण जनावरांचे हृदय अजून धडधडत असल्याने प्रत्येकवेळी दहा गॅलन गरम रक्ताचा धबधबा कोसळताना दिसत होता. उसळी मारून बाहेर पडणारे रक्त खालच्या बाजूला असणाऱ्या गटारात दिसेनासं होत होतं.

कोणीतरी त्याच्या खांद्यावर टकटक केली. त्या मारेकऱ्याच्या एवढ्या जवळ असल्याने किम अतिशय तणावाखाली होता. त्यामुळे तो एकदम दचकला आणि त्याने हात संरक्षक पवित्र्यात पुढे धरले.

त्याच्यामागे जेड उभा होता. किमच्या अचानक पवित्र्यामुळे तो स्वतःही दचकला होता. त्याचा चेहरा आनंदी नव्हता, ''तू इथं काय करतो आहेस?'' जेड मोठ्या आवाजात ओरडला.

''मी जरा या ठिकाणाची ओळख करून घेतोय.'' किमनेही ओरडून उत्तर दिले. त्याने एक चोरटा कटाक्ष मारेकऱ्याकडे टाकला. पण त्याचे किमकडे लक्ष नव्हते किंवा तो लक्ष देत नव्हता.

''ए... मी तुझ्याशी बोलतोय.'' जेड वैतागून ओरडला. त्याने किमकडे बोट रोखले आणि म्हणाला, ''तू मला ताबडतोब इव्हिसरेटिंग चालू आहे त्या ठिकाणी जायला हवास. घाण तर त्याच ठिकाणी असते.'' किमने मान डोलावली.

''चल मी तुला दाखवतो.'' जेड म्हणाला आणि त्याने किमला 'मागे ये' अशी खूण केली.

किमने आता पुन्हा त्या माणसाकडे नजर टाकली. त्याचा सहकारी गळा चिरत बसला होता आणि त्या माणसाचे आता सुऱ्याला धार लावण्याचे काम पूर्ण झाले

होते. त्याच्या हातातला सुरा त्याने पूर्वी पाहिला तसाच होता. त्या माणसाने धार चांगली आहे की नाही ते पाहाण्यासाठी सुरा किंचित वळवला. प्रकाशाची एक तिरीप चमकली. पण त्या माणसाने किमकडे लक्ष दिले नाही.

किमचे अंग थरथरले. तो जेडच्या मागे धावला. ते आता अशा ठिकाणी आले होते की टांगलेली धुडं तिथे पुढे सरकत होती. जेड कपडे बाजूला सरकवावेत तशा निर्विकारपणे एक धूड बाजूला सरकवून पुढे गेला. किम मात्र पलीकडे जाण्याची वाट पाहात थबकला. त्याला हलणाऱ्या दोरीमधून उडी मारणाऱ्या खेळाची आठवण आली. अखेर किम जेडच्या जवळ आला.

"तू मला इथं असायला हवास." जेड म्हणाला. हात फिरवत तो सांगू लागला, "या ठिकाणी घाणीचं काम असतं. मला तू इथंच काम करताना दिसला पाहिजेस. समजलं?"

किमने अनिच्छेने मान डोलावली. तो पुन्हा एकदा उलटी होईल ही भावना दडपून टाकण्याचा प्रयत्न करत होता. त्या ठिकाणी शरीरामधले अवयव काढण्याचे काम चालू होते. वर टांगलेल्या त्या धुडांच्या पोटामधून प्रचंड लांबीची आतड्यांची वेटोळी, यकृत, मूत्रपिंडे वगैरे अवयव खालच्या स्टेनलेस स्टीलच्या टेबलांवर पडत होते. काही आतड्यांमधून उरलेसुरले शेणही टेबलावर पडून ते त्या ठिकाणी मिसळताना दिसत होते. शेणाचा काही भाग खाली पडून खालच्या रक्तामधेही जाताना किमला दिसला.

किमने खालची घाण एका गटाराकडे ढकलायला प्रारंभ केला. काम करताना त्याला **सिसिफसची** कथा आठवली. किमने एका ठिकाणची सगळी घाण ढकलून दिली आणि तो भाग स्वच्छ झाला आहे असे वाटत असतानाच पुन्हा तिथे रक्त, शेण आणि सगळी घाण जमा झालेली दिसली.

किमने या सगळ्या भयंकर प्रकाराकडे दुर्लक्ष करून आपल्या हातातल्या कामावर लक्ष केंद्रित करण्याचा प्रयत्न केला. आणखी काही ठिकाणी जाण्यासाठी त्याला लंचसाठी सुटी होण्याची वाट पाहावी लागणार होती. किमला एकाच गोष्टीचे समाधान वाटत होते की, त्या सुराधारी माणसाने त्याला ओळखले नव्हते.

खिडकीमधून बाहेर पाहाणाऱ्या शॅनहॅनला धावपट्टीवर जाणारे भलेमोठे जंबोजेट दिसत होते. सावकाशपणे पुढे जाणाऱ्या त्या विमानाने गती घेतली. त्याचे नाक वर उचलले गेले आणि मग ते वेगाने दूरवरच्या प्रवासासाठी रवाना झाले.

शॅनहॅन टर्मिनल बी मधे बत्तिसाव्या गेटपाशी शिकागोहून येणाऱ्या विमानाची वाट पहात बसला होता. तिथे पोहोचण्यासाठी त्याला खूप अडचणी आल्या होत्या. विमानतळावरचे सुरक्षा कर्मचारी त्याला तिकीट असल्याशिवाय टर्मिनलमधे जाऊ

द्यायला तयार नव्हते. शॅनहॅनने ल्यूटमानला आपण तिथेच भेटू असे सांगितले असल्यामुळे दुसरा काहीच इलाज नव्हता. अखेर वाद घालून आणि थोडीफार दमदाटी करण्याचा प्रयत्न करूनही काही उपयोग होत नाही हे पाहून शॅनहॅनने एक तिकीट खरेदी केले. तो त्या प्रवासाला जाणार नव्हता तरी त्याला तिकीट घ्यावेच लागले होते.

शॅनहॅन आणि डेरेक ल्यूटमानने एकमेकांना कधीच पहिलेले नव्हते. ती समस्या सोडवण्यासाठी शॅनहॅनने त्याला आपण कसे दिसतो त्याचे वर्णन फोनवर सांगितले होते. तसेच ओळखण्यात चूक होऊ नये म्हणून आपण हातात बायबल ठेऊ असेही तो म्हणाला होता. हातामधे बायबल धरायची कल्पना डेरेकला आवडली होती. आपल्या हातात काळी ब्रीफकेस असेल असेही तो म्हणाला होता.

शिकागोहून आलेल्या फ्लाईटमधल्या प्रवाशांसाठी असणारे दार उघडले. लगेचच प्रवासी बाहेर पडायला सुरुवात झाली. शॅनहॅनने बायबल उचलले आणि तो प्रत्येक प्रवाशाकडे अपेक्षेने पाहू लागला. दहावा माणूस जरी त्याच्या अपेक्षेप्रमाणे दिसत नसला तरी तोच अपला माणूस असू शकेल हे शॅनहॅनच्या लक्षात आले. तिशी ओलांडलेला तो सडपातळ माणूस चांगलाच रापलेल्या वर्णाचा होता. सोनेरी केसांच्या त्या माणसाने बारीक रेषा असणारा उत्तम बिझीनेस सूट घातला होता. हातात शहामृगाच्या कातड्याची एक काळी ब्रीफकेस होती. डोक्यावरचे केस काळजीपूर्वक बारीक केलेले दिसत होते. त्या माणसाने गॉगल तर चढवला होता. तो माणूस दाराबाहेर येताच थांबला आणि त्याने नजर सगळीकडे फिरवली. शॅनहॅन दिसताच तो त्याच्या दिशेने आला.

"मि. ओब्रायन?" डेरेकने विचारले. त्याच्या बोलण्यात इंग्लिश माणसाची ढब जाणवत होती.

"मि. ल्यूटमान?" शॅनहॅन म्हणाला. तो चकित झाला होता. फोनवर ऐकलेल्या आवाजावरून तो जाडजूड आणि धिप्पाड असेल असे शॅनहॅनला वाटले होते. पण त्याच्या समोरचा निळ्या डोळ्याचा माणूस भाडोत्री मारेकऱ्याऐवजी एखाद्या इंग्लिश उमरावासारखा रुबाबदार भासत होता.

"तुम्ही रक्कम आणली आहे ना?"

"अर्थातच."

"मग ती मला द्यायला हरकत नाही."

"इथं... या ठिकाणी?" शॅनहॅन आजूबाजूला चोरटी नजर फिरवत म्हणाला. त्याचा विचार असा होता की, व्यवहाराचा हा भाग थोडा खासगी ठिकाणी बोलून पूर्ण करावा. डेरेकने मागितलेली आगाऊ रक्कम आणि एकूण फी याविषयी बोलून ती कमी करण्यासाठी तो प्रयत्न करणार होता.

“आपला व्यवहार ठरतो की नाही हे लगेचच कळणं जास्त चांगलं. म्हणजे मग पुढे येणारी कटुता टळते.”

शॅनहॅनने जाकिटाच्या आतल्या खिशात ठेवलेले पाकीट बाहेर काढले आणि ते डेरेकच्या हातात ठेवले. त्याच्यामधे पाच हजार डॉलर होते. डेरेकने दहा हजारांपैकी निम्मे डॉलर्स रोख आगाऊ रक्कम म्हणून मागितले होते. आता शॅनहॅनला सार्वजनिक ठिकाणी वाटाघाटी करणे शक्यच नव्हते.

शॅनहॅन भेदरून पाहात राहिला. कारण डेरेकने घाईघाईने पाकिट फोडून आतल्या नोटा मोजायला सुरुवात केली होती. शॅनहॅन चिंताग्रस्त होऊन आजूबाजूला पाहात होता. डेरेकने नोटा मोजणे संपवले. जरी कोणाचेही त्यांच्याकडे लक्ष नव्हते तरी शॅनहॅन कमालीचा अस्वस्थ झाला होता.

“उत्तम!” नोटा पाकीटात टाकत डेरेक म्हणाला. त्याने पाकीट खिशात टाकले, “आता आपला व्यवहार ठरला. मला तुम्ही जी माहिती पुरवणार आहात ती कुठे आहे?”

“आपण निदान चालायला सुरुवात करायची का?” शॅनहॅन कसाबसा म्हणाला. त्याचा घसा कोरडा पडला होता. डेरेकचा बिनधास्तपणा पाहून तो हादरला होता.

“जरूर” डेरेक टर्मिनलच्या टोकाकडे नजर टाकत म्हणाला, “आपण बॅगा आणायला जायचं का?”

“बॅगा? तुम्ही बरोबर बॅगा आणल्या आहेत?” शॅनहॅन थक्क होऊन विचारत होता. त्याने या गोष्टीची अजिबात कल्पना केलेली नव्हती.

“अर्थातच.” डेरेक म्हणाला, “विमान कंपन्या केबिनमधे शस्त्रास्त्रे नेऊन देत नाहीत. माझ्या व्यवसायात माझ्यापुढे आणखी काही पर्यायही नसतो.”

ते आता लोकांच्या गर्दीमधून चालत होते. तिथे कोणत्याही प्रकारे खासगी संभाषण होऊ शकत नव्हते. “आम्ही तुमच्यासाठी गाडीची व्यवस्था केली आहे.”

“उत्तम” डेरेक म्हणाला, “पण आत्ता याक्षणी मला माझ्या कामाची जास्त काळजी आहे. ज्या माणसाला टिपायचं आहे त्याचं नाव काय?”

“रेग्गीस.” शॅनहॅन म्हणाला, “डॉ. किम रेग्गीस.” त्याने पुन्हा एकदा आपल्या भोवताली असणाऱ्या माणसांचे चेहेरे निरखून पाहिले. कोणाचेही त्यांच्या बोलण्याकडे लक्ष नव्हते. “हा अलीकडचा एक फोटो आहे.” त्याने एक फोटो डेरेकच्या हातात ठेवला. तो एका वर्तमानपत्रातल्या लेखामधून घेतला होता.

“हा तितकासा स्पष्ट नाही.” डेरेक म्हणाला, “मला आणखी माहिती हवी.”

“मी त्याच्याबद्दल माहिती जमा करून ठेवली आहे.” डेरेकला एक कागद देत शॅनहॅन म्हणाला, “त्यामधे त्या माणसाचे वर्णन आहे. तसेच त्याच्या गाडीचे

मॉडेल, नंबर वगैरे सर्व माहिती आहे. त्याचा पत्तादेखील त्यात आहे. पण सध्या तो आपल्या घरात राहात नाही असं दिसतंय.''

''ते समजण्यासारखं आहे.'' डेरेक हातातल्या कागदावर नजर फिरवत म्हणाला, ''ही माहिती संपूर्ण आहे.''

''काल रात्री डॉ. रेग्गीसनी आपल्या माजी बायकोच्या घरी आसरा घेतला असावा. काल सकाळी तिने त्याला जामिनावर सोडवून आणलं होतं.''

''जामिनावर सोडवलं म्हणजे? हा डॉक्टर नीट वागत नाही की काय?''

''आमच्या दृष्टीने हे फारच सौम्य विधान झालं.''

दोघे आता बॅगा येणाऱ्या पट्ट्यापाशी पोहोचले होते. डेरेकच्या फ्लाईटच्या बॅगा यायला नुकतीच सुरुवात झाली होती.

''आणखी एक गोष्ट तुमच्या कानावर मला घातली पाहिजे.'' शॅनॅहन म्हणाला, ''काल रात्री त्याला मारण्याचा एक प्रयत्न फसलेला होता.''

''हे स्पष्टपणे सांगितल्याबद्दल आभार.'' डेरेक म्हणाला, ''ही माहिती खरोखर फार महत्त्वाची आहे. याचा अर्थ असा की, तो आता चांगलाच सावध झालेला असणार.''

एकदम उच्च स्वरात 'बीप बीप' आवाज आला. शॅनॅहन त्यामुळे दचकला. हा आवाज आपल्याच पेजरचा आहे हे कळायला त्याला काही क्षण लागले. असं काही होईल अशी त्याची अपेक्षा नव्हती. कारण बॉबी बो ला तो त्यावेळी नेमका कुठे आणि कुणाबरोबर आहे याची कल्पना होती. त्याने कंबरेला अडकवलेला पेजर काढला आणि त्यावर नजर टाकली. तो चांगलाच गोंधळला होता, कारण पॅनेलवरचा नंबर त्याच्या ओळखीचा नव्हता.

''मी फोन केला तर चालेल का?'' शॅनॅहन भिंतीजवळ असणाऱ्या अनेक फोनकडे पाहात डेरेकला म्हणाला.

''चालेल.'' डेरेक म्हणाला. तो अजून शॅनॅहनने दिलेल्या कागदावरची माहिती मन लावून वाचत होता.

फोनकडे जाता जाता शॅनॅहनने खिशातून काही सुटी नाणी काढली आणि पेजरवरच्या नंबरला फोन लावला. पलीकडून लगेचच फोन उचलला गेला. फोनवर कार्लोस होता.

''डॉक्टर इथं आहे.'' कार्लोस उत्तेजित स्वरात दबक्या आवाजात म्हणाला.

''काय म्हणालास? कुठं आहे तो?''

''इथे हिगीन्स आणि हॅनकॉकमधे. मी लंचरुमधल्या फोनवरून बोलतोय. हे बोलणं लवकरच आटपायला हवं. तो डॉक्टर इथे सफाई करणारा पोऱ्या म्हणून कामाला लागलाय आणि तो फार चमत्कारिक दिसतोय.''

"म्हणजे?"

"तो फारच चमत्कारिक दिसतोय. जुन्याकाळातल्या रॉक सिंगरसारखा. त्याचे केस बारीक कापलेले आहेत आणि ते उरले आहेत ते सोनेरी केलेले आहेत."

"तू विनोद तर करत नाहीस ना?"

"नाही!" कार्लोस ठासून म्हणाला, "माझा वार लागला होता त्या जागी त्याच्या नाकावर टाके घातलेले आहेत. तो डॉक्टरच आहे. त्याच्याकडे नीट पाहिल्यावर माझी खात्री पटली. नंतर तो पुन्हा माझ्या सेक्शनमधेही आला होता. तिथून त्याला बॉसने कुठेतरी नेलं."

"बॉस म्हणजे कोण?"

"जेड स्ट्रीट."

"त्या डॉक्टरने तुला ओळखलं का?"

"नक्कीच." कार्लोस म्हणाला, "तो माझ्याकडे रोखून पाहात होता. काही क्षण मला वाटलं की तो माझ्यावर धावून येणार. त्यानं तसं केलं असतं तर मी त्याला तिथेच खलास करणार होतो. मी त्याला ठार करायचं आहेच ना नाहीतरी? तो इथं असताना मला ते सहज करता येईल."

"नाही!" शॅनॅहन ओरडला. काही क्षण त्याला स्वत:वरचा ताबा सुटला होता. जर कार्लोसने सगळ्या लोकांच्या समोर किमला ठार केलं तर काय होईल हे त्याला कळत होतं. त्याने एक खोल श्वास घेतला आणि मग तो शांतपणाने सावकाश बोलू लागला, "तू काहीही करणार नाहीस. तू त्याला ओळखलेलं नाहीस असा बहाणा कर. डोकं थंड ठेव. मी तुझ्याशी नंतर बोलतो. कळलं?"

"मी ते काम करणार." कार्लोस म्हणाला, "मी अगोदर सांगितल्याप्रमाणे मला त्यासाठी काहीही नको आहे."

"हा तुझा फार उदारपणा झाला खरा." शॅनॅहन म्हणाला, "पण मुळातच पहिल्यापासून सगळा विचका तूच केलेला आहेस. पण आत्ता या क्षणी तो मुद्दा महत्त्वाचा नाही. मी नंतर तुला काय ते सांगीन. समजलं?"

"होय."

शॅनॅहनने फोन ठेवला आणि हात तसाच रीसिव्हरवर ठेवून तो विचार करू लागला. त्याने डेरेक ल्यूटमानकडे नजर टाकली. त्याला पेच पडला. आता काय करावं ते त्याला कळेना.

अचानक ट्रेसीच्या बाजूच्या खिडकीवर टकटक आवाज आला. ट्रेसीच्या काळजाचा एक ठोका चुकला. ती गाडीत बसलेली असताना तिला काहीजण समोरून जाता येताना दिसले होते. पण कोणीही गाडीच्या जवळ आलं नव्हतं. तिने

घाईघाईने कानावर चढवलेला हेडफोन काढला आणि बाहेर नजर टाकली. बाहेर एक भयंकर दिसणारा माणूस उभा होता. त्याच्या अंगावरचे कपडे मळलेले होते. डोक्यावरची बेसबॉल खेळाडूंसारखी टोपी उलटी फिरवून घातलेली होती. त्याच्या ओठात न पेटवलेली सिगारेट होती. ती त्याच्या श्वासोच्छ्वासाबरोबर वरखाली होत होती.

आपण गाडी सुरू करून पळ काढावा हा विचार तिच्या मनात आला. पण टपावर लावलेल्या अॅन्टेनाची आठवण येताच तिने तो विचार सोडून दिला. नाईलाजाने तिने खिडकी उघडली.

"मी तुम्हाला माझ्या गाडीतून पाहिलं." त्या माणासाने बाजूला उभा असलेल्या व्हॅनकडे बोट दाखवले.

"अच्छा..." ट्रेसी काळजीच्या स्वरात म्हणाली. ज्या क्षणी तरी तिला एवढंच बोलणं शक्य होतं. त्या माणसाच्या चेहऱ्यावर मोठा व्रण होता आणि तो पार गळ्यापर्यंत गेलेला होता.

"तुम्ही काय ऐकता आहात?"

"विशेष काही नाही." ट्रेसी टेपरेकॉर्डरकडे पाहात म्हणाली. अजून तो सुरूच होता, "संगीत आहे."

"मला कंट्री संगीत आवडतं." तो माणूस म्हणाला, "तुम्ही ते ऐकताय का?"

"नाही." ट्रेसी क्षीणपणाने हसत म्हणाली, "नवीन संगीत आहे. खरं म्हणजे मी माझ्या नवऱ्याची वाट पाहात थांबले आहे. तो इथं काम करतो."

"मी इथं प्लंबिंगचं काम करतो. या ठिकाणी सगळ्या परगाण्यात नसतील एवढे पाईप आहेत. बरं ते जाऊ दे. तुमच्याकडे लायटर आहे का हे विचारायला मी आलो आहे. माझा कुठं सापडत नाही."

"माफ करा. मला मदत करायला आवडलं असतं. पण मी सिगारेट ओढत नाही आणि गाडीत काडेपेटी पण नाही."

"ठीक आहे. धन्यवाद." तो माणूस म्हणाला, "तुम्हाला त्रास दिल्याबद्दल माफ करा."

"हरकत नाही."

तो माणूस निघून गेला. ट्रेसीने सुटकेचा निश्वास टाकला आणि काच पुन्हा वर केली. आपल्या मनावर किती ताण आहे हे तिच्या लक्षात आलं. किमशी बोलता येत नसल्यामुळे तिच्या मनावर आणखी ताण आला होता. 'ताबडतोब बाहेर ये' असं ती त्याला सांगणार होती. आजूबाजूला नजर टाकून कोणी पाहात नाही ना, याची खात्री करून घेतल्यानंतर ट्रेसीने हेडफोन पुन्हा कानावर चढवला. ती लक्षपूर्वक

ऐकू लागली. आत मधल्या गोंगाटामुळे तिला ऐकायला मन एकाग्र करावं लागत होतं.

सगळीकडे फिरल्यामुळे आता किमला तिथल्या कामाची सगळी कल्पना आली होती. ठार मारलेल्या जनावरांना हूकवर चढवले की मग त्यांचे गळे कापले जात होते. त्यानंतर कातडी सोलण्याचे काम होई. मग अशा जनावरांची मुंडकी धडावेगळी केली जात असत. ही मुंडकी निराळ्या ठिकाणी पाठवण्याची व्यवस्था होती. सोललेली, मुंडकी नसलेली धडे मग इव्हिसरेशनसाठी जात. पोटातले सगळे अवयव साफ झाल्यानंतर एका करवतीने धडांचे लांबीमधे दोन तुकडे केले जात होते. त्यासाठी लागणारी करवत भयंकर होती आणि ते दृश्य हॉलिवूडमधे भयपट बनवणाऱ्या निर्मात्यांच्याही कल्पनेपलीकडचे होते.

किती वेळात किती प्राणी ठार मारले जात आहेत, हे किमने पाहिले. तो वेग चकित करणारा होता. किमने खाली झुकून मायक्रोफोनमधे बोलायला सुरुवात केली, "ली कूकने व्हिडीओसाठी काही बनवलं असतं तर फार बरं झालं असतं. मार्शाने सांगितले होते ते सारे मुद्दे सिद्ध करणारे पुरावे इथं आहेत. मी आत्ताच कामाचा वेग नोंदवला आहे. ते दर बारा सेकंदांना एका जनावराला मारत आहेत. हा वेग अविश्वसनीय आहे. या एवढ्या वेगात मांसामधे जंतूंचा फैलाव होणं टाळताच येणार नाही आणि ती यु.एस.डी.ए. व मांस उद्योगामधल्या हातमिळवणीबद्दल जे म्हणाली होती ते देखील खरं आहे. इथं काही थोडे तपासनीस दिसतात. त्यांच्या टोप्या लाल रंगाच्या आहेत. तपासणीचे काम सोडून ते बराचसा वेळ कामगारांबरोबर चेष्टामस्करी करण्यात घालवताना दिसत आहेत. ही तपासणी म्हणजे निव्वळ थट्टा आहे."

किमला अचानक जेड स्ट्रीट दिसला. किमने लगेच आपले काम सुरू केले. तो विरुद्ध दिशेने घाण ढकलत पुढे जाऊ लागला. तो आता ज्या ठिकाणी आला होता त्या ठिकाणी मुंडकी उडवण्याचे काम केले जात होते. इथली करवत जरा कमी भीषण वाटत होती. पाठीच्या कण्याचे दोन तुकडे होऊन दोन भाग वेगळे होण्याआधी एकजण मुंडके वरच्या हुकमधे अडकवून देत होता. त्या कामामधे कामगारांमधे परस्पर सामंजस्य आणि सफाई असण्याची गरज होती.

किम आता मुंडकी ज्या पट्ट्यावरून पुढे जात होती त्याच्या बाजूने निघाला. जीवन हरपलेले ते डोळे एकदम चकित झाल्यासारखे चमत्कारिक वाटत होते. ही मुंडकी एका मोठ्या भोकातून पलीकडच्या खोलीत जात होती. ते पाहताच आदल्या रात्री आपल्यावर इथेच हल्ला झाला होता हे किमच्या लक्षात आले.

किमने मागे वळून हळूच पाहिले. जेड कुठेही दिसला नाही. म्हणून मग किमने

एक संधी घ्यायची असे ठरवले. तो त्या दरवाजे नसलेल्या जागेतून पलीकडच्या हेड-बोनिंगरूममधे शिरला.

"मी आलो आहे या ठिकाणी मुंडकी येतात. बेकी आजारी कशी पडली हे कळण्याच्या दृष्टीने हा भाग महत्त्वाचा आहे. मार्शाला त्या दिवशी एक जादा जनावर मारल्याचे समजले होते. तिला ती गोष्ट फार भयानक वाटली होती. मला तर ही सारी प्रक्रियाच भयंकर वाटते आहे."

किम समोर पाहू लागला. दर बारा सेकंदाला एक मुंडके टेबलावर येऊन पडत होते. कामगारांची एक फौजच त्याच्यावर तुटून पडत होती. भराभरा गालाचे स्नायू आणि जीभ कापून घेतली जात होती. कामगार ते मांस एका मोठ्या टाकीत फेकत होते. अशाच प्रकारची कॉम्बो टाकी त्याने मर्सर मीट्समधे पाहिली होती.

स्नायू आणि जीभ काढून घेतल्यानंतर मुंडकी एका सपाट कन्व्हेअर बेल्टवर टाकली जात होती. ती पुढेपुढे सरकत जाऊन एका अंधाऱ्या भोकातून अदृश्य होत होती.

"मला दर मिनिटाला नवनवीन गोष्टी कळत आहेत." किम मायक्रोफोनमधे म्हणाला, "हॅम्बर्गरमधे जनावरांच्या या गालांचा आणि जिभांचा भरपूर वापर केला जात असणार. मला आता बहुधा तळघरात जावे लागणार."

सोमवार असूनही आत्तापर्यंतचा जेडचा दिवस चांगला गेला होता. त्या दिवशी कमी लोकांनी सुटी घेतली होती. माणसांना टिकवून ठेवणे ही जेडची कायमची डोकेदुखी होती. फारसे लोक त्या दिवशी रजेवर नसल्याने लंचच्या वेळेपर्यंत त्याच्या लोकांनी जवळपास दोन हजार प्राण्यांचा वापर केला असणार हे त्याच्या लक्षात आले. त्यामुळे तो खुष झाला होता. कारण त्यामुळे त्याचा बॉस लेनी स्ट्रायकरही खुष होणार होता.

जेड ऑफिसमधे आला. त्याला अजून बरेच काम उरकायचे होते. त्याने पांढरा कोट काढून टांगला आणि हातात त्या दिवशीचा कॉफीचा तिसरा कप घेऊन तो टेबलापाशी बसला. त्याने कामाला सुरुवात केली. त्याला दिवसभरात अनेक प्रकारचे फॉर्म भरावे लागत.

जेडला कामाला सुरुवात करून फार वेळ झाला नव्हता. एवढ्यात फोन वाजू लागला. त्याला त्या दिवशी सकाळी कोणाचा फोन येण्याची अपेक्षा नव्हती. पण आपण ज्या ठिकाणी काम करतो त्या ठिकाणी कधीही काहीही घडू शकतं याची त्याला कल्पना होती. कॉफीचा घोट घेत त्याने फोन उचलून 'हॅलो' हा शब्द उच्चारला.

"जेड स्ट्रीट, मी डॅरिल वेबस्टर बोलतोय. तुला माझ्याशी बोलायला मिनिटभर फुरसत आहे ना?"

“अर्थातच.” जेड कॉफी थुंकून टाकत म्हणाला. “होय. मि. वेबस्टर.” जेड हिगीन्स आणि हॅनकॉकमधे चौदा वर्षे काम करत होता. पण एवढ्या काळात त्याला कधीही आपल्या मालकाशी बोलायची संधी मिळालेली नव्हती. जेड गडबडीने फॉर्मवर उडालेले कॉफीचे शिंतोडे पुसण्याचा प्रयत्न करू लागला.

“मला बॉबी बो कडून एका माणसाचा फोन आला होता.” डॅरिल म्हणाला, “आज आपण एका नवीन सफाई कामगाराला कामावर ठेवून घेतलं आहे असं तो म्हणत होता.”

“होय. बरोबर आहे.” जेड म्हणाला. त्याचा चेहरा लालसर झाला होता. बेकायदेशीरपणे राहणाऱ्या परदेशी लोकांना कामावर ठेवायचं नाही अशी अधिकृत भूमिका असली तरी असे लोक कामावर ठेवले जात असत. आपला यामधे बळीचा बकरा तर होणार नाही ना, याची त्याला चिंता वाटू लागली.

“त्या माणसाचं नाव काय आहे?”

जेडने टेबलावरच्या कागदांमधे गडबडीत शोधायला सुरुवात केली. त्याने कोणत्याही अधिकृत रोजगार फॉर्मवर अद्याप नाव लिहिलेले नसले तरी त्याने ते एका कागदावर टिपून ठेवले होते. तो कागद सापडताच त्याने सुटकेचा निश्वास टाकला. “जोस रमारेझ सर!”

“त्याने काही ओळखपत्र वगैरे दाखवलं होतं का?”

‘नाही. निदान मला तरी आठवत नाही.”

“तो दिसायला कसा आहे?”

“जरा चमत्कारिकच आहे.” जेड म्हणाला. त्याचा गोंधळ उडाला होता. हा माणूस कसा का दिसेना त्यामुळे काय फरक पडतो हे त्याला कळेना.

“तुला थोडं वर्णन करता येईल का?”

“एक प्रकारे टपोरी आहे.” जेड म्हणाला. त्याने आपल्या चौदा वर्षांच्या मुलाची भाषा वापरली होती.” रंग घालवलेले केस, कानात रिंग, टॅटू आणि कातडी पॅन्ट.”

“तो धिप्पाड आहे का?”

“होय. सहा फुटांपेक्षा नक्कीच जास्त.”

“आणि त्याच्या तोंडावर टाके घातलेले आहेत का?”

“होय. पण सर हे तुम्हाला कसं कळलं?”

“तो कुठं राहतो वगैरे काही त्यानं सांगितलं का?”

“नाही. मी देखील त्याला विचारलं नाही. पण त्याला नोकरी मिळाली म्हणून खूप आनंद झाला होता. त्याने दीडपाळी एवढं काम करायची तयारी दाखवली होती.”

“म्हणजे तो आज रात्री काम करणार आहे?” डॅरिलने विचारले, “म्हणजे सफाई कामगार म्हणून?”

“होय. कारण एकजण आज आजारी आहे असा निरोप आला आहे.”

“हे चांगलं झालं. हे फारच चांगलं झालं. जेड तुझं काम उत्तम आहे.”

“थँक्यू सर.” जेड म्हणाला. “सर मी त्या रमारेझला काही सांगू का?”

“नाही. अजिबात नाही.” डेरिल म्हणाला, “खरं म्हणजे हे आपलं संभाषण तू गुप्त ठेवायचं आहे. मी तुझ्यावर त्या बाबतीत विश्वास ठेवू ना?”

“अगदी निश्चित सर!”

पलीकडून फोन बंद झाला. जेडने फोनकडे चमत्कारिक नजर टाकली. हे सारे फारच अनपेक्षितपणाने घडले होते.

हेड–बोनिंग रुममधे साफ करण्यासारखे काहीच नव्हते. त्यामुळे तिथे जास्त थांबलो तर आपण सापडू म्हणून किम मुख्य भागामधे आला. अजूनही मार्शाने दिलेल्या माहितीचा छडा कसा लावणार हे त्याला समजत नव्हते. किमने पूर्वी साफ केलेला भागच पुन्हा साफ करायला सुरुवात केली. या ठिकाणी कामाच्या आणि घाण जमण्याचा वेग एवढा होता की पंधरा मिनिटांत सगळा भाग घाण होऊन जात होता. जणू त्या ठिकाणी साफसफाई झालेलीच नाही असे वाटू लागत होते.

कानात प्लग्ज् असूनही किमला कर्कश असा बझरचा आवाज ऐकू आला. किमने सरळ उभे राहात आजूबाजूला पाहिले. त्याला दिसले की, आता गुरे पुढे येत नव्हती. ठार करणाऱ्या माणसाजवळ आलेल्या त्या जीवांना काही थोड्या काळासाठी जीवदान मिळाले होते. त्या माणसाने हातातले उपकरण बाजूला ठवेले होते आणि तो उच्चदाबाच्या होजपाईपची गुंडाळी करू लागला होता.

जे प्राणी अगोदरच मारले होते त्यामधल्या शेवटच्या प्राण्यावर इव्हिसरेशन रुममधे काम झाल्यानंतर काम थांबले. प्रचंड कोलाहल संपून त्या जागी शांतता पसरली. ही शांतता इयरप्लग्ज्मुळे आहे हे किमच्या लक्षात यायला काही क्षण जावे लागले. कानातून प्लग बाहेर काढताच त्याला कामगारांचे आपापसांमधील संभाषण आणि उपकरणे बाजूला नीट ठेवली जात असल्याचे आवाज ऐकू येऊ लागले. कामगार तेथून बाहेर पडू लागले होते.

किमने एका माणसाला थांबवून काय झाले, ते विचारले. त्यावर तो माणूस “इंग्लिश...नाही.” असे म्हणून घाईघाईने निघून गेला.

किमने मग आणखी एका कामगाराला थांबवले, “इंग्लिश बोलता येतं का?”

“थोडं.”

“हे काय चाललं आहे.”

''जेवणाची सुटी'' हा माणूसही घाईघाईने निघून गेला.

किमला शंभरएक कामगार आणि साधारण तेवढेच इतर कर्मचारी गर्दीने लंचरुमकडे जाताना दिसले. तिथे असलेली मृत्यूची छाया आणि उग्र दर्प हे सारे असतानाही त्यांच्यामधे थट्टामस्करी चालू होती.

''कोणी इथं कसं काय खाऊ शकेल हे मला समजत नाही.'' किम मायक्रोफोनमधे म्हणाला.

किमला त्याच्यावर हल्ला करणारा माणूस आणि त्याचा सहकारी जाताना दिसले. त्याने किमकडे पाहिले देखील नव्हते. ते आपल्याच नादात रांगेमधे उभे राहाण्यासाठी निघाले होते. आपले वेषांतर चांगले झाले याबद्दल किमची खात्री पटली.

इव्हिसरेशन रुममधे काम करणाऱ्या एका माणसाला किमने थांबवले. त्याचा पांढरा कोट रंगीत दिसत होता. त्यावर गुलाबी ते लाल अशा रंगांच्या अनेक छटांचे डाग होते. किमने त्याला तळघराकडे जाण्याचा रस्ता विचारला. त्यावर त्या माणसाने किमकडे तो चक्रम असावा अशा तऱ्हेने नजर टाकली.

''इंग्लिश बोलता येतं का?''

''होय. इंग्लिश येतं मला.''

''मला खाली तळघरात जायचं आहे. कसं जायचं?''

''तळघरात जाण्याची जरुरी नाही. पण जायचंच असेल तर त्या दारातून जा.''

त्या माणसाने एका दाराकडे बोट दाखवले. त्या दारावर कसलीही खूण किंवा पाटी नव्हती. त्या दाराच्या वरच्या बाजूला दार आपोआप बंद होण्यासाठी लागणारे बसवलेले दिसले. सगळेजण निघून जाईपर्यंत किम घाण साफ करत राहिला. आता तो तिथे आल्यापासून प्रथमच जमीन स्वच्छ दिसू लागली होती. टांगलेल्या त्या पन्नास साठ धुडांमधे एकटा असताना किमला एकदम चमत्कारिक वाटू लागले.

किमने हातातला झाडू बाजूला ठेवला आणि तो त्या दारापाशी आला. एकदा इकडेतिकडे नजर टाकून कोणी पाहात नाही ना, याची खात्री करून घेत तो दार उघडून आत शिरला.

पहिल्या प्रथम त्याला काय जाणीव झाली असेल तर उग्र वासाची. गुरे ठार करण्याच्या जागेच्या वासापेक्षा इथला वास दसपटीने भयानक होता. त्यामधे कुजणाऱ्या मांसाचा दर्प होता. किमला अनेकदा उमासे आले, पण प्रत्यक्ष ओकारी आली नाही. आपल्या पोटात काही नाही यामुळे असे झाले असावे हा विचार किमच्या मनात आला.

किम आता एका सिमेंटने बनवलेल्या जिन्यावर उभा होता. पायऱ्या खालच्या अंधारात दिसेनाशा झाल्या होत्या. तिथे डोक्यावर एकच उघडा बल्ब होता. भिंतीवर

किमला अग्निशमन उपकरण आणि फ्लॅशलाईट अडकवलेले दिसले. किमने फ्लॅशलाईट कडीमधून उचकटून काढला आणि तो चालू करून त्याचा झोत खाली टाकला. भिंतींवर गडद तपकिरी डाग होते. आणि खालची अंधारात असणारी जमीन कच्च्या तेलाने भरलेली असावी असे वाटण्याएवढी काळी तेलकट होती.

किमने एका हातातला रबरी मोजा काढून कानात इयरफोन बसवला. मग तो मायक्रोफोनमधे म्हणाला, "ट्रेस तुला ऐकू येतंय का? जर ऐकू येत असेल तर काहीतरी बोल."

"आता वेळ संपली!" ट्रेसी वैतागलेल्या स्वरात म्हणाली. आजूबाजूला एवढ्या जाड काँक्रीटच्या भिंती असूनही तिचा आवाज अगदी स्पष्ट ऐकू येत होता; "तू ताबडतोब तिथून बाहेर पड."

"ओहो...एवढं वैतागायला काय झालं?"

"तुला कोणीतरी दोनवेळा ठार मारण्याचा प्रयत्न केला होता. तो माणूस तिथे आहे. तू हा मूर्खपणा ताबडतोब बंद कर आता."

"माझं काम अजून पूर्ण झालेलं नाही. शिवाय त्या सुराधारी माणसाने मला ओळखलेले नाही. तेव्हा शांत हो!"

"तू कुठे आहेस? आणि तू आत्तापर्यंत इयरफोन का लावला नव्हतास? तुझ्याशी बोलता येत नसल्याने मला वेड लागायची पाळी आली होती."

किम जिन्यावरून खाली जाऊ लागला, "मी एकटा असतानाच फक्त मायक्रोफोन वापरू शकतो." किम म्हणाला, "मी आत्ता कुठे आहे हे सांगायचं तर मी तळघराकडे निघालो आहे आणि त्यात मजा वगैरे नाही हे कबूल करायला हवं. जणू मी नरकाच्या आतल्या पातळ्यांकडे जात आहे. इथल्या वासाचं तर मला वर्णन करताच येणार नाही."

"तू तळघरात जाऊ नयेस असं मला वाटतं." ट्रेसी म्हणाली, "मला तुझ्याशी बोलत राहायला नक्कीच आवडेल. पण तू इतरांच्या बरोबर गर्दीत राहाणं जास्त सुरक्षित आहे. शिवाय तू तिथे जाणं अपेक्षित नाही. त्यामुळे कुणी तुला पाहिलं तर मोठाच घोटाळा होईल."

"सगळेजण जेवायला गेले आहेत. त्यामुळे मी पकडला जाईन असं मला वाटत नाही."

वास येऊ नये म्हणून किम तोंडाने श्वास घेत होता. त्याने खाली जाऊन फ्लॅशलाईटचा झोत सगळीकडे फिरवला. त्या ठिकाणी प्रचंड मोठ्या टाक्या आणि पिंपे होती. त्यांना वरून येणारे पाईप जोडलेले होते. रक्त, टाकून दिलेले पोटातले अवयव. फेकून दिलेली हाडे आणि मुंडकी त्यांच्यामधून खाली या टाक्यांमधे पडत होती.

"या ठिकाणी ते सारं काही साठवत असावेत. मग हे सारं खत करण्यासाठी

जात असणार.'' किम म्हणाला, ''उग्र वासावरून असं दिसतंय की इथे कुजण्याच्या वेगवेगळ्या अवस्थेत ही निरुपयोगी घाण असणार. इथे तापमान कमी करण्याची काहीही व्यवस्था नाही. आत्ता जर ही परिस्थिती असेल तर उन्हाळ्यात इथं काय होत असेल, याची कल्पनाच करवत नाही.''

''हे सारं किळसवाणं आहे.'' ट्रेसी म्हणाली, ''पण या कचऱ्याचाही काही उपयोग असतो यावर विश्वास बसणं अवघड आहे.''

''या सगळ्याचं नंतर खतामधे रूपांतर होतं. त्यापेक्षाही किळस येणारी गोष्ट म्हणजे यामधूनच गुरांसाठी लागणारे अन्न तयार केले जाते. या उद्योगामधल्या लोकांनी गुरांना स्वत:चं मांस खायला लावलं आहे.''

''किम पुटपुटला ''अं..अं.'' त्याच्या अंगातून एक शिरशिरी उठली होती.

''काय झालं?'' ट्रेसीने काळजीच्या स्वरात विचारले.

''मला कसला तरी आवाज ऐकू आला.'' किम म्हणाला. त्याने प्रकाशझोत त्या दिशेने टाकला. आदल्या रात्रीच्या अनुभवाप्रमाणेच त्याला त्याच्याकडे रोखून पाहाणारे माणकांसारखे चमकणारे अनेक डोळे दिसले. क्षणार्धात ते डोळे दिसेनासे झाले. नंतर किमला काही प्राणी पुसटसे दिसले. ते उंदीर मांजराएवढ्या आकाराचे दांडगे होते.

''हं...काही विशेष नाही.'' किम म्हणाला, ''काही राक्षसी आकाराचे उंदीर होते. बाकी काही नाही.''

किम आता तळघरातल्या जमिनीवर उतरला होता. जमीन चिकट आणि तेलकट तर होतीच. पण प्रत्येकवेळी पाय उचलताना पच्क पच्क असा आवाज येत होता.

''औद्योगिक क्रांतीनंतरचा हा प्रकार अत्यंत भयंकर स्वप्नासारखा आहे.''

''तात्त्विक चर्चा नको.'' ट्रेसीने फटकारले, ''किम. बाहेर पड तिथून! तू मुळात तिथं कशासाठी गेला आहेस?''

''मला वरून खाली मुंडकी टाकणाऱ्या पाईपचा शोध घ्यायचा आहे.'' किम म्हणाला. तो वरच्या हेडर बोनिंग रुमच्या ठिकाणचा अंदाज घेऊन शोधू लागला. थोडी शोधाशोध केल्यानंतर किमला एक पाईप दिसला. तो एका मोठ्या टाकीला जोडलेला होता.

''मला वाटतं की मला हवं ते सापडलं आहे. खाली मोठी टाकी आहे. बांधकामासाठी वापरतात तशी ती आहे.'' किम म्हणाला.

''उत्तम!'' ट्रेसी म्हणाली, ''आता तिथून बाहेर पड.''

''एक सेकंद.'' किम म्हणाला, ''मी जरा आत डोकावून पाहातो.''

किम त्या अर्धवट गंजलेल्या टाकीपाशी पोहोचला. टाकीच्या झाकणापर्यंत पोहोचण्यासाठी चार लोखंडी पायऱ्यांची शिडी होती. किम त्यावर चढून गेला.

त्याला टाकीचं झाकण दिसले. त्याला एक कडी होती. किमने ती फिरवण्याचा प्रयत्न केला. पण ती हलेना. मग त्याने फ्लॅशलाईट गुडघ्यांमधे धरून दोन्ही हातांनी जोर लावला. करकर आवाज करत झाकण वर उचलले गेले. त्याने हाताने ते धरून दुसऱ्या हातात घेतलेल्या फ्लॅशलाईटचा झोत खाली टाकला. खालचं दृश्य नक्कीच आनंददायक नव्हतं.

त्या टाकीमधे अगदी काठापर्यंत कुजणारी मुंडकी पडलेली होती. जुन्या मुंडक्यांच्या डोळ्यांपाशी काळसर रंगाचे तुकडे लोंबकळत होते. काही मुंडक्यांमधे एअरगनच्या छर्ऱ्यांचे भोकही स्पष्ट दिसत होते. त्या ठिकाणचा असह्य वास आणि त्या दृश्यामधला हिडीसपणा यामुळे किम झाकण बंद करणार होता, एवढ्यात त्याच्या तोंडून आपोआप किंचाळी बाहेर पडली.

वरून पडलेल्या नवीन मुंडक्यांच्या खाली अर्धवट झाकलेल्या अवस्थेत मार्शा बाल्डविनचं मुंडकं होतं!

त्या धक्क्यामुळे किमच्या हातातून झाकण खाली पडले. "काय झालं?" ट्रेसी घाबरून विचारू लागली. पण किम काही उत्तर देण्याच्या आतच तिथे कर्णकटू आवाज ऐकू येऊ लागला. खाली पडलेल्या त्या झाकणामुळे बहुधा तिथली यंत्रणा सुरू झाली होती. ट्रेसी वारंवार विचारत होती. पण काहीही सांगणे अशक्य झाले होते. त्यालाच काय होत आहे ते कळत नव्हतं.

छतापाशी असणारे एक गंजलेले दार उघडले गेले होते. वरून एक राक्षसी आकाराचा हात खाली येऊ लागला होता. त्याच्यावरचे लाल दिवे चमकत होते आणि कर्कश असा 'बीप बीप' आवाज येत होता. प्रचंड खरखर होत टाकीला असणारा पाईप बाजूला झाला. त्या जागेतून आता राक्षसी हात खाली आला होता. त्याने टाकी पकडली आणि ती वर घेतली. नंतर बघता बघता ती टाकी अंधारात दिसेनाशी झाली. इकडे दुसरी रिकामी टाकी त्या जागी आली होती. त्यावर वरचा पाईप आपोआप बसला. "किम...तुला ऐकू येतंय की नाही कोण जाणे..." ट्रेसी ओरडली. "पण मी मात्र आता आत निघाले आहे!"

"नको!" किम किंचाळत म्हणाला, "मी ठीक आहे. चुकून मी इथली एक स्वयंचलित यंत्रणा सुरू केली होती. मी बाहेर येतोय. तू येऊ नकोस."

"तू इथं गाडीमधे येतो आहेस ना?"

"होय." किम म्हणाला, "मला स्वच्छ हवेची नितांत गरज आहे."

डेरेक ल्यूटमानचा शॅनॅहनवर विश्वास नव्हता असे नाही. पण त्याला जे काही सांगण्यात आले होते त्यापेक्षा त्या प्रकरणात आणखी काहीतरी आहे हे त्याला जाणवत होते. शिवाय त्याची कामाची स्वत:ची विशिष्ट पद्धत होती. त्याच्या

व्यवसायात फार सावधगिरी बाळगण्याची आवश्यकता होती. शॅनॅहनने जरी सुचवले असले तरी त्याने किमच्या माजी बायकोच्या घरी न जाता आधी किमच्या घरी जायचे ठरवले होते. त्याला शॅनॅहनने दिलेल्या माहितीचा खरेपणा पडताळून पाहायचा होता आणि शिवाय त्याच्या लक्ष्याबद्दलची आणखी माहिती हवी होती.

डेरेक बालमोरल इस्टेट्समधे शिरल्यावर अजिबात न बिचकता सरळ किमच्या घराकडे आला. घरापाशी रेंगाळण्यापेक्षा असे करणे कमी संशयास्पद असते हे त्याला अनुभवातून कळलेले होते.

किमच्या गॅरेजसमोर गाडी लावून त्याने आपल्या ब्रीफकेसमधून नऊ मिलीमीटरचे ऑटोमॅटिक रिव्हाल्वर बाहेर काढले. त्याला सायलेन्सर लावला आणि ते रिव्हॉल्वर जाकिटाच्या आतल्या बाजूला मुद्दाम केलेल्या खिशात सरकवले.

तो हातात शहामृगाच्या कातड्याची काळी ब्रीफकेस घेऊन खाली उतरला. त्याने गॅरेजमधे एकवार नजर टाकून ते रिकामे आहे हे पाहिले. मग तो पुढच्या दाराच्या दिशेने निघाला. कोणीही पाहिले असते तरी तो एखादा यशस्वी व्यावसायिक आहे किंवा एखादा रुबाबदार विमा एजंट आहे असेच वाटले असते.

त्याने बेल वाजवली आणि मगच आजूबाजूला नजर टाकली. किमच्या पोर्चमधून इतर दोनच घरे दिसत होती. त्यावेळी तिथे कोणीच नसावे असे वाटत होते. त्याने पुन्हा बेल दाबली. काहीवेळ थांबून त्याने दार ढकलून पाहिले. दाराला कुलूप नाही हे पाहून तो खूष झाला. तो जरासा चकितही झाला होता. अर्थात दार बंद असतं तरी काही फरक पडला नसता. बहुतेक सर्व प्रकारची कुलपे उघडण्यात तो तरबेज होता.

डेरेकने क्षणाचाही वेळ न घालवता दार ढकललं, आणि आत शिरून ते आतून बंद करून घेतले. काही क्षण तो दारापाशी कुठून काही आवाज येतो का ते पाहात उभा राहिला. सर्वकाही शांत आहे हे पाहिल्यावर त्याने वेगाने सगळ्या घराभर फिरून तपासणी केली. त्याच्या हातात अजून ब्रीफकेस होती.

डेरेकला सिंकमधे काही उष्ट्या प्लेट दिसल्या. त्या बरेच दिवस तशाच पडलेल्या आहेत हे त्याच्या लक्षात आले. मग तो वरच्या मजल्यावर आला. त्याने मोडके दार, मोडलेले टेबल पाहिले आणि मग पुढे होऊन टॉवेलला हात लावून पाहिला. त्यातला एकही टॉवेल नुकताच वापरलेला दिसत नव्हता. वरच्या मजल्यावरची सारी परिस्थिती पाहून शॅनहॅनने पुरवलेल्या माहितीचा बराचसा भाग खरा आहे याबद्दल त्याची खात्री पटली. वॉक-इन कपाटातून बाहेर विखुरलेले कपडे पाहून तो त्या फसलेल्या प्रयत्नामधे नेमके काय घडले असावे याचा विचार करत खालच्या मजल्यावर आला.

तो किमच्या स्टडीरुममधे आला आणि किमच्या टेबलापाशी बसून त्याने हातमोजे न काढता किमचा पत्रव्यवहार वगैरे चाळायला सुरुवात केली. आपल्याला

एवढ्या लांबून शिकागोहून मारण्यासाठी बोलावण्यामागे काय कारण आहे हे त्याला जाणून घ्यायचे होते.

ट्रेसीने आता गाडी अशा जागी घेतलेली होती की तिथून तिला सगळी इमारत दिसू शकत होती. तिने मुख्य दरवाजापाशी जायचा विचार एकदा केला होता. पण तो बाजूला सारला. किम दुसऱ्या कुठल्यातरी दारातून बाहेर आला तर घोटाळा झाला असता.

ट्रेसीला किम मुख्य दारातून बाहेर पडून तिच्या दिशेने येताना दिसला. त्याच्या अंगावर पांढरा कोट होता आणि डोक्यावर पिवळे, बांधकाम व्यवसायात वापरतात तसे हेल्मेट होते. किम घाईघाईने गाडीपाशी आला आणि एकदा इकडेतिकडे पाहून मागच्या सीटवर बसला.

"तुझा चेहरा एवढा पांढराफटक पडलेला मी कधीच बघितलेला नव्हता," स्टिअरिंग व्हील असल्याने जमेल तेवढी मागे वळून पाहात ट्रेसी म्हणाली, "कदाचित केसांच्या रंगामुळे तसं जास्त जाणवत असेल म्हणा."

"मी आत्ताच माझ्या आयुष्यातली सर्वांत भीषण गोष्ट पाहिली."

"काय?" ट्रेसी सावध होत म्हणाली.

"मार्शा बाल्डविनचं डोकं!" किम म्हणाला, "बहुधा तिचा तेवढाच भाग आता उरलेला आहे. कदाचित काही हाडे असतील. पण ऐकायला कितीही हिडीस वाटलं तरी ते खरं आहे. तिचा बराचसा भाग हॅम्बर्गरसाठी गेला असणार."

"ओह गॉड!" ट्रेसीची आणि किमची नजरानजर झाली. तिच्या डोळ्यांत अश्रू होते.

"आधी बेकी आणि आता ती." किम कसाबसा म्हणाला, "मला त्यामुळे फार अपराधी वाटतं आहे. मी त्याला जबाबदार आहे. माझ्यामुळेच एकातून दुसरी शोकांतिका उद्भवलेली आहे."

"तुला काय वाटतंय ते मी समजू शकते." ट्रेसी म्हणाली, "पण तुला या आधीही मी हे म्हणाले होते. मार्शा स्वत: विचार करून मगच या कामात तुला मदत करायला तयार झाली होती. तिच्या मृत्यूबद्दल मलाही वाईट वाटतंय. पण त्यामधे तुझा दोष काहीही नाही."

ट्रेसी किमकडे वळली. किमने तिचा हात हातात घेऊन हलकेच दाबला. काही क्षण दोघांमधून नि:शब्द संवाद होत होता.

ट्रेसीने एक सुस्कारा टाकला आणि डोके हलवत हात मागे घेतला. तिने वळून इंजिन सुरू केले. किम गाडीत बसण्यापूर्वीच तिने ॲन्टेना काढून घेतलेली होती.

"एक गोष्ट मात्र नक्की. आपण आता इथून निघून जाणार आहोत."

"नाही!" किम म्हणाला आणि त्याने ट्रेसीच्या खांद्यावर हात ठेवून तिला मागे

खेचले. ''मला परत आत जायलाच हवं. आता तर निव्वळ बेकीच नाही तर मार्शासाठी म्हणूनदेखील.''

''किम. आता यामधे खुनाचा प्रकार आहे हे स्पष्ट झाले आहे. आता आपण पोलिसांना बोलावलं पाहिजे.''

''हा तर एकच खून आहे. पण नफा मिळवण्यासाठी मांस उद्योगातले लोक ज्या शेकडो मुलांचा खून करत आहेत त्याचं काय?''

''त्याबद्दलची त्यांची जबाबदारी कोर्टात सिद्ध करणं अवघड आहे. पण एखाद्या माणसाचे डोके तिथे मिळणे ही उघडउघड अशी केस आहे.''

''मला ते दिसलं असलं तरी आता कुठं असेल हे सांगता येणार नाही. कारण माझ्या हातून चुकून जी यंत्रणा सुरू झाली होती, त्यामुळे तिचं डोकं विल्हेवाट लागण्याच्या मार्गावर असणार. पोलिस माझ्या शब्दावर विश्वास ठेवणार नाहीत हे उघड आहे.''

''पण ते स्वत: चौकशी सुरू करू शकतात. कदाचित त्यांना आणखी काही धडे मिळतील.''

''ते होईल कदाचित. पण इथे एखाद्या खालच्या स्तरावरच्या गुंडाला शिक्षा मिळून भागणार नाही. या मांस उद्योगाला शिक्षा कशी होईल ते पाहायला हवं.''

ट्रेसीने पुन्हा सुस्कारा टाकून इंजिन बंद केले, ''पण आता आत कशाला जायला हवंय? तू तुला हवं होतं ते सगळं मिळवलं आहेस. मांसामधे जंतुसंसर्ग का होतो ते तुला पाहाता आलं आहे.'' ट्रेसीने टेपरेकॉर्डकडे बोट दाखवले.'' ह्यामधल्या रेकॉर्डिंगचा एखाद्या व्हिडिओसारखा उपयोग होईल. केली ॲन्डरसन त्यावर उडीच मारेल अशी माझी खात्री आहे.''

''मी पुन्हा जाणार आहे याचं कारण म्हणजे मला रेकॉर्डरुममधे जायचं आहे. मार्शा जास्तीच्या आजारी गाईबद्दल काहीतरी म्हणाली होती. मला ती नोंद पाहायची आहे.''

ट्रेसीने निराशेने मान हलवली. ''तू ही फार मोठी जोखीम पत्करतो आहेस. केली जर या केसमधे लक्ष घालायला तयार झाली तर ती तो रिपोर्ट शोधून काढेलच की.''

''मला तसं वाटत नाही.'' किम म्हणाला, ''त्या सुराधारी मारेकऱ्याने माझ्या नजरेला नजर मिळवली होती. त्याने मला ओळखले नव्हते. मला आता हे पिस्तूल न्यावं असंही वाटत नाही,'' किमने पॅन्टच्या खिशातून पिस्तूल काढून ते ट्रेसीकडे सोपवले.

''निदान पिस्तूल तरी बरोबर असू दे.''

''नको.'' किमने मान हलवली, ''मला त्याची गरज वाटत नाही.''

''प्लीज किम...''

''ट्रेसी. माझ्याजवळ या बॅटऱ्यांमुळे मुळातच एवढं लपवलेलं सामान आहे

की, मला पिस्तुलाचा आधार वाटण्यापेक्षा ते उलट सापडण्याची धास्ती वाटते.'' ट्रेसीने अनिच्छेने पिस्तूल गाडीमधे पायापाशी ठेवले, 'मला तू तिथं परत जाणं अजिबात पसंत नाही.''

''मला हे सारं प्रकरण धसास लावायचंच आहे.'' किम म्हणाला, ''मी तेवढंच करू शकतो.''

''तू आत असताना इकडे माझी काय अवस्था होत असेल याची तुला काही कल्पना आहे का?''

''होय. मी ते समजू शकतो.'' किम म्हणाला, ''तू असं का करत नाहीस? तू घरी जा आणि अकरा वाजता मला नेण्यासाठी परत ये.''

''नाही!'' ट्रेसी म्हणाली, ''ते जमणार नाही. निदान मला आत काय चालू आहे ते ऐकता तरी येतंय.''

''ठीक आहे.'' किम म्हणाला, ''थांबण्याचा निर्णय तुझा स्वत:चा आहे. पण आता मी आत जावं हे उत्तम. जेवणाची सुटी संपत आलेली आहे.''

किम बाहेर उतरू लागला. पण मधेच थांबून ट्रेसीकडे वळत म्हणाला, ''आज दुपारी कधीतरी माझं एक काम करशील का?''

''बोल.'' ट्रेसी म्हणाली, ''गाडीतून बाहेर न पडता होणार असेल तर जरूर करीन.''

''तू सेलफोन वापरून शेरिंग लॅब्ज्ला फोन करशील का? मी त्यांच्याकडे मांसाचे जे नमुने दिले होते त्याबद्दल काय झालं ते विचार.''

''चालेल. मी करते.''

''धन्यवाद.'' किमने ट्रेसीचा खांदा हलकेच दाबला आणि बाहेर पडून तो तिच्याकडे हात हलवत, पाहात मुख्य दाराच्या दिशेने निघाला.

ट्रेसीच्या घरापाशी आल्यावर डेरेक ल्यूटमानने गाडीचा वेग कमी केला. आजूबाजूच्या घरांवरचे नंबर काही ठिकाणी स्पष्ट दिसत नव्हते. वेगाने त्याला पुढे जायचे नव्हते. हळूहळू पुढे जाताना त्याला ट्रेसीच्या घरापाशी उभी मर्सिडिज गाडी दिसली. त्या समोर आपली गाडी लावली तर अडचण होईल हे पाहिल्यावर त्याने यू-टर्न घेऊन गाडी रस्त्याच्या समोरच्या बाजूला पार्क केली.

शॅनॅहनने दिलेला कागद बाहेर काढून त्याने ती गाडी किमचीच आहे याची खात्री करून घेतली. किमच्या घरापाशी गेल्यानंतर त्याने जशी पूर्वतयारी केली होती तशीच करून तो झिमझिम पावसात बाहेर पडला. यावेळी त्याने ब्रीफकेसमधून घडीची छत्री काढून ती उघडली होती.

ट्रेसीच्या घरापाशी किमची गाडी पाहून त्याला आश्चर्य वाटले होते. किम त्यावेळी आपल्या ऑफिसमधे असायला हवा होता. डेरेकला आता किमची खूपच

माहिती झालेली होती. किम हा नावाजलेला कार्डियाक सर्जन आहे. घटस्फोट होताना किमने मुलीच्या पालनपोषणासाठी आणि पोटगी म्हणून भरपूर रक्कम मोजली होती. ह्या सगळ्या गोष्टी त्याला समजल्या होत्या. ओब्रायन आणि त्याचा बीफ उद्योगातला बॉस यांनी किमला ठार मारण्यासाठी का प्रयत्न करावा हे त्याला समजत नव्हतं.

डेरेकने शॅनॅहनला हा प्रश्न विचारला होता. त्याला शॅनॅहनने अगदी मोघम उत्तर दिले होते. डेरेकला आपल्या कामामधे सर्वसाधारण स्वरूपाची माहिती पुरेशी असे. आपल्याला पैसे देणारा माणूस तसं का करत आहे, त्याची त्याला तपशीलवार माहिती नको असली तरी जुजबी कल्पना येणे त्याला आवश्यक वाटत होते. त्यामुळे प्रत्यक्ष काम करताना आणि नंतरही होणारा धोका कमी होत असे. त्याने प्रयत्न करूनही शॅनॅहनने त्याला फार काही सांगितले नव्हते. हा व्यवसायाचा भाग आहे एवढंच शॅनॅहन त्याला म्हणाला होता. किमच्या घरी पत्रव्यवहार चाळून त्याला एका डॉक्टरचा बीफ उद्योगाशी काय संबंध असावा ते समजत नव्हते.

डेरेककडे येणारे काम हे बहुतेकवेळा पैशांतून उद्‌भवणाऱ्या झगड्यांतून येत असे. जुगार, घटस्फोट आणि बुडवलेली कर्जे यांमधून त्याच्याकडे बऱ्याचदा कामगिरी सोपवली जात असे. त्याचे गिऱ्हाईक म्हणून त्याच्याकडे येणारे किंवा त्यांनी ज्याला ठार करायची कामगिरी दिलेली आहे ती सारी माणसे बहुधा घाणेरड्या कामांत गुंतलेली असत. डेरेकला ते पसंत होते. पण यावेळी मात्र परिस्थिती निराळी होती. डेरेकला कुतूहल तर वाटत होतंच, शिवाय त्याला या खेपेस थोडे विचित्र वाटत होते. त्याला कोणी आपल्याला कमी लेखून आपला फायदा घेण्याचा प्रयत्न करत आहे ही गोष्ट अजिबात आवडत नव्हती. तो या व्यवसायात इतरांसारखा गँगमधून आलेला नव्हता. त्याने पूर्वी आफ्रिकेत भाडोत्री सैनिक म्हणून काम केले होते. त्यावेळी आफ्रिकेत निरनिराळ्या देशांमधे यादवी चालू होती आणि अजून राष्ट्रीय सेना तयार झालेल्या नव्हत्या.

डेरेकने पुढे होऊन ट्रेसीच्या घराची बेल दाबली. किमची गाडी बाहेर आहे हे पाहल्यावर त्याला तो आत असेल असे वाटले होते. पण आतून कोणीही उत्तर दिले नाही. हे पाहून त्याने पुन्हा बेल दाबली. मग त्याने आजूबाजूला नजर टाकली. या ठिकाणची परिस्थिती वेगळी होती. त्याला तो उभा होता त्या ठिकाणाहून पाच घरे अगदी स्पष्ट दिसत होती. तर आणखी चार घरेदेखील थोडी अंतरावर दिसली. त्या घरांमधे फारसे कोणी दिसत नव्हते. एका घरामधे मात्र एक वृद्ध बाई काहीतरी ढकलत काम करताना दिसली.

डेरेकने किमच्या घरच्या कागदपत्रांचा चांगला अभ्यास केला होता. त्याने जुगार हे कारण आहे का ते तपासून पाहिले होते. पण हे कारण असेल असे त्याला वाटेना.

त्याला कॉन्ट्रॅक्ट देण्यामागे घटस्फोट हे देखील कारण असू शकत नाही हे डेरेकच्या लक्षात आले. कारण किमच्या बायकोला घटस्फोट मिळताना घसघशीत रक्कम मिळालेली होती. शिवाय किम आणि त्याची माजी बायको यांच्यात चांगले संबंध आहेत हे तर अगदी उघड दिसत होते. अन्यथा तिने त्या डॉक्टरला जामीन मिळावा म्हणून मदत करायचे काहीच कारण नव्हते. या प्रकरणात उधारी हा भाग असेल असेही डेरेकला वाटेना. कारण त्याने जी काही कागदपत्रे पाहिली होती त्यानुसार किमला कोणाकडून कर्ज घ्यावे लागेल असे दिसत नव्हते. तसेच जर उसनवारी करायचीच असली तरी किम मांस उद्योगातल्या माणासाकडे कशासाठी जाईल हे डेरेकला कळेना. आता एकच कारण उरले होते. व्यावसायिक स्पर्धा. पण हे कारणही डेरेकला पटेना. कारण किमकडे बीफ उद्योगाचे शेअर अजिबात नव्हते. फक्त हॅम्बर्गर बनवणाऱ्या फास्ट-फूड कंपनीचे अगदी नगण्य शेअर त्याच्याकडे होते. डेरेकला हे सारे प्रकरण गूढ वाटू लागले होते.

डेरेकने दाराकडे नजर टाकली. त्याला सर्वसाधारण स्वरूपाचे कुलूप होते. डेरेकचा अनुभव लक्षात घेता ही फार किरकोळ अडचण होती. फक्त धोक्याचा इशारा देणारी घंटा आहे की नाही एवढाच एक चिंता करण्याचा मुद्दा होता.

डेरेकने डोळ्यांभोवती हात धरून बाजूच्या काचेमधून आत नजर टाकली. आत त्याला की-पॅड दिसले नाही. त्याने खिशातून कुलूप-किल्ली तयार करणाऱ्यांच्याकडे असतात तशा प्रकारची हत्यारे काढली आणि काही क्षणात कुलूप उघडले.

आत शिरून डेरेकने दाराच्या फटीपाशी नजर टाकली. त्याला कुठेही वायर दिसली नाही. बाहेरून भिंतीचा जो भाग दिसला नव्हता तो त्याने तपासून पाहिला. फॉयरमधे कुठेही त्याला की-पॅड दिसले नाही. मग त्याने कोपऱ्यांमधे हालचाल टिपणारी उपकरणे आहेत का याची पाहणी केली. तसलं काहीही तिथे नाही हे पाहून त्याला बरे वाटले. ब्रीफकेस आत घेऊन डेरेकने दार बंद करून घेतले आणि मग भराभरा त्याने घराची तपासणी केली. गेस्टरुममधे त्याला छोटी बॅग आणि दाढीचे सामान दिसले. ते किमचे असणार हे त्याच्या लक्षात आले. घरात एकच बाथरूम होती. त्यात त्याला अनेक ओले टॉवेल आढळले.

डेरेक आता खालच्या मजल्यावर आला आणि दिवाणखान्यात आरामात बसला. बाहेर किमची गाडी आहे आणि गेस्टरूममधे सामान आहे याचा अर्थ तो परत येणार हे नक्की होते. प्रश्न फक्त वाट पहाण्याचा होता.

कार्लोसने बेसावध असलेल्या अडोल्फोला कोपराने बाजूला ढकलले आणि पुढे होऊन यंत्रामधे स्वत:चे टाईम-कार्ड सरकवले. ते गेले कित्येक महिने हा खेळ करत होते.

“मी पुढच्या खेपेस आधी येतो की नाही बघ.” अडोल्फो हसत हसत म्हणाला. तो मुद्दाम इंग्लिशमधे बोलत होता. कारण कार्लोसने त्याला सांगितले होते की आपल्याला इंग्लिश बोलणे सुधारायचे आहे.

“मी मेल्यावरच ते जमेल.” कार्लोस म्हणाला. अलीकडे त्याला हे वाक्य फार आवडत होते.

अडोल्फोमुळेच तर कार्लोस हिगीन्स आणि हॅनकॉकमधे नोकरीला लागला होता. नंतर त्याने कार्लोसचे कुटुंब मेक्सिकोतून इकडे आणण्यात मदत केली होती. दोघांची लहानपणापासूनची ओळख होती. अडोल्फो कार्लोसच्या अगोदर कितीतरी वर्षांपूर्वी अमेरिकेत आला होता.

दोघे मित्र हातात हात घालून बाहेर पडले आणि आपापल्या गाड्यांकडे जाऊ लागले.

“मी तुला आज रात्री एल टोरोमधे भेटायचं नक्की ना?”

“होय.” कार्लोस म्हणाला.

“भरपूर पेसो घेऊन ये.” अडोल्फो म्हणाला, “तू आज भरपूर रक्कम हरणार आहेस.” त्याने हाताने पूल टेबलापाशी खेळत असल्याची खूण केली.

“ते अशक्य आहे.” कार्लोस मित्राच्या पाठीवर थाप मारत म्हणाला. हे म्हणत असतानाच कार्लोसला काळी चेरोकी गाडी दिसली. त्याच्या पिकअप ट्रकच्या शेजारी उभ्या असलेल्या त्या गाडीतून हळूहळू धूर बाहेर पडत होता.

कार्लोसने आपल्या मित्राच्या पाठीवर पुन्हा थाप मारली आणि मग तो आपल्या गाडीकडे निघाला. अडोल्फो निघून गेलेला पाहिल्यानंतर तो चेरोकीपाशी आला.

गाडीची काच खाली गेली. शॅनॅहन हसत म्हणाला, “एक चांगली बातमी आहे. तिकडून ये आणि आत बस.”

कार्लोस वळून पलीकडच्या दारातून आत शिरला.

“तुला त्या डॉक्टरच्या बाबतीत आणखी एक संधी मिळणार आहे.”

“छान.” कार्लोसही हसत म्हणाला, “कधी?”

“आज रात्री. डॉक्टर इथंच काम करतोय.”

“मी ते बरोब्बर सांगितलं होतं.”

“आपण थोडे सुदैवी आहोत.” शॅनॅहन मान डोलावत म्हणाला, “आणि सर्वांत फायदेशीर गोष्ट म्हणजे तो रात्री सफाईसाठी थांबणार आहे. रेकॉर्डरूमच्या शेजारी जे पुरुष टॉयलेट आहे, ते तो साफ करेल अशी व्यवस्था करण्यात आली आहे. तुला ते टॉयलेट कुठं आहे ते माहिती आहे ना? कारण मला त्याची कल्पना नाही. मी कधीच इथं हिगीन्स आणि हॅनकॉकमधे आत गेलेलो नाही.”

“मला माहिती आहे. आम्ही ते वापरायचं नाही असा नियम आहे.”

“ठीक आहे. आज तुला ते वापरायची संधी मिळेल.” शॅनॅहन हसत होता. पण त्यामधे जरा काळजी होती, “उशिरा तू तिथे जा. म्हणजे साधारण दहानंतर. मात्र त्याच वेळी तू तिथे राहशील याची काळजी घे.”

“मी तिथं त्यावेळी असेन.”

“काम सोपं आहे.” शॅनॅहन म्हणाला, “तुझ्यासमोर नि:शस्त्र माणूस असेल. त्या बंदिस्त छोट्या जागी तुला अवघड जाणार नाही. मार्शा बाल्डविनचं जे केलंस तेच यावेळीही करायचं.”

“तसंच होईल.”

“यावेळी गडबड होता कामा नये. मी माझ्या मर्यादेबाहेर जाऊन तुझ्यासाठी हे करतो आहे. मला या खेपेस मान खाली घालायला लागू नये.”

“नाही. तसं होणार नाही.” कार्लोस ठासून म्हणाला, “आज रात्री मी त्याला खलास करतोच.”

❖

सतरा

सोमवारची रात्र, २६ जानेवारी

किम ताठ उभा राहिला तेव्हा जरासा कण्हला. हातातल्या फरशी पुसण्याच्या बोळ्याचा जाड लाकडी दांडा बाजूला करून त्याने पाठीमागे हात ताणून जास्तीत जास्त ताण मिळवण्याचा प्रयत्न केला.

किम एकटाच बराच वेळ पुढचा हॉल साफ करत होता. त्याने रिसेप्शन एरियापासून सुरुवात केली होती. गेली दहा मिनिटे त्याने इयरफोन लावलेला होता. हे काम किती दमवणारे आहे याबद्दल तो ट्रेसीकडे तक्रार करत होता. ट्रेसीला त्याच्याविषयी सहानुभूती वाटत होती.

सफाईचे काम फार जबरदस्त होते. सगळ्यांनी मिळून अगोदर उच्च दाबाखाली असणाऱ्या वाफेने गुरे मारण्याची आणि ती साफ करण्याची जागा स्वच्छ केली होती. होजपाईप चांगलेच वजनदार असल्याने हे काम कष्टाचे होते. सारे काम उरकता उरकता किमची पाठ अक्षरश: मोडून गेली होती. सगळे मग बोनिंग रुममधे शिरले होते. या सगळ्या रुम स्वच्छ करण्यात उरलेला वेळ संपून गेला होता. सहा वाजता रात्रीच्या जेवणासाठी सुटी झाली, तेव्हा किम बाहेर गेला होता. सकाळी त्याने आणि ट्रेसीने आणलेले खाद्यपदार्थ खाण्याएवढी भूक त्याला लागली होती.

ही सुटी संपल्यानंतर किमला इतर अनेक ठिकाणी कामासाठी पाठवण्यात आले होते. इतरजणांचा कामाचा वेग कमी झाल्यानंतर किमने आपणहून एकट्याने पुढचा हॉल साफ करण्याची जबाबदारी घेतली होती.

"मी यानंतर पुन्हा कधीही सर्जनचे काम कष्टाचे असते असे चुकूनही म्हणणार नाही." किम मायक्रोफोनमधे सांगत होता.

"तुला हा एवढा अनुभव मिळाला आहे तेव्हा मी तुला माझं घर साफ करायचं काम देते." ट्रेसी गमतीने म्हणाली, "तू खिडक्याही साफ करतोस का?"

"किती वाजले?" किम म्हणाला. गंमत करण्याचा त्याचा मूड नव्हता.

"दहा वाजून गेले आहेत. तासाभरापेक्षा कमी वेळ उरला आहे. तू तोपर्यंत काम करणार आहेस का?"

"होय. मी तासाभरात माझ्या कोणाही सहकाऱ्याला पाहिलेलं नाही. तेव्हा आता रेकॉर्डरूमकडे जायला हरकत नाही."

"काम वेगाने उरक." ट्रेसी विनवणीच्या स्वरात म्हणाली, "तू तिथे आहेस म्हणजे मला पुन्हा काळजी लागून राहणार. मी आता आणखी ताण सहन करू शकेन असं वाटत नाही."

किमने हातातला फरशी पुसायचा बोळा बकेटमधे टाकला आणि सगळ्या वस्तू ठेवलेली गाडी त्याने ढकलत रेकॉर्डरुमसमोर आणली. त्याने दार ढकलून पाहिले तर ते सहज उघडले. दाराच्या मधल्या फुटलेल्या काचेच्या जागी प्लायवूडचा तुकडा बसवलेला होता. किमने आत शिरून दिवा लावला. समोरच्या खिडकीच्या फुटक्या भागालाही तसलाच प्लायवूडचा तुकडा लावलेला दिसला. त्याखेरीज त्या रुममधे सर्वकाही ठाकठीक दिसत होते. किमने फेकलेला धोंडा आणि काचांचे विखुरलेले तुकडे साफ करून टाकलेले दिसले.

डाव्या बाजूला किमला मोठमोठी फाईल कॅबिनेट दिसली. किमने त्यातल्या एकाचा ड्रॉवर बाहेर खेचला. ड्रॉवरमधे एवढ्या फाईल गच्च बसवलेल्या होत्या की एक कागद देखील त्यांच्यामधे शिरू शकला नसता.

"गॉड!" किम म्हणाला, "इथं खरंच फार दस्तऐवज तयार केले जातात असं दिसतंय. मला वाटलं होतं तेवढं हे काम सोपं नाही."

एल प्रॉडक्टो सिगारचे टोक चमकले आणि मग त्याची झळाळी कमी झाली. एल्मर कॉनराडने धूर तोंडात थोडावेळ धरून त्याचा आस्वाद घेतला आणि मग तो छताच्या दिशेने सोडून दिला. एल्मर हा तीन-अकरा पाळीच्या सफाई कामगारांचा मुकादम होता. त्या ठिकाणी तो गेली आठ वर्षे काम करत होता. काम करताना अर्धा दिवस घाम गळेपर्यंत काम करायचं आणि मग उरलेला अर्धा वेळ आरामात हळूहळू

काम करून काढायचा अशी त्याची कामाची पद्धत होती. आत्ता तो आराम करण्याच्या मूडमधे होता. लंचरूममधे टेबलावर पाय टाकून तो टी. व्ही. पाहात निवांत बसलेला होता.

"बॉस, मला बोलावलं होतं?" हॅरी पर्लमूटर लंचरुममधे डोकावत म्हणाला. हॅरी एल्मरच्या हाताखाली काम करणाऱ्या अनेक बगलबच्च्यांपैकी एक होता.

"हं...तो चमत्कारिक दिसणारा तात्पुरता कामगार कुठं आहे?"

"मला वाटतं की तो पुढच्या हॉलमधे फरशी साफ करतोय." हॅरी म्हणाला, "म्हणजे निदान मला तरी त्यानं तसं सांगितलं होतं."

"त्यानं ती दोन्ही टॉयलेट साफ केली का?"

"मला माहिती नाही." हॅरी म्हणाला, "मी पाहून येऊ का?"

एल्मरने पाय दणकन खाली घेतले, आणि तो उभा राहिला. एल्मर चांगलाच धिप्पाड होता. त्याची उंची सहा फूट पाच इंचापेक्षा जास्त आणि वजन दोनशेचाळीस पौंड होते.

"धन्यवाद. थांब. मी स्वतःच पाहतो." एल्मर म्हणाला, "मी त्याला दोन वेळा बजावलं आहे की अकराच्या आत दोन्ही टॉयलेट साफ व्हायलाच हवीत. त्याने अजून केली नसली तर आता करेल! ते काम झाल्याशिवाय त्याची सुटका होणार नाही."

एल्मरने सिगार खाली ठेवला आणि कॉफीचा मोठा घोट घेत तो किमला शोधायला निघाला. त्याला हे करणे भाग होते कारण त्याला पुढच्या ऑफिसमधून स्पष्ट सूचना देण्यात आली होती. दोन्ही टॉयलेटची सफाई किमनेच करायची होती आणि ती देखील एकट्याने. त्याला ही आज्ञा का देण्यात आली असावी ते एल्मरला कळत नव्हते; पण त्याला त्याची पर्वाही नव्हती. फक्त आज्ञेचे पालन होत आहे हे पाहणे एवढेच त्याला समजत होते.

"मला आधी वाटलं तेवढं काम अवघड नाही." किम मायक्रोफोनमधे म्हणाला, "मला कार्यपद्धतीतील त्रुटींच्या नोंदींचे अहवाल मिळाले आहेत. ते एकोणिसशे अठ्ठ्याऐंशीपासून आजपर्यंतचे आहेत. मला आता नऊ जानेवारीचा अहवाल शोधला पाहिजे."

"किम घाई कर. मी पुन्हा नर्व्हस होऊ लागले आहे."

"जरा शांतपणाने घे ट्रेस." किम म्हणाला, "गेला तासभर मला इथं कोणीही माणूस दिसलेला नाही. मला वाटतं की सर्वजण लंचरुममधे मॅच पाहात बसले असावेत...हं...सापडली नऊ जानेवारीची नोंद...हॅट. ही फाईल गच्च भरलेली आहे."

किमने फाईल उघडून त्यातले कागद टेबलावर पसरले. "वाहवा!" किम

आनंदाने म्हणाला, ‘‘मार्शा ज्या कागदांबद्दल बोलत होती तेच हे कागद आहेत. ही मला खरेदीची पावती सापडली....बार्ट विनस्लोकडून घेतलेल्या गाईची. ही गायच आजारी असणार.’’ त्याने इतर काही कागद नजरेखालून घातले, ‘‘हं...मला हवं ते मिळालं आहे. त्या गाईबद्दलचा हा प्रक्रियात्रुटी अहवाल आहे.’’

‘‘त्यात काय आहे?’’

‘‘मी तेच वाचतोय,’’ किम म्हणाला, ‘‘मला वाटतं की कोडं सुटलं आहे. या शेवटच्या गाईचं मुंडकं खाली पडलं होतं. त्याचा अर्थ काय ते आता माझ्या लक्षात आलं. ह्या गाईला इ. कोलायचा संसर्ग झाला असणार. ही गाय कापली गेली आणि ते मांस हॅम्बर्गरसाठी पाठवलं गेलं असणार. हे शेरिंग लॅब्जच्या रिपोर्टशीही जुळणारं आहे. तू तो रिपोर्ट स्वत:च ऐकला आहेस. नऊ जानेवारीच्या पॅटीमधे भरपूर इ. कोलाय होते.’’

किम एकदम दचकला. त्याच्या तोंडून अस्पष्ट किंचाळी बाहेर पडली. कोणीतरी त्याच्या हातून कागद हिसकावून घेतला होता. किमने मागे वळून पाहिले. त्या ठिकाणी एल्मर कॉनराड उभा होता. मायक्रोफोनमधे बोलण्यात गुंगल्याने त्याला एल्मर आल्याची चाहूल लागली नव्हती.

‘‘तुझं या कागदपत्रांमधे काय काम आहे?’’ एल्मरचा रुंद चेहरा चांगलाच लालबुंद झालेला दिसला.

किमच्या काळजाचा एक ठोका चुकला. तो गुप्त कागदपत्रे वाचताना सापडला तर होताच. शिवाय त्याच्या कानात मायक्रोफोनही होता. त्याची वायर दिसू नये म्हणून किमने उजवीकडे मान वाकडी केली आणि तो तिरप्या नजरेने एल्मरकडे पाहू लागला.

‘‘पोरा. उत्तर दे.’’ एल्मर गुरगुरला.

‘‘हे कागद जमिनीवर पडलेले मी पाहिले.’’ किम सावरून घेत म्हणाला, ‘‘मी ते नीट लावण्याचा प्रयत्न करत होतो.’’

एल्मरने उघड्या ड्रॉवरकडे आणि मग पुन्हा किमकडे रोखून पाहिले, ‘‘तू कोणाशी बोलत होतास?’’

‘‘मी बोलत होतो?’’ किम निष्पापपणाचा आव आणत म्हणाला.

‘‘माझ्याशी चालबाजी नको.’’

किमने हातवारे करून एल्मरला काहीतरी सांगायचा प्रयत्न केला. पण तोंडातून शब्द बाहेर पडले नाहीत. तो काहीतरी स्पष्टीकरण देण्याचा प्रयत्न करत होता. पण काही सुचत नव्हते.

‘‘त्याला सांग की तू स्वत:शीच बोलत होतास.’’ ट्रेसी म्हणाली

‘‘ठीक आहे.’’ किम म्हणाला, ‘‘मी स्वत:शीच बोलत होतो.’’

किमप्रमाणेच आता एल्मरही त्याच्याकडे तिरप्या नजरेने पाहू लागला. "तू तर कोणाशी तरी संभाषण करत होतास हे नक्की."

"ते बरोबरच आहे. मला स्वत:शीच संभाषण करायची सवय आहे. मी एकटा असताना स्वत:शीच बोलत असतो."

"निव्वळ चक्रम आहेस झालं....बरं तुझ्या मानेला काय झालंय?" किमने डाव्या बाजूने मान चोळली. "काही नाही. खूप वेळ फरशी पुसत राहिल्याने थोडी अवघडली आहे."

"हं...पण अजून काम बाकी आहे." एल्मर म्हणाला, "तुला दोन टॉयलेट साफ करायला सांगितलं होतं. आठवतं का?"

"मी विसरलो. सॉरी." किम म्हणाला, "मी लगेच करतो."

"मला कसलं तरी गचाळ काम केलेलं चालणार नाही. तेव्हा अकरा नंतर थांबावं लागलं तरी चालेल, पण काम चोख पाहिजे. समजलं?"

"मी दोन्ही लखलखीत करीन."

एल्मर टेबलावरचे कागद एकत्र करू लागला. किमने त्या संधीचा फायदा घेऊन इयरफोन शर्टखाली दडवला आणि मग मान सरळ केली. मान सरळ केल्यावर त्याला बरे वाटले.

"सेक्रेटरींना हे काम करू देत." एल्मर म्हणाला. त्याने उघडा ड्रॉवर ढकलून बंद केला. "आता इथून चालू लाग. तू इथं येणं मुळात अपेक्षितच नाही ."

किम बाहेर पडला. एल्मरने दारापाशी थांबून एकवार आत नजर फिरवली. लाईटची बटणे बंद केली, दार ओढून घेतले आणि किल्ल्यांच्या जुडग्यातून किल्ली काढून दाराला कुलूप लावले.

किम फरशी पुसायचा बोळा खळबळून काढत असताना एल्मर त्याच्याकडे वळला. "मी तुझ्यावर लक्ष ठेवणार आहे. मी येऊन स्वत: काम कसं झालंय ते पाहाणार आहे. तेव्हा कामचुकारपणा नको."

"मी नीट काम करीन."

एल्मरने त्याच्याकडे पुन्हा एकदा नाराजीने नजर टाकली आणि तो लंचरुमच्या दिशेने निघून गेला. तो निघून जाताच किमने लगेचच मायक्रोफोन लावला. "तू ऐकलंस का ट्रेसी?"

"होय. अर्थातच मी सगळं ऐकलं आहे. आता झाला तेवढा मूर्खपणा पुरेसा झाला की नाही? ताबडतोब बाहेर पड."

"नाही. मी ते कागद मिळवण्याचा प्रयत्न करणार आहे. पण प्रॉब्लेम असा आहे की त्या ठोंब्याने दरवाजा बंद करून घेतला आहे."

"पण तुला त्या कागदांची काय गरज आहे?" ट्रेसीने हताशपणे विचारले.

"केलीला मला हा पुरावा देता येईल."

"पण लॅबमधून आलेला रिपोर्ट आपल्याकडे आहेच की. तेवढं केलीला पुरेसे आहे. ती मांस परत मागवून घेण्यासाठी तेवढ्या पुराव्यावर प्रकरणाला वाचा फोडू शकेल."

"होय. अर्थातच." किम म्हणाला, "निदान मर्सर मीट्सचे जानेवारीच्या बारा तारखेचे सारे उत्पादन बाजारातून परत मागवलेच गेले पाहिजे. पण या कागदांमधून मांसउद्योग आजारी गाई कशा विकत घेतात. तपासणी कशी टाळतात आणि पडलेलं मुंडकं तसंच इतर उत्पादनात कसं मिसळू देतात हे सारे लोकांसमोर येईल."

"तुला वाटतं का की बेकीला संसर्ग अशाच प्रकारे झाला असावा?" ट्रेसी भावनाविवश झाली होती.

"तशी शक्यता आहे." किमला देखील भरून आले होते, "आणि आणखी एक गोष्ट म्हणजे बेकीचं बर्गर नीट तयार केलेलं नव्हतं."

"आयुष्य किती विरविरीत आहे हे त्यामधून कळतंय. एक आजारी गाय येते काय आणि हॅम्बर्गर कच्चं राहातं काय. एवढ्या फुटकळ गोष्टींमुळे एवढा प्रकार घडू शकतो...."

"म्हणूनच आपण इथं काय करतोय त्याला फार महत्त्व आहे." किम म्हणाला.

"पण रेकॉर्डरुमला कुलूप असताना तू आता ते कागद कसे मिळवशील?"

"मला नीट कल्पना नाही अजून." किमने कबूल केले. "पण त्याच्या दाराला एक प्लायवूडचा अगदी पातळ तुकडा बसवलेला आहे. तो तोडणे फार अवघड जाणार नाही असं वाटतंय. पण मला अगोदर ती दोन्ही टॉयलेट साफ करायला हवीत. काही मिनिटांतच एल्मर पुन्हा येणार हे नक्की. तेव्हा मी कामाला लागावं हे बरं."

किमने दोन्ही टॉयलेटकडे नजर टाकली. दोन्ही समोरासमोर होती. त्याने पुरुषांच्या टॉयलेटचे दार ढकलले. बादल्यांवरून पडू नये म्हणून त्याने उंबरा ओलांडून पलीकडे काळजीपूर्वक पाय टाकला, आणि बादल्या व्यवस्थित पलीकडे टाईल्सवर ठेवल्या. त्याने आत गेल्यावर दार बंद होऊ दिले.

त्या ठिकाणी दोन संडास होते. दोन मुताऱ्या होत्या आणि दोन सिंक दिसत होती. कागदी रुमाल ठेवलेली खोकी आणि कचरा टाकण्यासाठी दोन पिंपे तिथे होती.

"हे टॉयलेट तिथल्याएवढं घाण नाही हे सुदैवच म्हणायचं," किम म्हणाला.

"मी येऊन मदत करावी असं मला वाटतंय."

"आलीस तर बरंच होईल." किम म्हणाला. त्याने फरशी पुसण्याचा बोळा योग्य जागी आहे हे पाहिले आणि खिडकीजवळून फरशी पुसायला सुरवात केली.

त्याचवेळी एकदम टॉयलेटचे दार घाड्कन उघडले. त्याचा जोर एवढा होता की बोल्ट लावलेल्या ठिकाणी भिंतीत बसवलेल्या टाईलला चिर पडली. त्या आवाजाने हबकून किमने वर पाहिले. त्याच्या समोर आदल्या रात्री त्याच्यावर हल्ला करणारा माणूस उभा होता. त्याच्या हातात तोच मोठा सुरा होता. त्या माणसाच्या ओठाला मुरड पडली आणि तो क्रूरपणाने हसत म्हणाला, ''डॉक्टर, आपण पुन्हा भेटलोच. यावेळी तुझ्या मदतीला पोलिस किंवा कोणी बाई येणार नाही.''

''तू कोण आहेस? आणि मला माहीत आहे, तू हे सारे कशासाठी करतो आहेस?'' किमला त्याच्याशी संभाषण चालू ठेवायचं होतं.

''माझं नाव कार्लोस. मी तुला ठार करायला आलो आहे.''

''किम! किम!'' ट्रेसीचा आवाज किमच्या कानात घुमू लागला. विचार करणे शक्य व्हावे म्हणून किमने इयरफोन काढून टाकला. आता ट्रेसीचा भेदरलेला आवाज खूप दूरवरून आल्यासारखा वाटत होता. कार्लोसने आत एक पाऊल टाकले आणि दार बंद करून घेतले. त्याच्या हातातला सुरा त्याने किमला दिसेल अशा प्रकारे उभा धरला होता. किमने हातातल्या दांड्याला हात घातला आणि तो वर उचलला.

कार्लोस हसला. त्या सुऱ्यापुढे तो दांडा हातात धरणे त्याला फार विनोदी वाटत होते.

आता दुसरा काहीच मार्ग नाही हे पाहून किमने वेगाने एका संडासकडे धाव घेतली आणि दार बंद करून घेतले. कार्लोसने झेप टाकून दारावर लाथ मारली. त्या दणक्याने दार आणि संडास गदागदा हलला. पण दार तुटले नाही. किम मागे सरकला आणि टॉयलेटच्या भांड्यावर चढून उभा राहिला. दाराखालच्या फटीतून त्याला दिसले की कार्लोस पुन्हा लाथ घालण्यासाठी सज्ज होत होता.

ट्रेसीची भीतीने गाळण उडाली होती. तिने अडखळत इग्निशन की वापरून गाडी सुरू केली. तिने गाडीला प्रचंड वेग दिला. गाडी एकदम जोरात पुढे झेपावली. त्यामुळे टपावर ठेवलेली ॲन्टेना खाली लोंबकळून बाजूच्या फूटपाथवर आढळली.

ट्रेसीने वेगातच वळण घेतले. पण तिचा अंदाज चुकल्यामुळे तिचा बाजूला उभ्या असणाऱ्या गाडीला धक्का लागला. क्षणभर तिची गाडी दोन चाकांवर पुढे तरंगत गेली. पुढच्या क्षणी धप्प् आवाज करत ट्रेसीची गाडी वेगाने हिगीन्स आणि हॅनकॉकच्या इमारतीच्या पुढच्या बाजूला आली. ट्रेसीच्या मनात त्याक्षणी तरी काहीही योजना नव्हती. आपल्याकडे वेळ फार थोडा आहे हे तिला कळत होते. तिला सुरा घेतलेल्या माणसाचा रात्री पाहिलेला भयंकर चेहरा आठवला. एकदा ट्रेसीने विचार केला की गाडी सरळ पुढच्या दाराशी न्यावी आणि धडक द्यावी. पण नंतर हे करून उपयोग होणार नाही हे तिच्या

लक्षात आल्यावर तिचा विचार बदलला. तिला काहीही करून पुरुषांच्या टॉयलेटमधे जायचे होते.

ट्रेसीने गाडी इमारतीच्या जवळ नेली आणि एकदम ब्रेक लावून ती रेकॉर्डरूमच्या खिडकीजवळ उभी केली. किमने आत प्रवेश कसा केला होता हे तिला आठवले. हातातले पिस्तूल खाली ठेवून तिने जमिनीवर पडलेला मोठा धोंडा उचलला आणि दोन्ही हातांचा जोर लावून तो समोर भिरकावला. तिला दोन वेळा दणके मारावे लागले. पण तिने तात्पुरत्या बसवलेल्या प्लायवूडच्या तुकड्याला मोकळे करण्यात यश मिळवले. मग हातातले पिस्तूल आत टाकून ती रेकॉर्डरुममधे उतरली.

अंधार असल्याने तिला खाली टाकलेले पिस्तूल शोधायला वेळ लागला. भिंतीच्या पलीकडच्या बाजूला तिला कोणीतरी लोखंडी दारावर वारंवार लाथा मारत असल्याचा आवाज येत होता. ट्रेसी आणखीनच घाबरली. अखेर तिच्या हाताला पिस्तूल लागले. ते घेऊन ती अंधुक प्रकाशात जमेल तेवढ्या वेगाने दारापाशी गेली. आतून दार उघडून ती बाहेर आली. किम आणि एल्मर यांच्यामधील संभाषण ऐकल्याने तिला पुरुष टॉयलेट रेकॉर्डरुमजवळच आहे याची खात्री होती. तिने धाडधाड येणाऱ्या आवाजाकडे जायचे ठरवले. त्याप्रमाणे दोनचार पावलांमधेच तिला पुरुषांच्या टॉयलेटची पाटी दिसली. एकही सेकंद वाया न घालवता ट्रेसीने दोन्ही हातांत पिस्तूल धरून लाथेने दरवाजा उघडला. तिला संडासाच्या दारावर लाथ मारण्यासाठी पाय उचलताना कार्लोस दिसला. तो अवघ्या दहा फुटांवर होता. दाराचा आवाज ऐकताच कार्लोसने मागे वळून पाहिले. ट्रेसीला पाहून हातातला सुरा परजत त्याने ट्रेसीच्या दिशेने झेप घेतली. ट्रेसीला आता विचार करायला वेळ नव्हता. तिने ट्रिगर दाबला. पाठोपाठ दोन गोळ्यांचा दणदणाट झाला.

पुढच्या क्षणी कार्लोस तिच्या अंगावर पडला होता. ट्रेसीने श्वास घेण्याचा प्रयत्न करत त्याचे शरीर दूर करण्याचा प्रयत्न केला खरा पण तिला ते जमेना. त्यानंतर मात्र ट्रेसी चकित झाली. कारण तो माणूस बाजूला झाला होता. ट्रेसीला कार्लोस दिसणार असे वाटत होते. पण त्या जागी किम होता. "ओ गॉड!" किम किंचाळत होता, "ट्रेसी!" किमने त्या माणसाला ट्रेसीच्या अंगावरून ओढून बाजूला केले होते.

ट्रेसीच्या छातीवर ओघळणारे रक्त पाहून किम गुडघ्यावर बसला आणि त्याने तिचा ब्लाऊज ओरबाडून काढला. कार्डियाक सर्जन असल्याने त्याला छातीवर जखमा असल्यातर त्या कशा असू शकतात याची कल्पना होती. त्याला पुढच्या क्षणी हायसे वाटले कारण ट्रेसीला जखम झालेली नव्हती. फक्त कार्लोसच्या रक्तामुळे तिची ब्रेसियर रक्ताने माखलेली होती. ट्रेसी अजूनही श्वास घेण्यासाठी धडपड करत होती. किम ट्रेसीच्या चेहऱ्याजवळ गेला. "ट्रेस, तू ठीक आहेस ना?"

ट्रेसीने मान डोलावली. तिला अजून बोलता येत नव्हते.

किमने आता आपले लक्ष मारेकऱ्याकडे वळवले. किमने एखाद्या बटाट्याच्या पोत्याप्रमाणे ओढून टाकलेला तो माणूस गचके देत होता. त्याच्या तोंडातून फेस येत होता. तो मरणार आहे हे किमच्या लक्षात आले. ट्रेसीने आंधळेपणाने झाडलेल्या दोन्ही गोळ्या त्याला लागल्या होत्या. एक त्याच्या उजव्या डोळ्यांतून शिरून कवटीच्या मागच्या बाजूने बाहेर पडली होती. तर दुसरी त्याच्या छातीत उजव्या बाजूला शिरली होती.

"काय झालं? त्याला किती लागलं आहे?" ट्रेसी आता उठून बसली होती.

"तो मेल्यातच जमा आहे." किम म्हणाला आणि त्याने पिस्तूल शोधायला सुरुवात केली.

"नाही!" ट्रेसी हुंदके देत बोलू लागली, "मी कोणाला ठार केलंय यावर माझाच विश्वास बसत नाही..."

"पिस्तूल कुठं आहे?"

"ओह गॉड!" आचके देणाऱ्या कार्लोसवर ट्रेसीची नजर खिळून बसली होती.

"पिस्तूल?" किम ओरडला. त्याने हातापायांवर बसत पिस्तूल शोधले. त्याला कार्लोसचा सुरा सापडला. पण पिस्तूल सापडेना. मग त्याने आणखी पुढे जाऊन शोध घेतला. त्याला पिस्तूल एका संडासच्या मागच्या बाजूला पडलेले दिसले. त्याने ते बाहेर काढले आणि सिंकजवळ जाऊन कागदी रुमालाने स्वच्छ पुसून टाकले.

"हे काय केलंस तू?" ट्रेसीने रडता रडता मधेच विचारले.

"तुझ्या बोटांचे ठसे पुसून टाकले. मला त्यावर फक्त माझेच ठसे हवे आहेत."

"का?"

"कारण या प्रकरणाचा शेवट कसाही होवो. त्याची संपूर्ण जबाबदारी माझी आहे." किमने पिस्तूल हातात घेऊन ते बाजूला फेकून दिले, "चल. उठ. आपल्याला इथून बाहेर पडायला हवं."

"नाही." ट्रेसी म्हणाली आणि पिस्तूल घेण्यासाठी पुढे झाली. किमने तिला मागे खेचून उभे केले. "मी देखील तुझ्याबरोबर यात आहेच." ती म्हणाली.

"मूर्खपणा करू नकोस! मी गुन्हेगार आहे. कळलं? आता निघ!"

"पण मी स्वसंरक्षणासाठी केलं आहे हे. माझं कृत्य भयंकर असलं तरी समर्थनीय आहे."

"वकील लोक याला कसं फिरवतील हे काही सांगता येणार नाही. तू इथं बेकायदेशीरपणाने घुसलेली आहेस आणि मी तर वेष पालटून इथं आलो आहे. ट्रेसी. चल! आता वाद घालत बसू नको. "

“आपण पोलीस येईपर्यंत इथं थांबायचं नाही?”

“नाही. बिलकुल नाही.” किम म्हणाला, “हे सगळं ठीक होईपर्यंत तुरुंगात पडायची माझी इच्छा नाही. आता मात्र लगेच बाहेर पड. कोणीतरी इथं यायच्या आत आपण निघून जायलाच हवं.”

तिथून पळून जावं की नाही याबद्दल ट्रेसीच्या मनात शंका होती. पण किमचा निर्धार पक्का आहे हे तिच्या लक्षात आले. ती किमच्या मागोमाग जायला तयार झाली. दोघे टॉयलेटच्या बाहेर आले. गोळ्यांचा आवाज ऐकून तिथे इतर कोणीच कसं आलं नाही याचं किमला आश्चर्य वाटत होतं.

“तू आत कशी शिरलीस?” किम कुजबुजत म्हणाला.

“रेकॉर्ड रुममधून. खिडकीतून. तू आला होतास त्याच खिडकीतून.”

“छान.” किम ट्रेसीचा हात पकडत म्हणाला. दोघे रेकॉर्डरूममधे शिरत असतानाच त्यांना लोकांचे आवाज ऐकू येऊ लागले होते.

रेकॉर्डरुममधे शिरताच किमने दार बंद करून घेतले. अंधारातच त्याने टेबलावर पडलेले कागद उचलले आणि मग दोघे खिडकीपाशी गेले. त्यांना बाहेरच्या बाजूला हॉलमधे माणसांच्या पळण्याचे आवाज ऐकू येत होते.

किम बाहेर पडला आणि मग त्याने ट्रेसीला मदत केली. दोघे धावतच ट्रेसीच्या गाडीपाशी पोहोचले. “गाडी मी चालवतो” असे म्हणून किमने आत उडी मारून गाडी सुरू केली. ट्रेसी मागच्या सीटवर बसताच किमने वेगाने गाडी हिगीन्स आणि हॅनकॉकच्या आवाराबाहेर काढली.

काहीवेळ कोणीच बोलले नाही. अखेर बऱ्याच वेळानंतर ट्रेसी म्हणाली, “हे असं काही होईल असं कोणाला तरी वाटलं असतं का? आता आपण पुढे काय करायचं?”

“बहुधा तू तिथं असताना म्हणाली होतीस तेच बरोबर होतं.” किम म्हणाला, “आपण पोलिसांना बोलावून सगळ्या परिस्थितीला सामोरं जायला हवं होतं. अजूनही मला वाटतं की आपण स्वत:हून पोलिसांच्या स्वाधीन व्हायची वेळ गेलेली नाही. अर्थात त्याच्या अगोदर आपण जस्टिन देवेरॉवला फोन करायला हवा.”

“आता माझा विचार बदलला आहे.” ट्रेसी म्हणाली. “तुझंच पहिलं म्हणणं योग्य आहे. तू आणि मी देखील कदाचित तुरुंगामधे पडू. खटला सुरू व्हायला एक वर्षदेखील लागेल. त्यानंतर काय होईल कुणास ठाऊक! त्या **ओ.जे. सिंप्सन केसनंतर** माझा अमेरिकन न्यायप्रक्रियेवरचा विश्वास साफ उडाला आहे. जॉनी कोक्रान किंवा बॅरी शेक यांच्यासारख्यांना नेमण्यासाठी आपल्याकडे लक्षावधी डॉलर्स नाहीत.”

“तुला काय सुचवायचं आहे?” किम आरशामधून ट्रेसीकडे पाहात म्हणाला. त्याला दरवेळी ट्रेसी काहीतरी धक्का देतच असे.

''आपण काल रात्री जे बोललो तेच.'' ट्रेसी म्हणाली, ''आपण दूर कुठेतरी परदेशात निघून जाऊ आणि तिथून पाहू काय करायचं ते. ज्या ठिकाणी अन्नपदार्थ स्वच्छ असतील अशा ठिकाणी कुठेतरी जाऊ आणि तिथून आपली झुंज चालू ठेवू.''

''हे तू गंभीरपणाने बोलते आहेस?''

''होय.''

किमने डोके हलवले. त्यांनी परदेशात जाण्याचा कल्पनेची चर्चा केली होती खरी. त्यांनी बरोबर आपले पासपोर्टही घेतले होते. पण त्याने तो विषय गंभीरपणाने घेतला नव्हता. परिस्थिती फारच वाईट झाली तर तो शेवटचा मार्ग आहे, एवढाच विचार त्याने केला होता. आता परिस्थिती यापेक्षा आणखी काय वाईट होणार ही गोष्ट त्याच्या लक्षात आली.

''अर्थातच. आपण जस्टिनला फोन करायला हवा.'' ट्रेसी म्हणाली, ''त्याचा सल्ला घेतलेला बरा. तो नेहमीच चांगला सल्ला देतो. आपण कुठं जावं हे त्याला विचारू या. कारण कदाचित पुढेमागे प्रत्यार्पण किंवा तसल्या काही कायदेशीर बाबी उपटण्याची शक्यता आहे.''

''आपण परदेशी जाण्यामधला कोणता भाग मला सर्वांत जास्त आवडला ते तुला ठाऊक आहे का?'' किम काही वेळ गप्प राहिल्यानंतर म्हणाला, त्याची आणि ट्रेसीची आरशातून नजरानजर झाली.

''कोणता?''

''तू हे सुचवते आहेस की आपण दोघे एकत्र असणार.''

''हं...अर्थातच.''

''तुला एक गोष्ट सांगू का? आपण घटस्फोट द्यायला नको होता.''

''हा विचार माझ्याही मनात आला होता.''

''या सगळ्या वाईटामधून कदाचित काहीतरी चांगलं घडेल.'' किम म्हणाला.

''आपण जरी पुन्हा लग्न केलं तरी बेकी परत येणार नाही याची मला कल्पना आहे. पण आपल्याला आणखी एखादं मूल झालं तर छान होईल.''

''तुला खरंच मूल हवं आहे?''

''प्रयत्न करायला मला आवडेल.''

पुन्हा गाडीत शांतता पसरली. दोघे भावनांच्या कल्लोळात हरवून गेले होते. ''ते लोक आपल्याला पकडायला येण्यापूर्वी आपल्याजवळ किती वेळ असेल?''

''ते कसं सांगता येईल?'' किम म्हणाला, ''पण आपण काही करायचं ठरवलं तर आपल्यापाशी किती वेळ आहे हे तू विचारलंस तर मी सांगतो की आपण चोवीस ते अठ्ठेचाळीस तासांत निर्णय घ्यायला हवा.''

"निदान आपल्याला बेकीसाठीच्या उद्या होणाऱ्या सर्व्हिसला जाता येईल." हे बोलताना ट्रेसीचा कंठ दाटून आला.

बेकीच्या अंत्यविधीचा विषय निघताच किमचे डोळे भरून आले. आपली लाडकी मुलगी गेली असल्याचे दु:ख त्याच्यावर पुन्हा कोसळले होते.

"ओह गॉड!" ट्रेसी मुसमुसत म्हणाली, "मी डोळे बंद केले की मला त्या माणसाचा चेहेरा दिसतोय. मी तो कधीच विसरू शकणार नाही. बहुधा मला तो आयुष्यभर छळणार असं दिसतंय."

किमने गालावरचे अश्रू पुसून टाकले आणि मग स्वत:ला सावरत एक खोल श्वास घेत म्हणाला, "तू तिथे काय म्हणाली होतीस ते आठव. तुझ्या कृत्याचं समर्थन करता येईल. जर तू गोळ्या झाडल्या नसत्यास तर त्याने तुला नक्कीच ठार केले असते आणि नंतर मलादेखील. तेव्हा तू माझं आयुष्य वाचवलं आहेस."

ट्रेसीने डोळे बंद करून घेतले.

किमने आपल्या गाडीच्या मागे ट्रेसीची गाडी उभी केली तेव्हा अकरा वाजून गेले होते.

"तू आज रात्री इथंच राहाणार आहेस ना?" ट्रेसीने विचारले.

"मी आमंत्रणाची वाटच पाहात होतो." किम म्हणाला.

"आपण आत्ता रात्री जस्टिनला फोन करायचा का?"

"नको. सकाळी करू." किम म्हणाला, "मला झोप लागेल की नाही कोण जाणे. पण झोपण्याचा प्रयत्न केला पाहिजे. आत्ता या क्षणी तर मला पुढचा काहीही विचार करता येत नाही. मला फक्त शॉवरखाली गरम पाण्याने अंघोळ करायची आहे एवढंच आत्ता सुचतंय."

हातात हात घालून दोघे पोर्चपाशी आले. ट्रेसीने कुलूप उघडून दिवा लावला. किम पाठोपाठ आत आला. ट्रेसीने दार बंद करून घेतले. "ओह...दिवा फार प्रखर आहे." किम डोळे किलकिले करत म्हणाला. ट्रेसीने डिमर वापरून प्रकाशाची तीव्रता कमी केली.

"माझी स्थिती फार नाजूक झाली आहे." किम म्हणाला. त्याने अंगातला हिगीन्स आणि हॅनकॉकचा पांढरा कोट काढून तो हाताच्या अंतरावर धरला.

"हा मला जाळून टाकला पाहिजे. कदाचित त्याच्यावर भरपूर इ. कोलाय असतील."

"फेकून दे." ट्रेसी म्हणाली. "पण बाहेरच्या कचऱ्याच्या पिंपात टाकला तर बरं. नाहीतर उद्या सकाळी त्याला कसा वास येईल याची कल्पनाच केलेली चांगली."

ट्रेसीने आपला कोट काढला. कोट काढताना ती वेदनेने कण्हली. कार्लोसने

अंगावर उडी मारली तेव्हा तिला छातीत डावीकडे काहीतरी खुपसल्यासारखी वेदना झाली होती.''

''तू ठीक आहेस ना?'' किम तिच्याकडे पाहात म्हणाला, ''काय झालं?''

ट्रेसीने हलकेच छातीच्या हाडांवर बोटं फिरवली, ''इथे मोडण्यासारखं काही असतं का?''

''अर्थातच. कदाचित एखादी फासळी किंवा स्टर्नमचा भाग मोडला असेल.''

''ओह...डॉक्टर आता काय करायचं?''

''मी हा कोट टाकून दिला की बर्फ आणतो. त्यामुळे नक्कीच वेदना कमी होईल.'' किम म्हणाला आणि किचनमधून मागच्या दाराकडे निघाला. ट्रेसी जिन्याकडे जायला वळली. किम अजून किचनच्या दारातच असताना त्याला ट्रेसीची किंकाळी ऐकू आली. ती जागच्याजागी खिळून उभी राहिली होती. किम तसाच मागे आला. ट्रेसीला काहीही झालेले नाही हे त्याला दिसले. पण ती दिवाणखान्यात कशाकडे तरी स्तिमित होऊन पाहात उभी आहे हे त्याला दिसले. किमने तिकडे नजर टाकली. सुरुवातीला त्याला काही दिसले नाही. पण पुढच्याच क्षणी ट्रेसीला काय दिसतंय ते त्याच्या लक्षात आलं.

फायरप्लेसच्या शेजारी अर्धवट अंधारात एकजण आरामखुर्चीत हालचाल न करता स्तब्ध बसलेला होता. त्याच्या अंगावर गडद रंगाचा सूट होता. त्याचा टायदेखील गडद रंगाचा होता. त्याच्या पाठीमागे खुर्चीवर त्याने आपला कोट व्यवस्थित अडकवलेला होता. त्याने आरामात पायावर पाय टाकला होता.

त्याने पुढे झुकत जमिनीवरचा दिवा लावला. ट्रेसीच्या तोंडून पुन्हा एकदा किंचाळी बाहेर पडली. त्याच्या बाजूच्या कॉफी टेबलावर काळे स्वयंचलित आणि सायलेन्सर लावलेले पिस्तूल ठेवलेले दिसले.

तो माणूस अतिशय शांतपणाने बसला होता आणि त्यामुळे तो जास्तच भीषण वाटत होता. दिवा लावल्यावर त्याने हात पुन्हा आरामखुर्चीच्या हातावर ठेवला. त्याच्या चेहऱ्यावर कठोर आणि क्रूर भाव होते.

''मला अपेक्षा होती त्यापेक्षा जास्त वेळ तुमच्यामुळे मला तिष्ठत बसावं लागलं.'' त्याच्या आवाजात राग आणि आरोप करण्याचा भाव होता.

''तू कोण आहेस?'' ट्रेसी कशीबशी म्हणाली.

''इथं ये आणि बस.'' तो माणूस फटकारत म्हणाला.

किमने विचार केला की ट्रेसीला मागून ढकललं तर मी फॉयरच्या भिंतीमागे जाऊ शकेल. पण आपण किती वेगाने हालचाल केली तर ट्रेसीला बाहेरच्या दारातून पळण्याची संधी मिळेल याचा अंदाज त्याला बांधता येईना.

ट्रेसी आणि किमची हालचाल होत नाही हे पाहून डेरेकने पिस्तूल त्यांच्यावर

रोखले, "मला आणखी चिडवू नका! आजचा दिवस फारच वाईट गेला आहे. माझा मूड त्यामुळे चांगला नाही. मी या कोचावर बसण्यासाठी तुम्हांला दोन सेकंद देतो."

किमने आवंढा गिळला, "आपण बसलो तर बरं होईल." त्याचा आवाज घोगरा आणि अस्पष्ट झाला होता. मनोमन आपण घरात येताना नीट पाहिलं नाही म्हणून स्वतःवर चडफडत त्याने ट्रेसीला पुढे होण्याची खूण केली. ट्रेसी पुढे होऊन कोचावर बसली. किम तिच्या शेजारी बसला.

डेरेकने शांतपणाने पिस्तूल पुन्हा का ॅफी टेबलावर ठेवले, आणि हात पुन्हा आरामखुर्चीच्या हातावर ठेवले. त्याची बोटे सावधपणाने हाताभोवती आवळलेली होती. जणू तो समोरच्या लोकांना आव्हान देत होता. त्यांनी पळून जायचा प्रयत्न केला किंवा पिस्तूल घेण्याचा प्रयत्न केला तर जणू त्याला त्यांना मारण्यासाठी सबळ कारण मिळणार होते.

"कोण आहेस तू?" ट्रेसीने पुन्हा विचारले, "तू इथं काय करतो आहेस?"

"मी कोण आहे याला काही महत्त्व नाही." डेरेक म्हणाला, "मी इथं का आलोय हा वेगळा मुद्दा आहे. मला या डॉक्टरला खलास करण्यासाठी या शहरात बोलावून घेण्यात आलं होतं."

डेरेकच्या शब्दांमुळे किम आणि ट्रेसी चक्रावले होते. त्यांनी एकमेकांकडे पाहिले. भीतीमुळे त्यांच्या तोंडून काही शब्द फुटेना. समोरचा माणूस एक भाडोत्री मारेकरी होता!

"पण काहीतरी गडबड झाली." डेरेक पुढे म्हणाला, "त्यांनी मला असल्या या शहरात आणलं आणि मग कॉन्ट्रॅक्ट मागे घेतलं." त्यांनी एवढंच कारण सांगितलं की कोणीतरी दुसरा ते काम पुरं करणार आहे. हे स्पष्टीकरण मला पुरेसं वाटत नाही. मी आगाऊ घेतलेली रक्कम परत मागण्याचा आचरटपणाही त्यांनी केला."

डेरेक पुढे झुकून बसला. त्याचे डोळे जळजळीत दिसत होते, "तेव्हा डॉ. रेग्गीस मी तुम्हांला ठार करणार नाही. एवढंच नाही तर मी तुमच्यावर उपकार करायला तयार आहे. त्या बीफ उद्योगातल्या लोकांना तुम्हाला ठार करण्यासाठी काय कारण असावं हे मला अजून समजलेलं नाही."

"मी ते सांगू शकतो." किम काळजीपूर्वक म्हणाला. त्याची सांगायची तयारी होती. पण त्याला थोडी धास्तीही वाटत होती.

डेरेकने हात उंचावला, "मला सगळे तपशील या क्षणी कळण्याची काहीच गरज नाही. मी शोधण्याचा प्रयत्न केला. पण अखेर तो नाद सोडून दिला. तुमचं जे काय कारण असेल ते असू दे. तुम्हाला एक गोष्ट सांगणे मला आवश्यक वाटतं. जे कोणी तुम्हाला ठार करण्यासाठी किंवा अशाच कोणाला बोलावू शकतात

त्यांना तुम्ही ठार झालेलं पाहायचं आहे हे नक्की. माझा गैरफायदा घ्यायचा त्यांनी जो प्रयत्न केला त्याची किंमत म्हणून मी तुम्हाला सावध करत आहे. तुम्हाला गंभीर स्वरूपाचा धोका आहे. या इशाऱ्याचं तुम्ही काय करावं हा तुमचा प्रश्न आहे. मी काय बोलतो आहे ते समजतंय ना?''

''होय. आभार.'' किम म्हणाला.

''माझे आभार मानायची गरज नाही. मी हे करतोय ते नि:स्वार्थीपणानं नाही.'' डेरेक उठून उभा राहिला, ''या बदल्यात मला एकच गोष्ट तुम्ही करणे अपेक्षित आहे. आपलं हे संभाषण आपल्यामधेच राहायला हवं. नाहीतर मला पुन्हा एकदा भेट द्यावी लागेल. ह्याचा अर्थ तुम्हाला कळतोय ना? मी तुम्हाला एवढंच सांगतो की, मी माझ्या कामात फार तरबेज आहे.''

''ठीक आहे.'' किम म्हणाला, ''ही गोष्ट आम्ही कोणालाही बोलणार नाही.''

''उत्तम.'' डेरेक म्हणाला, ''आता तुम्ही मला परवानगी दिलीत तर मी माझ्या घरी जावं म्हणतो.''

किम कोचावरून उठण्यासाठी हालचाल करायला लागला होता. डेरेकने त्याला जागीच बसण्याची खूण केली.'' त्याची काही जरुरी नाही. मी स्वत: आत आलो होतो. मी स्वत:च बाहेर पडेन.''

डेरेकने अंगावर कोट चढवला. पिस्तूल खिशात सरकवले आणि मग ब्रीफकेस उचलून म्हणाला, ''तुम्ही लवकर आला असतात तर मी एवढा कठोरपणाने वागलो नसतो. गुड नाईट.''

''गुड नाईट.'' किम म्हणाला.

डेरेक दिवाणखान्यातून बाहेर पडला. दरवाजा उघडल्याचा आणि तो बंद झाल्याचा आवाज आला. बराच वेळ कोणी बोलू शकले नाही. काही वेळाने ट्रेसी म्हणाली, ''हे अविश्वसनीय आहे. मला तर हे सारं न संपणाऱ्या भीषण स्वप्नासारखं वाटतंय.''

''पुन्हा पुन्हा पडणारं हे दु:स्वप्न आहे. पण आता ते संपवण्यासाठी आपण काहीतरी करायला हवं.''

''तुला अजून वाटतं का की आपण परदेशात जायला हवं?''

किमने मान डोलावली, ''निदान मी तरी जायलाच हवं. मीच लक्ष्य आहे हे स्पष्ट दिसतंय. खरं तर आपण आजची रात्रही इथं राहायला नको.''

''कुठं जायचं?''

''हॉटेल, मोटेल. कुठेही. त्यानं काय फरक पडतो?''

❖

अठरा

मंगळवार, २७ जानेवारी

स्वस्त किमतीच्या कापडाच्या पडद्यांमधून उजेड आत शिरू लागताच किम अंथरुणातून बाहेर पडला. त्याने पुन्हा झोप लागावी म्हणून प्रयत्न केला होता. पण अखेर तो विचार बाजूला सारून तो ट्रेसीची झोपमोड होऊ नये म्हणून अगदी हलकेच उठला. कपडे घेऊन तो दबक्या पावलांनी बाथरुममधे शिरला. आदल्या रात्री दोघे स्लिपराईट नावाच्या मोटेलमधे गेले होते.

आरशात पाहून किमचा चेहरा आक्रसला. नाकावरची जखम, सुजलेले लाल डोळे आणि हास्यास्पद दिसणारे सोनेरी केस यांमधून त्याला स्वत:चा चेहरा ओळखता येईना. प्रचंड दमलेला असूनही रात्री झोप नीट लागली नव्हती, आणि अखेर सकाळी पाचनंतर त्याला जाग आली होती. रात्रभर तो सतत आदल्या दिवशीचे प्रसंग आणि पुढे काय करायचे याचा विचार करत होता. भाडोत्री मारेकरी आपल्या पाठलागावर आहेत ही कल्पना सहज पचनी पडणारी नव्हती.

किमने दाढी करून अंघोळ केली. या साध्यासुध्या गोष्टीत मन रमले म्हणून त्याला जरा बरे वाटले. त्यामुळे काही मिनिटे तरी वेगळे विचार मनात आले होते आणि लक्ष इतरत्र वळले होते. किमने केस सपाट विंचरले, आणि आरशात नजर टाकली. आपण आता पहिल्यापेक्षा खूपच बरे दिसतोय असे त्याला वाटले.

अंगावर कपडे चढवून मग किमने बाथरूमचे दार किलकिले करून ट्रेसीकडे नजर टाकली. ट्रेसी शांतपणे झोपलेली होती. आपल्याप्रमाणे तिलाही रात्री नीट झोप लागलेली नव्हती हे किमला माहिती होते. त्यामुळे आता तरी तिला थोडी चांगली झोप लागलेली पाहून त्याला बरे वाटले. ट्रेसी आपल्याबरोबर आहे याचा किमला आनंद होता, पण त्याचवेळी तिने जोखीम पत्करण्याविषयी त्याचे मन दोलायमान होत होते.

किमने टेबलापाशी जाऊन आपण ब्रेकफास्टसाठी काहीतरी घेऊन येतो अशी चिठ्ठी खरडली. ती ट्रेसीच्या जवळ ठेवली आणि मग गाडीच्या किल्ल्या उचलून तो दारापाशी आला. हे दार लोखंडी असल्याने आणि त्याला चेन, बोल्ट वगैरे सर्व असल्याने आवाज न करता दार उघडायला त्याला खूपच प्रयास पडले.

खोलीबाहेर पडल्यावर किमने स्वत:ला बजावले की भाडोत्री मारेकरी आपल्या मागावर आहेत. त्या विचाराने तो क्षणभर घाबरला. ट्रेसी आणि त्याने रात्री मोटेलमधे खोटी नावे सांगितली होती आणि रक्कम रोख भरली होती. त्यामुळे आपण तसे

सुरक्षित आहोत याची त्याला कल्पना होती.

किम गाडीत जाऊन बसला. त्याने इंजिन सुरू केले. पण गाडी सुरू केली नाही. त्याने मोटेलमधे त्यांना सहा तासांपूर्वी खोली देणाऱ्या माणसाकडे नजर टाकली. त्या माणसाने किमला खोलीतून बाहेर पडताना पाहिले होते. आपण गाडीत बसल्यावर तो माणूस अचानक फोन करण्यासाठी किंवा तसे काहीतरी करण्यासाठी जात नाही ना, हे किमला पाहायचे होते.

तो माणूस आपले काम करत आहे हे किमच्या लक्षात आले. आपण विनाकारण जास्त घाबरलो हे लक्षात येताच किमला स्वत:चाच राग आला. आपण आता स्वत:वर नियंत्रण ठेवले पाहिजे. नाहीतर काहीतरी चुकीचा निर्णय घेऊ बसू असे त्याला वाटू लागले. किमने गाडी पार्किंग लॉटमधून बाहेर काढली.

काही मैल पुढे गेल्यावर त्याला एक डोनटचे दुकान दिसले. किमने तेथे दोन कॉफी, दोन ऑरेंज ज्यूस आणि निरनिराळ्या प्रकारच्या डोनटची ऑर्डर दिली. त्या ठिकाणी बरीच गर्दी होती. त्यामधे मुख्यत: ट्रक ड्रायव्हर आणि बांधकामावर काम करणारे लोक दिसत होते. किम रांगेत उभा होता तेव्हा ते त्याच्याकडे कुतूहलाने बघत होते. त्यांच्या दृष्टीने किम विचित्रच दिसत होता.

किमला तेथून निघताना हायसे वाटले. गाडीकडे जाताना त्याची नजर पेपर ठेवलेल्या यंत्राकडे गेली. त्यामधे ठेवलेल्या पेपरवरची हेडलाईन त्याच्या दृष्टीस पडली : **सुडाने बेभान डॉक्टरने केलेला खून!** आणि पानाच्या खालच्या बाजूस छोट्या अक्षरांमधे लिहिलेले होते : एकेकाळचा सन्माननीय वैद्यकीय व्यावसायिक आताचा कायद्यापासून पळणारा गुन्हेगार.

किमच्या पाठीच्या कण्यातून थंड लहर गेली. त्याने हातातल्या वस्तू गाडीत ठेवल्या आणि तो परत यंत्रापाशी आला. त्याने योग्य तेवढी नाणी यंत्रात टाकली आणि थरथरत्या हातांनी पेपर घेतला. यंत्र पुन्हा बंद झाले.

ही पेपरमधली स्टोरी आपल्याशी संबधित नसावी ही आशा क्षणात मावळली. हेडलाईनखाली किमला आपला फोटो दिसला. तो बऱ्याच वर्षांपूर्वी आणि त्याचे केस गडद रंगाचे असताना काढलेला होता. गाडीत शिरून त्याने पेपरचे पहिले पान नीट बघितले. स्टोरी दुसऱ्या पानावर होती.

खास मॉर्निंग सनसाठी

डॉ. किम रेग्गीस या नावाजलेल्या सर्जननी कायदा हातात घेऊन सूड घेतलेला आहे. डॉ. रेग्गीस पूर्वी समारिटन हॉस्पिटलमधे कार्डियाक सर्जरी विभागाचे प्रमुखपद सांभाळत असत आणि आत्ता युनिव्हर्सिटी मेडिकल सेंटरमधे काम करतात. आपल्या मुलीच्या दुर्दैवी मृत्यूनंतर शनिवारी त्यांनी वेष बदलला, केसांचा रंग सोनेरी केला आणि खोटे नाव सांगून हिगीन्स आणि हॅनकॉकमधे नोकरी मिळवली असे समजते.

तेथे डॉक्टरनी कार्लोस माटेव या दुसऱ्या कामगाराचा निर्घृण खून केला. या कोणत्याही कारणाशिवाय केलेल्या खुनासाठी डॉ. रेग्गीसच्या मनातली ही भावना कारणीभूत होती की, हिगीन्स आणि हॅनकॉकने पुरवलेल्या मांसामुळे त्यांच्या मुलीला मृत्यू आला.

हिगीन्स आणि हॅनकॉकचे अध्यक्ष मि. डॅरिल वेबस्टर यांनी टाईम्सशी बोलताना सांगितले की, हा आरोप धडधडीत खोटा आहे. त्यांनी असेही सांगितले की, मि. माटेव हा धर्मभीरू कॅथॉलिक होता आणि कंपनीच्या दृष्टीने कंपनीने एक बहुमोल कामगार गमावला आहे. त्या बिचाऱ्याच्या मागे अपंग पत्नी आणि सहा लहानलहान कच्चीबच्ची आहेत....

किमने रागाने पेपर मागच्या सीटवर भिरकावला. त्याला पुढे वाचण्याची इच्छाच नव्हती. बातमी पाहून तो चिंताग्रस्त झाला होता. तो घाईघाईने मोटेलवर परत आला.

त्याचा आवाज ऐकून ट्रेसीने बाथरूममधून बाहेर डोकावून पाहिले. तिने डोक्याला टॉवेल गुंडाळला होता.

"तू उठलीस वाटत?" किम म्हणाला. त्याने खाद्यपदार्थ टेबलावर ठेवले.

"तू बाहेर गेलास ते मला कळलं होतं." ट्रेसी म्हणाली, "तू परत आलास हे पाहून मला आनंद झालाय. मला या सगळ्यातून वाचवण्यासाठी तू मला इथंच सोडून जाशील की काय असं वाटत होतं. तू तसं करणार नाहीस हे वचन दे."

"तो विचार माझ्या मनात एकदा आला होता." किमने कबूल केले आणि तो खुर्चीत धाड्कन पडला.

"काय झालंय?" ट्रेसीने विचारले. किमच्या मनावर किती ओझे आहे याची तिला कल्पना होती. पण तिला किम अपेक्षेपेक्षा जास्त निराश वाटला.

किमने तिच्यापुढे पेपर धरला, "हे वाच!"

"हिगीन्स आणि हॅनकॉकमधल्या त्या माणसाबद्दल आहे की काय?" ट्रेसीने धास्तावलेल्या स्वरात विचारले. तिला स्वत: वाचायची इच्छा नव्हती.

"होय, आणि माझ्याबद्दलही आहे."

"ओह नो!" ट्रेसी किंचाळली. "तुझं नाव त्याच्यात आलं आहे?" ती अंगाभोवती टॉवेल गुंडाळून खोलीत आली. तिने पेपर घेऊन सगळी बातमी वाचून काढली. पेपरची घडी घालून ती किमकडे पाहत म्हणाली, "केवढी बदनामी केलीय...त्यांनी तुला झालेल्या अटकांचा आणि हॉस्पिटलने केलेल्या कारवाईचाही उल्लेख केला आहे."

"मी तिथपर्यंत वाचलं नाही. बातमीचे पहिले दोन परिच्छेद वाचले आणि तेवढे पुरेसे आहेत."

“हे इतक्या झटपट कसं घडलं हे मला कळत नाही. तुला कोणीतरी हिगीन्स आणि हॅनकॉकमधे ओळखलं असणार.”

“ते उघड आहे.” किम म्हणाला, “आपल्या हातून मारला गेलेला माणूस जोस रमारेझला मारण्यासाठी प्रयत्न करत नव्हता. त्याचा प्रयत्न फसल्यावर त्याला पैसा देणाऱ्यांनी माझे चारित्र्यहनन करण्याचा आणि कदाचित मला जन्मठेपेसाठी पाठवण्याचा मार्ग पत्करला.” किम हसला, “आणि मी इकडे कायदेशीर बाबींचा निरर्थक विचार करत बसलो होतो. मी या प्रसिद्धिमाध्यामांचा विचारच केला नव्हता. बीफ उद्योगाची या शहरात केवढी ताकद आहे हे समजतंय आता. त्यांनी किती सहजपणे घटनांना पाहिजे तसं वळण दिलंय. या बाबतीत कसलाही शोध घेतलेला जाणवत नाही. त्यांना जे काय सांगितलं गेलं ते सारं त्यांनी छापून टाकलं. त्यांनी ‘एका धर्मभीरू माणसाचा थंड डोक्याने खून करणारा खुनी’ अशी माझी प्रतिमा बनवली आहे.”

“याचा अर्थ आपल्याकडे निर्णय घेण्यासाठी चोवीस तासही नाहीत.”

“हे म्हणणं माझ्या जीवावर येतंय.” किम उभा राहिला,” खरं म्हणजे आपण काल रात्रीच ठरवायला हवं होतं. माझ्या दृष्टीने तर आता यात काहीही निर्णय घेण्यासारखं उरलेलंच नाही. मी देशाबाहेर राहून या सगळ्या कारस्थानाचा मुकाबला करणार आहे हे नक्की.”

ट्रेसी उभी राहिली आणि किमजवळ आली, “माझ्या बाबतीतही आता काही वेगळं राहिलेलं नाही. आपण दोघे एकत्र राहूनच या साऱ्या प्रकरणाचा मुकाबला करणार आहोत.”

“याचा अर्थ आपण बेकीच्या अंत्यविधीला उपस्थित राहू शकणार नाही.”

“होय.”

“मला वाटतं की ती ते समजून घेईल.”

“मलाही तसंच वाटतंय” ट्रेसी म्हणाली, “मला तिची फार आठवण येते आहे.”

“मलाही.”

ट्रेसी आणि किमने एकमेकांकडे पाहिले. किमने तिच्याकडे आपले हात पसरले. ट्रेसी किमच्या मिठीत आली. त्यांनी एकमेकांना घट्ट धरून ठेवले. काही क्षणांनंतर किमने मिठी सैल केली आणि ट्रेसीच्या नजरेला नजर भिडवली, “मला हे पूर्वीसारखं वाटतंय. तेव्हा तू माझ्या हृदयात होतीस...”

“होय. फार पूर्वीसारखं. जणू मागच्या जन्मात असावं तसं वाटतंय.”

केली ॲन्डरसनने घड्याळाकडे नजर टाकली आणि मान हलवली. जवळ जवळ

दीड वाजला होता. "तो काही आता येत नाही." केली ब्रायन वॉशिंग्टनला म्हणाली.

ब्रायनने खांद्यावरचा कॅमकॉर्डर थोडा हलवून परत बसवला, "तुला तो येण्याची अपेक्षा नव्हतीच ना नाहीतरी?"

"त्याचे आपल्या मुलीवर जीवापाड प्रेम होते आणि आज तिचा अंत्यविधी आहे."

"पण दारापाशीच पोलीस उभे आहेत." ते त्याला जागीच पकडतील. जर तो वेडा असला तरच इथं येईल."

"तो डॉक्टर मला थोडासा वेडाच वाटला." केली म्हणाली, "तो मला केस समजावण्यासाठी माझ्या घरी आला होता. त्याला त्याच्या त्या कामात माझी मदत हवी होती. त्याच्या डोळ्यांत वेडेपणाची झाक होती. मला जरा भीतीच वाटली होती."

"हे मला खरं वाटत नाही. तू कधीच घाबरत नाहीस. तू चहामधे जेवढा बर्फ घालून पितेस ना, तेवढाच थंडपणा तुझ्या रक्तातही असतो."

"इतर कोणाहीपेक्षा तुला हे कळायला हवं की तो निव्वळ देखावा असतो. खरं तर प्रत्येकवेळी शो करताना माझी घाबरगुंडी उडालेली असते."

"हॅट्!"

केली आणि ब्रायन सुलिव्हान फ्यूनरल हाऊसच्या फॉदरमधे उभे होते. तिथे अनेक लोक होते. त्यातले काहीजण एकमेकांशी गूढपणे कुजबुजत रेंगाळत होते. फ्यूनरल हाऊसचा मालक बर्नार्ड सुलिव्हान दरवाजापाशी उभा होता. तो चिंताक्रांत होऊन वारंवार घड्याळाकडे नजर टाकत होता. फ्यूनरल सर्व्हिससाठी दुपारी एकची वेळ ठरलेली होती आणि त्या दिवशी त्याचे वेळापत्रक भरगच्च होते.

"पेपरमधे लिहिलंय त्याप्रमाणे डॉ. रेग्गीसनी खरोखरच त्या माणसाला ठार केलं असेल, तर डॉक्टर तेवढा वेडा आहे असं तुला वाटतं का?"

"आपण असं म्हणू या की डॉक्टरला मर्यादा ओलांडणं भाग पडलं." ब्रायनने खांदे उडवले, "सत्य काय ते आपल्याला कधीच कळणार नाही." तो तात्त्विकपणाने म्हणाला.

"डॉक्टरने इथं न येणं समजण्यासारखं आहे." केली म्हणाली, "पण ट्रेसी कुठं आहे हे मला कळत नाही. बेकी तिचीही मुलगी होती. तिने कायद्यापासून पळण्याचं काही कारण नाही. मला या सगळ्यामुळे चिंता वाटत आहे."

"तुला काय म्हणायचं आहे?"

"जर त्या डॉक्टरने एवढं काही केलं असेल तर त्याने कदाचित आपल्या माजी बायकोला आपल्या मुलीच्या मृत्यूबद्दल दोषी धरलं असण्याची शक्यता आहे."

"ओह गॉड!" ब्रायन म्हणाला, "हा विचार मला अजिबात सुचला नव्हता."

"हे बघ. तू असं कर. तू आपल्या ऑफिसमधे फोन करून ट्रेसी रेग्गीसचा पत्ता शोधायला सांग." केली एकदम मनाशी काहीतरी ठरवत म्हणाली, "मी मि.

सुलिव्हानशी थोडं बोलते. ट्रेसी रेग्गीस जर इकडे आलीच तर मी त्याला पेजरवर संदेश पाठवायला सांगते.''

''ठीक आहे.'' ब्रायन म्हणाला. तो फ्यूनरल हाऊसच्या ऑफिसमधे फोन करण्यासाठी गेला. केली मि. सुलिव्हानपाशी गेली.

वीस मिनिटांनंतर केली आणि ब्रायन ट्रेसीच्या घरासमोर आले होते. ''हं...'' केली म्हणाली.

''काय झालं?''

''ती गाडी पाहा.'' केलीने ट्रेसीच्या दारापुढे उभ्या असलेल्या मर्सिडिझ गाडीकडे बोट दाखवले. ''मला वाटतं की ती डॉ. रेग्गीसची गाडी आहे. निदान तो माझ्याकडे आला होता तेव्हा याच गाडीतून आलेला होता.''

''आपण आता काय करायचं?'' ब्रायन म्हणाला, ''आतून एखादा वेडा माणूस हातात बेसबॉलची बॅट किंवा शॉटगन घेऊन बाहेर आला तर?''

ब्रायनच्या बोलण्यात तथ्य आहे हे केलीच्या लक्षात आले. कदाचित किम रेग्गीसने बळजबरीने ट्रेसीला घरात डांबून ठेवले असेल किंवा ओलीस धरले असेल असा विचार तिच्या मनात आला. कदाचित त्यापेक्षाही आणखी भयंकर परिस्थिती असण्याचीही शक्यता होती.

''आपण शेजाऱ्यांशी बोलायला हरकत नाही.'' केली म्हणाली, ''कदाचित त्यांच्यापैकी कोणीतरी काहीतरी पाहिलं असणार.''

पहिल्या दोन घरांमधे त्यांना कोणीच आढळलं नाही. तिसरे घर मिसेस इंग्लिशचे होते. बेल वाजवताच तिने लगेच दार उघडले. ''तुम्ही केली ॲन्डरसन आहात ना!'' केलीला पाहून ती उत्तेजित झाली होती. ''मी तुम्हाला टी.व्ही.वर पाहाते. तुम्ही किती छान आहात!'' मिसेस इंग्लिश सत्तरी ओलांडलेली आजीसारखी दिसणारी लहानखुरी स्त्री होती.

''धन्यवाद. मी तुम्हाला काही प्रश्न विचारले तर चालेल का?''

''मी टी.व्ही. वर दिसणार का?''

''तशी शक्यता आहे. आम्ही एका स्टोरीसाठी काम करत आहोत.''

''विचारा.''

''आम्हाला तुमच्यासमोर रस्त्याच्या पलीकडे राहाणाऱ्या ट्रेसी रेग्गीसबद्दल कुतूहल आहे.''

''तिच्या इथे काहीतरी चमत्कारिक घडतंय हे नक्की.'' मिसेस इंग्लिश म्हणाली.

''अच्छा? काय ते सांगा पाहू.''

''त्याची सुरुवात काल सकाळी झाली. ट्रेसी सकाळी माझ्याकडे आली आणि मला घराकडे लक्ष ठेवा असं सांगून गेली. मी तसं करतेच म्हणा रोज. पण तिने

मुद्दाम मला येऊन कोणी अनोळखी माणसं येतात का ते पाहायला सांगितले आणि एकजण आला होता.''

"तुम्ही त्याला अगोदर पूर्वी पाहिलं होतं कधी?''

"कधीच नाही.''

"त्यानं काय केले?''

"तो आत गेला होता.''

"त्यावेळी ट्रेसी तिथं नव्हती का?''

"नव्हती.''

"तो आत कसा गेला?''

"मला कल्पना नाही. पण त्याच्याजवळ किल्ली असावी. कारण तो पुढच्या दारातून आत गेला.''

"तो उंचनिंच आणि गडद केसांचा होता का?''

"नाही. त्याची उंची सर्वसाधारण होती आणि केस सोनेरी होते. त्याचे कपडे उत्तम होते. तो एखाद्या वकिलासारखा किंवा बॅन्करसारखा वाटत होता.''

"मग काय झालं?''

"काहीच नाही. तो माणूस बाहेर पडलाच नाही. अंधार पडला तरी त्याने दिवे लावले नाहीत. खूप उशिरा ट्रेसी एका माणसाबरोबर परत आली. त्या माणसाचे केस सोनेरी होते. तो चांगला धिप्पाड होता आणि त्याच्या अंगावर पांढरा कोट होता.''

"डॉक्टर घालतात तसा?'' ट्रेसीने ब्रायनकडे पाहून डोळे मिचकावले.

"किंवा खाटीक घालतात तसा.'' मिसेस इंग्लिश म्हणाली, "ट्रेसी सकाळी म्हणाली होती तरी माझ्याशी बोलायला आली नाही. ती त्या दुसऱ्या माणसाबरोबर सरळ आत गेली.''

"मग पुढे काय झालं?''

"काही वेळ तिघंही आत होते. मग पहिला माणूस बाहेर आला आणि निघून गेला. काही वेळाने ट्रेसी आणि तो दुसरा माणूस बाहेर आले. त्यांच्या हातात सुटकेस होत्या.''

"ते बाहेर सहलीसाठी निघाले असावेत असं वाटत होतं का?''

"होय. पण ती वेळ सहलीसाठी निघण्याची नव्हती हे नक्की. मध्यरात्र झाली असणार. मी अलीकडे इतकी जास्त वेळ जागलेली नाही त्यामुळे माझी खात्री आहे की जवळजवळ मध्यरात्र होती.''

"धन्यवाद.'' केली म्हणाली, "मिसेस इंग्लिश तुमची खूप मदत झाली.'' तिने ब्रायनला निघण्यासाठी खूण केली.

"मी टी.व्ही. वर दिसणार का?'' मिसेस इंग्लिशने विचारले.

"आम्ही तुम्हाला कळवू." केली गाडीकडे जाताना हात हलवत म्हणाली. गाडीत बसल्यानंतर केली ब्रायनला म्हणाली, "ही स्टोरी आता चांगली रंगणार असं दिसतंय. मी कधीच कल्पना केली नसती तसं बहुधा घडलं आहे. ट्रेसीने आपल्या गुन्हेगार बनलेल्या माजी नवऱ्याला सामील व्हायचं ठरवलं असावं आणि मी तर ती फार विचारी स्त्री आहे असं मानत होते!"

प्रेअरी हायवेवरच्या ओनियन रिंग रेस्टॉरंटमधली लंचसाठीची गर्दी कमी व्हायला दुपारचे तीन वाजले होते. दिवसपाळीच्या थकलेल्या कामगारांनी आपल्या वस्तू घेतल्या आणि ते बाहेर पडले. फक्त मॅनेजर रॉजर पोलो मात्र अजून तिथेच होता. त्याची आपल्या कामावर एवढी निष्ठा होती की पुढच्या पाळीचे लोक येऊन काम सुरळीत चालू झाले आहे याची खात्री पटल्यावरच तो पॉलकडे कामाची सूत्रे सोपवून बाहेर पडत असे. रॉजर नसताना पॉल मॅनेजरच्या कामाची जबाबदारी सांभाळत असे. रॉजर कॅश रजिस्टरमधे नवीन टेप घालत असताना पॉल तिथे आला.

"आज काम भरपूर होतं ना?" रॉजरने रजिस्टरचं झाकण बदं करत विचारले.

"जवळ जवळ तसंच." पॉल म्हणाला, "इथली परिस्थिती कशी होती?"

"फारच गर्दी होती." रॉजर म्हणाला, "मी दार उघडायच्या आधीच निदान वीस-जण तरी वाट पाहात थांबले होते. नंतर गर्दी जराही कमी झाली नाही."

"सकाळचा पेपर वाचला का?"

"मला वाचायला आवडलं असतं." रॉजर म्हणाला, "पण इथं मला बसून खाता येण्याएवढीही फुरसत नव्हती."

"मग जरूर वाच." पॉल म्हणाला, "शुक्रवारी इथं आलेल्या त्या चक्रम डॉक्टरने काल रात्री हिगीन्स आणि हॅनकॉकमधे एका माणसाचा खून केला."

"गंमत करू नकोस!" रॉजरला जबरदस्त धक्का बसला होता.

"कोणीतरी मेक्सिकन माणूस होता. त्या बिचाऱ्याला सहा मुलं आहेत. त्याच्या डोळ्यांतून गोळी आरपार गेली होती म्हणे."

रॉजर टेबलाचा आधार घेऊन उभा राहिला. त्याचे पाय थरथरत होते. आपल्याला तोंडावर लागलं होतं म्हणून तो चिडला होता खरा. पण आता त्याला आपण सुदैवी आहोत म्हणून आनंद वाटला. त्या शुक्रवारी त्या चक्रम डॉक्टरने बरोबर पिस्तूल आणलं असतं तर काय झालं असतं हा विचार मनात येताच त्याचा थरकाप उडाला.

"एकदा का तुमची वेळ भरली की भरली." पॉल एखाद्या तत्त्वज्ञासारखा म्हणाला आणि फ्रीजकडे मागे वळला. त्याने आतमधे पॅटी आहेत का ते पाहिलं. फ्रीजमधे फारशा पॅटी शिल्लक नव्हत्या. "स्किप!" त्याने हाक मारली. "तुझ्याकडे पेपर आहे का?" रॉजरने विचारले.

“होय. तिकडे टेबलावर आहे. जाऊन वाच.”

“काय काम आहे?” स्किप कचऱ्याच्या पेट्या रिकाम्या करण्याचे काम मधेच थांबवून पॉलजवळ आला होता.

“मला काही बर्गर आणून दे, आणि वॉक-इनमधे जातोच आहेस तर बनची काही खोकी पण आण.”

“हातातलं काम संपवून मग गेलो तर चालेल का?”

“नाही. अगोदर जा. माझ्याकडे इथं दोनच पॅटी उरल्या आहेत.”

स्किप काहीतरी पुटपुटला. त्याला एक काम पूर्ण करून मगच दुसरे करायला आवडत असे. तसेच त्याला आपल्याला कोणीही हुकूम सोडतं ही भावना डाचत होती. त्याने आतल्या भागात जाऊन वॉक-इन फ्रीजचे दार उघडले. आत शिरल्यावर त्याने पहिल्या खोक्याचे झाकण उघडून पाहिले. ते खोके रिकामे आहे हे पाहून त्याने मोठ्या आवाजात शिवी हासडली. सकाळपाळीला त्याच्यासारखे काम करणारा माणूस रोज काही ना काही काम अर्धवट करत असे. ते रिकामे खोके मोडून फेकून देणे आवश्यक होते.

स्किपने पुढचे खोके उघडले. हे खोकेही रिकामे होते. त्याने दार उघडून दोन्ही रिकामी खोकी बाहेर फेकली. मग तो आणखी आत शिरून पॅटींच्या राखीव साठ्याकडे आला. लेबलवर जमा झालेला बर्फ बाजूला करून त्याने ते वाचले. त्यावर लिहिलेले होते:

मर्सस मीट्स. रजिस्ट्रेशन शून्य एल.एल.बी. हॅम्बर्गर पॅटी. लॉट नंबर ६ . बॅच नंबर ९.१४ निर्मिती जानेवारी १२, एप्रिल १२ पूर्वी वापरण्यायोग्य.

“हे खोकं मला आठवतंय.” स्किप स्वत:शी मोठ्या आवाजात बोलला. आणखी जुन्या तारखांच्या पॅटी शिल्लक नाहीत ना, याची खात्री करण्यासाठी त्याने सगळ्यात शेवटच्या खोक्याचे लेबल पुसून पाहिले. त्यावरची तारीखही तीच होती.

स्किपने पॅटीचे ते खोके बाहेर आणले आणि पॉलच्या मागच्या फ्रीजमधे पॅटी भरत पॉलला म्हणाला, “मी साधारण एक आठवड्यापूर्वी चुकून जे खोकं उघडलं होतं ना, ते आज वापरलं जाणार आहे.”

“त्याच्या अगोदरची सगळी खोकी संपली असतील तर मग काहीच हरकत नाही.” पॉल मान वर न करता म्हणला.

“मी पाहिलं आहे.” स्किप म्हणाला. “आधी आलेली खोकी वापरून झालेली आहेत.”

केलीने डब्ल्यू.ई.एन.ई. च्या न्यूजरुमच्या भिंतीवर लावलेल्या घड्याळाकडे नजर टाकली. त्यात सहा वाजून सात मिनिटे झालेली दिसली. साडेपाचपासून

स्थानिक बातम्या सुरू होत्या. तिची खास बातमी सहा वाजून आठ मिनिटांनी सुरू होणार होती आणि तंत्रज्ञ अजूनही मायक्रोफोनपाशी काहीतरी खुडबुड करत होता. नेहमीप्रमाणे केलीच्या हृदयाची धडधड वाढलेली होती.

एक मोठा कॅमेरा ढकलत ढकलत तिच्यासमोर आणला गेला. कॅमेरामन मान डोलावत हेडफोनमधे काहीतरी हलक्या आवाजात बोलत होता. डोळ्यांच्या कोपऱ्यातून केलीला डायरेक्टरने हातात मायक्रोफोन घेतलेला दिसला. तो तिच्याच दिशेने येताना तिने पाहिले. पार्श्वभूमीवर तिला मेरिलीन वॉडिन्स्की या निवेदिकेचा आवाज आला. ती राष्ट्रीय बातम्या संपवत होती.

केलीने पुढे होऊन तंत्रज्ञाचा हात बाजूला सारला आणि मायक्रोफोन अक्षरश: ओढून घेतला. हे केले ते बरेच झाले असे केलीला वाटले. कारण अवघ्या काही सेकंदांमधे डायरेक्टरने पाच बोटे दाखवून तिला खूण केली होती. त्याने उलटी गणती करत अखेर केलीला इशारा केला. त्याचक्षणी केलीच्या समोरच्या कॅमेरा सुरू झाला.

"गुड इव्हिनिंग." केली म्हणाली, "आमच्याकडे इथल्या एका स्थानिक स्टोरीची खास आतली माहिती उपलब्ध झालेली आहे. ही करुण कहाणी एखाद्या ग्रीक शोकांतिक नाटकासारखी आहे. एक वर्षापूर्वी आपल्यासमोर एक आदर्श कुटुंब होतं. वडील या परगाण्यातले एक नावाजलेले कार्डियाक सर्जन आणि मानसिक रुग्णांवर उपचार करणारी आई आपल्या क्षेत्रात तरबेज असणारी होती. त्यांची दहा वर्षांची अत्यंत लाडकी मुलगी होती. स्केटिंगमधे ती एक उगवता तारा आहे असे मानले जात असे. या चित्राला तडा जायला सुरूवात झाली ती बहुधा युनिव्हर्सिटी मेडिकल सेंटर आणि समारिटन हॉस्पिटल यांच्या विलीनीकरणाने. या नंतर बहुतेक त्यांच्या विवाहसंबंधांमधे ताण निर्माण झाला. त्यानंतर घटस्फोट आणि मुलीच्या ताब्यासाठी कडवट कायदेशीर झुंज झाली आणि आता काही दिवसांपूर्वी शनिवारी ती लाडकी मुलगी इ. कोलाय जीवाणूच्या एका प्रकारामुळे मरण पावली. हा जीवाणू अधूनमधून डोकं वर काढत असतो. आपल्या जीवनामधे निर्माण झालेल्या करुण घटनांमुळे वडील डॉ. किम रेग्गीस यांचा तोल सुटला. ओनियन रिंग रेस्टॉरंटमधूनच आपल्या मुलीला संसर्ग झाला आहे असं डॉक्टरांच्या मनाने घेतले. ओनियन रिंग रेस्टॉरंटला लागणारी बर्गर मर्सर मीट्स ही कंपनी पुरवते, आणि मर्सर मीट्सला लागणाऱ्या बीफचा बराचसा भाग हिगीन्स आणि हॅनकॉक या कत्तलखान्याकडून येतो. अस्वस्थ झालेल्या डॉ. किम रेग्गीसनी एखाद्या टपोरी माणसासारखा वेष केला आणि खोटं नाव सांगून हिगीन्स आणि हॅनकॉकमधे नोकरी मिळवली. तेथे त्यांनी एका कर्मचाऱ्याला ठार केले. ठार झालेल्या त्या कार्लोस माटेव नावाच्या माणसाच्या मागे अपंग बायको आणि सहा लहान मुले आहेत.

डब्ल्यू.ई.एन.ई. ला आपल्या सूत्रांकडून अशी माहिती मिळाली आहे की, खुनाच्या ठिकाणी मिळालेले पिस्तूल डॉ. रेग्गीस यांच्या मालकीचे होते आणि त्यावर डॉक्टरांच्या बोटांचे ठसे मिळाले आहेत. डॉ. रेग्गीस आता फरारी असून, पोलिस त्यांचा कसून शोध घेत आहेत. या स्टोरीने एक चमत्कारिक वळण घेतले आहे. डॉक्टरांची माजी पत्नी ट्रेसी रेग्गीस ही देखील त्यांना सामील आहे असं दिसतंय. या क्षणी तरी ती स्वत:हून सामील झाली आहे की तिला तसं करायला भाग पाडण्यात आलं आहे हे निश्चित सांगता येणार नाही.

या स्टोरीचा आणखी मागोवा घेण्यासाठी डब्ल्यू.ई.एन.ई. ने फूडस्मार्ट कंपनीचे मुख्य कार्यकारी अधिकारी असणाऱ्या मि. कार्ल स्टाल यांची मुलाखत घेतली. मी त्यांना प्रश्न विचारला की बेकी रेग्गीसला इ. कोलाय जीवाणूचा संसर्ग ओनियन रिंग रेस्टॉरंटमधे झाला असेल काय?''

केलीने एक नि:श्वास टाकला. मॉनिटरवर कार्ल स्टालचा चेहरा दिसू लागला होता. दरम्यान कॅमेऱ्याच्या मागून मेकअप करणारी मदतनीस पुढे आली होती. तिने केलीच्या बटा जरा ठाकठीक केल्या आणि तिच्या कपाळावर पावडरचा एक हात फिरवला.

''मला तुमच्या प्रेक्षकांशी बोलायची संधी उपलब्ध करून दिल्याबद्दल केली मी आभारी आहे.'' कार्ल स्टाल गंभीरपणाने म्हणाला, ''पहिल्यांदा मी हे नमूद करतो की, बेकी आणि ट्रेसी रेग्गीस यांना मी व्यक्तिश: ओळखत होतो. त्यामुळे या करुण घटनेमुळे मी कोलमडून गेलो आहे. तुमच्या प्रश्नाचं उत्तर असं आहे की, मिस रेग्गीसला संसर्ग ओनियन रेस्टॉरंटमधे झाला असण्याची शक्यताच नाही. आम्ही आमची बर्गर १७८ अंश तापमानाला शिजवतो. हे तापमान एफ.डी.ए. ने सुचवलेल्या तापमानापेक्षा जास्त आहे आणि आम्ही आमच्या शेफने हे तापमान दिवसात दोनदा तरी तपासावे असा आमचा आग्रह असतो.''

डायरेक्टरने पुन्हा केलीला खूण केली. तिच्या समोरच्या कॅमेऱ्यावरचा लाल दिवा लागला.

''मी हाच प्रश्न मर्सर मीट्समधील जॅक कार्टराईट यांना विचारला.'' केली कॅमेऱ्याकडे पाहात म्हणाली. आता पुन्हा केलीला हायसे वाटलेले स्पष्ट दिसले. मॉनिटरवर जॅक कार्टराईट दिसू लागला होता.

''ओनियन रिंग रेस्टॉरंटला लागणाऱ्या हॅम्बर्गर पॅटींचा पुरवठा मर्सर मीट्सकडून होतो. आम्ही आमच्या पॅटी बनवण्यासाठी आम्ही भरपून स्नायू असलेल्या उत्तम प्रतीच्या पिसलेल्या बीफचा वापर करतो. त्यामुळे या हॅम्बर्गरमुळे कोणी आजारी पडले असण्याची सुतराम शक्यता नाही. स्वच्छता आणि निर्जंतुकपणा या बाबतीत यु.एस.डी.ए. ने घालून दिलेल्या मर्यादांपेक्षा आम्ही आमची प्रक्रिया अधिक काळजीपूर्वक

करतो. पैसा आणि तंत्रज्ञान या दोन्ही बाबतींत जे मिळू शकेल ते इथे सर्व उत्कृष्ट दर्जाचेच आहे.''

यानंतर क्षणाचाही विलंब न लावता केली बोलू लागली, ''आणि अखेर मी तोच प्रश्न हिगीन्स आणि हॅनकॉकचे प्रमुखपद सांभाळणाऱ्या मि. डॅरिल वेबस्टर यांनाही विचारला.''

तिसऱ्यांदा मॉनिटर सुरू झाला. ''ओनियन रिंग रेस्टॉरंटला मिळणारी हॅम्बर्गर ही जगातील सर्वोत्कृष्ट बीफपासून बनवलेली असतात.'' डॅरिल कॅमेऱ्याकडे बोट रोखत आव्हान देण्याच्या स्वरात म्हणाला, ''आणि कोणीही याला आव्हान देऊन दाखवावं. आम्ही इथं हिगीन्स आणि हॅनकॉकमधून मर्सर मीट्स कंपनीला ताज्या बीफचा पुरवठा करतो या गोष्टीचा आम्हांला सर्वांना अभिमान वाटतो. मी तर असं म्हणेन की, आम्ही आमचा एक उत्तम कर्मचारी गमावणं ही शोकांतिका आहे. मी एवढीच आशा करतो की, त्याचा थंड डोक्याने खून करणाऱ्या गुन्हेगाराला तो आणखी खून पाडण्यापूर्वी न्यायासनापुढे आणले जावे.''

आपल्या समोरचा कॅमेरा पुन्हा सुरू झालेला पाहून केलीने भुवया उंचावल्या, ''त्या मुलीच्या मृत्यूनंतर आणि त्या खुनानंतर लोकांची डोकी गरम झालेली आहेत हे तुम्ही आत्ता पाहिलंच आहे. तर ही होती बेकी रेग्गीसच्या कुटुंबाची आणि तिच्या मृत्यूनंतर झालेल्या वाताहतीची करुण कहाणी. जास्त माहिती मिळताच डब्ल्यू.ई.एन.ई. ती तुमच्यापुढे सादर करेल. आता आपण पुन्हा मेरिलीनकडे जाऊ.''

केलीने मायक्रोफोन बाजूला ठेवला आणि मोठ्या आवाजात सुस्कारा सोडला. मॉनिटरवर मेरिलीनचा आवाज येत होता. ''ही मन विदीर्ण करणारी स्टोरी पुढे आणल्याबद्दल धन्यवाद केली. आता आपण इतर स्थानिक बातम्या पाहाणार आहोत...''

केलीने गॅरेजचे स्वयंचलित दार बंद होण्यासाठी बटण दाबले आणि ते बंद होऊ लागताच ती गाडीतून बाहेर पडली. खांद्यावर पिशवी लटकवून ती चार पायऱ्या चढून घरात शिरली.

घर शांत होतं. कॅरोलिनला रोज अर्धा तास टी.व्ही. बघायची परवानगी होती. केलीला त्यावेळी कॅरोलिन कोचावर पडून टी.व्ही. पाहात असेल अशी अपेक्षा होती. पण टी.व्ही. बंद होता आणि कॅरोलिन तिथं कुठेच दिसत नव्हती. केलीला लायब्ररीतून की बोर्डचा हलका आवाज ऐकू आला. केलीने फ्रीज उघडून थोडा ज्यूस ओतून घेतला आणि हातात ग्लास घेऊन ती लायब्ररीत डोकावली. एडगर कॉम्प्युटरवर काम करत होता. केलीने पुढे होऊन त्याच्या गालावर ओठ टेकवले. त्याने समोरचे लक्ष न वळवता तिला प्रतिसाद दिला.

''तू डॉ. रेग्गीसवर केलेली ती स्टोरी छान होती.'' एडगर म्हणाला.

"तुला आवडली ना?" केली म्हणाली. "धन्यवाद."

"त्यामधल्या प्रत्येकाच्या दृष्टीने फारच करुण होती."

"एक वर्षापूर्वी यशस्वी अमेरिकन माणसाचं चित्र म्हणून शोभेल असा तो कार्डियाक सर्जन होता. त्याच्याजवळ काय नव्हतं? उत्तम कुटुंब, एक मोठं घर आणि सर्वकाही."

"पण ते पत्त्याच्या बंगल्यासारखं होतं."

"होय. तसं झालं खरं." केली नि:श्वास टाकत म्हणाली, "बरं कॅरोलिनला काय झालंय आज? तिनं तिचं होमवर्क पुरं केलं का?"

"बहुतेक पूर्ण झालंय." एडगर म्हणाला, "आज तिला जरा बरं वाटत नाहीये. त्यामुळे ती झोपली आहे."

"काय झालंय?" केलीने विचारले. कॅरोलिन सहसा टी.व्ही. पाहाणं चुकवत नसे.

"विशेष काही नाही." एडगर आश्वासक स्वरात म्हणाला, "थोडसं पोट बिघडलंय आणि जरा पोटात कळा येत आहेत. तिनं बहुधा फार भराभरा खूप खाल्लंय. स्केटिंगचा सराव झाल्यावर तिनं मला ओनियन रिंग रेस्टॉरंटमधे जायला भाग पाडलं. त्या ठिकाणी प्रचंड गर्दी होती. तिने तिथे गेल्यावर भूक होती त्यापेक्षा जरा जास्तच अधाशीपणा केला. तिने दोन बर्गर, एक शेक आणि लार्ज साईजमधे फ्राइज मागवल्या होत्या."

केलीला पोटात जरा ढवळल्यासारखं वाटू लागलं.

"कोणत्या ओनियन रिंग रेस्टॉरंटमधे गेला होतात?"

"प्रेअरी हायवेवरच्या रेस्टॉरंटमधे."

"कॅरोलिनला झोप लागली असेल का?"

"मला कल्पना नाही. पण तिला झोपायला जाऊन फार वेळ झालेला नाही."

केलीने हातातला ज्यूसचा ग्लास बाजूला ठेवला आणि ती वरच्या मजल्यावर असणाऱ्या कॅरोलिनच्या खोलीत गेली. कॅरोलिन गाढ झोपलेली दिसली. तिचा श्वासोच्छ्वास नियमित होत होता. झोपेत तिचा चेहरा एखाद्या देवदूतासारखा सुंदर दिसत होता. केलीने आपल्या मुलीचा मिठीत घेण्याचा मोह बाजूला सारला. ती अंधारात उभी राहून आपल्या लाडक्या मुलीकडे पाहात विचार करत होती. आपली मुलगी आपल्याला किती प्रिय आहे हे तिला जाणवलं. कॅरोलिनही आपल्यावर किती प्रेम करते हे लक्षात आल्यावर तिला अचानक अस्वस्थ वाटलं. जीवन हे खरोखरच पत्त्यांच्या बंगल्यासारखं असतं हा विचार तिच्या मनात डोकावला.

केली पुन्हा खाली आली. ज्यूसचा ग्लास घेऊन ती लायब्ररीतल्या कातडी कोचामधे बसली. केलीने घसा खाकरलेला पाहून तिला आपल्याशी बोलायंच आहे हे लक्षात आल्याने एडगरने कॉम्प्युटर बंद केला, "काय झालं?"

"ती डॉ. रेग्गीसची स्टोरी.'' केली म्हणाली, ''माझं त्या बाबतीत समाधान झालेलं नाही. मी न्यूज डायरेक्टरला तसं सांगितलंही होतं. पण त्याने माझं मत मानलं नाही. तो म्हणाला की ही स्टोरी चविष्ट पेपरसाठी लागणारा माल आहे. बातमी म्हणून त्यात काही दम नाही. तेव्हा मी त्यावर जास्त वेळ वाया घालवू नये असं तो म्हणाला. पण तरीही मी ते करणार आहे.''

''तुला असं का वाटतं?''

''या स्टोरीमधले काही कच्चे दुवे मला सतत टोचत आहेत. त्यातला महत्त्वाचा भाग हा यु.एस.डी.ए. तपासनीस मार्शा बाल्डविन हिच्यासंबंधी आहे. रविवारी किम रेग्गीस माझ्याकडे आला होता तेव्हा ती नाहीशी झाली आहे असं म्हणाला होता. त्याला त्यामधे काहीतरी काळंबेरं असल्याचा संशय येत होता.''

''आणि तू तिला शोधायचा प्रयत्न करत होतीस ना?''

''होय. जवळपास तसंच म्हणता येईल.'' केली म्हणाली, ''मी किम रेग्गीसचं म्हणणं गंभीरपणानं घेतलं नाही. मला वाटलं की मुलीच्या मृत्यूमुळे डॉक्टरच्या मनाचा तोल ढळला असावा. म्हणजे तो माणूस तसाच चमत्कारिकपणाने वागत होता. शिवाय त्याच्या मते ती नाहीशी होऊन फक्त काही तासच उलटले होते. मी त्याचा आरोप आत्यंतिक घबराटीतून आला आहे असं मानत होते.''

''म्हणजे तुला ती बाई सापडली नाही तर?''

''नाही. मी सोमवारी काही फोन केले होते, पण ते मी फारसे गंभीरपणाने केलेच नव्हते. आज मी यु.एस.डी.ए. डिस्ट्रिक्ट ऑफिसमधे फोन केला होता. मी फोन केला तेव्हा त्यांनी मला डिस्ट्रिक्ट मॅनेजरशी बोला असं सांगितलं. मला त्याच्याशी बोलायलादेखील काही हरकत नव्हती. पण त्याने मला फारशी माहिती दिलीच नाही. तो म्हणाला की 'त्यांनी तिला पाहिलेलं नाही'. बस्स. मी फोन ठेवल्यावर माझ्या लक्षात आलं की, ही एवढी साधी माहिती मिळवण्यासाठी मला डिस्ट्रिक्ट मॅनेजरशी बोलावं लागणं हे जरा विचित्रच आहे.''

''आहे खरं.''

''मी नंतर फोन केला आणि तिची नेमणूक नेमकी कुठं केलेली आहे ते विचारलं. कुठं केलेली असेल?''

''कुठं?''

''मर्सर मीट्स.''

''हं..खरंच चमत्कारिक आहे. मग तू आता या प्रकरणाचा पुढं तपास करणार का?''

''मला अजून नक्की सांगता येणार नाही. मी त्या डॉक्टरचा शोध घेते आहेच. मी नेहमीच त्याच्या मागावर असते असं दिसतंय.''

''तू नेहमी नेमकं योग्य तेच करतेस याची मला कल्पना आहे.''

"आणखी एक गोष्ट." केली म्हणाली, "कॅरोलिनला प्रेअरी हायवेवरच्या ओनियन रिंग रेस्टॉरंटपासून दूर ठेव."

"का? तिला तर तिथले पदार्थ फार आवडतात."

"सध्या तरी हा माझा आतला आवाज आहे असं समज."

"ते तूच तिला सांग."

"सांगते. मला यात काहीच अडचण नाही."

दरवाज़ावरची बेल वाजल्याने दोघे चकित होऊन पाहू लागले. केलीने घड्याळाकडे नजर टाकली, "रात्री आठ वाजता कोण आलं आहे?"

"कोण जाणे?" एडगर उठला, "ठीक आहे. मी पाहातो."

"बरं होईल तू पाहिलंस तर."

केली कानशीलं चोळत रेग्गीसच्या प्रकरणात पुढे काय करावं याचा विचार करू लागली. डॉक्टरच्या मदतीखेरीज ह्या प्रकरणाचा तपास करणं सोपं काम नव्हतं. किम रविवारी तिच्या घरी आला होता तेव्हा त्याने काय काय सांगितले होते हे ती आठवू लागली.

बाहेरच्या हॉलमधे एडगर कोणाशीतरी बोलत असल्याचा तिला आवाज आला. त्याला कुठे सही करायची ते कोणीतरी सांगत होतं. काही वेळाने एडगर हातात एक मोठे मनीला पाकीट घेऊन आला. तो त्याच्यावरच्या लेबलकडे पाहात होता. "तुझ्यासाठी पाकीट आहे." त्याने ते हलवून पाहिले. आतमधली वस्तू इकडेतिकडे हलत होती.

"कोणाकडून आलंय?" केलीने साशंक स्वरात विचारले.

"त्यावर कोणाचाही पत्ता नाही. फक्त के. आर. आद्याक्षरे आहेत."

"के.आर.? म्हणजे किम रेग्गीस?"

एडगरने खांदे उडवले. "शक्य आहे."

"मला पाहू दे." केली म्हणाली.

एडगरने ते पाकीट तिच्या हातात दिले. तिने ते चाचपडून पाहिले, "त्यात काहीही धोकादायक दिसत नाही. काहीतरी रिळासारखं आत आहे."

"उघडून पहा."

केलीने पाकीट फोडले. आतमधे कसले तरी फॉर्म आणि एक टेप होती. पाकिटात एक चिठ्ठी होती. त्यावर लिहिले होते : 'केली, तुला पुरावा हवा होता. हा घे पुरावा. मी नंतर संपर्क साधेन. किम रेग्गीस.'

"हे सगळे कागद हिगीन्स आणि हॅनकॉकमधले आहेत वाटतं..."

"होय. माझ्या तपासाला आता खरी सुरुवात धूमधडाक्यात झाली आहे."

❖

उपसंहार

जुनी जीर्णशीर्ण झालेली व्हॅन धूर ओकत आणि खडखडत एका ओढ्यातून बाहेर पडून चढणीवर जाऊ लागली.

''बाय गॉड...मी या भागात एवढी खोल घळ बघितलेली नव्हती आजवर.'' बार्ट विनस्लो म्हणाला. तो आणि त्याचा सहकारी विली ब्राऊन एका आडरस्त्याने जात होते. त्यांनी एक मेलेले डुक्कर आणले होते आणि आता ते मुख्य रस्त्याच्या दिशेने येत होते. जवळजवळ दोन दिवस सतत पाऊस पडत होता. त्यामुळे रस्त्याचा बराचसा भाग वाहून गेल्याने त्यावर मोठमोठे खड्डे पडले होते. या खड्ड्यांमधे भरपूर पाणी साचलेले होते.

बार्टने तंबाखूची एक पिचकारी मारली आणि तो म्हणाला, ''मी असा विचार करत होतो...आपण हे डुक्कर उचलण्याआधी बेंटन ओकलेच्या फार्मवरून ती आजारी गाय आणली ना, तेव्हापासून मला वाटतंय की असंच होत राहिलं तर बेंटनचा फार्मच शिल्लक राहाणार नाही.''

''अगदी बरोबर.'' विली म्हणाला, ''पण आपण साधारण महिन्यापूर्वी त्याच्या फार्मवरून आणलेल्या त्या गाईपेक्षा ही गाय जास्त आजारी नाही. आपण मागच्या-प्रमाणेच ही गायदेखील कत्तलखान्यात न्यायची का?''

''मला वाटतं न्यावी.'' बार्ट म्हणाला, ''पण आपल्याला तिकडे लॉर्डसव्हिलेपर्यंत जाऊन ती व्ही. एन. बी. कत्तलखान्यात द्यावी लागणार.''

''होय. ते खरे आहे.'' विली म्हणाला, ''त्या टी.व्ही. वरच्या बाईने कसल्यातरी तपासणीसाठी हिगीन्स् आणि हॅनकॉक काही आठवड्यांसाठी बंद करायला भाग पाडलं.''

''एक गोष्ट चांगली आहे की हे व्ही.एन.बी. वाले लोक हिगीन्स आणि हॅनकॉकएवढे चोखंदळ नाहीत.'' बार्ट म्हणाला, ''ओव्हनमधून बाहेर काढलेल्या टर्कीपेक्षा जास्त मेलेल्या दोन गाई आपण त्यांना विकल्या होत्या ते आठवतं ना?''

''आठवतं की.'' विली म्हणाला, ''हिगीन्स आणि हॅनकॉक केव्हा उघडेल? तुला काही कल्पना आहे का?''

''मी ऐकलं की पुढच्या सोमवारी. कारण तिथे बेकायदेशीररीत्या राहाणाऱ्या काही परदेशी लोकांशिवाय काहीच सापडलं नाही.''

''तसंच होणार म्हणा.'' विली म्हणाला, ''बरं. या गाईचं काय करायचं म्हणतोस?''

''करायचं काय आणखी?'' बार्ट म्हणाला, ''पंचवीसपेक्षा पन्नास डॉलर मिळाले तर कोणाला नको आहे?''

❖

जीवनात आनंद मिळवण्यासाठी उत्तम आरोग्य असणे जरुरीचे असते, आणि उत्तम आरोग्य प्राप्त होण्यासाठी किमान स्वच्छ पाणी आणि चांगले अन्न मिळणे आवश्यक असते. शहरीकरण झाल्यापासून मानवी संस्कृती स्वच्छ पाण्यासाठी सतत प्रयत्नशील आहे. अलीकडच्या काळात सिव्हिल इंजिनियरिंगमधल्या कामगिरीमुळे या प्रश्नावर दीर्घकाळासाठी टिकाऊ उपाय करणे शक्य झाले आहे. अन्नाच्या बाबतीत मात्र परिस्थिती दुर्दैवाने उलट आहे. अन्न साठवण्याच्या तंत्रात रेफ्रिजिरेशनसारख्या महत्त्वाच्या नवीन तंत्रांचा शोध लागला असूनही आपण या बाबतीत यशस्वी होऊ शकलेलो नाही. जास्तीचे अन्न आणि कमी होणाऱ्या किमती यांचा दबाव मोठा आहे. नवीन प्रकारे जोरदार पशुपालन करण्यामुळे अन्नप्रदूषणाच्या नवीन मार्गाचा उद्‌भव झाला आहे आणि ही भयंकर बाब दिवसेंदिवस अधिकाधिक पसरू लागली आहे. या समस्येकडे आता लक्ष देण्याची वेळ येऊन ठेपली आहे. ज्यांना या गंभीर परिस्थिती विषयी आणि त्यामधून निर्माण होऊ शकणाऱ्या भीषण संकटाबद्दल ज्यांना अधिक माहिती हवी असेल. त्यांनी फॉक्स निकोल्स या लेखकाचे पुस्तक वाचावे असे मी सुचवतो. त्या पुस्तकाचा संपूर्ण संदर्भ असा आहे :

Fox Nicols, Spoiled : What is Happening to our Food Supply and Why we are increasingly at Risk (Basic Books 1997 : Penguin 1998).

टीपा

१. **समारिटन (Samaritan)**
समारिटन ह्या शब्दाचा अर्थ धर्मदाय किंवा समाजाला उपयोगी पडणारा निःस्वार्थीपणा असा आहे.

२. **पट्टीका (Platelets)**
पट्टीका ह्या रक्तातील लाल पेशींप्रमाणेच असणाऱ्या कोशिका आहेत. त्यांच्यावर आवरण असते आणि सर्वसाधारणपणे त्यात केंद्रक नसते. त्यांचा आकार लाल पेशीपेक्षा साधारणपणे १/४ असतो. ह्या कोशिका दर घनमिलीमीटर रक्तात सुमारे २५०,००० एवढ्या प्रमाणात असतात आणि त्या रक्त गोठण्याच्या क्रियेमध्ये मुख्य भूमिका बजावतात.

३. **टॉक्सिमिया (Toxemia)**
टॉक्सिमिया ही परिस्थिती जेव्हा रक्तात विषाची अथवा टॉक्सिनची मात्रा जास्त प्रमाणात होते तेव्हा निर्माण होते. हे विष शरीरातील सूक्ष्मजंतूंमुळे तयार झालेले असू शकते.

४. **सी. डी. सी. (CDC.)**
सेंटर्स फॉर डिसीज कंट्रोल ही अमेरिकेतील संसर्गजन्य रोगांचे नियंत्रण करणारी संस्था

५. **यु.एस.डी. ए. (USDA)**
अमेरिकेचा फेडरल सरकारचा कृषी विभाग

६. **पिसलेले मांस (Ground Beef)**
अमेरिकेत मांसाचा हा प्रकार अत्यंत लोकप्रिय आहे. ह्यासाठी मांस, स्नायू वगैरे घेऊन ते दळल्याप्रमाणे पिसले अथवा खूप घोटले जातात. त्यामुळे निब्बर मांस आणि चरबी एकत्र येऊन मऊ गोळा तयार होतो. असे गोळे हॅम्बर्गर बनवण्यासाठी वापरले जातात. सहसा या प्रक्रियेमध्ये लुसलुशीत मांसाचा उपयोग केला जात नाही.

७. **पुरपुरा (Purpura)**
त्वचेखाली सूक्ष्म रक्तनलिकांमध्ये होणाऱ्या रक्तस्त्रावामुळे त्वचा निळसर पांढरी होते. त्यामुळे गडद लाल ते जांभळ्या रंगाचे ठिपके दिसतात. ह्या

लक्षणाला पुरपुरा असे म्हणतात. ठिपके जर छोटे असतील तर पुरपुराच्या प्रकाराला 'पेटेची' (Petechiae)

८. **पल्स फील्ड इलेक्ट्रोफोरेरिस (Pulse Field Electrophoresis)**
जीवरसायनशास्त्रात विश्लेषणासाठी वापरली जाणारी एक अत्याधुनिक पद्धत.

९. **एफ.डी. ए. (F.D.A.)**
अमेरिकेतील अन्न उत्पादने व औषधे यांच्यावर गुणवत्ता राखण्यासाठी निर्माण केलेला फेडरल सरकारचा विभाग.

१०. **स्टर्नम (Sternum)**
छातीतील महत्त्वाचे अवयव सुरक्षित रहावेत म्हणून हाडांचा एक पिंजरा बनलेला असतो. त्यामधील छातीकडील बाजूला असणाऱ्या भागाला स्टर्नम म्हणतात. हा भाग हाडांपेक्षा मृदू असून तो कूर्चेचा (cartilage) बनलेला असतो.

११. **टॅम्पोनेड (Tamponade)**
हृदयाच्या स्नायूंच्या भागाला मायोकार्डीयम म्हणतात. तर सर्वात बाहेरील आवरणाला पेरिकार्डियम म्हणतात. ह्या दोन्हीमधील जागेत रक्त अथवा द्रव साचला तर त्यामुळे हृदयावर दाब पडतो. ह्या परिस्थितीला वैद्यकीय परिभाषेत टॅम्पोनेड म्हणतात. हा साचलेला द्रव किंवा रक्त यांचा निचरा करणे ह्या क्रियेला टॅपिंग म्हणतात.

१२. **कामीकाझे (Kamikaze)**
'कामी' म्हणजे देव आणि 'काझे' म्हणजे वादळ/वारा यांचा मिळून बनलेल्या ह्या जपानी शब्दाचा मूळ अर्थ संकटसमयी वाचवणारा वादळाचा देव असा आहे. १२८१ मध्ये मंगोल सम्राट कुबलाई खान ह्याच्या आरमारापासून जपानला ह्या देवाने वाचवले अशी समजूत आहे. परंतु हा शब्द दुसऱ्या महायुद्धापासून 'आत्मघाती हल्ला' ह्या अर्थाने वापरला जातो. कारण त्यावेळी जपानी वैमानिकांनी दोस्त राष्ट्रांच्या ठिकाणांवर असे आत्मघाती हल्ले केले होते.

१३. **डीफायब्रिलेटर (Defibrillator)**
हृदयाचे बंद पडत चाललेले काम पुन्हा सुरू करण्यासाठी केला जाणारा हा अखेरचा प्रयत्न असतो. ह्या यंत्राला पॅडल्स हे यांत्रिक भाग असतात. त्यांचा उपयोग करून हृदयाला विद्युतप्रवाह सोडून झटका दिला जातो.

१४. **सोशल सिक्युरिटी नंबर (SSN)**
अमेरिकेतील प्रत्येक नागरिकाला देण्यात येणारा नऊ आकडी ओळख

क्रमांक. हा क्रमांक सर्व सार्वजनिक व्यवहारांसाठी आवश्यक असतो.

१५. सिसिफस (Sisyphus)

सिसिफस ही ग्रीक पुराणांमधील प्रसिद्ध व्यक्तिरेखा आहे. अत्यंत कपटी असणाऱ्या सिसिफसने देवांनाही ठकविले होते. त्याला शिक्षा म्हणून एक मोठा दगड टेकडीवर नेण्याचे काम देण्यात आले. हा दगड टेकडीवर नेला की परत पायथ्याशी येतो आणि सिसिफस कायम हे काम करत राहतो अशी ही कथा आहे.

१६. ओ. जे. सिंप्सन केस

अमेरिकेच्या इतिहासात अत्यंत गाजलेला खून खटला. ओरेन्थाल जेम्स सिंप्सन उर्फ 'ज्यूस' ह्या अत्यंत लोकप्रिय फुटबॉलवर त्याची माजी पत्नी निकोल ब्राऊन सिंप्सन आणि रोनाल्ड गोल्डमन यांना खून केल्याचा आरोप ठेवण्यात आला. हा खटला फार गाजला. अमेरिकन न्यायप्रक्रिया, पोलिसांची भूमिका आणि नागरिकांचे अधिकार ह्यांची फार मोठी चर्चा या खून खटल्यात झाली. कारण आरोपीच्या बचावासाठी दोन प्रसिद्ध वकील उभे होते. जे. एल. कोक्रात आणि बॅरी शेक या दोन वकिलांना ह्या खटल्याने अमाप प्रसिद्धी मिळाली.

जॉन कोक्रान हा कृष्णवर्णीयांच्या बाजूने लढणारा वकील म्हणून प्रसिद्ध होता. गोरे लोक पोलिसांचा वापर करून कृष्णवर्णीयांना मुद्दाम छळतात व खोट्या आरोपात अडकवतात अशी त्याची भूमिका होती. त्याने ब्लॅक पँथर पार्टी ह्या कृष्णवर्णीयांच्या लढाऊ संघटनेचा नेता एल्मर प्राट ह्याचा वकील म्हणून काम केले होते.

बॅरी शेक हा अमेरिकेतील सध्याचा एक सुप्रसिद्ध फौजदारी वकील आहे. त्याचा भर डी.एन.ए. चाचणीचा वापर करण्यावर आहे. त्याच्या मते ह्या चाचणीमुळे अनेक निरपराध लोक शिक्षेपासून वाचतील. म्हणूनच त्याने व पीटर नूफेल्ड यांनी मिळून 'इनोसन्स प्रॉजेक्ट' सुरू केला आहे.

❖

मार्कर

मूळ इंग्रजी लेखक
रॉबिन कुक

अनुवाद
अनिल काळे

धष्टपुष्ट अंगाचा, अत्यंत निरोगी प्रकृती असलेला सीन मॅकगिलिन न्यूयॉर्कमधल्या सेंट्रल पार्कमध्ये स्केटिंग करत असताना धडपडतो आणि त्याचा पाय मोडतो. अठ्ठावीस वर्षांचा हा तरुण पायावरच्या साध्या ऑपरेशननंतर चोवीस तासांच्या आत अचानक मरतो.

छत्तीस वर्षांची डार्लीन मॉर्गन, एका मुलाची आई, ही अशीच आणखी एक निरोगी स्त्री गुडघ्यावरच्या एका सोप्या ऑपरेशनसाठी हॉस्पिटलमध्ये दाखल होते आणि ऑपरेशनला चोवीस तास उलटायच्या आत तीही मरते.

डॉक्टर लॉरी माँटगोमेरी आणि डॉक्टर जॅक स्टेपलटन हे दोघं न्यूयॉर्क शहरातले मेडिकल एक्झॅमिनर असतात. तरुण, निरोगी माणसांच्या साध्या ऑपरेशननंतर पडत चाललेल्या बळींची वाढत चाललेली प्रकरणं पोस्टमॉर्टेममध्ये त्यांच्या लक्षात येऊ लागतात...

ओसीएमई आणि मॅनहटन जनरल हॉस्पिटल या दोन्हींच्या विरोधाला न जुमानता लॉरी या भानगडीचा तपास नेटानं चालू ठेवते... नेमके तरुण आणि निरोगी पेशंटच का मरताहेत, हे गूढ तिला काही केल्या उकलत नसतं, पण एक गोष्ट तिच्या लक्षात येते – हे नैसर्गिक मृत्यू नसून खून आहेत आणि कोणी तरी अत्यंत हुशारीनं,

काही तरी बेमालूम पध्दत वापरून हे हत्यांचं सत्र घडवून आणतंय!

...त्यातच लॉरीला लागोपाठ जबरदस्त धक्के बसतात. जॅकबरोबरच्या प्रेमसंबंधांमध्ये निर्माण झालेल्या मानसिक तणावांना तोंड देत असताना तिला समजतं, की स्तनांच्या कॅन्सरच्या जीनचा मार्कर आपल्यात आहे! त्यातच, ती स्वत:च या हत्यासत्रामध्ये अशा पध्दतीनं गुरफटत जाते, की अचानक ती स्वत:च खुन्याच्या हातात सापडते...

Printed in the USA
CPSIA information can be obtained
at www.ICGtesting.com
CBHW031747221024
16242CB00030B/208

9 788177 666168